"जेन वाँग हिने, तिच्या दृष्टिकोनातून, तिच्या अशा खास शैलीत माओ राजवटीच्या वैचित्र्यपूर्ण कालखंडाचे पहिल्या रांगेतून घडवलेले दर्शन, मनामध्ये संमिश्र भावना जागवणारे नाट्य... अशा प्रकारच्या पुस्तकामध्ये हे पुस्तक नक्कीच एक मानबिंदू प्रस्थापित करेल. चीनविषयी कुतूहल असणाऱ्यांनी जरूर वाचलेच पाहिजे असे पुस्तक."

– फॉक्स बटरफिल्ड, द न्यू यॉर्क टाइम्स

"संस्मरणीय आठवण.... खिळवून ठेवणारे... विश्वास बसणार नाही एवढे सुंदर."

– द ग्लोब अॅन्ड मेल

"समकालीन चिनी जीवनाचे, यथार्थ दर्शन....जेन वाँगचे चीन संबंधातील लिखाण इतके स्वतंत्र आहे... तिच्या लेखनामध्ये चिनी लोकांविषयीची सहवेदना जाणवण्याचे कारण, त्यांच्याविषयी तिला प्रेम आहे म्हणून नाही, तर ती त्यांच्यापैकीच एक आहे म्हणून.... तिच्या असलेल्या जवळिकीमुळे चिनी जीवनाचे यथार्थ दर्शन घडायला मदत होते, जर तिच्या मनातील पूर्वग्रहांमुळे ते समजून घ्यायला मदत होते."

– मॅक्लीन्स

"पाश्चिमात्य देशांसाठी एक गूढ बनून राहिलेल्या एका पौर्वात्य देशाविषयीचे, वैयक्तिक अनुभवांची आणि ऐतिहासिक दृष्टिकोनाची अत्यंत कुशलपणे गुंफण करून लिहिलेले, खिळवून ठेवणारे पुस्तक. एक उत्तम दस्तावेज."

– एन्टरटेन्टमेंट वीकली

"आत्तापर्यंत कोणीही न नोंदवलेली निरीक्षणे नोंदवणारे जेन वाँग हिचे पुस्तक. एका अत्यंत खळबळजनक कालखंडातील चीनच्या वाटचालीचा, वाँग हिने उलगडलेला पट. हे केवळ एका पत्रकाराचे तटस्थ वार्तांकन नाही, तर भावनिक गुंतवणूक असलेल्या संवेदनशील लेखिकेने केलेले एका देशाच्या गतिमान जीवनाचे उत्कंठापूर्ण चित्रण आहे."

– द टाइम्स (यूके)

आपल्या स्नेहीजनांना पुस्तके भेट द्या

बीजिंगचे गुपित

समकालीन चिनी जीवनाचे यथार्थ दर्शन

लेखक
जेन वाँग

अनुवाद
मोहन गोखले

मेहता पब्लिशिंग हाऊस

Please contact us at **Mehta Publishing House,** Pune 411030.
✆ +91 020-24476924 / 24460313 / Mob. No. 9545000513
Email : production@mehtapublishinghouse.com
Website : www.mehtapublishinghouse.com

- *या पुस्तकातील लेखकाची मते, घटना, वर्णने ही त्या लेखकाची असून त्याच्याशी प्रकाशक सहमत असतीलच असे नाही.*

First Published in Canada by Doubleday CANADA.
This Edition Arranged with Westwood Creative Artists, Ltd.
Translated into Marathi Language by Mohan Gokhale

बीजिंगचे गुपित / अनुवादित कादंबरी

अनुवाद : मोहन गोखले

Email : author@mehtapublishinghouse.com

मराठी अनुवादाचे व प्रकाशनाचे हक्क मेहता पब्लिशिंग हाऊस, पुणे.

प्रकाशक : सुनील अनिल मेहता, मेहता पब्लिशिंग हाऊस,
१९४१, सदाशिव पेठ, माडीवाले कॉलनी, पुणे ४११०३०.

अक्षरजुळणी : एडी को-ऑथर्स डॉक्युमेन्टेशन सर्व्हिसेस प्रा. लि., न्यू अजंठा ॲव्हेन्यू, कोथरूड, पुणे – ४११०३८.

मुद्रक : पार्कसन्स ग्राफिक्स

मुखपृष्ठ : सतीश भावसार

प्रथमावृत्ती : ३१ ऑक्टोबर, २०१६

किंमत : ₹ ३५०

P Book ISBN 9789386175496

कॉलीनसाठी

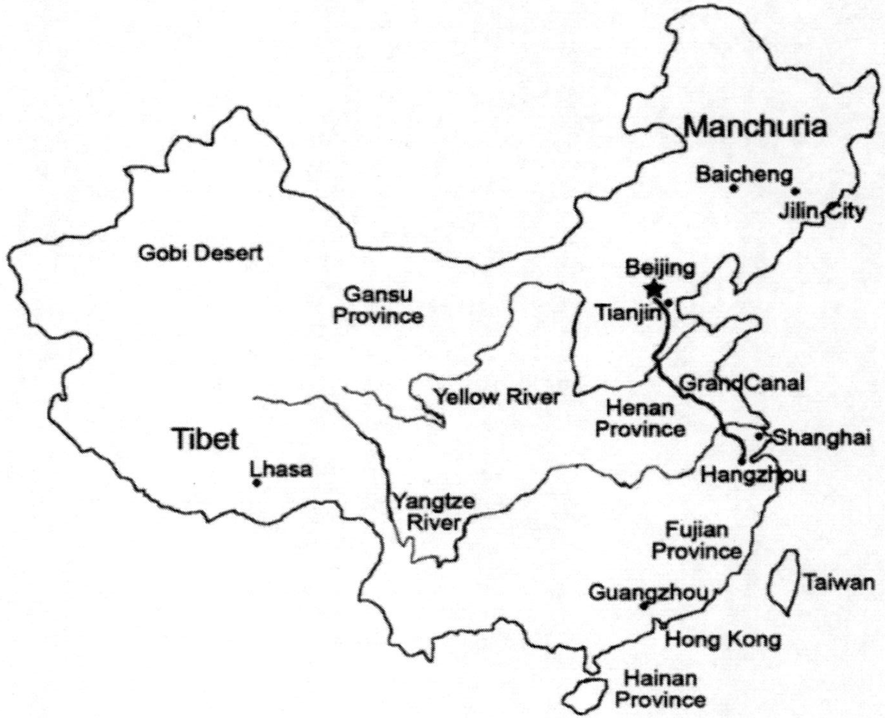
Manchuria
Baicheng
Jilin City
Gobi Desert
Beijing
Gansu
Province
Tianjin
GrandCanal
Yellow River
Henan
Province
Tibet
Shanghai
Lhasa
Hangzhou
Yangtze
River
Fujian
Province
Taiwan
Guangzhou
Hong Kong
Hainan
Province

City of Beijing

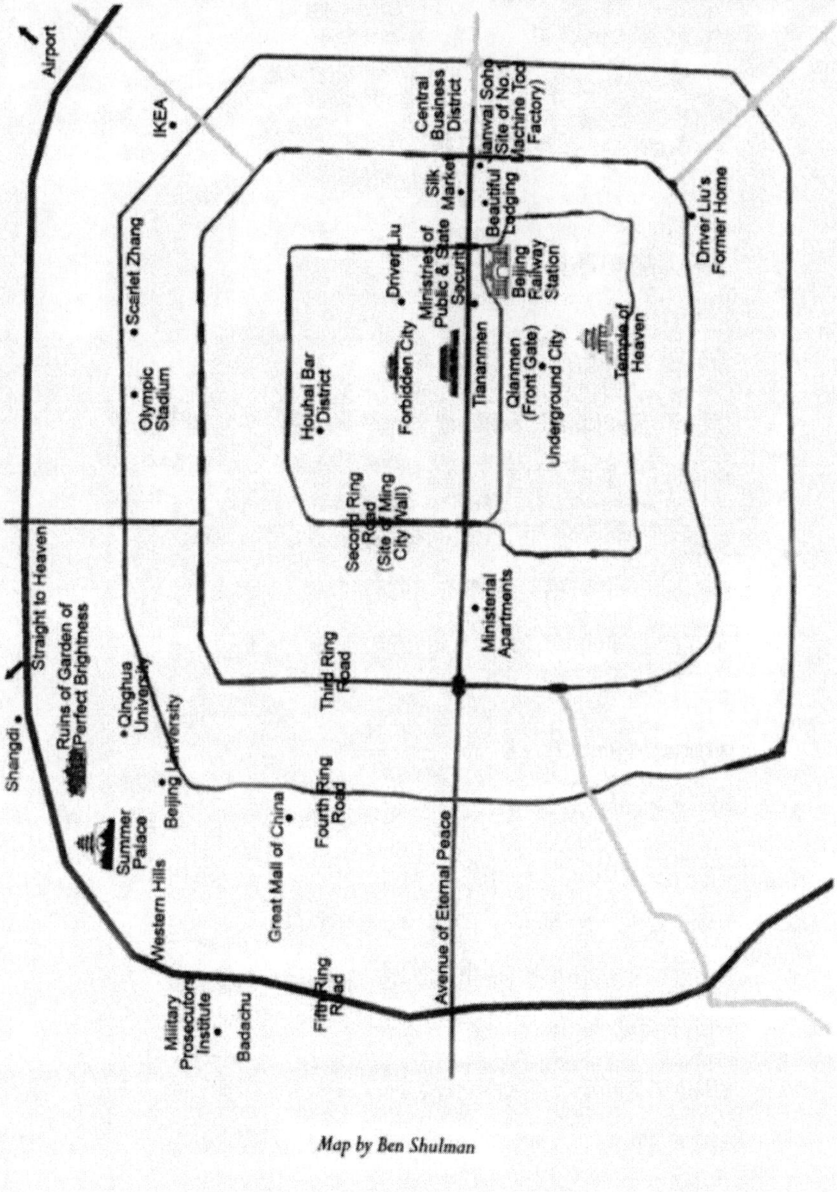

Map by Ben Shulman

अनुक्रमणिका

अशक्य मोहिमेवर

नेवार्क आंतरराष्ट्रीय विमानतळ. वातावरणामध्ये प्रचंड गरमी होती. सिमेंटच्या धावपट्टीकडे नजर टाकली तर हवेच्या गरम थरांमुळे डोळ्यांसमोर असंख्य मृगजळे नाचत असल्याचा भास होत होता. आमच्या बोइंग ७७७ विमानामधील कृष्णवर्णीय हवाई सुंदरीने, शिकवलेल्या लाडिक स्वरांनी सफाईदारपणे ठरावीक चिनी शुभेच्छांनी 'Nihao' आमचे स्वागत केले. बाकी कसेही असले तरी प्रवासी, जे बहुतेक चीनलाच जाणारे होते, एकदम खूश झाले. ही कृष्णवर्णीय अमेरिकन हवाई सुंदरी आपल्या चिनी भाषेत आपले स्वागत करते यावरून आपली ही 'विश्वाच्या मध्यस्थानी' असलेली राजसत्ता ('६ ख्रिस्तपूर्व' शतकापासून चिनी राज्यकर्त्यांचा, जनतेचा असा विश्वास होता की त्यांची जमात ही काही वेगळी आणि खास आहे, तसेच त्यांचा देश हा विश्वाच्या मध्यभागी वसलेला आहे.) ही जगाच्या केंद्रस्थानी असल्याचा त्यांचा समज परत एकदा दृढ झाला.

मी आणि माझा नवरा 'नॉर्मन', आम्ही १९७०, १९८० आणि १९९०च्या दशकांमधील काही वर्षे 'बीजिंग' येथे वास्तव्य केले होते. आमच्या या आत्ताच्या चीनभेटीच्या वेळी आमच्याबरोबर मनापासून यायला तयार नसलेले दोन प्रवासी पण होते. ते म्हणजे आमची दोन मुले- सोळा वर्षांचा 'बेन' आणि तेरा वर्षांचा 'सॅम'. हल्ली सर्रास अनुभवास येणाऱ्या गोष्टीप्रमाणे आमची हा 'बीजिंग'ला जाणारी फ्लाइट पण पूर्णपणे भरलेली होती. निरनिराळ्या 'सेल'मध्ये घासाघीस करून स्वस्तात घेतलेल्या फॅशनेबल कपड्यांमधील हल्लीच्या या चिनी तरुण पिढीचा आत्मविश्वास जाणवण्यासारखा होता. त्याउलट जी मूठभर जनता चेअरमन माओच्या दीनदुबळ्या चाकरमान्यांच्या मोठ्या सांस्कृतिक क्रांतीच्या काळामध्ये चीन सोडण्यात यशस्वी झाली होती, त्या वेळची परिस्थिती आणि ते चित्र अगदी वेगळे होते. सन १९७०च्या दशकामध्ये चिनी नागरिकाला परदेशी जाण्याची संधी फक्त एखाद्या अधिकृत 'राजनैतिक शिष्टमंडळा'चा

सदस्य म्हणूनच मिळाली तर मिळायची आणि त्यात पण त्याच्यावर अगदी कमीत कमी दिवसांचा आणि कमीत कमी खर्चाचा अंकुश असायचा.

चीनला भेट देऊ इच्छिणाऱ्या परदेशी प्रवाशांना पण अनेक समस्यांशी सामना करावा लागे. अमेरिकन नागरिकांना क्वचितच व्हिसा देण्याचे 'बीजिंग'चे धोरण होते. परंतु नॉर्मनची गोष्ट जरा वेगळी होती कारण तो 'मित्र' होता. त्याचे वडील, जॅक शुलमन हे अमेरिकेतील कम्युनिस्ट पक्षाचे (साम्यवादी पक्षाचे) बराच काळ प्रमुख राहिलेले 'विल्यम झेड् फॉस्टर' यांचे वैयक्तिक सहायक होते. सन १९६५मध्ये 'न्यू चायना न्यूज एजन्सी' या सरकारी वृत्तसंस्थेच्या (शिन्वा Xinhua) येथे प्रचारकी साहित्याच्या इंग्रजी भाषांतरासाठी जॅक 'बीजिंग'ला गेले होते. आणि चिनी परंपरेनुसार मुलाने वडिलांच्या पावलावर पाऊल ठेवून जाणे अगदी स्वाभाविक होते. परंतु नॉर्मनच्या'बीजिंग'भेटीमागची प्रेरणा अर्थातच पितृप्रेम वगैरे नव्हती, तर व्हिएतनाम युद्ध हे खरे कारण होते. कारण नॉर्मन तेव्हा बावीस वर्षांचा होता आणि नियमाप्रमाणे सैन्यामध्ये दाखल होणे त्याला अनिवार्य होते. परंतु कोणत्यातरी अशा देशामध्ये काहीतरी काम काढून ते टाळणे, हाच त्याचा त्या वेळी उद्देश होता.

सन १९६६च्या काळामध्ये न्यू यॉर्कहून 'बीजिंग'ला जाणे म्हणजे एक दिव्य होते. त्या काळी अमेरिकेचे चीनबरोबर राजनैतिक संबंध नव्हते. चीनचा व्हिसा मिळवण्यासाठी नॉर्मनला प्रथम लंडनला जावे लागले. त्या वेळी पीआयए (पाकिस्तान इंटरनॅशनल एअरलाइन्स)ची महिन्यातून फक्त दोनच वेळा, चीनमधील त्या वेळच्या कॅन्टॉन आणि आत्ताच्या 'गुआँगझाऊ'ला जाणारी विमानसेवा उपलब्ध होती. त्यातून परत पीआयएच्या विमानांना मार्गामध्ये दोन वेळा, 'कराची' आणि 'ढाका' येथे इंधन भरण्यासाठी थांबावे लागे. त्या वेळी भारत आणि पाकिस्तान यांच्यादरम्यान युद्ध सुरू होत, म्हणून नॉर्मनच्या विमानाचा हवाई मार्ग, व्हाया कोलंबो (श्रीलंका) असा बदलण्यात आला होता. या सगळ्या दिव्यांतून पार पडून जेव्हा कॅन्टॉन येथे तो उतरला, तेव्हा 'जेटलॅग'मुळे नॉर्मनची अवस्था अगदी केविलवाणी झाली होती. परंतु एका परदेशी प्रवासाचे आगमन ही चिनी अधिकाऱ्यांसाठी, त्याच्या निमित्ताने, सरकारी पैशावर मजा मारण्याची एक दुर्मीळ संधी होती. त्या अर्धपोटी स्थानिक अधिकाऱ्यांनी नॉर्मनला खिलवण्याच्या निमित्ताने स्वतःच जेवणावर ताव मारला आणि मग नॉर्मनला 'बीजिंग'ला जाणाऱ्या विमानामध्ये चढवले. कॅन्टॉन – बीजिंग हा एकूण तीन तासांचा प्रवास होता.

आज चाळीस वर्षांनंतर हेच अंतर कॉन्टिनेंटल एअरलाइन्स 'फ्लाइट ८९' फक्त १३ तासांमध्ये कापते. शीतयुद्धाच्या समाप्तीनंतर आता हवाई वाहतुकीसाठी उत्तरध्रुवीय प्रदेशावरून (आर्क्टिक सर्कल)- पूर्वीचे सोव्हिएत संघराज्य, असा

हवाईमार्ग मोकळा झाला आहे. आमची तिकिटे सवलतीच्या दरामध्ये काढलेली होती. मी सन १९७२ मध्ये जेव्हा प्रथम चीनला गेले होते, त्या वेळच्या चलनाच्या विनिमयाचा विचार करता, आत्ताची आमची तिकिटे ८० टक्क्यांनी स्वस्त होती. विश्वाच्या मध्यभागी असल्याचे समजणारा हा देश अजूनसुद्धा इतरांपासून जरा फटकूनच होता; परंतु तो आता आवाक्याबाहेर नव्हता.

❖

बेन आणि सॅम यांनी त्यांची अगदी लहानपणीची काही वर्षे बीजिंगमध्ये घालवलेली होती. मी चीनमध्ये 'टोरांटो ग्लोब आणि मेल' या वर्तमानपत्राची वार्ताहर म्हणून सहा वर्षे जेव्हा काम करत होते, तेव्हा त्या दोघांचा येथे जन्म झाला होता. सन १९९४मध्ये आम्ही जेव्हा कॅनडाला परतलो, तेव्हा सॅम एक वर्षाचा होता. त्याला अर्थातच तेव्हाचे आता काही आठवत नाही; परंतु बेन, जो तेव्हा चार वर्षांचा होता, त्याच्या मात्र काही अंधूक आठवणी आहेत. त्याला त्याच्या आया 'मा'च्या मदतीने केक केल्याचे आठवते, तसेच स्वयंपाकघरात येऊन आमच्याकडे तेव्हा स्वयंपाकाला असलेल्या 'मु'च्या मांडीवर बसल्याचे पण आठवते.

सन २००३मध्ये चीनमध्ये आणि टोरांटोमध्ये पण 'ॲक्यूट रेस्पायरेटरी सिन्ड्रोम (एसएआरएस)'ची भयानक साथ पसरली होती. त्यामुळे आमचा- नॉर्मनचा आणि माझा- असा अंदाज होता की, चीनची ती जगप्रसिद्ध भिंत बघण्यासाठी पर्यटकांची फार गर्दी नसेल. परिस्थिती जेव्हा सर्वसामान्य झाली तेव्हा आम्ही मुलांना घेऊन 'चीन पर्यटना'चा मोठा दौरा आखला. आम्ही चीनच्या भिंतीला तर भेट दिलीच, त्याचबरोबर 'फॉरबिडन शहर', टेंपल ऑफ हेवन, झियान (Xian) येथील टेराकोटा योद्धे, शांघायचा बंधारा आणि यांगत्सी नदी इत्यादी ठिकाणे पण पाहिली. आम्ही 'काशघर'मध्ये द्राक्षांच्या मळ्यामध्ये द्राक्षे तोडली, गोबी वाळवंटात वाळूच्या टेकड्यांवरून घसरलो.... खूप मजा केली.

या वेळी जेव्हा मी मुलांकडे सुट्टीमध्ये बीजिंगला जाण्याविषयी विचारणा केली, तेव्हा दोघांनीही नाके मुरडली. ती यायला अजिबात तयार नव्हती. बेनला त्याच्या मैत्रिणीबरोबर- 'ताश'बरोबर, टोरांटोमध्येच राहायचे होते किंवा मित्रांबरोबर गिअरची सायकल घेऊन डोंगरावर भटकायला जायचे होते, तर सॅमला मित्रांबरोबर हॉकी खेळायची होती किंवा 'एमएसएन'वरून गप्पा मारायच्या होत्या. मी जेव्हा आमच्या बीजिंगमधील वास्तव्यामध्ये त्यांना चिनी भाषा (मँडरिन) अवगत व्हावी म्हणून एका चिनी शिक्षकाची मदत घेण्याचा माझा विचार असल्याचे सांगितले, तेव्हा तर त्यांचा उत्साह आणखीनच मावळला.

"आई गं, मला खरंच आलंच पाहिजे का?" सॅमने अगदी नम्रपणे मला

विचारले. त्याचा बहुतेक अंदाज असावा की जरा शहाण्यासारखे वागले तर एखादे वेळेस त्याची सुटका होईल.

"होय," मी अगदी ठामपणाने म्हणाले.

"माझं खरं तर तेथे काय काम आहे?" वाद घालण्याच्या सुरातच बेनने विचारले. त्याला वाटले की या अशा आक्रमक पवित्र्यामुळे त्याची सुटका होईल.
"कारण मला तू तेथे हवा आहेस," मी पण तितक्याच ठामपणे सांगितले.

आपण कोणतीही प्रेक्षणीय स्थळे बघायला जायचे नाही, कोणतेही वस्तुसंग्रहालय बघण्याची मी त्यांना सक्ती करणार नाही इत्यादी त्यांच्या अटी मी मान्य केल्या. चीनची भिंत मी त्यांना परत चढायला लावणार नाही, हे पण मी कबूल केले. आपली ही भेट म्हणजे बीजिंगसारख्या अवाढव्य वाढलेल्या, गोंधळलेल्या शहरामध्ये थोड्या काळासाठी राहण्याची आयुष्यामध्ये एकदाच येणारी अशी एक संधी आहे, हे मी त्यांना पटवून दिले. आणि माझ्या भेटीमागे पण खरे तर तेच एक कारण होते. मला खरे तर बीजिंग अंतर्बाह्य माहीत आहे किंवा तसा माझा समज आहे. परंतु मला माहीत असलेले हे पुरातन राजधानीचे शहर आता वेगाने कात टाकते आहे. मी जरा जरी उशीर केला तर ते अदृश्य होईल. म्हणूनच या माझ्या चीनभेटीमागचा उद्देश झपाट्याने बदलणाऱ्या माझ्या त्या लाडक्या जुन्या शहराबद्दल आणि त्या जागी येणाऱ्या चकचकीत नव्या शहराबद्दल काही लिहिणे, हाच आहे. आणि माझी खात्री आहे की हे झाले तर आत्ताच होईल; कारण नंतर उशीर झालेला असेल.

आमचा बीजिंगमधला मुक्काम अठ्ठावीस दिवसांचा असणार होता. ऑगस्टच्या महिन्यात येथे कमालीची गरमी आहे; परंतु उन्हाळ्याच्या सुरुवातीला मुले हॉकीच्या शिबिरांमध्ये, मित्रांच्या फार्म हाउसेसना भेटी देण्यामध्ये अणि ब्रिटिश कोलंबियामधील व्हिसलर्स येथील डोंगरांवर सायकलींवरून सहली काढण्यामध्ये व्यस्त होती. सप्टेंबरमध्ये त्यांच्या शाळा परत सुरू होणार; तर मला माझी नोकरी होती.

आम्ही विमानामध्ये जरा स्थिरस्थावर झालो तर बेनची परत भुणभुण सुरू झाली– "माझं तिथं काय काम आहे?"

"कारण मला तू तिथं हवा आहेस," – मी पण हजाराव्यांदा तेच उत्तर दिले.

मला माझ्याबरोबर नॉर्मन पण हवा होता. तो सॉफ्टवेअर इंजिनिअर आहे. घरी बसून शांतपणे तंत्रज्ञानविषयक नियतकालिके वाचायला मिळाली की तो खूश असतो. तो बीजिंगमध्ये याआधी वीस वर्षे राहिलेला आहे आणि माझ्यासारख्या वार्ताहराला कितीही वाटत असले तरी त्याला मात्र आणखी एक महिना तेथे राहण्याची आवश्यकता वाटत नव्हती. परंतु बीजिंगमधील दीर्घ वास्तव्याचा त्याचा अनुभव, हेच त्याने माझ्याबरोबर असावे असे वाटण्याचे एक कारण होते. चीनमधील सांस्कृतिक क्रांतीच्या काळामध्ये, सन १९६६मध्ये, नॉर्मन प्रथम चीनमध्ये आला.

त्या वेळी त्याने 'मिंग' राजवटीच्या काळातील (१३६८-१६४४) शहराच्या रक्षणासाठी बांधलेल्या संरक्षक भिंतींची पडझड होताना पाहिली होती. चीनमध्ये वातानुकूलित यंत्रणा किंवा शीत प्रक्रियेला सुरुवात होण्याआधी त्याने थंडीच्या दिवसांत गोठलेल्या तळ्यामधील बर्फ काढून उन्हाळ्यातील वापरासाठी ते साठवण्याचा पण अनुभव घेतला होता. माझ्यापेक्षा बीजिंगची जास्त चांगली ओळख त्याला आहे आणि त्याला चिनी भाषा पण उत्तमपणे अवगत आहे. नॉर्मनचे एक चिनी नाव पण ठेवलेले आहे –'युलू'. जॅक यांनी त्यांच्या वेळच्या जिआयो युलू नावाच्या एका सच्च्या साम्यवादी कार्यकर्त्याच्या नावावरून त्याला हे नाव ठेवलेले होते. युलू या शब्दाच्या अर्थामध्ये कोणत्याही सर्वसामान्य खेडवळ माणसाची 'पैसा आणि कायम नोकरी' ही दोन स्वप्ने प्रतिबिंबित होत होती. 'यु' म्हणजे पैसा, श्रीमंती; तर 'लू' म्हणजे जुन्या चिनी भाषेमध्ये 'सरकारी पगार'. म्हणून जेव्हा-जेव्हा नॉर्मनला मी 'श्रीमंत पगारदार' म्हणून चिडवायची, तेव्हा-तेव्हा नॉर्मन माझ्यावर चिडायचा.

❖

नेवार्कच्या धावपट्टीवरून विमानाने आता वेग घेतला. मी माझ्या मुलांना त्यांनी माझ्याबरोबर यावे असे मला खरोखरच का वाटते, हे अजूनहा सांगितले नव्हते. खरी गोष्ट ही होती की, मला एकटीला जाण्याची खूप भीती वाटत होती.

खरे तर भीती वाटणे, घाबरणे हा माझा स्वभाव नाही. सन १९७२मध्ये मी जेव्हा चीनला प्रथम गेले, तेव्हाही मी एकटीच होते. त्या वेळी मी विद्यापीठातील माझे तिसरे वर्ष पूर्ण केले होते. माझ्या अध्ययनाचा प्रमुख विषय होता 'एशियाचा इतिहास'. त्या वेळी मी एकोणीस वर्षांची होते आणि माझ्यात पुरेपूर आत्मविश्वास भरलेला होता. कॅनडाचे चीनबरोबर राजनैतिक संबंध होते; परंतु त्या वेळी चीनमध्ये 'सांस्कृतिक क्रांतीचे' वारे वाहत होते म्हणून सहजासहजी व्हिसा मिळत नव्हता. परंतु चिनी वंशाच्या लोकांबद्दल, जे तसेही चीनला जायला घाबरत होते, त्यांच्याबद्दल मात्र अपवाद केला जात होता. परंतु माझ्या बाबतीत भीती वगैरेचा प्रश्नच नव्हता.

मी जेव्हा प्रथम चीनमध्ये आले तेव्हा तर गोंधळून गेलेच, पण इतरांना पण गोंधळात पाडले. मी 'मॉन्ट्रियल माओवादी' होते, जी दिसायला चिनी दिसत होती, पण तिला चिनी मात्र बोलता येत नव्हते. स्थानिक अधिकाऱ्यांना मी एक कॅनेडियन आणि त्यात पण तिसऱ्या पिढीतील कॅनेडियन आहे, ही गोष्ट समजायला, पचनी पडायला खूपच कठीण गेले. 'कॅनेडियन पॅसिफिक रेल्वे' बांधणीच्या कामावर सन १८८१ मध्ये जे हजारो मजूर कॅनडामध्ये आले, त्यामध्ये माझे आजोबा होते. गेल्या शतकाच्या सुरुवातीला माझे तीन चुलत आजोबा पण कॅनडामध्ये आले आणि त्यासाठी त्यांनी अन्यायकारक अशा प्रमाणात असलेला कर पण भरला होता.

माझ्या एकटीच्या त्या चीनभेटीची आश्चर्यकारक परिणती अशी झाली की, बीजिंग विद्यापीठाकडून मँडरिन भाषा शिकण्यासाठी मला आमंत्रण मिळाले. आणि त्यातील माओवादी अभ्यासक्रमाचा भाग म्हणून मी कारखान्यांमध्ये काम केले, चर खणले, डुकराच्या खताची वाहतूक केली आणि हे सगळे करत असताना विद्यापीठातून शिस्तभंगाच्या कारणाकरता काढून टाकले जाण्याच्या संकटामधून पण अगदी थोडक्यात बचावले. माझा शिस्तभंग एवढाच होता की, मी विद्यापीठातील दुसऱ्या एका परदेशी विद्यार्थ्याबरोबर ओळख वाढवली. आता त्या वेळच्या त्या सगळ्या गूढ घटनांकडे बघता मला बीजिंग विद्यापीठाने आमंत्रण देण्यामागचे एकमेव कारण म्हणजे त्या वेळी मी 'योग्य ठिकाणी योग्य वेळी' होते हेच असावे असे वाटते. सहा वर्षांच्या त्या सांस्कृतिक क्रांतीच्या काळामधील 'परदेशी' तिरस्काराच्या अतिरेकानंतर बीजिंगला पाश्चिमात्यांबरोबरचे संबंध सुधारण्याची गरज वाटायला लागली होती. सन १९७१मध्ये त्यांनी अमेरिकेच्या टेबल टेनिस संघाला बीजिंग भेटीचे आमंत्रण दिले होते. सन १९७२मध्ये मी त्यांना आयतीच सापडले होते– 'सांस्कृतिक क्रांतीनंतर बीजिंग विद्यापीठामध्ये शिक्षण घेणारी पहिली कॅनेडियन नागरिक'.

नंतर जेव्हा मी बीजिंगमध्ये परदेशी वर्तमानपत्राची वार्ताहर म्हणून काम केले तेव्हा पण मला भीती अशी कधी वाटलीच नाही. इतर अनेक पाश्चिमात्य वार्ताहरांप्रमाणेच माझ्या फोनवरील संभाषण चोरून ऐकले जात होते, मला येणारी पत्रे उघडली/वाचली जात होती. पोलीस खात्यामधील गुप्तहेरांनी माझ्यावर नजर ठेवली होती, मला बातम्या पुरवणाऱ्यांचा शोध घेतला होता आणि प्रसंगी त्यांना अटक पण केली होती. सन १९८९ मधील 'तियानमेन चौकातील' प्रसिद्ध निदर्शनांनंतर आणि नरसंहारानंतर काही दिवसांनी साध्या वेषातील पोलिसांनी मला विद्यार्थी समजून माझे अपहरण करण्याचा पण प्रयत्न केला होता. त्या वेळी इंग्रजीमधून आरडाओरडा करून मी त्यांचा प्रतिकार केला होता. त्यानंतरच त्यांनी त्यांच्या नंबरप्लेट नसलेल्या पोलीस व्हॅनमध्ये कोंबण्याचा त्यांचा प्रयत्न थांबवला होता. त्या सर्व घटनाक्रमामुळे भेदरलेल्या अवस्थेमध्ये फूटपाथवर नंतर बराच काळ मी उभी होत; परंतु नंतर माझ्या मनात विचार आला की मी जर त्यांच्याबरोबर गेले असते तर मला वर्तमानपत्रासाठी चांगली 'बातमी' मिळाली असती.

त्याच सुमाराला कोणीतरी 'ग्लोब' वर्तमानपत्राची जुनी टोयोटा व्हॅन चोरून नेली होती. जवळजवळ एका वर्षानंतर नॉर्मनला शोध लागला की ती व्हॅन चोरून नेणारे पोलीसच होते आणि ती व्हॅन आता त्यांच्या ताफ्यामध्ये सामील झालेली होती. एवढेच नाही, तर आता त्या व्हॅनच्या टपावर एक लाल दिवा पण बसला होता. हे कळल्यावर एका तिरिमिरीतच पोलीस स्टेशनमध्ये जाऊन मी आमची व्हॅन परत मिळवली होती. त्या परिस्थितीमध्ये ती खरोखरच एक मोठी गोष्ट होती; परंतु मी अजिबात घाबरले नव्हते, हे खरे.

पण या बीजिंग भेटीच्या वेळी मात्र माझी मनःस्थिती जरा वेगळी आहे. मनातून मी जराशी घाबरलेलीच आहे; कारण या वेळेला बीजिंगला येण्यामागचे कारण पण तसेच आहे. या भेटीमध्ये या प्राचीन आणि ऐतिहासिक शहराच्या भविष्याबद्दल / भवितव्याबद्दलच मला फक्त लिहायचे नाही, तर माझ्या भूतकाळातील एक सल पण काढता आला तर मला काढून टाकायचा आहे. आणि त्यासाठी मला नैतिक पाठिंब्याची, आधाराची गरज आहे. मला माझ्या कुटुंबीयांकडून विश्वास मिळवायचा आहे की मी काही तितकीशी वाईट किंवा भयंकर व्यक्ती नाही किंवा अगदी जरी मी असले तरी मी त्यांच्या प्रेमाला पण पात्र आहे. खूप पूर्वी, म्हणजे नक्की सांगायचे तर तेहेतीस वर्षांपूर्वी अगदी अनवधानाने एका अविचारी क्षणी मी कोणाचेतरी आयुष्य उद्ध्वस्त केले होते. घडली ती घटना अशी होती. सन १९७३मध्ये, बीजिंग विद्यापीठातील एका अनोळखी व्यक्तीच्या नावाची- जिला अमेरिकेबद्दल कुतूहल होते, अमेरिकेला जाण्याची इच्छा होती- मी अधिकाऱ्यांकडे चुगली केली होती. त्या वेळी त्या घटनेचे फारसे महत्त्व मला वाटले नव्हते आणि त्या घटनेचा मी फारसा विचार पण केला नव्हता. अगदी खरे सांगायचे तर माझ्या हातून घडलेल्या त्या गोष्टीचे गांभीर्यच मला कळले नव्हते. परंतु का कोण जाणे, मी ती घटना जशी घडली तशी माझ्या डायरीत लिहून ठेवली होती आणि नंतर मात्र मी त्याबद्दल साफ विसरून गेले. त्यानंतर एक-दोन महिन्यांतच मी बीजिंग सोडले आणि माझ्या इतर सामानाबरोबर माझ्या डायऱ्या पण मॉन्ट्रियलला आल्या आणि माझ्या आईच्या घरी अडगळीच्या खोलीत तशाच पडून राहिल्या.

नंतरच्या काही वर्षांत मॅक्गिल विद्यापीठातून मी पदवी मिळवली आणि चीनच्या इतिहासावर पदवी मिळवण्याच्या उद्देशाने परत बीजिंग विद्यापीठात दाखल झाले. मी सन १९७९मध्ये 'न्यू यॉर्क टाइम्सच्या' बीजिंग कार्यालयात त्या वर्तमानपत्रासाठी वार्ताहर म्हणून काम करायला लागले. कोलंबिया विद्यापीठातून पत्रकारितेच्या अभ्यासक्रमाची मास्टर्स पदवी घेतल्यानंतर मी 'मॉन्ट्रियल गॅझेट', 'दी बोस्टन ग्लोब', 'दी वॉलस्ट्रीट जर्नल' आणि 'टोरांटो ग्लोब आणि मेल' या वृत्तपत्रांसाठी 'व्यवसाय /व्यापार'विषयक वार्ताहर म्हणून काम केले. सन १९८८मध्ये ग्लोब आणि मेल या वर्तमानपत्राने माझी चीनमधील तेरावी संपूर्ण वेळ वार्ताहर / प्रतिनिधी म्हणून नेमणूक केली.

कॅनडा सोडण्याआधी, आईच्या घरच्या अडगळीच्या खोलीतील ती धुळीने भरलेली पेटी मी शोधून काढली; कारण मला माझ्या त्या जुन्या डायऱ्या बीजिंगमध्ये माझ्याबरोबर असाव्यात असे वाटत होते. कशासाठी हे नक्की मला पण सांगता येणार नाही. त्यानंतर आणखी सहा वर्षे मी त्यांच्याकडे पाहिले पण नाही. सन १९९४मध्ये ज्या वेळी तेथून परत येण्याचे मला वेध लागले, तेव्हा एका कंटाळवाण्या दुपारी

मी एका छोट्या डायरीची पाने सहज चाळत बसले होते. सन १९७३ माझे हस्ताक्षर एखाद्या लहान मुलीचे असावे तसे होते. परंतु अक्षरे मात्र सुटी-सुटी आणि अगदी कोरून लिहिल्यासारखी निळ्या शाईने लिहिलेली होती. काही पाने, आमच्या ऑफिसमधल्या छोट्या 'हर्मीस' टाइपरायटरवर टाइप केलेली होती. तो कागद अगदी निकृष्ट दर्जाचा आणि आखलेला होता. त्या पानांना भोके पाडून ती पाने डायरीमध्ये घातलेली होती.

टोरांटोस्थित आमच्या वर्तमानपत्रासाठी दिवसभर बातमीपत्रे, लेख वगैरे पाठवून झाल्यावर आणि सामानाची बांधाबांध करता करता आमच्या ऑफिसमध्ये मी माझ्या जुन्या डायऱ्या वाचत बसायची. माझ्या डायऱ्यांमध्ये अनेक विसंवादी नोंदी होत्या. स्वतःच्याच कोशामध्ये राहाणाऱ्या चिनी समाजाशी संवाद साधण्यासाठी करावा लागलेला संघर्ष, 'नंबर १ मशिन टूल फॅक्टरी'मध्ये ड्रिलिंग मशिन हाताळण्याचा अनुभव, 'रॉक ॲन्ड रोल' या संगीत प्रकाराच्या माझ्या 'मध्यमवर्गीय' आवडीला मुरड घालण्याचा केलेला प्रयत्न. एकंदरीत मी माझ्याच एकूण विचार परिवर्तनाच्या कामाला अगदी उत्साहाने सुरुवात केली होती. चिनी भाषेमध्ये याला 'झिनाओ' म्हणजे 'मेंदूची धुलाई' असे म्हटले जाते. शेवटी घाण- मग ती कोणत्याही प्रकारची असो- घालवण्यासाठी धुलाई ही करावीच लागते. त्या वेळचे माझे ते दिशाहीन विचार वाचता वाचता कधीकधी माझे मलाच हसू येत होते. बऱ्याच वेळा मला माझीच लाज पण वाटत होती. नंतर एका नोंदीकडे माझे लक्ष गेले. ती नोंद एका अनोळखी व्यक्तीने मला आणि एरिका जेनला 'नो नेम' तळ्याच्या काठा-काठाने फिरता फिरता गप्पा मारण्यासाठी बोलावल्याची होती. एका क्षणात मला पोटात खड्डा पडल्याची जाणीव झाली. ती जुनी आठवण विसरली जाण्यासारखी नव्हतीच.

सन १९७२मध्ये एरिका आणि मी अशा आम्ही दोघीच जणी बीजिंग विद्यापीठामध्ये शिक्षण घेणाऱ्या पाश्चिमात्य विद्यार्थिनी होतो. एरिका ही गुलाबी गालांची, अत्यंत हुशार आणि माझ्याच वयाची, 'येल'हून आलेली चिनी-अमेरिकन मुलगी होती. बीजिंग विद्यापीठातील आमच्या प्रवेशाबद्दल आणि अभ्यासाबद्दल चीन सरकारच्या अगदी वरिष्ठ पातळीवरून निर्णय झाला होता. आम्ही दोघीही पहिल्याच परदेशी विद्यार्थिनी असल्यामुळे आमचे शिक्षण वेगळे होते, आमचा खानसामा वेगळा होता, आणि आमची राहण्याची व्यवस्था पण स्वतंत्र होती. ज्यांनी ज्यांनी आमच्याबरोबर ओळख वाढवली होती, मैत्री केली होती त्या सर्वांची 'साम्यवादी पक्षा'कडून योग्य ती पडताळणी केली गेली होती. आमच्या वसतिगृहामध्ये स्थानिक विद्यार्थिनींना जागा देताना पण बीजिंग विद्यापीठाने त्यांची निवड अगदी कसोशीने केली होती.

एरिका आणि मी विद्यापीठाच्या वसतिगृहामध्ये राहायला लागून एक वर्ष झाले होते, तरी आमच्याबरोबर राहणाऱ्या इतर कोणाबरोबर सहज अशा भेटीगाठींची किंवा बोलाचालीची एकही घटना घडली नव्हती. त्यामुळे ही नवीन व्यक्ती जेव्हा स्वत:हून आमची ओळख काढायला आली तेव्हा आम्हाला आश्चर्य वाटले आणि आनंद पण झाला. एरिका आणि मी, आम्ही दोघी 'स्वप्नाळू माओवादी' आहोत याची त्या तरुणीला काही कल्पना नव्हती. विद्यापीठाच्या आवारातील त्या तळ्याभोवती फिरत असताना तिने आमच्यावर प्रश्नांचा अगदी भडिमार केला होता. अमेरिकेमध्ये कामगार वर्गाला काय वेतन मिळते, प्रत्येक अमेरिकन घरामध्ये फ्रिज आहे का, विद्यापीठामध्ये प्रवेश मिळवण्यासाठी साधारणतः समाजाच्या कोणत्या थरातून यावे लागते.... जेव्हा आम्ही तिला अमेरिकेमध्ये सर्वसामान्य कामगाराला मिळणारे वेतन सांगितले तेव्हा तिला आश्चर्याचा धक्काच बसला. प्रत्येक अमेरिकन घरामध्ये फ्रिज असतो, हे आम्ही जरा नाखुशीनेच मान्य केले. आणि आम्ही हे पण सांगितले की विद्यापीठामध्ये प्रवेशासाठी समाजातील थराचा काहीही संबंध नसतो.

अचानक ती म्हणाली, "मला अमेरिकेला जायचे आहे. तुम्ही मला मदत कराल का?"

आम्हाला हे ऐकून धक्काच बसला. आमच्या वसतिगृहातील इतर कोणीही आत्तापर्यंत पाश्चिमात्य देशांविषयी जरा पण कधी उत्सुकता दाखवली नव्हती. गेले वर्षभर आमच्या शिक्षकांनी आम्हाला हेच शिकवले होते की 'चीन' म्हणजे श्रमजीवींसाठी, कामगारांसाठी, शेतकऱ्यांसाठी भूतलावरचा स्वर्गच आहे. परंतु तसे बघितले, तर मला या गोष्टींचे एवढे आश्चर्य वाटायला नको होते; कारण काही महिन्यांपूर्वीच मी या 'स्वर्गाची' काळीकुट्ट बाजू स्वतः अनुभवली होती. दुसऱ्या एका परदेशी माणसाशी, बीजिंगमधील तरुण स्वीडिश राजदूताबरोबर अगदी सहज मैत्री केल्याबद्दल मला बीजिंग विद्यापीठातून जवळजवळ काढूनच टाकले होते. तो गुंता मी कसाबसा सोडवल्यानंतर मी परत वर्गामध्ये जायला सुरुवात केली होती. परंतु तुमच्या विचारांवर पण नियंत्रण ठेवल्या जाण्याच्या त्या प्रकाराचा माझा पहिलाच अनुभव होता. त्यानंतर प्रत्येकाने– माझ्या शिक्षकांनी, वर्गमित्रांनी, 'विदेशी विद्यार्थी' नियंत्रक कार्यालयातील अधिकाऱ्यांनी, अगदी सगळ्यांनी असे भासवले की जणूकाही घडलेच नव्हते. फक्त एरिकानेच माझी खात्री पटवली की तो माझा भास नव्हता, भ्रम नव्हता.

त्या घटनेमुळे माझ्या विश्वासाला तडा गेला होता. तरी पण अट्टाहासाने मला माझे मत सिद्ध करायचे होते की साम्यवाद हा भांडवलशाहीपेक्षा कधीही वरचढच आहे, श्रेष्ठच आहे. मी चीनच्या अजूनही प्रेमातच होते आणि भ्रमनिरास होण्याची प्रक्रिया ही खूप हळू आणि दुःखदच असणार होती.

एरिका माझ्यापेक्षा पण कडवी डाव्या विचारसरणीची होती. त्या रात्री आम्ही दोघींनीही आता काय करावे यावर विचारविनिमय केला. एका तरुण अनोळखी मुलीला अशा बाबतीत मदत करणे केवळ अशक्यच होते. विचारांती आम्ही या निर्णयाप्रत आलो की कामगारांच्या आणि शेतकऱ्यांच्या श्रमांच्या पैशांतून तिचा विद्यापीठातील शिक्षणाचा खर्च भागवला जातो आहे. आणि जो कोणी अशी मदत घेऊन स्वतःचे शिक्षण पूर्ण करतो आहे, त्याने चीनमध्येच राहून देशाच्या उन्नतीला हातभार लावणे ही त्याची जबाबदारीच आहे, त्याचे ते कर्तव्यच आहे. आम्ही खरेच काहीही करू शकणार नव्हतो. आम्हा दोघींनाही तिच्या या प्रश्नांचा आणि विचारण्याचा अगदी संताप आला होता. नंतर आम्हाला असेही वाटले की, आमच्या या अस्वस्थतेचे कारण एखादे वेळी आमच्या पाश्चिमात्य स्वार्थी मध्यमवर्गीय विचारसरणीतून बाहेर पडण्याच्या आमच्या प्रयत्नांचा परिणाम असेल. चेअरमन माओचा आम्हाला आदेश होता की "राजकारणाला सूत्रे हातामध्ये घेऊ द्या." इतर कोणतेही विचार त्यापुढे दुय्यम आहेत.

न्यू मेक्सिको येथील 'लॉस अल्मोस नॅशनल लॅबोरेटरी'मध्ये आता गणित विषयाची संशोधक/ प्राध्यापक असलेल्या एरिकाने नंतर कित्येक वर्षांनी मला सांगितले की, "आम्ही तेव्हा जे काही केले त्यातून आम्हाला काहीही सिद्ध करायचे नव्हते की कोणावर कुरघोडी पण करायची नव्हती." परंतु माझ्या बाबतीत म्हणायचे तर एखादे वेळेस माझा तेव्हा तसा उद्देश असू शकेल. मी तेव्हा स्वतःला वेगळ्या भूमिकेमध्ये बघत होते. तेव्हा जे काही 'नवीन चीन', 'साम्यवादी चीन'चे चित्र रंगवले जात होते त्याचा एक भाग बनण्याची, हिस्सा बनण्याची माझी धडपड होती. कदाचित माझी क्रांतीप्रतीची एकनिष्ठा सिद्ध करण्याची ती फार मोठी संधी आहे, असे तेव्हा मला वाटले होते. मॅक्गिल विद्यापीठातील आधुनिक विचारसरणीच्या एका वर्गमैत्रिणीने– जी आता 'व्हँकूअर' येथे आमची फॅमिली डॉक्टर आहे– काही दिवसांपूर्वीच बोलताना मला सांगितले की, "त्या वेळची मी तिला लिहिलेली पत्रे खूपच जहाल होती." तिने १९७२मध्ये लिहिलेल्या पत्रांच्या झेरॉक्स प्रती मला पाठवल्या. त्यामध्ये मी तिला माझ्या, स्वतःला बदलण्याच्या चाललेल्या मानसिक संघर्षाबद्दल लिहिले होते. एका पत्रामध्ये मी अत्यंत गांभीर्याने लिहिले होते की, "साम्यवादी विचारांचा प्रचार हिरिरीने करण्याची गरज आहे," मध्येमध्ये मी माओची वचने पण उद्धृत केली होती. मी 'संपूर्ण क्रांती करण्याची' कशी गरज आहे हे लिहिले होते.

माझी तेव्हाची मानसिक, वैचारिक अवस्था एकूणच अत्यंत धोकादायक होती, अतिरेकी, अज्ञानी आणि त्यातून अपरिपक्व वयाची. चीनविषयी आपल्याला सगळे माहीत आहे, कळले आहे असा माझा १९७३मध्ये समज झाला होता; परंतु तो एक

श्रम होता. मला खरे तर फारच कमी कळले होते, माहीत होते. मातृभूमी सोडावीशी वाटणे किंवा तसे विचार पण मनात येणे म्हणजे काहीतरी भयंकर गोष्ट आहे, असा तेव्हा माझा समज झाला होता आणि अशा विरोधकांसाठी चीनमध्ये वेगळ्या श्रमछावण्या आहेत याची मला कल्पना नव्हती. सांस्कृतिक क्रांतीच्या काळामध्ये चीनमधील एकूणच परिस्थिती हाताबाहेर गेली होती याची माहिती तेव्हा मला नव्हती. परिस्थिती एवढी टोकाला गेली होती की वर्तमानपत्रामध्ये छापून आलेला चेअरमन माओचा फोटो एखाद्याकडून चुकून फाडला गेला तरी त्या व्यक्तीला मारहाण केली जायची, तुरुंगामध्ये टाकले जायचे, अशा घटना घडत होत्या. मानवाधिकारांचे उल्लंघन चीनमध्ये सर्रास चालू होते. बाहेरच्या जगासाठी मात्र एक आनंदी आणि एकसंधपणे राहणारा समाज असलेला देश अशा प्रकारची चीनची प्रतिमा होती. परंतु खुद्द चीनमध्ये राहणाऱ्यांना मात्र माहीत होते की चीन म्हणजे केवळ पोलिसी राज्य आहे आणि राजवटीची पकड एवढी घट्ट होती की ही काळीकुट्ट बाजू बाहेरील फार थोड्या जणांनाच माहीत होती. सन १९७३मध्ये चीनमधून बाहेरच्या जगाला पुरवल्या जाणाऱ्या बातम्या अगदी बाळबोध दर्जाच्या आणि प्राथमिक स्वरूपाच्या असायच्या. ग्लोब वर्तमानपत्राचा माझ्या आधीचा बीजिंगमधील वार्ताहर जॉन बर्नस्, एखाद्या रेल्वे प्रवासावर पण लेख लिहून पाठवायचा. जॉन बर्नस्- ज्याने नंतर न्यू यॉर्क टाइम्सचा विदेशी वार्ताहर म्हणून पण नाव कमावले. त्याने माओच्या आवडत्या 'रेड फ्लॅग कॅनॉल' या योजनेबद्दल फार गौरवाने लिहिले होते. त्या कामामुळे बऱ्याच जणांना नावलौकिक मिळाला, कित्येक जण अगदी हिरो झाले. कॅनॉल बघायला येणाऱ्यांसमोर त्यांना मिरवण्यात आले, प्रत्येकाची कहाणी वेगळी होती; आणि त्या कहाण्यांमधील माणसांच्या अनेक धाडसी आणि धैर्याच्या कृत्यांच्या गोष्टीमध्ये तथ्यही होते हे नक्की.

एरिका आणि मला वाटले होते की साम्यवादी पक्षाचे पदाधिकारी त्या तरुणीला जास्तीत जास्त म्हणजे रागावतील, बोलतील किंवा समज देतील. तशीच प्रथा असल्याचे आम्हाला सांगण्यात आले होते. मला स्वतःला त्या वर्षामध्ये अनेक वेळा आईने पाठवलेल्या 'न्यूजवीक' साप्ताहिकाचे जुने अंक वाचल्याबद्दल, गृहपाठ करण्यात कुचराई केल्याबद्दल, माझी राहण्याची खोली कुलूप न लावता तशीच सोडून गेल्याबद्दल (त्यामुळे समाजाच्या शत्रूंना भरीस घातल्याबद्दल) पक्षाच्या पदाधिकाऱ्यांचे बोलणे ऐकून घ्यावे लागले होते. 'मिंग' समाधीजवळ तेथील गार्डने जेव्हा पंधराव्या शतकातील वर्गविद्रोहाबद्दल अत्यंत कंटाळवाणे भाषण सुरू केले तेव्हा मी तेथील दगडी फरशीवर 'टॅप डान्स' सुरू केला, त्या वेळी पण मला पक्षाच्या पदाधिकाऱ्यांकडून बोलणी खावी लागली होती. या सगळ्या घटनांनंतर माझ्यावर तर विद्यापीठातून काढून टाकले जाण्याची वेळ आली होती. खरे तर

एरिकाने आणि मी अधिक सावधपणे वागणे जरुरीचे होत; परंतु आम्ही काही शिकलो नाही.

दुसऱ्या दिवशी सकाळी आम्ही आमच्या शिक्षकांकडे 'यीन'च्या अमेरिकन स्वप्नांची चुगली केली.

सन १९९४ संपता संपता तोपर्यंत जवळजवळ १०-१२ वर्षे माझे चीनमध्ये वास्तव्य झाले होते. त्या काळामध्ये मी माझ्या वर्तमानपत्रासाठी तियानमेन चौकातील निदर्शनांबद्दल लिहिले होते, चीनमधील विरोधकांबद्दल लिहिले होते, मानवी हक्क, श्रमजीवींच्या छावण्या, छळछावण्या आणि गुप्तपणे देण्यात येणारे मृत्युदंड इत्यादींबद्दल लिहिले होते. त्याआधी 'माओ झेडाँग' यांच्या १९७६ मधील निधनानंतर सांस्कृतिक क्रांतीची समाप्ती झाली आणि त्यानंतर उसळलेला जनक्षोभ आणि समाजामध्ये आलेला कडवटपणा इत्यादी गोष्टींची पण मी साक्षीदार होते आणि त्या गोष्टी मी अनुभवल्या होत्या. क्रांतीच्या नावाखाली मित्रांनी एकमेकांच्या पाठीत खंजीर कसे खुपसले होते, शेजाऱ्यांनी एकमेकांबद्दल कशा चुगल्या केल्या होत्या आणि मुलांनी पण स्वतःच्या आई-बापांविरुद्ध कशी कारस्थाने केली होती, हे सगळे मी पाहिले होते, अनुभवले होते.

त्या सांस्कृतिक क्रांतीच्या काळातील बऱ्याच गोष्टी सन १९८०पर्यंत स्पष्ट झाल्या होत्या आणि चिनी जनतेनेच १९६६-१९७६ या दशकाचे 'संकटाचे दशक' असे वर्णन करायला सुरुवात केली होती. मी जेव्हा माझी डायरी सन १९९४मध्ये परत वाचली, तेव्हा अर्थातच माझे सगळे भ्रम दूर झालेले होते. मी काय करून बसले होते याची अगदी स्पष्ट कल्पना मला आली होती. वयाच्या विसाव्या वर्षी अत्यंत बेजबाबदारपणे वागून मी एका तरुणीचे, जिला मी पूर्णपणे ओळखत नव्हते, आयुष्य उद्ध्वस्त केले होते. मी माझ्या डायरीमध्ये तिचे फक्त यीन हे आडनावच लिहिले होते. घाईघाईने मी माझ्याबरोबर वसतिगृहात माझ्या खोलीत राहणाऱ्या मैत्रिणीशी- स्कार्लेटशी संपर्क साधला. तिला यीन आठवत होती. ती मला म्हणाली, "इतिहास हा प्रमुख विषय घेऊन पदवी शिक्षण घेणाऱ्या यीनला, विद्यापीठाच्या अधिकाऱ्यांनी एक विशेष बैठकीत निर्णय घेऊन, विद्यापीठातून काढून टाकले होते." नंतर ती कोठे गेली, तिचे काय झाले याची स्कार्लेटला काही कल्पना नव्हती. तसेच तिला यीनचे पूर्ण नाव पण नक्की आठवत नव्हते. "मला वाटते 'यीनलूओयी' असे काहीतरी असावे," ती मला म्हणाली.

त्यानंतर मी तिला प्रश्न विचारायचे थांबवले. यीनला शोधण्याचा काही मार्ग दिसत नव्हता आणि तेवढा वेळ पण नव्हता. नंतर काही आठवड्यांतच मी चीन

सोडणार होते. माझ्या भूतकाळाचा पाठलाग करायला मला वेळ नव्हता. निदान मी माझ्या मनाची तशी समजूत घातली. परंतु यीनचा शोध घेण्याची मनामध्ये खोलवर कोठेतरी भीती पण वाटत होती. ती जर मला खरोखरच सापडली तर? आणि त्याहूनही भयंकर म्हणजे ती जर मला सापडलीच नाही तर?

टोरांटोला परत आल्यावर मी माझे पहिले वर्ष चीनमधील माझ्या आठवणी ('रेड चायना ब्लूज्') लिहिण्यात घालवले. मी माझ्या आठवणींमध्ये त्या अनोळखी तरुणीचा उल्लेखच न करण्याचे ठरवले. मी जर तिच्याबद्दल काहीही लिहिलेच नाही तर कोणाला काय कळणार होते? परंतु मी जर तिच्याबद्दल लिहिले तर मात्र नक्की माझी 'छी थू' होणार होती. परंतु एक पत्रकार म्हणून मी नेहमीच इतरांकडून प्रामाणिकपणाची अपेक्षा केली होती, त्यामुळे मला जर चीनबद्दल प्रामाणिकपणे लिहायचे असेल; साम्यवादी राजवटीचा खरा चेहरा दाखवायचा असेल तर मग मी स्वतःशी पण प्रामाणिक असणे तितकेच आवश्यक होते. यीनचे काही वाईट व्हावे असे मला कधीच वाटले नव्हते. तशी माझी कधीच इच्छा नव्हती. मी तिला ओळखत पण नव्हते; तरी पण मी तिचा विश्वासघात केला होता. का? याचे खरे कारण मला पण सांगता आले नसते; कारण मलाही ते माहीत नव्हते.

मी माझ्या 'रेड चायना ब्लूज्' या पुस्तकामध्ये यीनबद्दल लिहिले आणि आजवर मी लोकांच्या टीकेचे लक्ष्य झालेली आहे. बऱ्याच वेळा लोकांचे काही गैरसमज होतात. त्यांना वाटते, मी माझ्या वर्गमैत्रिणीला किंवा वसतिगृहातील माझ्या मैत्रिणीला अटक करवली. परंतु यीन माझी वर्गमैत्रीण नव्हती, मी तिला अजिबात ओळखत नव्हते आणि अर्थातच ती पण मला ओळखत नव्हती. ती जर मला ओळखत असती तर ती माझ्या वाऱ्याला पण उभी राहिली नसती. परंतु यीनबद्दल लिहिल्याने मी माझ्या मनातील भूत पूर्णपणे गाडून टाकू शकत नव्हते. जसजशी वर्षे गेली तसतसा मी तिला विसरायचा प्रयत्न केला; परंतु मी तिला विसरू शकत नव्हते. माझ्या मनात तिचे विचार येतच राहिले. तिचे पुढे काय झाले असावे हे जाणून घेण्याची तीव्र इच्छा मला होती, पण तिचा शोध घेण्याची पण मला भीती वाटत होती. मी माझ्या मनालाच समजवण्याचा प्रयत्न केला की ज्या कोणाला चीन सोडण्याची एवढी तीव्र इच्छा होती, त्याने काहीही करून बाहेर पडण्याचा मार्ग शोधलाच असेल. ती आता खूप-खूप सुखात आहे आणि 'लास वेगास' येथे आनंदाने कुटुंबासमवेत राहत आहे, असाही स्वप्नाळू विचार करून मी मनाची समजूत घालण्याचा प्रयत्न केला. परंतु लगेचच परत मनामध्ये संशयाची भुते उभी राहायची. तिचा खूप छळ झाला असेल, तिला खूप दुःख सहन करावे लागले असेल. एखादे वेळी ती आता या जगामध्ये नसेल पण. परत मनामध्ये विचार यायचा; तिला काही अपत्य झाले असेल- कदाचित मुलगी-

तिच्यासाठी मी काही करू शकेन का? कदाचित तिच्या मुलीला कॅनडाला यायचे असेल.

तिचा शोध घेणे किंवा ती सापडणे हाच मोठा धोका होता. त्याउलट त्याबाबत फारसा विचार न करणे, स्वस्थ बसणे हेच उत्तम होते. नंतरच्या बारा वर्षांत मी चार वेळा बीजिंगला आले- दोन वेळा माझ्या वर्तमानपत्राची वार्ताहर म्हणून, एकदा कुटुंबीयांबरोबर पर्यटनाला म्हणून आणि एकदा माझ्या दुसऱ्या पुस्तकाच्या (जॅन वाँग्ज चायना) लिखाणासाठी काही संशोधन करण्याच्या आणि त्याच पुस्तकावर माहितीपट (जॅन वाँग्ज फॉरबिडन चायना) करण्याच्या निमित्ताने. त्या माहितीपटाच्या निर्मात्याने- रॉबिन बेंजर याने मला त्या चीनभेटीच्या दरम्यान यीनचा शोध घेण्याचे सुचवले. त्याला वाटले की या घटनेचा त्याच्या माहितीपटासाठी चांगला उपयोग होईल. परंतु मला ते क्रूरपणाचे वाटले. मी तो विषयच टाळला. मनातून मी घाबरलेली होते, भ्यालेली होते. मी रॉबिनला सांगितले तिला शोधून काढणे अशक्यच आहे.

परंतु कित्येक वर्षे यीन काही माझा पिच्छा सोडायला तयार नव्हती. मला पण माझ्या त्या वेळच्या मनःस्थितीचा परत एकदा पाठपुरावा करायचा होता की त्या वेळेला मी स्वतःला सांस्कृतिक क्रांतीमध्ये एवढे का झोकून दिले. मला जर त्याचे उत्तर सापडले तर मग चिनी जनता पण लाखोंच्या संख्येने त्यामागे का गेली, हे कोडे पण आपोआपच उलगडेल. आणि माझ्या मते हीच ती ऐतिहासिक वेळ होती ज्या वेळी बीजिंगच्या स्थैर्याविषयी जरी अनिश्चिता असली तरी जगाच्या रंगमंचावर त्याचे आगमन होण्याच्या बेतात होते, शिवाय हे जर कोडे उलगडले तर निदान भविष्यातील अपघात तरी टाळता येतील. अर्थात, ही गोष्ट खरी की ही उत्तरे मी एका विशिष्ट अशा पातळीवरूनच शोधणार होते.बीजिंगच्या भवितव्याशी तशा अर्थाने काही माझे आयुष्य किंवा जीवन जोडले गेलेले नव्हते. मी फक्त अठ्ठावीस दिवसांसाठीच चालले होते आणि त्या काळात काही गडबड झाली, गोंधळ झाला तरी मी तो तसाच सोडून परतणार होते. अगदी खोल अंतर्मनामध्ये यीनचा ठावठिकाणा मला लागू नये अशीच कोठेतरी इच्छा होती- परंतु मी माझ्या पापाचे काहीतरी क्षालन करण्यासाठी प्रयत्न केला, एवढे तरी मी माझ्या मनाला समजावू शकेन.

आमचे विमान (उड्डाण क्र. ८९) आता आकाशामध्ये स्थिरावले होते. हवाई सुंदरीने आमच्यापुढे अतिशिजवलेले चिकन आणि बटाट्याचे भरीत आणून ठेवले. विमानामध्ये करमणुकीसाठी 'शीज् द मॅन', 'द शू फेरी', 'बेंचवॉरमर्स', आणि 'मिशन इम्पॉसिबल ३' हे सिनेमे होते. चिकनचे तुकडे चावता चावता मी 'मिशन

इम्पॉसिबल ३' हा सिनेमा बघत होते. त्या सिनेमाचा कथाभाग थोडक्यात असा होता- या सिनेमाचा हिरो एका निनावी देशाला, ज्या देशामध्ये चिनी भाषा बोलतात, विनाशक असे गुपित विकले जाण्याचा कट उधळून लावण्याच्या बेतात आहे. तो एक देमार चित्रपट आहे; परंतु मला मात्र हसू आवरत नाही कारण यातील घटना खरोखरच हास्यास्पद आहेत. उदाहरणेच द्यायची झाली तर सिनेमातील हिरोला- टॉम क्रुझला भर शांघायमध्ये मोबाइल रेंज मिळत नाही. जो कोणी चीनला गेलेला आहे त्याला कल्पना आहे की तेथे मोबाइल रेंजचा अजिबात प्रश्न नाही. आज अगदी गोबीच्या वाळवंटामध्ये किंवा मंगोलियाच्या अतिदुर्गम प्रदेशामध्ये पण मोबाइल रेंज सहज मिळते. तसेच, सिनेमामध्ये शांघायच्या भर वस्तीमधून कार्सचा पाठलाग दाखवला आहे. बीजिंगप्रमाणेच आज शांघायचे रस्ते पण दिवसरात्र रहदारीमुळे तुंबलेले असतात. कोणी कोठेही पटकन किंवा वेगाने जाऊच शकत नाही. आणि शेवटचा क्लायमॅक्सचा गोळीबार 'क्विंग' राजवटीच्या काळातील एका वास्तूच्या परिसरामध्ये झालेला दाखवला आहे. परंतु शांघायमधील सर्व जुन्या वास्तू, फक्त नदीकाठावरचे कट्टे आणि माओने सन १९२१मध्ये जेथे चीनच्या साम्यवादी पक्षाची स्थापना केली तो गुहेसारखा भाग सोडून, जमीनदोस्त करण्यात आलेल्या आहेत.

सिनेमा संपल्यावर मी माझ्या अशक्य वाटणाऱ्या मोहिमेचा विचार करायला लागले. त्या १३० कोटी लोकसंख्येच्या देशामध्ये त्या अनोळखी व्यक्तीला मी कशी शोधून काढू? माझ्या हातात चार आठवडे आहेत, पण त्या चार आठवड्यांत काय करायचे आणि कसे करायचे याबाबत मी काहीच ठरवले नाही. मला फक्त एवढेच माहीत आहे की, आज माझे वय त्रेपन्न वर्षांचे आहे आणि आता माझ्याकडे देण्यासारखी काहीही कारणे नाहीत. यीनला शोधून तिची माफी मागणे आणि झालेली चूक सुधारण्यासाठी काही करता आले तर ते करणे, यासाठी आता हीच वेळ होती. या सर्वांतील कडू-गोड विरोधाभासाचा भाग एवढाच की, मी तिची चुगली करून आज तेहेतीस वर्षांनी चीनला काहीशा धास्तावलेल्या मनाने विमानाने परतत असताना आमचे विमान स्वतःच्याच इच्छेने चीनला परतणाऱ्या प्रवाशांनी भरलेले होते.

पूर्वापार चौकटीतील जगणं

सन १९४९मध्ये ज्या वेळी 'जनमुक्ती सेनेने' बीजिंगमध्ये प्रवेश केला, त्या वेळी चीनमध्ये एक अशी सर्वमान्य बोलीभाषा नव्हती. व्यवस्थेची घडी बसवण्यासाठी, जनतेवर अंकुश ठेवण्यासाठी आणि प्रचार करण्यासाठी साम्यवादी पक्षाला सर्वांना समजेल अशा एका बोलीभाषेची गरज होती. मँडरिन हाच एक उघड उघड पर्याय होता. नऊशे वर्षे चीनची राजधानी असलेल्या बीजिंगमध्ये बोलली जाणारी ती भाषा होती. तरी पण पक्षामध्ये त्यावर चर्चा झाली.

माओचा मँडरिन भाषेला विरोध होता, नव्हे तिरस्कारच होता. कारण ती राजे रजवाड्यांच्या काळातील चीनची दरबारी भाषा होती. साम्यवादी पक्षाच्या सरकारच्या स्थापनेच्या वेळी माओचे वय छपन्न वर्षांचे होते. त्याने अगदी शिकायचे ठरवले असते तरी आता चीनची अधिकृत भाषा शिकण्याच्या दृष्टीने त्याचे वय झाले होते. (त्याने इंग्रजी भाषा शिकण्याचा आयुष्यभर प्रयत्न केला; परंतु त्यात त्याची फारशी प्रगती झाली नाही.) तो चीनच्या दक्षिणेकडील प्रांतातील असल्यामुळे 'हुनान' प्रांतातील गळ्यातून आवाज काढत बोलली जाणारी भाषा तो बोलायचा. वयाच्या चोविसाव्या वर्षी बीजिंग विद्यापीठामध्ये अगदी निम्न श्रेणीच्या पदाची नोकरी त्याला मिळाली होती. परंतु घरच्यांना मात्र त्याने "मी विद्यापीठाच्या नोकरीमध्ये आहे," असे अभिमानाने सांगितले होते. सहायक ग्रंथपाल म्हणून त्याला मिळणारा दरमहा ८ (आठ) चिनी डॉलर हा पगार त्या वेळेला रिक्षा ओढणाऱ्या हमालांना मिळणाऱ्या पैशाच्या निम्म्याने होता. सन १९३०मध्ये त्याने 'रेड स्टार ओव्हर चायना' या प्रसिद्ध पुस्तकाचा लेखक आणि अमेरिकन पत्रकार 'एडगार स्नो' याच्याकडे कबूल केले की, "माझी विद्यापीठातील नोकरी इतकी निम्न श्रेणीची होती की, लोक मला टाळायचे, चुकवायचे. तेथे वर्तमानपत्र वाचायला येणाऱ्यांच्या नावाची नोंद ठेवण्याचे एक काम माझ्याकडे होते; परंतु बहुतेक जण मला टाळायचे. जणू काही त्यांच्या

दृष्टीने मी तेथे अस्तित्वातच नव्हतो. तेथे वाचावयास येणाऱ्यांमध्ये काही प्रसिद्ध स्थानिक पुढारी असायचे, त्यांची नावे मला माहीत होती.... मी त्यांच्याबरोबर मुद्दाम राजकीय, सांस्कृतिक विषयांवर संभाषण करण्याचा, बोलण्याचा प्रयत्न करायचो; परंतु ती सर्व माणसे खूप घाईत, कामात असायची. त्यांच्याकडे दक्षिण चिनी भाषेमध्ये बोलणाऱ्या सहायक ग्रंथपालाबरोबर बोलायला किंवा त्याचे ऐकायला वेळ नसायचा.''

साम्यवाद्यांच्या विजयानंतर नवीन विद्वानांचे शेवटी मँडरिन भाषेवरच एकमत झाले. आश्चर्याची गोष्ट म्हणजे मँडरिनला चिनी भाषेमध्ये प्रतिशब्द नाही. चिनी साम्राज्यावर सत्ता गाजवणाऱ्या 'विद्वान अधिकाऱ्यां'वरून हा इंग्रजी शब्द तयार झाला आहे. पराभूत 'कोमींगटांग' राजवटीमध्ये तिला 'गुओयु' किंवा 'राष्ट्रीय भाषा' असे म्हणायचे, तर तळागाळातल्या जनतेशी, श्रमजीवींशी आपली जवळीक, बांधिलकी मुद्दाम ठसवण्यासाठी साम्यवादी राजवटीमध्ये तिला 'पुटोनगुआ' किंवा 'सर्वसामान्यांची भाषा' असे नाव दिले गेले. सर्व सरकारी शाळांमध्ये इतर सर्व बोलीभाषांवर बंदी घालून आणि रेडिओ, दूरदर्शन आणि माहितीपटांच्या मदतीने सरकारने मँडरिन भाषा आम जनतेमध्ये ठामपणे रुजवली. (त्यांनी संपूर्ण चीनमधील घड्याळे पण, तिबेट सोडून, बीजिंग वेळेनुसार केली. परंतु तिबेटच्या संदर्भातील वेगळेपणाही सांस्कृतिक क्रांतीमध्ये संपुष्टात आला. आता जेव्हा बीजिंगमध्ये सकाळचे ९ वाजलेले असतात तेव्हा पश्चिमेला चार हजार किलोमीटर अंतरावर असलेल्या तिबेटमध्ये पण सकाळचे नऊच वाजलेले असतात! अर्थात, तिबेटी लोक सूर्योदयानंतर एका तासाने म्हणजे सकाळी ११ वाजता कार्यालयामध्ये येऊन त्याचा वचपा काढतात, ही गोष्ट वेगळी.)

संपूर्ण चीनची एक बोलीभाषा करण्यात साम्यवादी पक्षाच्या सरकारला जे यश आले ते आधीच्या शक्तिशाली राजवटींना, त्यांनी प्रयत्न करून पण मिळाले नव्हते. खिस्तपूर्व २२१मध्ये 'क्विन शुहांग' राजवटीने चिनी लिपीमध्ये समानता आणली. त्याप्रमाणे व्यापाराला चालना देण्यासाठी त्यांनी वजन-मापांमध्ये समानता आणली. विनिमयासाठी एकाच चलनाचा वापर सुरू केला आणि एवढेच नाही, तर मालवाहतूक करणाऱ्या वाहनांच्या ॲक्सलची लांबी पण नियमित केली. लुटारू, भटक्या टोळ्यांना बाहेर ठेवण्यासाठी त्यांनी चीनची ती प्रसिद्ध प्रचंड भिंत बांधली. त्यांनी दिलेला सर्वांत मोठा वारसा म्हणजे सतत आपापसात युद्धामध्ये गुंतलेल्या सात राज्यांना एकत्र आणले आणि त्यांचे विलीनीकरण करून एकसंध चीनची निर्मिती केली. आणि 'क्वीन' राजवटीचे हे साम्राज्य, ज्याचा उच्चार 'चीन' असा होतो, पुढे चीन या नावाने ओळखले जाऊ लागले.

परंतु या डझनावारी प्रादेशिक भाषा आणि हजारोंच्या संख्येने असलेल्या बोलीभाषा हा 'क्वीन' राजवटीच्या पहिल्या सम्राटापुढील मोठा प्रश्न होता. पुढील

दोन हजार वर्षे चिनी जनता ही त्यांच्या-त्यांच्या वस्तीच्या किंवा त्यांच्या खेड्यातील भाषेचाच वापर करत राहिली. ज्या वेळी ते त्यांच्या खेड्यातून, त्यांच्या वर्तुळामधून बाहेर पडायचे, तेव्हा त्यांना आदानप्रदानासाठी खाणाखुणांच्या भाषेचाच आधार घ्यावा लागे. एका हाताच्या बोटाने दुसऱ्या हाताच्या तळव्यावर खाणाखुणा काढून ते संभाषण करत. दुसरी व्यक्ती त्या खाणाखुणांचा अर्थ समजून घेई. परंतु अशिक्षितांना मात्र संभाषण करणे अशक्य असे.

१ ऑक्टोबर १९४९ रोजी माओ यांनी तियानमेन चौकात उभारलेल्या भव्य व्यासपीठावरून त्यांच्या हुनान प्रांताच्या बोलीभाषेतून गर्जना केली की, "आता चिनी जनता जागी झाली आहे." हजारोंच्या संख्येने तेथे जमलेल्या लोकांनी जयजयकार करून प्रचंड दाद दिली. अर्थात, ते काय बोलत होते हे तेथे जमलेल्या लोकांना कितपत समजले होते ते देवच जाणे. (त्या ऐतिहासिक सभेची फिल्म आता बीजिंग येथील वस्तुसंग्रहालयामध्ये सतत दाखवली जाते आणि त्या सभेतील भाषणाखाली आता सबटायटल्स दाखवली जातात.)

मँडरिन ही भाषा माझ्या 'फु मीन' या शिक्षिकेने माझ्या डोक्यामध्ये अगदी ठोकून-ठोकून बसवली होती. त्या माझ्या शिक्षिकेच्या नसानसामध्ये साम्यवादी शिकवण भिनलेली होती. तिच्या अपरोक्ष मी तिला 'फु' म्हणजे 'हुकूमशहा' म्हणायचे. तिच्याकडूनच मी चिनी भाषा बोलल्या जाणाऱ्या आवाजाच्या चार पट्ट्या शिकले होते. आवाजाची पहिली पट्टी म्हणजे एखादी घंटा वाजावी तसा खणखणीत आवाज, दुसरी पट्टी म्हणजे हळूहळू चढत जाणारा आवाज, तिसरी पट्टी म्हणजे गरुडाने झडप घातल्यासारखा झपकन येणारा आवाज आणि चौथी आवाजाची पट्टी म्हणजे संगमरवरी फरशीवर गोट्या पडाव्यात तसा तडतडणारा आवाज. मँडरिन ही भाषा अगदी नेमकी आणि शुद्ध आहे, बोलताना फुत्कार टाकत पण स्वच्छ शब्दोच्चार करून बोलली जाते. का कोणास ठाऊक; पण डोळे बंद करून त्या भाषेतील संभाषण ऐकले तर माझ्या डोळ्यांसमोर एखाद्या राजमहालात, सिल्क पडद्यांच्या आड राजनीतिज्ञ किंवा विद्वान खलबतं करत आहेत, असेच चित्र नेहमी येते. परंतु दुर्दैवाने सांस्कृतिक क्रांतीच्या काळात या भाषेतील अनेक पारंपरिक लकबी-अदबीं कायमच्या हरवल्या. एखाद्याने केलेल्या कौतुकाला किंवा अभिनंदनाला नम्रपणे स्वीकारणे, किंवा त्याला प्रतिसाद देण्यासाठी खरे तर 'नाली नाली' म्हणजे शब्दशः 'कसचं कसचं,' असा आहे (आणि त्याचबरोबर मानेची आणि हाताची हळुवारपणे अदबशीरपणे हालचाल पण अपेक्षित आहे.) परंतु फूने, त्या हुकूमशहाने, मला ते कधी सांगितलेच नाही, शिकवलेच नाही. तिने माझ्या डोक्यामध्ये फक्त 'साम्राज्यवाद्यांचे पळणारे कुत्रे', 'पूर्व ही लाल आहे' आणि 'चेअरमन माओ हाच आमचा तारणहार आहे' अशीच वाक्ये आणि असेच शब्द घुसवले होते.

मँडरिन भाषा, अगदी दोन्ही- अदबशीर आणि राजकीय, प्रकारची मला येत असल्यामुळे चीनमध्ये कोठेही जाण्याला मला आडकाठी नव्हती. परंतु दुसऱ्या व्यक्तीला जर मँडरिन येत नसेल तर त्या व्यक्तीला मदत करणारा सापडणे तसे अवघड पण नव्हते. एकंदरीत बीजिंगकरांचा वरचश्माच होता.

बीजिंगच्या इतिहासाचा शोध घ्यायचा झाला तर मानवाच्या उत्क्रांतीच्या काळापर्यंत मागे जावे लागेल. सन १९२९मध्ये पुरातत्त्व विभागाच्या शास्त्रज्ञांना बीजिंगच्या दक्षिण पश्चिमेला- ख्रिस्तपूर्व ५ लाख वर्षांपूर्वीचे अवशेष मिळाले. ते होते 'होमो इरेक्टस पेकिंसीस' किंवा 'पेकिंग मानवाचे.' पाच हजार वर्षांपूर्वी मानवाने तेथे शेती करावयास तसेच प्राणी पाळावयास सुरुवात केली. आज जेथे बीजिंग आहे, त्याच जागेवर तीन हजार वर्षांपूर्वी छोटे शहर वसले. बाराव्या शतकामध्ये बीजिंग शहराला प्रथम राजधानीचा दर्जा मिळाला. मध्ययुगीन लंडनची लोकसंख्या जेव्हा ऐंशी हजार होती, तेव्हा बीजिंगच्या लोकसंख्येने दहा लाखाचा आकडा पार केला होता. आणि त्या वेळेला ते जगातील सर्वांत मोठे शहर होते. जगातील बहुतेक देशांच्या मोठ्या राजधान्यांप्रमाणे बीजिंग हे शहर एखाद्या नदीच्या काठावर किंवा समुद्राच्या जवळ वसलेले नाही. बीजिंग शहर हे चीनच्या उत्तरेला असलेल्या सपाटीच्या पठारी प्रदेशाच्या अगदी एका टोकाला वसलेले आहे आणि मंगोलियाच्या डोंगराळ प्रदेशाच्या पायथ्यालगतच असल्यामुळे त्याला वारंवार आक्रमणांना तोंड द्यावे लागले आहे. उत्तरेकडून आलेल्या काही आक्रमक रानटी टोळ्यांनी या सपाटीच्या प्रदेशामध्ये शहरे वसवली. 'खितान' (इ.स.च्या सातव्या शतकाच्या मध्याला या जमातीचे लोक चीनवर राज्य करत होते. त्यांचा ६९७/८ मध्ये पूर्ण पराभव झाला आणि राजवट संपुष्टात आली आणि त्यांनी १०व्या शतकात परत एकदा राज्य मिळवण्याचा प्रयत्न केला. 'मार्को पोलो' याने चीनचा उल्लेख 'Cathay' असा केला आहे तो याच नावावरून.) त्यांच्या शहराला 'यानजिंग' म्हणायचे, तर 'जुर्चेड' (जुर्चेड - मंगोलियातील एक रानटी जमात. ते स्वतःला मांचू म्हणायचे. त्यांची दक्षिण चीनमध्ये राजवट होती 'जुरचेन जीन.' या राजवटीने पंच्याऐंशी वर्षे राज्य केले.) त्यांच्या शहराला 'झाँगडू' म्हणायचे.

तेराव्या शतकामध्ये, चेंगीज खानाच्या नातवाच्या आधिपत्याखाली झालेल्या मोंगोलांच्या आक्रमणामध्ये 'झाँगडू'चा पाडाव झाला आणि त्यांची सत्ता लयाला गेली. जेत्या कुबलाई खानाने 'युआन' राजवटीचा पाया घातला आणि स्वतःची राजधानी उभी केली आणि तिला नाव दिले 'डाडू' किंवा 'मोठी राजधानी.' मंगोलियन भाषेमध्ये हे राजधानीचे शहर 'खानबालीक' किंवा 'खानाचे शहर' म्हणून ओळखले

जायचे. विविध आक्रमणांमुळे आणि युद्धांमुळे शहराची लोकसंख्या पाच लाखांवर आली होती. या सर्वनाशामुळे, पडझडीमुळे आणि विध्वंसामुळे योजनाबद्ध शहराच्या निर्मितीसाठी अनुकूल अशीच परिस्थिती निर्माण झाली होती. इ.स. १२७१मध्ये चीनच्या उत्तरेकडील या सपाटीच्या, मैदानी प्रदेशामध्ये युआन राजवटीतील नियोजकांनी उत्तर-दक्षिण रेखांशावर अगदी काटकोन चौकोनी, आराखड्यामध्ये राजधानीचे शहर वसवण्याचे ठरवले.

त्याचबरोबर, कुबलाई खानाने जगातील सर्वांत मोठ्या राजधानीलाच शोभतील अशा अतिभव्य तीन योजना आखल्या. एक म्हणजे राजघराण्यातील व्यक्तींसाठी राजवाडे; राजधानीच्या शहराभोवती, किल्ल्याभोवती असते तशी, अतिक्रमणांपासून शहराचा बचाव करण्यासाठी तटबंदी, खोल खंदकांची निर्मिती आणि त्या वेळी अस्तित्वात असलेल्या एका मोठ्या पाण्याच्या स्रोतापासून राजधानीच्या शहराशी जोडणारी आणि आत्तापर्यंत कोणीही बांधली नसेल अशी कृत्रिम नदी. तेराव्या शतकातील त्या योजनांच्या भव्यतेसमोर, आवाक्यासमोर आणि त्यांच्या अंमलबजावणीच्या वेगासमोर आजच्या एकविसाव्या शतकातील नवीन बीजिंग शहराच्या पुनर्बांधणीच्या योजना आणि कामे म्हणजे काहीच नाहीत. कुबलाई खानाच्या राजवाड्याचे काम तीन वर्षांत पूर्ण झाले. त्या काळातील व्हेनेटीयन (मार्को पोलो याचा जन्म व्हेनिसमध्ये सन १२५४मध्ये झाला. तो इ.स. १२७५मध्ये कुबलाई खानाच्या दरबारामध्ये होता.) पर्यटक साहसवीर मार्को पोलो कुबलाई खानच्या दरबारामध्ये सतरा वर्षे होता. त्याने लिहिलेल्या त्याच्या 'द डिस्क्रिप्शन ऑफ द वर्ल्ड' या आठवणींमध्ये राजवाड्याचे वर्णन असे केले आहे.

> "आत्तापर्यंत बांधला गेला नाही एवढा मोठा तो राजवाडा आहे. राजवाड्याचे छत अतिभव्य आहे. भिंती सोन्या-चांदीने मढवलेल्या आहेत. त्यांच्यावर ड्रॅगॉन आणि विविध पशू-पक्ष्यांची चित्रे रेखाटण्यात आली आहेत. त्याचप्रमाणे अनेक शुभचिन्हदर्शक आकृत्या कोरण्यात आलेल्या आहेत. त्या राजवाड्याचा मुख्य हॉल इतका भव्य आहे की, एका वेळेस सहा हजार माणसे बसू शकतील आणि राजवाड्यामध्ये एवढ्या खोल्या आहेत की, त्यांची काही गणतीच नाही.
>
> एकूणच ती वास्तू एवढी भव्य, एवढी सुंदर आणि मौल्यवान आहे की त्यापेक्षा भव्य, सुंदर वास्तू उभारणे कोणालाही शक्य होणार नाही. राजवाड्याच्या छताचा भाग लाल, पिवळ्या, हिरव्या, आणि निळ्या रंगांनी रंगवलेला आहे आणि ते रंग इतके चमकदार आणि चकचकीत आहेत की त्यामुळे छत एखाद्या स्फटिकाप्रमाणे चकाकते आणि त्यामुळे राजवाड्याला एक वेगळीच झळाळी प्राप्त झाली आहे."

राजधानीच्या शहराभोवतालच्या तटबंदीचा घेर ३० किलोमीटर लांबीचा होता आणि शहर रचनाकारांनी मधील भागामध्ये अगदी काटकोनामध्ये आखीव रस्त्यांची आणि गल्ल्यांची योजना केली होती. सम्राट नेपोलियन (तिसरा) याने जेव्हा पॅरिस शहराची पुनर्रचना करायचे ठरवले, म्हणजे एक मध्यवर्ती भव्य चौक ठिकाण आणि त्यापासून निघणारे भव्य रस्ते वगैरे, तेव्हा त्याने ती जबाबदारी 'बॅरॉन जॉर्जेस युजीन हॉसमन' या शहर रचनाकारावर सोपवली. त्यासाठी इ.स. १८५० उजाडावे लागले. डाडूचे मुख्य रस्ते २४ पावले रुंद होते, तर इतर रस्ते आणि गल्ल्या त्याच्या निम्म्याने रुंद होत्या. शिवाय, मधील जागांमध्ये शहर रचनाकारांनी बीजिंगचे स्वतःचे असे वैशिष्ट्य असलेल्या, पादचाऱ्यांसाठीच्या पदपथांची योजना केली होती. त्यांना चिनी भाषेमध्ये 'हुटाँग' असे नाव आहे. हा शब्द चिनी भाषेमध्ये मंगोलियन शब्द 'होट्टॉग'वरून आला आहे. पादचाऱ्यांसाठीच्या रस्त्याला भाषेमध्ये योग्य शब्द नसल्यामुळे, भटक्या मंगोल लोकांनी मग त्यांच्या भेटण्याच्या पाणथळ जागेला वापरण्यात येणारा 'होट्टॉग' हा जो शब्द होता तोच वापरायला सुरुवात केली.

तिसरी 'ग्रॅन्ड कॅनॉल' ही राजधानीच्या शहराला जोडणाऱ्या कृत्रिम नदीची जी योजना होती, त्यांची तुलना आजच्या काळातील 'पनामा कालव्याच्या' निर्मितीशी करावी लागेल. इ.स. १२९३मध्ये हा 'टोंघुई कालवा' तयार होण्याबरोबरच कुबलाई खानाला सुरक्षित असा उत्तर-दक्षिण व्यापारी मार्ग उपलब्ध झाला. शिवाय, त्यामुळे प्रथमच समुद्री चाचांची आणि समुद्री वादळांची भीती न बाळगता राजे लोकांना दक्षिणेकडे निरीक्षणासाठी दौरे काढणे शक्य होऊ लागले. दर वर्षी सुपीक अशा दक्षिणेकडून धान्य, चहा, तांदूळ, पोर्सेलीन, लाकूड आणि सिल्क यांनी भरलेले मचवे येणे सुरू झाले. उत्तरेकडील जवळजवळ दोन हजार किलोमीटर अंतरावरील या राजधानीच्या शहराकडे, लांब-लांब बांबूंच्या साहाय्याने नावाडी हे मचवे टप्प्या-टप्प्याने चढवत समुद्रसपाटीपासून १४० फुटांवर आणत असत. पाण्यातून टप्याटप्प्याने समुद्रसपाटीपासून मचवे वरवर चढवत नेणे, हा खास चिनी शोध होता, ते खास चिनी तंत्रज्ञान होते.

डाडू किंवा खानबालीकच्या उभारणीला एकूण सव्वीस वर्षे लागली. मार्को पोलो याने एके ठिकाणी असे निरीक्षण नोंदवले आहे की, राजधानीच्या हद्दीमध्ये विशिष्ट दर्जाच्याच लोकांना फक्त राहता येत असे. त्यांना 'कॅमबाल' असे संबोधले जायचे. इतर काही कामांसाठी,सेवांसाठी शहराच्या हद्दीच्या बाहेरच जावे लागे....."मी तुम्हाला आणखी एक गोष्ट सांगतो की, राजधानीच्या हद्दीमध्ये वाईट चालीच्या बायकांना मज्जाव होता (त्या गुप्तपणे चोरून राहत असतील तर गोष्ट वेगळी). या व्यवसायामधील बायका पैशाच्या बदल्यात अनैतिक कृत्ये करायच्या; परंतु मी परत

सांगतो की अशा अनैतिक कृत्ये करणाऱ्या बायका राजधानीच्या हद्दीबाहेर राहायच्या. बाहेरच्या माणसांचा सहजासहजी विश्वास बसणार नाही; परंतु त्यांची संख्या खूप मोठी होती- जवळ जवळ वीसएक हजारांच्या घरात! त्या पैशाच्या बदल्यामध्ये अनैतिक कृत्ये करायच्या. शिवाय, या व्यवसायातून त्या व्यवस्थितपणे जगू शकत होत्या हे विशेष.''

युआन राजवटीच्या काळातील बखरींमध्ये मार्को पोलोचा कोठेही उल्लेख नाही. त्यामुळे काही इतिहासकारांना मार्को पोलो हा खरोखरच चीनला गेला असावा का, याबद्दल संशय आहे. ब्रिटिश संग्रहालयाच्या प्रमुख ग्रंथपाल 'फ्रान्सिस वूड' ज्या चिनी मांचू आणि मंगोलियन विभागाच्या प्रमुख आहेत, त्या अशा शंकेखोरांपैकी एक आहेत. 'मार्को पोलो हा खरोखरच चीनला गेला होता का?'(डिड मार्को पोलो गो टू चायना?) या त्यांच्या पुस्तकामध्ये त्यांनी असा अंदाज व्यक्त केला आहे की, मार्को पोलो याने 'सिल्क रूट'वरील एखाद्या व्यापारी गावामध्ये अरब व्यापाऱ्यांच्या गप्पा ऐकल्या असाव्यात आणि त्या अतिरंजित स्वरूपामध्ये त्याच्या पुस्तकामध्ये दिलेल्या असाव्यात. त्याच्या पुस्तकामध्ये तेराव्या शतकातील युरोपियनांना माहीत नसलेल्या पोर्सेलिन, कागदी चलन आणि कोळशाचा उपयोग इत्यादी गोष्टींचे मार्को पोलोने वर्णन केले आहे; परंतु 'चहा' पण तेव्हा युरोपियनांना माहीत नव्हता आणि त्याचा उल्लेखही लिखाणात सापडत नाही. त्याचप्रमाणे चिनी लिपी, चॉपस्टिक्स, ॲक्युपंक्चर किंवा अगदी चीनच्या प्रचंड भिंतीचा पण त्याच्या लिखाणामध्ये उल्लेख सापडत नाही.

ते कसेही असले तरी त्याने लिहिलेल्या त्याच्या त्या आठवणींचे, लोकांच्या मनामध्ये शंका असल्या तरी, युरोप खंडामध्ये चांगले स्वागत झाले आणि त्याच्या पुस्तकाच्या खूप प्रती खपल्या. बहुसंख्य युरोपियनांचा त्यांच्या संस्कृतीपेक्षा प्रगत संस्कृती इतरत्र कोठे आहे यावर विश्वासच बसत नव्हता. बहुतेक मार्को पोलो याला त्याने पाहिलेल्या, अनुभवलेल्या अनेक अद्भुत गोष्टी नाइलाजाने वगळाव्या लागल्या असाव्यात; कारण त्यावरूनच 'हे म्हणजे अगदी मार्को पोलो आहे' (इटस् अ मार्को पोलो) असा वाक्प्रचार 'अतिशयोक्ती' किंवा 'फेकाफेकी'साठी वापरण्यात येऊ लागला, रूढ झाला. इ.स. १३९४मध्ये मार्को पोलो ज्या वेळी शेवटच्या घटका मोजत होता, त्या वेळी पण त्याने लिहिलेल्यापैकी कोणतीही गोष्ट अमान्य करावयास नकार दिला व तो म्हणाला, ''मी बघितलेल्यांपैकी, अनुभवलेल्यापैकी निम्म्या गोष्टी पण मी लिहिलेल्या नाहीत.''

❖

सन १३६८मध्ये मिंग सैन्याने डाडूवर कब्जा केला. मंगोल वंशाची युआन

राजवट संपुष्टात आली. नवीन राज्यकर्त्यांनी डाडूचे नाव बदलून 'बेईपिंग' किंवा 'उत्तरेकडील शांती' असे ठेवले. मिंग या स्थानिक चिनी वंशाच्या राजवटीने राजधानीचे शहर अधिक सुरक्षित अशा दक्षिणेकडे नानजिंग म्हणजे 'दक्षिणेकडील राजधानी' येथे हलवले. पस्तीस वर्षांनी जेव्हा 'यॉंग ली' याने त्याच्या पुतण्याकडून सिंहासन बळकावून घेतले, तेव्हा त्याने मिंग राजधानी परत- जेथे त्याचे वर्चस्व होते त्या उत्तरेकडे आधीच्या युआन राजधानीत हलवली आणि तिचे नाव ठेवले 'बीजिंग' किंवा उत्तरेकडील राजधानी.

कुबलाई खानाप्रमाणेच यॉंग ली याने पण राजधानी शहराची पुनर्बांधणी करण्याचे ठरवले. आज जे 'बीजिंग' हे राजधानीचे शहर बुलडोझर वापरून २००८मध्ये होणाऱ्या ऑलिम्पिक खेळांसाठी तयार केले जात आहे, ते खरे म्हणजे चीनच्या इतिहासातील अनेक मोठ्या राजांनी, राजवटींनी बांधलेले राजेशाही शहर आहे. सन १४०६मध्ये यॉंग ली (१४०२-१४२८) याने 'मेरिडीयन'वर अत्यंत आखीवरेखीव आणि प्रमाणबद्ध शहर उभारले, जे पाहून आजचे नगररचनातज्ज्ञ पण अचंबित होतात. युआन रचनाकारांप्रमाणेच मिंग राजवटीमध्ये पण रचनाकारांनी रस्त्यांची आखणी मोजूनमापून केली होती. आधीच्या युआन राजवटीमध्ये बांधलेली संरक्षक भिंत त्यांनी आणखी दक्षिणेकडे हलवली आणि दक्षिणेकडील काही उपनगरे, आणखी काही भिंती बांधून, राजधानीच्या हद्दीत घेतली.

यॉंग ली याचा राजवाडा नवीन राजधानीच्या बरोबर मध्यभागी होता. सन १४१७मध्ये यॉंग ली याने दोन लाख मजूर आणि कारागीर राजवाडा बांधणीच्या कामाला लावले आणि त्या 'अंतस्थ' इतरेजनांना मज्जाव असलेल्या दृष्टिआडच्या शहराचे काम तीन वर्षांत पूर्ण झाले. म्हणजे कुबलाई खानाला जेवढा वेळ लागला होता तेवढ्याच वेळामध्ये हे काम पण पूर्ण झाले होते.

प्रचलित आख्यायिकेप्रमाणे या शहराचा आराखडा यॉंग ली याच्या शिक्षकाला त्याच्या स्वप्नामध्ये दिसला होता. त्याच्या स्वप्नाप्रमाणे 'या अद्भुत समचतुष्कोनी रचनेच्या आणि ध्रुवतारा मध्यवर्ती कल्पून दक्षिणोत्तर रेखांशावर असलेल्या नगरामध्ये स्वर्गाचा पुत्र सुखासमाधानाने राज्य करतो आहे.' या आख्यायिकेमध्ये तथ्य असेल -नसेल; पण राजवाडा आणि ते राजधानीचे शहर याचप्रमाणे बांधले गेले आहे, हे मात्र खरे. यॉंग ली याने त्या शहराला नाव दिले 'ध्रुवताऱ्याभोवती फिरणाऱ्या नक्षत्रांचे' ('झी **जिंग** चेंग') म्हणजे 'चीन हा विश्वाच्या मध्यभागी आहे अशी कल्पना केली तर राजा हा त्याचा स्थिर, अचल असा केंद्रबिंदू आहे, ज्याच्याभोवती सर्व नक्षत्र, ग्रह, तारे फिरत आहेत. 'झी' या चिनी शब्दाचा अर्थ आहे 'जांभळा', पण तो अर्थ येथे लागू पडत नाही. त्या शब्दाचा समर्पक अर्थ किंवा भाषांतर करताच येणार नाही. '**जिंग**' म्हणजे 'जेथे शिरकाव करावयास

बंदी आहे' आणि 'चेंग' म्हणजे 'शहर' म्हणून इंग्रजीमध्ये त्याचे नाव पडले आहे 'फॉरबिडन सिटी'* (इतरेजनांना मज्जाव असलेले शहर– दृष्टिआडचे शहर)

नंतर सत्तेवर आलेल्या साम्यवादी राजवटीने पण मिंग राजवटीच्या अदृश्य रेखांशाच्या संकल्पनेचा मान ठेवत माओने जेव्हा मोठमोठ्या सभांसाठी, तियानमेन चौकाचा विस्तार वाढवला तेव्हा त्याने पण त्याची प्रमाणबद्धता, सारखेपणा कायम ठेवण्याचे भान ठेवले. त्याने दोन्ही बाजूंना साम्यवादाचे चिरकाल भान राहील, आठवण राहील, अशा इमारती बांधल्या. एका बाजूला 'जनतेला समर्पित केलेली इमारत (ग्रेट हॉल ऑफ द पीपल) आणि दुसऱ्या बाजूला 'क्रांतिकारी इतिहासाचे संग्रहालय' तियानमेन चौकातील भव्य व्यासपीठावर अगदी मध्यभागी त्याने स्वतःचे भव्य चित्र लावले, त्या काल्पनिक रेषेच्या अगदी मध्यभागी. त्याच्या मृत्यूनंतर साम्यवादी पक्षाने त्याचा मृतदेह जतन करून त्याच्या स्मरणार्थ जे अतिभव्य स्मारक उभारले आहे, ते पण त्याच दक्षिणोत्तर रेखांशावर.

'मिंग' राजवटीनंतर आलेल्या मांचू राज्यकर्त्यांनी इ.स. १६४४मध्ये क्विंग' राजवटीची स्थापना केली. त्या राजवटीने राजधानीच्या शहराला धक्का लावला नाही. त्याऐवजी त्यांनी त्यांच्यासाठी थंड हवेच्या ठिकाणी आलिशान असे महाल बांधायला सुरुवात केली. त्या काळामध्ये निर्माण केलेल्या सुंदर आणि विस्तीर्ण अशा 'युआन 'मिंग' युआन' (गार्डन ऑफ पर्फेक्ट ब्राइटनेस) बागेचा जर विचार केला तर तिची तुलना, फ्रान्समधील चौदाव्या लुईने व्हर्सेली येथे निर्माण केलेल्या २५० एकरांवरील उद्यानाबरोबरच करावी लागेल. आणखी एक – 'यी हे युआन' हे चीनमधील त्या वेळेचे सर्वांत मोठे असे अतिश्रीमंतांच्या सुखोपभोगासाठी निर्माण केलेले स्थळ होते. क्विंग राजवटीतील शेवटचा राजा 'पुयी' याने सन १९१२मध्ये आपला हक्क सोडल्यानंतर अनेक टोळ्यांनी, परदेशी आक्रमकांनी बीजिंगवर आपली सत्ता गाजवण्याचा प्रयत्न केला. एका 'अध्यक्षांनी' पण स्वतःला राजा म्हणून घोषित करण्याचा प्रयत्न केला. मधील काळातील आल्या-

---

***फॉरबिडन सिटी-** (दृष्टिआड असलेले शहर)'तियानमेन'चौकाच्या उत्तरेकडे, उंच भिंतीच्या कंपाउंडच्या आड, सर्व सामान्यांना तेव्हा प्रवेशबंदी असलेला एक भाग. या भागामध्ये अनेक छोटे राजवाडे, महाल आहेत. येथूनच मिंग आणि क्विंग' राजवटीतील राजांनी राज्यकारभार हाकला. सर्वसामान्यांच्या दृष्टिआड असलेल्या या शहराच्या बांधकामाची सुरुवात मिंग राजवटीच्या काळात (१३६८-१६४४) मध्ये झाली, आणि ते काम १४ वर्षे चालले होते. या 'राजवड्यांच्या समूहाचा' सन १८८७ मध्ये 'युनेस्को'ने 'जागतिक वारसा यादी' मध्ये समावेश केला आहे.

गेल्या राजवटींनी, राज्यकर्त्यांनी वेळोवेळी कॅन्टॉन, वुहान, नानकिंग, चुंगकिंग वगैरे ठिकाणी काही काळासाठी राजधानी हलवली. असे सन १९४९ पर्यंत म्हणजे 'चँग-कै-शेक' आणि त्यांच्या पराभूत कोमिंगटांग सैन्याने तैवानमध्ये पळ काढेतोवर चालत राहिले.

अनेक लढाया आणि राजवटींच्या उलथापालथींनंतरसुद्धा बेजिंग नष्ट झाले नाही. कोमींगटांग जनरल, 'फुत्सो-यी' याने राष्ट्रभक्तीने प्रेरित होऊन युद्ध न करता, नासधूस न करता, राजधानीचे शहर साम्यवादी राजवटीतील सरकारच्या ताब्यामध्ये दिले. सांस्कृतिक क्रांतीच्या काळामध्ये 'रेड गार्डस्'नी अनेक पुस्तके, अभिजात चित्रे, पुरातन ऐतिहासिक वस्तू जाळून टाकल्या, नष्ट केल्या; परंतु राजवाडे आणि पूजास्थानांना धक्का लागला नाही; कारण जनतेला तेथे जाण्यास मज्जाव होता.

परंतु ते शहर सुरक्षित राहण्याला, आणखी ऱ्हास न होण्याला जर मुख्य कोणते कारण असेल तर ते होते नंतर आलेला जवळजवळ शंभर वर्षांचा आर्थिक मंदीचा, दुर्दशेचा काळ. सन १९५८च्या दरम्यान माओच्या 'मोठी आगेकूच'(Great Leap Forward) धोरणाच्या काळामध्ये दहा मोठ्या सरकारी इमारतीच काय त्या बांधल्या गेल्या. तेवढे सोडले तर शहराची मूळ रचना आणि तोंडवळा तोच राहिला. सन १९७२मध्ये जेव्हा मी बीजिंगमध्ये प्रथम आल, तेव्हा त्या शहराच्या खुंटलेल्या अवस्थेमागे, कोणत्याही नगरविकास किंवा पुनर्बांधणी खात्यापेक्षा, माओच्या अनेक आघाडींवर झालेल्या पराभवांचा फार मोठा सहभाग होता. शहराचे रस्ते अजून पण होकायंत्राच्या काट्यांप्रमाणे काटकोनामध्ये चार दिशांशी इमान राखून होते. बहुसंख्य जनता सभोवताली भिंतींचे कुंपण असलेल्या करड्या रंगाच्या विटांच्या, पारंपरिक पद्धतीच्या घरांमध्येच राहत होती. सभोवतालच्या भिंतींमुळे घरांच्या चारही बाजूंनी आपोआपच, कुटुंबीयांच्या उठण्याबसण्यासाठी बंदिस्त असे आवार तयार होत असे. अशा प्रकारच्या गृहरचनेचा उद्देशच मुळी पिढ्यान् पिढ्या एका कुटुंबाला एकत्र कुटुंब पद्धतीमध्ये राहता यावे, असा होता. अशा घरांना चिनी भाषेत 'सिहेयुआन' असे नाव आहे किंवा 'फोर हार्मनीज् कोर्टयार्ड.'

या घरांभोवतालच्या भिंतीमुळे गल्ल्यांचे, छोट्या रस्त्यांचे आकार ठरत गेले, बदलत गेले. जसजशी घरे वाढली, त्यांचे आकार वाढले तसे आपोआपच गल्ल्या अरुंद, आणखी अरुंद आणि वळणा-वळणाच्या होत गेल्या. उंच-उंच भिंतींमुळे

गल्लीबोळांचे चक्रव्यूह निर्माण झाले. आजसुद्धा अस्तित्वात असलेली एक गल्ली, सर्वांत अरुंद म्हणजे फक्त ४० सेंटिमीटर किंवा १६ इंच रुंदीची आहे. प्रत्येक घराच्या सर्वांत पुढील दाराचा रंग बहुधा लालच असतो आणि साधारणतः दोन दरवाजे असतात. कोणत्याही चिनी घराचा दरवाजा उघडल्या-उघडल्या प्रथम समोर दिसते ती एक भिंत. त्या भिंतीला 'स्पिरिट स्क्रीन' म्हणतात. अशा भिंती दोन

उद्देशांनी बांधण्याची प्रथा पडून गेली आहे; एक म्हणजे घरातील लोकांचा खासगीपणा जपणे आणि दुसरा म्हणजे त्या घराचा दृष्ट लागण्यापासून, नजर लागण्यापासून बचाव करणे. चिनी समजुतीप्रमाणे 'वाईट नजर' किंवा 'दृष्ट' ही वळून येऊ शकत नाही, तर तिचा मार्ग हा सरळच असतो म्हणून भिंतीरूपी अडथळा दारासमोर उभा केला जातो. परंतु सांस्कृतिक क्रांतीच्या काळामध्ये खासगीपणा, वैयक्तिकपणा वगैरे सर्व लोप पावला. लोकसंख्यावाढीमुळे आणि स्थलांतरितामुळे राहण्यासाठी घरांची अभूतपूर्व टंचाई भासायला लागली आणि एकेका घरामध्ये दहा-दहा, बारा-बारा कुटुंबांना दाटीवाटीने राहायची वेळ आली. त्यामुळे आपोआपच घरांमधल्या या स्पिरिट स्क्रीनच्या भिंती कोलमडून पडल्या. पाण्याचा एक नळ अनेक कुटुंबांमध्ये वापरला जाऊ लागला. गल्लीच्या एका टोकाला असलेल्या सार्वजनिक संडास/बाथरूमची पण तीच तऱ्हा झाली. या सर्वांमुळे भांडणे, मारामाऱ्या होणे क्रमप्राप्तच होते. माझ्या एका मैत्रिणीची तर या सर्व परिस्थितीमुळे भ्रमिष्टासारखी अवस्था झाली होती; कारण तिला तिच्या नवऱ्याबरोबर दोन खासगी शब्द बोलणे पण अशक्यच झाले होते.

परंतु या परिस्थितीचे पडसाद बीजिंगच्या रस्त्यांवर उमटले नाहीत. बीजिंगचे रस्ते तसे शांतच राहिले. त्या काळी बीजिंगमध्ये कार्स अशा नव्हत्याच. रस्त्यावरून गेलाच तर एखादा ट्रक जायचा आणि अध्येमध्ये कामावर जाण्याच्या वेळेत सायकलींच्या घंटांचा किणकिणाट एवढाच काय तो आवाज यायचा; नाहीतर एरवी त्या ८० लाख लोकवस्तीच्या शहरामध्ये तशी शांतताच भरून राहिलेली असायची. सन १९७२च्या काळामध्ये बीजिंगच्या अशा गल्लीबोळांतून फिरण्यात खरोखरच मजा असायची; तेथेच शहराचे सौंदर्य उलगडायचे. बीजिंगवासी पण मान्य करतील की पानगळीचे दिवस हा तेथील सर्वांत सुंदर काळ असायचा. स्वच्छ सूर्यप्रकाशामध्ये बीजिंग न्हाऊन निघालेले असायचे, राजवाड्यांच्यावरच्या पुढे आलेल्या छतांच्या भागांवरील हिरव्या, निळ्या, सोनेरी आणि लाल रंगातून तो पाझरायचा आणि त्या रंगांना नवीनच झळाळी मिळायची. मी आणि माझा नवरा बीजिंगच्या पश्चिमेला असलेल्या डोंगराळ भागामध्ये सायकलींवरून छोट्या-मोठ्या सहलींवर जायचो. रानातल्या मॅपल आणि सुमॅक झाडांची पाने लालभडक झालेली असायची. सहलींच्या ठिकाणी तिखटमीठ लावलेल्या सफरचंदांच्या फोडी पातळ अशा काडीमध्ये ओवून विक्रेते गिऱ्हाइकांची वाट बघत बसलेले असायचे.

थंडीचे दिवस म्हणजे बंदिस्त अंगण असलेल्या घरांसाठी अगदी योग्य असे आणि हवेहवेसे वाटणारे दिवस असायचे. झाडांचे खराटे झालेले असायचे. हे राजधानीचे शहर कोळशाने किंवा काळ्या शाईने काढलेल्या एखाद्या चिनी चित्राप्रमाणे दिसायचे. क्वचितप्रसंगी एखादा हिमवर्षाव झाला आणि रस्ते बर्फाने भरून गेले की

जनता झाडांच्या फांद्यांचे खराटे घेऊन फूटपाथ मोकळे करण्याच्या कामाला लागायची. जाडजाड रजयांच्या घड्या टाकून दारे-खिडक्या घट्ट बंद केली जायची आणि घरा-घरांमधली माणसे निकृष्ट दर्जाच्या कोळशाच्या भुकटीवर चालणाऱ्या लोखंडी स्टोव्हच्याभोवती जमायची. घरांच्या एखाद्या कोपऱ्यामध्ये पांढरट रंगाच्या लांब-लांब पानांच्या कोबींच्या गड्ड्यांची साठवण केली जायची. थंडीच्या दिवसांमध्ये मिळण्यासारखी अशी हीच एक भाजी असायची आणि जसजसे दिवस जायचे तसतसा त्या कोबीला कुबट आणि डोके उठवणारा वास यायला लागायचा.

बीजिंगवासीयांसाठी वसंत ऋतू लवकर म्हणजे जानेवारी-फेब्रुवारीमध्ये नवीन चांद्रवर्षाच्या वसंतोत्सवापासून सुरू व्हायचा. पुष्करणींमधून पाणथळ जागांमध्ये मातीच्या उथळ भाड्यांमध्ये पाणी घालून त्यामध्ये 'नार्सिसस' वनस्पतींचे कांदे लावले जायचे. ज्या वेळी त्याला फुले यायची तेव्हा घराचा परिसर धुंद अशा वासाने भरून जायचा. मार्च उजाडता-उजाडता सोसाट्याचे उत्तर-पश्चिम वारे सुरू व्हायचे. एका रात्रीमध्ये सगळा देखावा बदलून जायचा. गोबीच्या वाळवंटामधून वाऱ्याबरोबर उडत आलेल्या अगदी बारीक वाळूचा दारासमोर, खिडक्यांवर म्हणता-म्हणता थर जमा व्हायचा. आसमंतामध्ये वाळू भरून राहिलेली असायची; चहाच्या कपांमध्ये, पाण्याच्या भांड्यांमध्ये वाळू पडायची. दातांखाली वाळू यायची. तशा परिस्थितीमध्ये सायकल चालवणे म्हणजे शिक्षाच असायची. एप्रिल उजाडताना वारे मंदावायचे आणि 'लोकस्ट' झाडे पांढऱ्या सुगंधी फुलांनी भरून जायची.

उन्हाळ्यामध्ये निळ्याशार आकाशाच्या पार्श्वभूमीवर सूर्य अशी आग ओकायचा की तो निळा रंग खोटा भासायचा, डोळ्यांना असह्य व्हायचा. एवढ्या गरमीमध्ये झोपेची पुरती वाट लागायची. जरा आराम वाटावा म्हणून अंथरुणावर बांबूची पातळ चटई घालून झोपण्याचा प्रयत्न व्हायचा. मी आणि माझा नवरा, इतर काही मोजक्या पोहोणाऱ्यांबरोबर, 'पर्पल बांबू पार्क'जवळ असलेल्या कालव्यामध्ये पोहायला जायचो. सभोवताली असलेल्या पोपलार, विलो झाडांच्या पानांमुळे घनदाट सावली असायची. फूटपाथवर टोमॅटोंचा ढीग घालून पैशाला अर्धा किलो दराने टोमॅटो विकत विक्रेते बसलेले असायचे; परंतु बीजिंगवासीयांची वरून पिठीसाखर घालून टोमॅटो खाण्याची पद्धत काही मला शेवटपर्यंत पचनी पडली नाही. त्याऐवजी मला मीठ लावून टोमॅटो खाणे पसंत असायचे आणि या गोष्टीची चिनी लोकांना मात्र मनापासून शिसारी यायची.

घरांचा आवाका अंगणापुरता मर्यादित राहायचा नाही, तर तो गल्लीमध्ये पण पसरलेला असायचा. वृद्ध स्त्रिया पाय बांधून गल्लीमध्ये छोट्या बांबूच्या खुर्च्या टाकून, पंख्याने वारा घेत बसायच्या. बटणे तुटलेल्या, फाटक्या चड्ड्या घालून लहान मुलांची गल्लीबोळांमध्ये पळापळी, दंगामस्ती चाललेली असायची. हातामध्ये भाताचे वाडगे आणि चॉपस्टिक्स घेऊन घरातील माणसे हवा खाण्याच्या उद्देशाने

बाहेर येऊन बसायची. हीच त्यांची जीवनपद्धती बनलेली होती आणि तशाच प्रकारचे त्यांचे आयुष्य होते.

चीनमध्ये ज्या वेळी साम्यवादी राजवट आली, त्या वेळी बीजिंगमध्ये एकूण १३३० गल्लीबोळ होते, आणि त्यांतील बहुतेक मिंग आणि क्विंग राजवटींपासूनचे होते. सन १९९०मध्ये त्यांची जागा रुंद रस्त्यांनी आणि महामार्गांनी घेतली. युआन नाटकांमध्ये ज्याचा बऱ्याच वेळा उल्लेख होतो तो 'ब्रिक पॅगोडा'(झुआन ता) रस्ता मात्र आज पण अगदी पूर्वी जसा होता तसाच आहे. इ.स. २००८मध्ये होणाऱ्या ऑलिम्पिक खेळासाठी बीजिंग शहराची जी नवउभारणी होत आहे, त्यामध्ये या रस्त्याच्या आसपासचा संपूर्ण परिसर मात्र जमीनदोस्त करण्यात आला आहे. या आधीच्या आमच्या चीन भेटीमध्ये आम्ही आमचा बहुतेक वेळ वस्तुसंग्रहालये बघण्यात घालवला. या वेळच्या चीन भेटीमध्ये मात्र मला बेन आणि सॅम यांना, काळाच्या ओघात नष्ट होण्याआधी, ते पुरातन गल्लीबोळ दाखवायचे आहेत.

बीजिंगच्या आंतरराष्ट्रीय विमानतळावर कॉन्टिनेंटल एअरलाइन्सचे विमान (उड्डाण नं. ८९) अगदी वेळेवर उतरले. विमानाच्या खिडकीमधून, बांबूंच्या पातळ पट्ट्यांपासून तयार केलेल्या टोप्या घातलेली माणसे वाळक्या फांद्यांच्या खराट्यांनी शेजारची धावपट्टी झाडताना दिसत होते. दूरवर एक मोठे बांधकाम चाललेले दिसत होते. त्या धुळीने भरलेल्या वातावरणामध्ये काम करणारे मजूर मुंग्यांप्रमाणे भासत होते. तेथे असणारी प्रचंड क्रेन एखाद्या पुरातन बेचकीसारखी दिसत होती आणि मध्ययुगीन काळाला साजेल असे लालबावटे सगळीकडे फडकत होते. ते बीजिंगच्या नवीन विमानतळाचे काम चालले होते आणि २००८ ऑलिम्पिकसाठी त्याची खास उभारणी केली जात होती. या नवीन विमानतळाची उभारणी करण्याचे काम चार वर्षांत पूर्ण करण्याचे लक्ष्य होते. गार्डियन वृत्तपत्राने केलेल्या एका टिप्पणीप्रमाणे हा कालावधी म्हणजे लंडनच्या 'हिथ्रो' विमानतळाच्या पाचव्या इमारतीच्या बांधकामाच्या संदर्भामध्ये दोन्ही पक्षांच्या वकिलांना युक्तिवाद करायला लागलेल्या वेळेपेक्षा कमीच होता आणि कुबलाई खान आणि सम्राट यॉंग ली यांना त्यांचे राजेशाही महाल उभे करायला लागलेल्या वेळेपेक्षा फक्त एका वर्षानेच जास्त होता. त्या क्षणाला त्या नवीन आंतरराष्ट्रीय विमानतळाचे चाललेले बांधकाम हा जगातील सर्वांत मोठा बांधकाम प्रकल्प होता. या विमानतळाची वास्तुरचना प्रसिद्ध ब्रिटिश वास्तुरचनाकार 'नॉर्मन फॉस्टर' यांची आहे. जेव्हा हा नवीन विमानतळ पूर्ण होईल तेव्हा तो ऊर्जेच्या बाबतीत अत्यंत कार्यक्षम असेल. वर्षाला जवळजवळ ६ कोटी प्रवाशांच्या / पर्यटकांच्या गरजा भागवू शकेल. नवीन विमानतळाचे बांधकाम अत्यंत वेगाने चालू

आहे. खोदकाम करताना अधूनमधून मिळणारी डायनासॉरची हाडे किंवा पुरातन दगडी शिल्प, शिलालेख पण बांधकामाच्या वेगावर परिणाम करू शकत नाहीत. आठवड्याचे सातही दिवस तीन पाळ्यांमध्ये ४५,००० कामगार या बांधकामामध्ये गढलेले आहेत. त्यांना मिळणारी प्रत्येकी प्रतिदिन मजुरी आहे US$ 7 (अंदाजे रु. ४५०/-).

सन १९७२मध्ये बीजिंगचा विमानतळ म्हणजे एक अगदी साधी लहान दगडी इमारत होती. त्या इमारतीमध्ये एक स्वागत कक्ष होता आणि महत्त्वाच्या व्यक्तींसाठी म्हणून काही खोल्या होत्या आणि त्यामध्ये कापडी कव्हर घातलेल्या आराम खुर्च्या होत्या. सन १९८८मध्ये जेव्हा मी 'परदेशी वार्ताहर' म्हणून परत चीनला आले तेव्हा बीजिंगमध्ये दुसरा विमानतळ उभा राहिला होता. नवीन विमानतळावरील इमारतींच्या भिंतींना तडे गेले होते आणि लावलेल्या धातूंच्या खिडक्या पण ओबडधोबड होत्या. विमानतळावरील एकुलत्या एक दुकानामध्ये खोक्यांमधून वाळलेली टोमॅटोसदृश फळे आणि खारवलेल्या भाज्या विक्रीसाठी ठेवलेल्या असायच्या. बीजिंगचा सध्याचा विमानतळ म्हणजे तिसरा अवतार आहे; मात्र तो कोणत्याही पाश्चिमात्य देशाचा विमानतळ म्हणून सहजपणे खपून जाईल इतका चकचकीत आणि अद्ययावत आहे. विमानतळ बांधणीसाठी संगमरवराचा मुक्त वापर केला आहे. कन्व्हेअर पट्टे, चालण्याचे मार्ग, महागडे सिल्कचे टाय विकणारी दुकाने अगदी सगळे-सगळे आहे. बऱ्याच शहरांना असा विमानतळ त्यांच्याकडे असल्याचा अभिमानच वाटला असता.

कस्टम्सच्या सर्व तपासण्या जलदगतीने पूर्ण करून आम्ही सीमा सुरक्षा दलाच्या तपासणीसाठी रांगेत उभे राहिलो. रांगेमध्ये उभे असताना वेळ जाण्यासाठी म्हणून मी चिनीमिश्रित इंग्रजी किंवा इंग्रजीमिश्रित चिनी भाषेतील पाट्या, सूचना वाचत होते. ते भाषांतर किंवा रूपांतर असे काही दिव्य होते की इंग्रजी भाषेचे चिनी भाषेमध्ये भाषांतर केले तरच त्याचा काही अर्थबोध होत होता. त्या लिखाणावरून मला 'बोराट' सिनेमाची आठवण झाली- कल्चरल लर्निंग्ज ऑफ अमेरिका फॉर मेक बेनेफिट ग्लोरिअस नेशन ऑफ कझागिस्तान.

एक मोठी कॉम्प्युटराइझ्ड सूचना आम्हाला सावध करत होती- 'कायद्याचे काटेकोरपणे पालन केले जाते आणि प्रवाशांचे आपुलकीने स्वागत आहे.' त्या सर्व निरनिराळ्या सूचना देणाऱ्या पाट्यांमध्ये मला खास आवडलेली सूचना पाटी होती 'कामावरील अधिकाऱ्यांनी प्रवाशांचे समाधान केलेच पाहिजे', पण येथे त्यांनी 'मस्ट सॅटिस्फाय' ऐवजी 'मस्ट सर्व्हिस' असा शब्दप्रयोग केला होता आणि सर्वसाधारण इंग्रजी भाषेचा विचार केला तर 'सर्व्हिस' या शब्दातून जास्त करून 'अनैतिक संभोगसुख' हाच अर्थ अभिप्रेत होतो. त्यावरून माझ्या मनामध्ये एक विचार चमकून

गेला तो असा की, 'एवढ्या लांबच्या प्रवासानंतर जेटलॅग घालवण्यासाठी 'संभोग' हा चांगला उपाय ठरू शकतो' कारण त्या अधिकाऱ्यांची तपासणी तशी जास्तच कडक आणि त्रासदायक ठरण्याची पण शक्यता होती, विशेषतः चीनमध्ये प्रवेश करू पाहणाऱ्या एका लेखिकेसाठी. तो गंभीर आणि मख्ख चेहऱ्याचा अधिकारी, दुर्दैवाने, तितकासा देखणा नाही. आणि मला खात्री आहे की मी पण त्याला तितकीशी आकर्षक किंवा सुंदर वाटणार नाही. मुळातच चीनमध्ये परदेशी वार्ताहरांबाबत एक प्रकारचा तिरस्कार आहे आणि त्यातून तो चिनी वंशाचा असेल तर बघायलाच नको. आम्ही हेर आहोत किंवा हेरगिरीसाठी आले आहोत, हे गृहीतच धरले जाते; कारण चीनच बऱ्याच वेळा अशा वार्ताहरांचा हेर म्हणून उपयोग करतो. नाटो फौजांनी सन १९९९मध्ये बेलग्रेड येथील चिनी वकिलातीवर बॉम्बहल्ला केल्यानंतर, सीआयए (सेंट्रल इंटेलिजन्स एजन्सी)कडील जुन्या नकाशांमुळे गफलत झाल्याचे लंगडे कारण देऊन अमेरिकेने चीनची माफी मागितली. परंतु इंग्लंडच्या 'ऑब्झर्वर' आणि डेन्मार्कच्या 'पॉलिटिकेन' या वर्तमानपत्रांनी तो हल्ला कसा ठरवून केला होता ते उघड केले. त्या बातमीमध्ये 'चिनी वकिलातींमधून युगोस्लाव सैन्याकडून येणारे रेडिओ सिग्नल्स पाठवले जात होते,' हे कारण नमूद करण्यात आले होते. यामध्ये मरण पावलेले तिघेही जण चिनी वार्ताहर होते.

चीनमधील प्रचलित कायद्याप्रमाणे परदेशी वार्ताहरांना चीनमध्ये प्रवेशासाठी एक विशेष व्हिसा घ्यावा लागतो. याचा अर्थ- आणखी सखोल चौकशी, शेवटपर्यंत अनिश्चितता आणि बऱ्याच वेळा सपशेल नकार. विशेष व्हिसा मिळणे म्हणजे ते तुमच्या नशिबातच होते किंवा भाळीच लिहिलेले होते, असेच म्हणावे लागेल. विमानाचे तिकीट घेताना किंवा हॉटेलमध्ये खोली घेताना तुम्हाला तुमचा पासपोर्ट दाखवावाच लागतो. तुम्ही जेथे जाल तेथे तुमच्या पासपोर्टवरील 'जर्नालिस्ट व्हिसा' हा शिक्का तुमचा पाठपुरावा करतो. वार्ताहर हा त्रास वाचवण्यासाठी आपला खरा व्यवसाय लपवून अर्थातच प्रवासी व्हिसा मिळवून प्रवेश मिळवू शकतात.

परंतु कधीकधी तो प्रकार जास्त तापदायक ठरू शकतो. तपासणीच्या रांगेमध्ये उभी असताना मन शांत ठेवण्यासाठी मी तेथे बसवलेले सीसीटीव्ही कॅमेरे मोजायला लागते. टोरांटोच्या 'पीयरसन' आंतरराष्ट्रीय विमानतळावर स्थलांतर विभागामध्ये मी फक्त एकच कॅमेरा बसवलेला पाहिला आहे. येथे डझनावारी कॅमेरे वरच्या छतामध्ये बसवले होते आणि त्यांपैकी कमीत कमी चार-चार कॅमेरे प्रत्येक अधिकाऱ्याच्या टेबलच्या दिशेने रोखलेले होते.

जेव्हा आमची पाळी आली, तेव्हा मी मुलांना प्रथम पुढे केले. नवरा माझ्या मागे होता. आम्ही या सर्व कवायतीमधून आधी पण गेलो होतो. बेन आणि सॅम यांना नक्की माहीत होते की अशा वेळी तोंडातून एक शब्दही काढायचा नसतो. त्या

अधिकाऱ्याने आमची नावे कॉम्प्युटरमध्ये टाइप केली. आम्ही शांतपणे उभे होतो. चीनमध्ये 'वाँग' आडनावाची एकूण किती माणसे असतील याचा मनातल्या मनात मी अंदाज बांधायचा प्रयत्न करत होते. बहुतेक कॉम्प्युटर 'हँग' झाला असण्याची शक्यता अधिक होती, का या उशीर होण्याचा दुसराच काही भयंकर अर्थ होता? अधिकाऱ्याने आमच्या पासपोर्टवरचे फोटो बघितले, परत नजर वर उचलून आमच्या चेहऱ्यांकडे पाहिले. त्याच्या चेहऱ्यावर स्मिताची एक रेषा पण उमटत नव्हती. थंडपणे त्याने आमचे पासपोर्ट परत दिले. आम्हाला चीनमध्ये प्रवेश मिळालेला होता.

आम्ही आमचे सामान उचलले आणि विमानाबाहेर येण्याचा रस्ता पकडला. सामान भरलेल्या ट्रॉल्या ढकलत नेणाऱ्या प्रवाशांनी विमानतळ गजबजला होता. गट्टा-गटांनी आलेले पर्यटक हे वेगवेगळ्या पाट्या धरलेल्या, वेगवेगळे झेंडे फडकवणाऱ्या त्यांच्या-त्यांच्या सहल मदतनिसांच्या मागे जाऊन उभे राहत होते. एका तरुण जोडप्याच्या हातामध्ये 'फोर्ड/ श्री. बेकमन' किंवा 'पॅलेस हॉटेल/ श्रीमती विझेल' असे हाताने लिहिलेली पाटी होती. मी समोरच्या गर्दीवरून नजर टाकली. आमच्या एका जुन्या परिचिताने, चिनी-कॅनेडियन वास्तुतज्ज्ञाने आम्हाला विमानतळावरच भेटण्याचे आश्वासन दिले होते. मी त्या सगळ्या गर्दी-गोंधळाला, प्रत्येकाचा चेहरा बघत, दोनदा प्रदक्षिणा घातली; पण त्याचा काही पत्ता नव्हता.

शेवटी आम्ही त्याला शोधण्याचा प्रयत्न सोडला आणि टॅक्सीच्या रांगेमध्ये उभे राहिलो. दमट आणि प्रदूषित हवा चांगलीच जाणवत होती. आमच्या प्रत्येकाच्या हातामध्ये एक-एक छोटी बॅग होती आणि प्रत्येकी एक मोठी बॅग होती. त्याशिवाय आमच्याकडे टोरांटो येथील आमच्या मित्राच्या, जो आता चीनमध्ये स्थायिक होणार होता, दोन मोठ्या बॅगा पण होत्या. चीनला जाण्याच्या उत्साहातच मी त्याचे थोडे सामान आमच्याबरोबर घेऊन जाण्याचे कबूल केले होते. प्रवासामध्ये एका बॅगेची चाके मोडली होती, तर दुसऱ्या बॅगेची चेन तुटली होती. चीनमधील बहुतेक टॅक्सीज या छोट्या किंवा फार तर मध्यम आकाराच्या आहेत हे मी विसरलेच होते. त्यामुळे आम्ही चार जण, आमच्या हातातील चार बॅगा आणि बरोबरच्या सहा मोठ्या बॅगा एवढा ऐवज एका टॅक्सीमध्ये मावणे शक्यच नव्हते, हे अगदी उघड होते. माझी मुख्य चिंता होती ती चुकामूक होण्याची. अचानक मला एक लाल झेंडा दिसला. एके काळी चेअरमन माओच्या पसंतीची ती कार होती. तिचा रंग खरे तर लाल नाही आणि आता तिचा आकार पण जरा लहान झाला आहे. एके काळी आकाराने लिंकन कॉन्टिनेंटलएवढी असणारी ही कार आता सर्वसाधारण टोयोटा सेडनच्या आकाराची आहे, आणि मी पण हे जरा जास्तच सांगते आहे. परंतु इतर टॅक्सींपेक्षा ती आकाराने मोठीच आहे. मला ती टॅक्सी मिळवायचीच होती. टॅक्सीचा चालक तोंडावरून जरा चालूच वाटत होता. त्याने टॅक्सीच्या डिकीमध्ये आमच्या

मित्राच्या दोन बॅगा आदळल्या, त्याच्या पाठोपाठ आमच्या हातातील छोट्या बॅगा पण टाकल्या. आमच्या बॅगा त्याने मागच्या सीटवर रचल्या. उरलेल्या जागेमध्ये, हातामध्ये दोन छोट्या बॅगा घेऊन, बेन कसाबसा बसला. मी बेनच्या बाजूला कशीबशी दाटीवाटीने बसले. आमचे पाय अगदी विचित्रपणे दुमडले गेले होते आणि आम्हाला एकमेकांची हाडे टोचत होती. माझा नवरा पुढच्या सीटवर बसला, तेरा वर्षांच्या सॅमला त्याने मांडीवर घेतले आणि पायाशी एक छोटी बॅग घेतली. या परिस्थितीमध्ये सीटबेल्ट लावण्याच्या नियमांना मी रजा दिली. यदाकदाचित अपघात झालाच तर, आम्ही एवढे गच्च बसलो होतो की फक्त सॅमच पुढच्या काचेतून बाहेर फेकला गेला असता. नाहीतरी मी त्याला नेहमी चिडवायची की तो माझा राखीव खेळाडू आहे.

विमानतळाबाहेर पडल्यावर एक सफाईदार वळण घेऊन आमची टॅक्सी सहा पदरी (टोल असलेल्या) महामार्गावर आली. जुन्या विमानतळाबाहेरचा रस्ता दोन पदरीच होता आणि त्यावर नेहमी टांग्यांची वर्दळ असायची आणि त्या रस्त्यावर दिवे पण नव्हते. रस्त्याच्या दुतर्फा असलेल्या 'पोपलार' झाडांचे बुंधे, त्यांना कीड लागू नये म्हणून, पांढऱ्या रंगांनी रंगवलेले होते आणि रात्री-बेरात्री ड्रायव्हिंग करणाऱ्यांसाठी त्याचा चांगला उपयोग पण होतो. मागच्या सीटवर माझी आणि बेनची त्या सामानाच्या गर्दीत चुळबुळ चालू होती. मी त्या ड्रायव्हरचे, त्याच्या टॅक्सीबद्दल थोडे कौतुक पण केले. तो मला म्हणाला, "वायुप्रदूषण कमी करण्याच्या उद्देशाने काही महिन्यांपूर्वीच स्थानिक प्रशासनाने तीस हजार जुन्या टॅक्सीज रस्त्यांवरून हटवल्या आहेत आणि भंगारमध्ये काढल्या आहेत." मी त्याला विचारले, "मग त्या टॅक्सीज काय जवळपासच्या गावांकडे आणि खेड्यांकडे वळवल्या का?"

"नाही, त्या अगदी खटाराच झाल्या होत्या; त्या भंगारमध्येच गेल्या," तो म्हणाला. 'पोलिसी राज्याचा' हा एक फायदा आहे. चर्चा नाही, वेळकाढू शास्त्रीय प्रयोग/ अभ्यास आणि समित्या नाहीत आणि ते मूर्ख मतदारांचे कौल पण नाहीत. सरकार दरबारातील कोणीतरी उच्चपदस्थ ठरवतो- जुन्या टॅक्सीज भंगारात काढा – आणि त्वरेने अमंलबजावणीला सुरुवात होते. आमची टॅक्सी वेगातच बीजिंगमध्ये शिरली. मी खिडकीतून मान बाहेर काढून आकाशाकडे नजर टाकली. आकाशाचा रंग मातकट-करडा होता, कापसाच्या घाणेरड्या बोळ्यासारखा. मला चांगले आठवते स्वच्छ निळ्या रंगाची कोठे छटा पण नव्हती. सूर्य पण झाकोळला होता.

मार्गचं नसलेला प्रवास

दक्षिणेकडे जाणाऱ्या 'चीन नवनिर्माण' रस्त्याला आमची टॅक्सी लागली तोपर्यंत माझे दोन्ही पाय पूर्णपणे बधिर झाले होते. रस्ता पण अगदी नावाला साजेसा होता. फूटपाथ उखडलेले होते, रस्त्याच्या दोन्ही बाजूंना उंचच उंच इमारतींची बांधकामे चाललेली होती, रस्त्याच्या मधोमध एक भला मोठा खड्डा होता. बाजूच्याच एका दगड, माती, विटांच्या ढिगाऱ्यामध्ये खांब रोवून त्यावर आमच्या हॉटेलचे नाव असलेली आणि दिशादर्शक पाटी होती, 'आरामदायी घरकुले'. चीनमध्ये त्यांना 'ली शे सर्व्हिस्ड फ्लॅट्स असे म्हटले जाते. कारण बहुधा इंग्रजी भाषेतील 'लक्झरी' शब्दाचे कँटोनीज भाषेतील 'ली शे' या शब्दाशी उच्चारसाधर्म्य हे असावे. याचा योग्य आणि अधिक चांगला अनुवाद करायचा तर 'सुंदर निवास' असा करता येईल.

चिनी भाषा ही तशी सर्वार्थाने परिपूर्ण आहे. हुटाँगसारखी काही अपवादात्मक उदाहरणे सोडली, तर अशा काही शब्दांचे समर्पक भाषांतर अशक्यच आहे. त्या भाषेची श्रीमंती, सर्व समावेशकता बऱ्याच गोष्टी सामावून घेऊ शकत होती; परंतु आता जागतिकीकरण, इंटरनेट, आणि पाश्चिमात्य गोष्टींच्या, चालीरीतींच्या अंधानुकरणाची चीनची स्वतःशीच चाललेली धडपड या सर्वांमुळे भाषेमध्ये काहीसा गढूळपणा आला आहे. भेसळीचा शिरकाव झाला आहे. उदाहरणार्थ, मँडरिनमध्ये 'शो' किंवा 'एक्झिबिट' या शब्दांना अनेक समानार्थी समर्पक शब्द आहेत. परंतु 'फॅशन शो' आता 'फॅशन झीयु' झाला आहे.

आमची टॅक्सी 'सुंदर निवासा'समोर येऊन उभी राहिली. आश्चर्याची गोष्ट म्हणजे सुंदर निवासापर्यंत जाणारा रस्ता फूटपाथमुळे अडवला गेला होता. शहरी रचनांच्या बाबतीत, तेराव्या शतकामध्ये जगाला मागे टाकणाऱ्या चीनमध्ये, आज प्राथमिक नगररचनेच्या बाबतीत दुर्दैवाने दुर्लक्ष होत आहे. मनाला येईल तसे आणि तेथे इमारतींचे बांधकाम चालू आहे. फूटपाथचा विचार झालाच तर तो नंतर होतो. पायी

चालणाऱ्यांनी आपला मार्ग चिखल, वाळू, विटा यांमधून शोधून काढावा अशी अपेक्षा आहे. फूटपाथसारख्या क्षुल्लक अडथळ्याची तमा न बाळगता आमच्या टॅक्साचालकाने शेजारच्या हॉटेलच्या पार्किंगच्या जागेमधून टॅक्सी घुसवली आणि आमच्या 'सुंदर निवासा'पुढील वर्तुळाकार रस्त्यावर टॅक्सी आणली. परंतु अजून एक अडथळा मध्ये होता. समोर एक लाल-पांढऱ्या रंगामध्ये रंगवलेला खांब होता. एका तरुण सुरक्षारक्षकाने पुढे येऊन आमच्या टॅक्सीमध्ये संशयास्पद दृष्टीने डोकावून पाहिले. त्या सुरक्षारक्षकाच्या अंगावर नौदलाच्या गणवेशासारखा पांढरा गणवेश होता. त्या गणवेशावर खांद्यावर, छातीवर अनेक हुद्दादर्शक रंगीत पट्ट्या आणि खोटी चकचकीत पितळी बटणे लावलेली होती. त्याने माझ्या नवऱ्याकडे एक नजर टाकली आणि टॅक्सीला मार्ग देण्यासाठी आडवा खांब वर उचलला.

आपण एकंदरीत चिनी संस्कृती बघितली तर लक्षात येते का, घरगडी किंवा नोकर हे चिनी कुटुंब व्यवस्थेचा एक अविभाज्य भाग आहेत. हा सुरक्षारक्षक पण त्याच परंपरेचा एक दुवा आहे. मोठ्या प्रतिष्ठित घरांमध्ये नोकर- आणि हा नेहमी पुरुषच असणार- हा घरामध्ये येणाऱ्याजाणाऱ्यांकडे लक्ष देण्याचे म्हणजे प्रामुख्याने कोणाला येऊ द्यायचे, कोणाला नाही हे पण ठरवत असे. कोणत्या भाजीविक्रेत्याला, कोणत्या फळविक्रेत्याला येऊ द्यायचे, कोणाकडून भाजी/ फळे घ्यायची हे ठरवण्याची जबाबदारी त्याची असे. कुटुंबातील शेवटचा माणूस घरी येईपर्यंत त्याचा दिवस संपत नसे. सुरक्षिततेसाठी चीनमध्ये पारंपरिक अशी कुलपे होती; परंतु हा आधुनिक काळ अवतरेपर्यंत सुरक्षिततेच्या दृष्टीने घरामध्ये नोकर ठेवणे, असणे हे स्वस्ताचे आणि सोयीचे वाटे. माओच्या काळापर्यंत सुरक्षारक्षक हे राज्याच्या सुरक्षा व्यवस्थेचा एक भाग बनून गेले होते. हे सुरक्षारक्षक (आता या क्षेत्रामध्ये स्त्रिया पण उतरल्या आहेत) भेटायला येणाऱ्या प्रत्येकाकडून एक फॉर्म पण (तीन प्रतींमध्ये) भरून घ्यायचे. त्यामुळे आवारांच्या उंच भिंतीआड बंदिस्त असलेल्या इमारतींमधील माणसांवर लक्ष ठेवणे साम्यवादी पक्षाच्या पदाधिकाऱ्यांना सोपे जायचे. परंतु आता काळ बदलला आहे. गिऱ्हाइकांना आकर्षित करण्यासाठी व्यावसायिक त्यांचे दरवाजे आता खुले करत आहेत; त्यामुळे या बदललेल्या परिस्थितीत हे दारावरचे सुरक्षारक्षक हे एक प्रकारे शोभेच्या वस्तू झाल्या आहेत, दारावरच्या त्या चकचकीत पितळी कड्यांप्रमाणे.

माझ्या एका मैत्रिणीने मला या सुंदर निवासाचे नाव सुचवले होते. नंतर इंटरनेटवर त्याबद्दलची माहिती काढून दोन बेडरूम जागेसाठी आधी रक्कम भरून आम्ही आमची जागा नक्की केली होती. अगदी अलीकडच्या काही वर्षांपर्यंत अशा

काहीही सोयी उपलब्ध नव्हत्या. परंतु इंटरनेटवरून मी माझा व्हिसा नंबर वगैरे सांगितल्यावर मला एका नव्याच चिंतेने घेरले; कारण माझ्या मैत्रिणीने मला असे पण सांगितले होते की, जर पर्यटकांचा ओघ वाढला आणि जागांसाठी मागणी वाढली तर हॉटेलमालक बिनदिक्कतपणे तुमची जागा जास्त भाड्याने दुसऱ्याला द्यायला मागेपुढे पाहत नाहीत. नशिबाने आमच्या बाबतीत असे काही घडले नाही. आमची जागा राखीव होती. चेअरमन माओच्या काळातील सुरक्षरक्षकाप्रमाणेच हॉटेलच्या अभ्यागत कक्षातील एका चटपटीत कर्मचाऱ्याने आमच्या पासपोर्टची, व्हिसा नंबरची वगैरे फॉर्ममध्ये (तीन प्रती) नोंद करून घेतली. या सर्व माहितीची चीनच्या मध्यवर्ती संगणकामध्ये नोंद केली जाणार होती, जेणेकरून ती सरकार नावाची अज्ञात शक्ती (बिग ब्रदर) आमच्या सर्व हालचालींवर लक्ष ठेवू शकणार होती.

त्या अभ्यागत कक्षातील सेवकाने आग्ही त्यांचे 'सुंदर निवास' निवडल्याबद्दल हसून चिनी भाषेत स्वागत केले आणि आम्हाला चार इलेक्ट्रॉनिक कार्डे दिली. त्या चाव्या होत्या. "लिफ्ट असलेल्या भागामध्ये जाण्यासाठी, लिफ्टमधून वर जाण्यासाठी आणि तुमच्या ब्लॉकमध्ये प्रवेश करण्यासाठी ही तुम्हाला लागतील."

लिफ्ट्सचे दरवाजे उघडत असलेला लॉबीचा भाग चांगला सजवलेला आणि स्वच्छ होता. परंतु माझ्या व्यावसायिक पत्रकाराच्या मानसिकतेने, भीतीने डोके वर काढले. लॉबीमध्ये बसवलेले तीन सीसीटीव्ही कॅमेरे, लिफ्टच्या लगेचच बाहेर बसवलेला एक कॅमेरा आणि लिफ्टच्या आतमधील एक कॅमेरा या गोष्टी माझ्या नजरेतून सुटल्या नाहीत. लिफ्टमधून आमच्या सोळाव्या मजल्याकडे जात असताना बेनने माझ्या लक्षात आणून दिले, "आई, या इमारतीमध्ये तेरावा मजला नाही बघ." मी पाहिले तर चौथा आणि चौदावा मजला पण गायब होता. असल्या वेडेपणावर, अंधविश्वासांवर माओने बंदी घालून अनेक वर्षे झाल्यावर आता परत अशा 'सांख्यिकी भंपकपणाने' चिनी जीवनात परत प्रवेश केलेला दिसत होता. पाश्चिमात्य प९ अर्थात तेरा नंबर अशुभ मानतात, तर चिनी चार हा आकडा आणि त्याच्याशी संबंधित कोणत्याही गोष्टीला अशुभ, वाईट समजतात. कारण 'सी' – चार – हा शब्द 'मृत्यू'दर्शक आहे असे ते समजतात.

आणि सगळ्यात गमतीची की काळजी करण्यासारखी गोष्ट म्हणजे जर गणित केले तर चौथा, तेरावा, चौदावा हे मजले नसल्यामुळे आमचा सोळावा मजला हा प्रत्यक्षामध्ये तेरावा मजला होता. परंतु प्रत्यक्षात मात्र तो अशुभ वगैरे काही वाटत नव्हता. त्या मजल्यावरची सजावट एकदम 'स्कँडीनेव्हियन' होती. त्या मजल्यावर सर्वत्र फिकट करड्या रंगाचे लाकडी 'पॅनलिंग' (सजावट) होते. मधोमध 'आयकेईए' बनावटीचे वरती काच असलेले टेबल होते आणि भोवती आरामदायक आणि सुंदर खुर्च्या होत्या. पूर्वी बीजिंगमधील फर्निचर आणि सजावटीचा प्रकार म्हणजे लाल

रंगाचे व्हार्निश दिलेल्या ठोकळटाइप वजनदार आरामखुर्च्या आणि मातकट रंगाचे पलंगपोस, उश्या आणि पडदे असा होता. आमच्या खोलीतील डीव्हीडी प्लेअर आणि दोन दूरचित्रवाणी संच बघून बेन आणि सॅम आनंदाने किंचाळलेच. आमच्या घरी जुना १९८३चा केबल टीव्ही हा प्रकार होता. येथे टीव्हीवर आम्हाला 'सीएनएन', 'टीएसएन' आणि 'एचबीओ' हे चॅनेल पण उपलब्ध होते. जर टीव्हीवर काही डझन चिनी भाषक चॅनेल नसते, तर आम्ही मॅनहॅटनमध्ये आहोत असेच वाटले असते.

'सुंदर निवासा'मधील आमचा फ्लॅट वातानुकूलित होता. बाहेरच्या खोलीला उंच-उंच खिडक्या होत्या आणि रिमोट वापरून बंद/उघडता येतील अशा झडपांचे त्यांना पडदे होते. आमची राहण्याची जागा दोन पातळ्यांवर होती. खालच्या पातळीवरील जागेमध्ये एक उठण्या/बसण्याची खोली, एक शयनगृह, एक स्वयंपाकघर आणि एक बाथरूम होती. स्वयंपाकघरातील गॅसची शेगडी आणि एक्झॉस्ट पंखा माझ्याकडे घरी आहे त्यापेक्षा पण चांगला होता. एलजी कंपनीचा फ्रिज, जरा खटकण्यासारखा, उठण्याबसण्याच्या बाहेरच्या खोलीत होता. सन १९८०च्या दशकामध्ये ज्या वेळी घरी फ्रिज असणे ही दुर्मीळ गोष्ट होती, तेव्हा चीनमध्ये घरी फ्रिज असणाऱ्यांनी तो मुद्दाम दाखवण्यासाठी बाहेरच्या खोलीत ठेवण्याची एक प्रथाच रूढ झाली होती. वरच्या पातळीवर एक प्रशस्त शयनगृह, एक बाथरूम, एक माळा आणि भिंतीमधील एक भले मोठे कपाट होते. माओच्या काळामध्ये कोणाकडेच कपाटे नसायची. त्या काळी घराघरांमधून (guizi) स्वस्त लाकडांचे बनवलेले पेटारे असायचे आणि त्यासाठी पण रेशनची कूपन असायची. आमच्या दोघींमध्ये, म्हणजे मी आणि माझी मैत्रीण स्कार्लेट, एक सामाईक पेटी होती. त्यामध्ये आमच्या दोघींच्या जाड जाड रजया ठेवलेल्या असायच्या आणि त्यामुळे कपडे ठेवायला तशी जागाच उरायची नाही; परंतु तो तितकासा गंभीर प्रश्न नसायचा कारण कपड्यांवर/कापडांवर पण मर्यादा घातलेली होती आणि त्यामुळे जास्त कपडे नसायचेच.

त्या फ्लॅटच्या भाड्यामध्ये, आठवड्यातून दोन वेळा कामवाली येऊन साफसूफ करणार होती; बेडशीट, पडदे वगैरे बदलणे, चोवीस तास स्वागतकक्षाची मदत आणि प्लंबरची मदत इत्यादी गोष्टी अंतर्भूत होत्या. इमारतीमध्ये खाली तळघरामध्ये जिम्नॅशियम, बाष्प स्नानाची व्यवस्था, चलन रूपांतरित करण्याची व्यवस्था, कपडे धुण्याची यंत्रे, ड्रायर इत्यादी सोयी होत्या. त्याचप्रमाणे मौल्यवान वस्तू सुरक्षित ठेवण्यासाठी लॉकरची व्यवस्था पण होती. आणि आता नव्यानेच बीजिंगमध्ये सुरू झालेला प्रकार म्हणजे जमिनीखाली तळघरामध्ये कार पार्किंगची सोय पण होती. मी हा फ्लॅट भाड्याने घेताना अगदी सर्वसाधारण सोयीसुविधा असतील आणि

मुलांना जरा खऱ्या चिनी जीवनाची, राहणीची ओळख होईल असा माझा समज होता - म्हणजे चुना फासलेल्या भिंती, कोबा असलेली जमीन, व्यवस्थित बंद न होणाऱ्या खिडक्या, कमालीचा उकाडा आणि खाली बसण्याचे संडास. माझ्या बीजिंगमधील मित्रांच्या म्हणण्याप्रमाणे मला चीनमधील नव्या वास्तवाचे भानच नव्हते. त्यांनी मला विचारले, या शहरामध्ये पावला पावलांवर उभ्या राहणाऱ्या या टॉवर्समधील हजारो ऐशआरामी अपार्टमेंट्समध्ये कोण राहते आहे असा माझा समज आहे? आमच्या हॉटेलच्या इमारतीमधील फ्लॅट्समध्ये राहणारे बहुतेक जण स्थानिक चिनीच होते, हे नंतर माझ्या लक्षात आले. ही मॅनहॅटनमधली इमारत नव्हती, तर नवीन बीजिंगमधली होती.

आम्ही जरा स्थिरस्थावर होत नाही तोच एक तरुणी हातामध्ये पॅड घेऊन गॅस आणि इलेक्ट्रिकल मीटरच्या नोंदी घ्यायला आली. आमच्या फ्लॅटच्या मासिक भाड्यामध्ये गॅस आणि विजेचा ठरावीक मर्यादेपर्यंतच्या वापराचा अंतर्भाव होता. आमचा पाण्याचा, गॅसचा आणि विजेचा वापर जर ५०० युआन किंवा अंदाजे रु. ३९००/- ($ 65/-)पेक्षा जास्त झाला तर आम्हाला अधिक भाडे द्यावे लागणार होते. त्या रकमेमध्ये किती गॅस, वीज आणि पाणी येऊ शकेल याची मला काही कल्पना नव्हती, पण मी काळजीत पडले आणि ताबडतोब बेनला तंबी दिली की घरच्याप्रमाणे येथे त्याला तास न् तास अंघोळ करता येणार नाही. ऊर्जा वाचवायची सुरुवात आमच्या इमारतीच्या लिफ्टमधील वजनदार ग्रॅनाइट काढून टाकून खरे तर करता येईल. तरी पण बीजिंगमध्ये ऊर्जाबचतीची जाणीव आता झाली आहे, होत आहे, ही एक समाधानाची गोष्ट आहे. या क्षेत्रातील तज्ज्ञांच्या मते लवकरच जगाच्या 'ग्रीन हाउस गॅसेस'मध्ये भर घालणारा चीन हा सर्वांत मोठा स्रोत, उगम असेल. येथे राहिल्यामुळे त्या संकटाची जाणीव आणखी तीव्रतेने होते. वातानुकूलित यंत्रणा पंधरा मिनिटांसाठी जरी बंद केली तरी आतमध्ये गुदमरायला होते आणि बाहेरची हवा एवढी प्रदूषित आहे की दारे, खिडक्या उघडणे अशक्यच आहे.

आमच्या उत्तराभिमुख फ्लॅटमधून चालत दहा मिनिटांच्या अंतरावर असलेल्या 'सन पार्क'मधील देऊळ आणि आजूबाजूचा परिसर दिसणे अपेक्षित आहे; परंतु मी जेव्हा सोफ्यावर चढून आमच्या फ्लॅटच्या उंच खिडकीसमोर उभी राहिले, तर शहराचे सगळे वातावरण, आसमंत धुरकट, मातकट रंगाच्या धुक्याने भरून गेलेला दिसला. धूर आणि धुळीने आसमंत भरलेल्या शहराचे खरोखरच विहंगम दृश्य दिसत होते. मॉनेट(१८४०-१९२६) आणि टर्नर (१७७५-१८५१) या फ्रेंच आणि ब्रिटिश चित्रकारांनी ब्रिटनमधील औद्योगिक क्रांतीच्या त्या काळातील प्रदूषित

हवा आणि पाण्यामधून सौंदर्य शोधून अप्रतिम निसर्गचित्रे कशी रंगवली असतील याचा थोडासा अंदाज आला. परंतु बीजिंगला मात्र आपली वेगळी प्रतिमा निर्माण करायची आहे, वेगळी छाप सोडायची आहे. ऑलिम्पिकच्या पूर्वतयारीमध्ये बीजिंग प्रदूषणमुक्त करण्याची किमया, जी फक्त एकाधिकारशाही असलेल्या राजवटीमध्येच होऊ शकते, करून दाखवली. त्यांनी शहरामधील 'कॅपिटल स्टील', 'बीजिंग पेट्रोकेमिकल्स जनरल फॅक्टरी' यांसारखे मोठे कारखाने आणि मोठ्या प्रमाणावर प्रदूषण फैलावणारे इतर मोठे कारखाने शहरापासून दूर खेड्यांमध्ये हलवले. 'नंबर वन मशिन टूल्स फॅक्टरी', ज्या फॅक्टरीमध्ये मी आणि त्या कठोर शिस्तीच्या फूने सांस्कृतिक क्रांतीच्या काळामध्ये काम केले होते, त्या फॅक्टरीचे पण पुढे काय झाले हे जाणून घेण्याची मला खूपच उत्सुकता होती.

अंधार पडायला अजून बराच अवकाश होता; पण पाय मोकळे करायला बाहेर पडणे पण उकाड्यामुळे अशक्य होते. आमच्या फ्लॅटच्या भाड्यामध्ये आम्हाला जवळच, जरा विचित्रच नाव असलेल्या 'विज्ञान-तंत्रज्ञान हॉटेल'मध्ये असलेल्या हेल्थ क्लबची पण सुविधा होती. तो हेल्थ क्लब सन १९९०मध्ये, म्हणजे ज्या वेळी चीनला सायन्स आणि टेक्नॉलॉजी (शास्त्र आणि तंत्रज्ञान)चे महत्त्व उमगले त्या वेळी, बांधलेला होता. 'विज्ञान-तंत्रज्ञान'चा शब्दशः चिनी अवतार तर आणखीनच विचित्र आहे. 'साई-ते' या दोन चिनी शब्दांचा अर्थ 'सायन्स आणि टेक्नॉलॉजी' असा अजिबात होत नाही, तर त्याचे फक्त इंग्रजी शब्दांशी उच्चारसाधर्म्य आहे. चिनी 'साई-ते' चा अर्थ आहे 'विशेष चढाओढ' आणि हे काही हॉटेलला देण्यायोग्य नाव नक्कीच नाही. स्वागतकक्षातील मदतनिसाने आम्हाला सांगितले की हेल्थ क्लब जवळच आहे. डोक्यावरून हात मागे नेऊन त्याच्या पाठीमागची दिशा आम्हाला दाखवली. नंतर त्याने तोच हात पुढे पण नेला आणि बाजूला पण नेला. मी पूर्णपणे गोंधळून गेले होते.

"येथे जवळच आहे," तो म्हणाला.

तसा तो हेल्थ क्लब जवळच होता; पण जर आम्ही उडत जाऊ शकलो असतो तर. बाहेर आल्यावर मी पाहिले तर उत्तर-पश्चिमेला विज्ञान-तंत्रज्ञानची निऑन साइन दिसत होती. आमच्या 'सुंदर निवासा'च्या आवारातून बाहेर पडण्याचा एकच मार्ग होता आणि तो पूर्वेला होता. 'अ' बिंदू पासून 'ब' बिंदूपर्यंत जाणे वाटले होते तेवढे सोपे नव्हते; कारण चिनी लोकांचे जागोजागी अडथळे आणि भिंती उभे करण्याचे कसब आणि एकूणच हौस. आमच्या आवारातून बाहेर पडल्यावर आम्ही उत्तरेकडे मोहरा वळवला. आमचे पश्चिम दिशेकडे वळण्याचे, जाण्याचे सर्व प्रयत्न हे

जागोजागी असलेले अडथळे, एक दिशा मार्ग, कंपाउंडच्या भिंतीमुळे अचानक थांबलेले रस्ते इत्यादींमुळे निष्फळ होत होते. शेवटी एके ठिकाणी, जेथे एक प्रचंड बांधकाम चालू होते, अशा ठिकाणी आम्ही आलो. शेवटी धीर करून आम्ही त्यांच्या आवारामध्ये घुसलो. तो बांधकाम प्रकल्प खूपच अवाढव्य आणि पसरलेला होता. त्या जागेमधून दोन रस्ते गेले होते आणि त्या आवाराला दोन मोठे दरवाजे होते. आता विज्ञान-तंत्रज्ञान हॉटेल बरोबर आमच्यासमोर होते, परंतु त्या हॉटेलमध्ये प्रवेश करण्याचा मार्ग मात्र आम्ही ज्या आवारामध्ये उभे होतो त्याच्या अगदी एका टोकाला होता. त्या हॉटेलभोवती असलेली कार पार्किंगची जागा अर्थातच अर्धी भिंत आणि त्यावरचा भाग लोखंडी जाळी यांनी बंदिस्त केली होती. त्या भिंतीच्या आत पण तीन-एक फुटांच्या जमिनीच्या पट्ट्यामध्ये रानटी झुडपे लावली होती. आम्ही लांब आणि उंच उडी मारून जरी कुंपण पार केले असते तरी आम्ही त्या झुडपांमध्येच जाऊन पडलो असतो.

मला चीनच्या या सर्व छोट्या-मोठ्या भिंतीची चांगली कल्पना होती. रानटी टोळ्यांच्या आक्रमणापासून चीनचे रक्षण करायला ती चीनची प्रसिद्ध महाकाय भिंत पण असमर्थ ठरली होती. शेवटी त्या रानटी टोळ्यांनी चीनमध्ये येऊन - जीन, युआन क्विंग इत्यादी राजवटी स्थापन केल्याच होत्या. माझ्या मनात सहज विचार आला- चीनला हे स्वतःभोवती भिंती बांधण्याचे वेड नसते तर विटा, वाळू, सिमेंट, चुना, श्रम इत्यादी गोष्टींची कितीतरी बचत झाली असती.

प्रवासामुळे आम्ही जवळजवळ तीस-एक तास झोपलो नव्हतो, शिवाय जेटलॅग पण होता. मुले पण आता वेड्यासारखी वागायला लागली होती, का माझाच आता संयम सुटत चालला होता? समाधानाची गोष्ट म्हणजे तेथील तरण तलावामध्ये खूपच थोडी माणसे पोहत होती. एक जण तरण तलावाच्या एका टोकापासून दुसऱ्या टोकापर्यंत पोहत होता; बाकीचे बहुतेक जण बाजूच्या साखळदंडांना धरून डुंबत होते. एका दशकाआधी केवळ परदेशी लोकांकरता हेल्थ क्लबची सुविधा उपलब्ध होती; परंतु आज तेथे पोहत असलेले सर्व जण स्थानिक चिनी नागरिक होते. सन १९७०च्या दशकामध्ये मी गावाबाहेरच्या ओढ्यामध्ये पोहायला जात होते, पण आज त्या तरण तलावामध्ये चार चिनी महिला पण होत्या. पोहून जरा ताजेतवाने झाल्यावर, आम्ही विज्ञान-तंत्रज्ञान हॉटेलचा धावता दौरा पण केला. तेथे आतमध्ये बंदिस्त टेनिस कोर्ट होते, टेबल टेनिसची टेबल्स होती- आणि मुलांच्या आवडीची - 'पूल' रूम पण होती. चीनला बळजबरीने आणल्याबद्दल बेन आणि सॅमची कुरकुर आता बंद झाली होती.

आमच्या 'सुंदर निवासा'कडे परतत असताना मी माझ्या मनातला एक विचार सगळ्यांना बोलून दाखवला, "आपल्याला जवळचा एखादा मार्ग नक्की असणार."

मुलांची दुसरा मार्ग शोधण्याची तयारी होती; पण माझा नवरा इतकी वर्षे बीजिंगमध्ये राहिल्यामुळे जरा साशंक होता. आम्ही दक्षिण दिशा पकडून आमच्या 'सुंदर निवासा'च्या पश्चिमेला असलेल्या एका गल्लीमध्ये घुसलो. दिशांचा विचार केला तर ती गल्ली थेट आमच्या सुंदर निवासापर्यंत जायला हरकत नव्हती. वाटेमध्ये आम्हाला काही छोटी-छोटी दुकाने लागली; एक न्हाव्याचे दुकान, एक पातीच्या कांद्यांचे परोठे विकणारे दुकान, दोन किराणा मालाची दुकाने. एक स्लिवलेस पोलके घातलेली जाडजूड बाई जमिनीवर बसून पालेभाजी चिरत होती, एक तरुण मुलगी एका ॲल्युमिनिअमच्या पसरट पातेल्यामध्ये भिजवलेली बेडशीट घासत होती. त्या गल्लीमध्ये सर्वत्र पाण्याची डबकी आणि घाण पसरलेली होती. माझ्या आठवणीतल्या त्या प्रसिद्ध चिनी गल्लीबोळांपैकी ही गल्ली नव्हती. या गल्लीमध्ये सर्वत्र मुताचा, घामाचा, कुजलेल्या भाज्यांचा वास भरून राहिला होता. ते मिश्र वास टाळण्यासाठी मी मुलांना तोंडाने श्वासोच्छ्वास करायला सांगितले. सॅम, ज्याला माहीत आहे की मला प्रत्येक गोष्ट कळावीच लागते, मुद्दाम मला रस्त्याच्या कडेला कोणीतरी ओकलेले असते, ते पण दाखवतो.

मी ताबडतोब आमची ठेचकाळत चाललेली मिरवणूक थांबवली. चिनी रचनाकारांचा दृष्टिकोन नेहमी बचावात्मक राहिला होता हे तत्त्व मी विसरले होते. त्यांच्या तत्त्वाप्रमाणे प्रत्येक गोष्ट ही वेगळी काढलेली, सुरक्षित आणि नजरेआड ठेवलेली असते. जेव्हा सुंदर निवास बांधले तेव्हा ते जुन्या बीजिंगच्या या घाणेरड्या आणि गलिच्छ वास्तवापासून दूरच ठेवण्याचे योजलेले असणार. माझ्या नवऱ्याचे म्हणणे बरोबर होते. येथून आम्हाला तेथे जाता येण्यासारखे नव्हतेच. शेवटी आम्ही आमच्या सुंदर निवासाला लांबून एक भलीमोठी उलटी प्रदक्षिणा घालून परत पूर्व दिशा पकडली- ज्या बाजूला एकुलते एक प्रवेशद्वार होते.

हरवलेल्यांचे पत्ते सांगायला साक्षीदारच नाहीत

दुसऱ्या दिवशी सकाळी नॉर्मन आणि मुले जेटलॅगमुळे अजून गाढ झोपेतच होती. मी आमच्या ब्रेकफास्टची व्यवस्था करण्यासाठी आमच्या सुंदर निवासामधून बाहेर पडले आणि रस्त्याच्या समोर असलेल्या '७/११' दुकानामध्ये गेले. पावसाळ्यामध्ये जशी जागोजगी भूछत्रे उगवतात त्याप्रमाणे संपूर्ण बीजिंगमध्ये निरनिराळे खाण्याचे पदार्थ ताबडतोब उपलब्ध करून देणारी छोटी-छोटी दुकाने उगवली आहेत. त्या दुकानामधील माणसाने 'आमच्या दुकानी पायधूळ झाडल्याबद्दल आम्ही आभारी आहोत' इतक्या भरघोस शब्दांत माझे स्वागत केले. त्या दुकानातील दोन विक्रेत्या महिलांनी पण किणकिणत्या स्वरामध्ये असेच तोंड भरून स्वागत केले. त्यांचा तो उत्साह बघून मी थक्क झाले. सकाळचे सहाच वाजले होते आणि माझ्या डोक्यामध्ये अजून त्या सांस्कृतिक क्रांतीच्या काळातील ते कंटाळलेले आणि झोपाळलेले विक्रेतेचे होते.

त्या दुकानामध्ये लावलेल्या पाटीवरून समजले की त्या दुकानांच्या साखळीची स्थापना १९२७मध्ये 'ओक क्लिफ टेक्सास' येथे झाली होती आणि त्या साखळीतील दुकानांचे '७/११' हे नाव त्यांच्या काम करण्याच्या वेळेवरून, म्हणजे सकाळी ७ ते रात्री ११, ठेवले गेले होते. चिनी गिऱ्हाइकांना हा सर्व प्रकार नवीनच होता आणि तितकाच गोंधळामध्ये पाडणारा पण होता. बीजिंगमधील '७/११' दुकाने ही '२४/७' प्रकारची आहेत म्हणजे दिवसाचे २४ तास आणि आठवड्याचे सातही दिवस उघडी राहणारी. बीजिंगमधील या दुकांनामध्ये 'हॉट डॉग' किंवा (Go-Go Taquitos) किंवा (Bloody Zit Slurpees) हे पदार्थ मिळत नाहीत. एवढेच काय, पण कॉफीही मिळत नाही. या दुकानांमध्ये मिळणारे पदार्थ म्हणजे गरम सोया दूध (Congee) आणि डुकराचे मांस भरलेली किंवा पालकाची भाजी भरलेली उकडलेली भजी (baozi). तेथे आणखीही एक याआधी बीजिंगमध्ये मी न पाहिलेली

गोष्ट होती, ती म्हणजे (haodun) याचा शब्दशः अर्थ सांगायचा तर 'चांगले शिजवलेले अन्न.' आतमध्ये अनेक कप्पे असलेल्या एका स्टेनलेस स्टीलच्या मोठ्या भांड्यामध्ये गोडट वासाच्या रश्शामध्ये उकडलेली अंडी रटरटत होती, इतर कप्प्यांमध्ये सोनेरी रंगाचे वाल होते, कमळाचे देठ होते, आणि नवलकोलाचे कांदे पण होते. आमच्या चार जणांच्या कुटुंबासाठी पुरेसे सोया दूध आणि भजी मी एका डॉलरमध्ये खरेदी केली.

फ्लॅटमध्ये परतल्यावर मी, वर काच असलेल्या गोल डायनिंग टेबलवर, आमच्या ब्रेकफास्टची तयारी केली आणि मुलांकडे त्या दिवसाच्या कार्यक्रमाचा सहज विषय काढला. यीनला शोधण्याच्या माझ्या मोहिमेची माझ्या नवऱ्याला आधीच कल्पना होती. आणि जवळजवळ अशक्य अशा या मोहिमेवर माझ्यासोबत येण्यावाचून त्याला गत्यंतर पण नव्हते. माझ्या मुलांनी यीन हे नाव पूर्वी ऐकले होते; पण माझ्या चीन भेटीच्या हेतूविषयी त्यांना काहीच कल्पना नव्हती. "तुम्हाला आठवत असेल की मी खूप वर्षांपूर्वी बीजिंग विद्यापीठात शिकत असताना तिच्याविषयी चुगली केली होती आणि तिच्या अटकेला कारणीभूत ठरले होते ते?" मी त्यांना अपेक्षेने विचारले. "आता मला तिला शोधून काढायचे आहे." बेनला मी अंथरुणातून ओढूनच बाहेर काढले होते आणि अजून तो काहीही समजण्याच्या मनःस्थितीत नव्हता. सॅमचे तर माझ्या बोलण्याकडे लक्षच नव्हते. यीनला शोधून काढणे म्हणजे काही फार विशेष गोष्ट आहे असे दोघांनाही वाटत नव्हते. त्या दोघांनाही माझ्या या अशा विचित्र वागण्याची सवय झाली होती.

बेन फक्त सहा वर्षांचा असताना यीनविषयी मी प्रथम त्याच्याशी बोलले होते. त्या वेळी मी माझे रेड चायना ब्लूज हे पुस्तक नुकतेच हातावेगळे केले होते आणि मोठी माणसे पण चुका करू शकतात, चुकू शकतात हे त्याला समजावले होते. परंतु मी ज्या वेळी त्याला ती घटना, सहा वर्षांच्या मुलाला समजेल अशा भाषेत सांगायला गेले, समजवायला गेले आणि त्याच्या वर्गातीलच मित्र-मैत्रिणींची नावे उदाहरणादाखल घेता-घेता शाब्दिक चक्रव्यूहामध्ये फसत गेले. एखाद्याविषयी चुगली करणे आणि तटस्थ राहून मदतीचा हात पुढे करण, यांत काय फरक आहे? मॉलीने समजा प्रोडला एक ठोसा लगावला आणि ती घटना बेन याने पाहिली तर त्याने लगेचच चुगली करावी का? आणि त्याआधी समजा प्रोडने मॉलीला जाडी म्हणून चिडवले असेल आणि हे बेनला माहीत असेल तर मग काय? घटनेच्या परिणामांना पण तितकेच महत्त्व असते. जर मॉलीला एक दिवस डबा खायची सुट्टी मिळणार नाही एवढी साधी शिक्षा असेल तर ठीक आहे; पण जर मॉलीला त्याबद्दल शिक्षकांकडून छड्यांचा मार खावा लागणार असेल तर? जर त्याबद्दल मॉलीला शाळेतून काढून टाकण्याची शिक्षा होणार असेल तर? जर तुला तुझ्या

चुगलीचा परिणाम काय होईल याची कल्पनाच नसेल तर? सहा वर्षांच्या मुलासाठी हे सगळे खरे म्हणजे समजण्यापलीकडलेच होते.

सॅमच्या पुढे तर मी शरणागतीच पत्करली होती आणि तो हे समजण्याइतका मोठा होईपर्यंत यीनबद्दल काही बोलायचेच नाही, असे ठरवले होते. त्यानंतर बीजिंगला येण्यापूर्वी एक महिना मी परत यीनचा विषय काढला आणि माझ्या हातून नकळत काय घडले होते ते सांगितले. नंतर त्याने एक क्षणभर विचार केला आणि तेरा वर्षांच्या मुलाच्या मानाने खूपच समज दाखवत तो म्हणाला, "मला वाटते तू मूर्खपणाच केलास, तू एका व्यक्तीच्या आयुष्याची वाट लावलीस. तू तरुण होतीस आणि आपण काय करतो आहोत याची तुला कल्पना नव्हती."

आता माझ्याबरोबर जगाच्या दुसऱ्या टोकाला आल्यावर पण माझ्या या शोध मोहिमेमध्ये सामील होण्याची, मदत करण्याची त्या दोघांना अजिबात इच्छा नव्हती आणि त्यामध्ये रस पण नव्हता. त्याच्यासमोरचा ब्रेकफास्ट संपवत सॅम म्हणाला, "आम्ही खूप दमलो आहोत," आणि त्याने त्याच्या मोठ्या भावाकडे आशेने आणि अपेक्षेने पाहिले. बेन पण त्याचीच री ओढत म्हणाला, "होय आई, आम्ही खरंच खूप दमलो आहोत." वयाच्या सोळाव्या वर्षी त्याने आता माझे ऐकणे अजिबात सोडून दिले आहे.

एक आंतरराष्ट्रीय वर्तमानपत्राची वार्ताहर, प्रतिनिधीची मुले म्हणून माझी दोन्ही मुले आता माझ्या या साहसांना कंटाळली आहेत आणि त्यापासून आता थोडी सावध पण झाली आहेत. खूप वर्षांपूर्वी 'ऑंटारियोच्या मेयरच्यावर मला आमच्या पत्रासाठी एक लेख लिहायचा होता. त्यांचे घर एका आडरस्त्याला अगदी टोकाला होते. त्यांच्या घरापाशीच तो रस्ता संपत होता. त्या वेळी सॅम अगदी लहान होता. त्या वेळी त्याने मला मेयरच्या घरावरती पाळत ठेवण्यासाठी, त्याची टेहळणी करण्यासाठी मदत केली होती. कारण अशा आडरस्त्यावर उगीचच फिरणे संशयास्पद दिसले असते. त्या वेळी सॅमने त्या आडरस्त्यावर सायकल चालवायला शिकत असल्याचे नाटक केले होते. तो खरोखरच सायकल चालवायला शिकतो आहे हे खरे वाटावे म्हणून एक-दोन वेळा त्याने सायकलवरून पडण्याचे नाटक पण केले. त्यानंतर काही वर्षांनी आणखी एक प्रसंग घडला. त्या वेळी मी 'टोरांटो हॉस्पिटल'मध्ये दाखल केल्या गेलेल्या 'एसएआरएस'(सार्स) व्हायरसच्या पहिल्या पेशंटच्या लक्षणांवर लेख लिहीत होते आणि त्या वेळी मला पण त्याचा संसर्ग झाला होता आणि आमच्या सगळ्या कुटुंबाला काही दिवस इतरांपासून 'वेगळे' (क्वारंटाइन) काढण्यात आले होते. मी क्वेबेक येथील एका कॉलेजमध्ये झालेल्या अंदाधुंद गोळीबारावर एक लेख लिहिला होता, त्या वेळी माझ्या मुलांना शाळेमध्ये धमक्या मिळाल्या होत्या. मी एका स्थानिक नगरपालिकेतील नगरसेवकावर लेख लिहिल्याबद्दल त्या नगरसेवकाच्या

मुलाने सॅमला मारहाण केली होती. (आता ते दोघेही चांगले मित्र आहेत, पण त्याचे श्रेय मला किंवा त्याच्या वडिलांना मात्र नाही.) अगदी अलीकडे सॅम आणि बेन यांनी मला 'किमान वेतन' यावर लेख लिहिण्यासाठी संशोधनाला मदत केली होती. मी एका गरीब वस्तीमध्ये घर भाड्याने घेतले होते आणि ते दोघे पण माझ्याबरोबर तेथे राहायला आले होते. मी एका ठिकाणी मोलकरीण म्हणून काम पत्करले होते. मुले फक्त चहा-पावावर राहत होती, फरशा धुण्याचे काम करत होती आणि रात्री कपडे धुवायला मला मदत करत होती. मधल्या एका महिन्याच्या काळामध्ये नॉर्मन मात्र खूश होता; कारण घरामध्ये त्याला मोकळे रान मिळाले होते.

सुंदर निवासातील आमच्या त्या पहिल्या ब्रेकफास्टच्या दरम्यान मी सॅम, बेन आणि माझ्या नवऱ्याला सांगितले की यीनला शोधणे तसे जवळजवळ अशक्यच आहे; पण मी प्रयत्न मात्र कसोशीने करणार आहे. सॅमला माझ्याबद्दल खात्री वाटत होती. तो म्हणाला, "तू लोकांना शोधून काढण्यात पटाईत आहेस. मला खात्री आहे, तू तिला नक्की शोधून काढशील."

कशी आणि कोठून सुरुवात करायचा, हा मुख्य प्रश्न होता. बीजिंगची लोकसंख्या आजमितीला एक कोटी साठ लाख आहे; परत ती (यीन) बीजिंगमध्येच राहत असेल असेही समजण्याचे काही कारण नव्हते. चीनची लोकसंख्या एकशे तीस कोटी आहे. शिवाय ती बीजिंग सोडून इतरत्र राहावयास गेली असण्याची पण शक्यता होती. पण माझ्या मनातल्या भीतीला, त्या शक्यतेला मात्र मी थारा देत नव्हते- ती भीती, ती शक्यता म्हणजे- कदाचित ती जिवंत नसली तर? माझ्या नवऱ्याचा अगदी मन लावून ब्रेकफास्ट चालला होता. Baozi खाता-खाता त्याने अगदी स्वाभाविक अशी एक सूचना मला केली – "तू तुझ्या वर्गातील त्या वेळच्या मित्र-मैत्रिणींपासून का सुरुवात करत नाहीस?"

दुर्दैवाने त्यांपैकी कोणाचेही आत्ताचे पत्ते आणि फोन नंबर माझ्याकडे नव्हते, किंबहुना जुने फोन नंबर आणि पत्तेही मला सापडत नव्हते. काही वार्ताहर, पत्रकार या बाबतीत खरोखरच फार शिस्तीचे असतात. 'ग्लोब' वर्तमानपत्रातील माझा एक सहकारी 'पीटर चेनी' पाच वर्षांपूर्वी त्याला भेटलेल्या एखाद्या व्यक्तीचा फोन नंबर व इतर माहिती काही सेकंदांतच मला ई-मेल करू शकतो. माझ्यामध्ये मुळातच ती शिस्त नाही, परंतु जेव्हा मी एखाद्या लेखावर काम करत असते तेव्हा मात्र मी अत्यंत काटेकोर असते. माझ्या टेबलवर जरी असंख्य कागद पसरलेले असले, काढलेल्या टिपणांच्या चिठ्ठ्या अस्ताव्यस्त पसरलेल्या असल्या तरी प्रत्येक गोष्ट कोठे आहे हे मला नक्की माहीत असते. प्रत्येक टिपण, प्रत्येक वही, प्रत्येक पानाला नंबर दिलेला असतो. प्रथम मी टिपणावरून लेखाचा आराखडा तयार करते, नंतर त्या आराखड्याचा एक आराखडा तयार करते, घटनांना विशिष्ट क्रमाने लावते;

गोष्टीतील, घटनेतील प्रमुख व्यक्तींचा इतिहास, भूगोल थोडक्यात मांडते; लिहिताना महत्त्वाचे असेल ते अधोरेखित करण्यासाठी निरनिराळ्या रंगाची पेन्स वापरते. काही सुविचार गोळा केलेले असतात; परंतु एकदा का तो लेख छापून आला की माझ्यासाठी तो विषय संपतो. मी दुसऱ्या विषयांच्या शोधामध्ये निघते. माझे संपादक पुढच्या गोष्टीसाठी माझ्या मानगुटीवर बसलेले असतात आणि आधीच्या गोष्टीतील संबंधितांचे फोन, पत्ते इत्यादी टिपून ठेवलेल्या गोष्टी विसरल्या जातात. त्याला हे सर्व कसे जमते, हे मला एकदा पीटरला विचारलेच पाहिजे.

माझी स्मरणशक्ती हा पण काही एक औरच प्रकार आहे. माझ्या मेंदूची क्षमता कॉम्प्युटरच्या हार्डडिस्कप्रमाणे ठरावीक क्षमतेची असावी आणि मी पूर्णपणे वर्तमानात जगत असल्यामुळे बहुतेक जुन्या गोष्टी तो पुसून टाकत असावा, अशी मी माझ्या मनाची समजूत घालते. मला जर कोणी विचारले की गेल्या महिन्यामध्ये मी माझ्या लिखाणांमधून कोणकोणते विषय हाताळले, तर मला थांबून जरा विचारच करावा लागतो. किंवा मुळातच माझी स्मरणशक्ती कमी असावी; कारण कोणा परिचिताला घरी जेवावयास बोलवावे, त्याच्याबरोबर गप्पा वगैरे माराव्यात आणि एखाद्या दशकानंतर त्याची ओळख पण पटू नये, असे माझ्या बाबतीत घडते, नव्हे घडलेले आहे. एखादा रहस्यपट पण मी दुसऱ्यांदा बघू शकते, अगदी तेवढ्याच उत्सुकतेने, कारण त्याचा शेवटच मी विसरलेली असते. बऱ्याच वेळा माझा नवरा मला तो रहस्यपट मी आधी पाहिला आहे याची आठवण करून देतो. कविता घडाघडा म्हणून दाखवणाऱ्यांबद्दल तर मला निव्वळ आदरच आहे. एवढेच नाही, तर दोन-तीन आठवड्यांच्या सुट्टीवरून कामावर परतल्यावर मला माझा 'पासवर्ड' आठवत नाही. परंतु एक वार्ताहर म्हणून मी विस्तृत टिपणे काढायची सवय लावून घेतली आहे, आणि ही सवय जर मी लावून घेतली नसती तर मात्र माझे काही खरे नव्हते. म्हणून तर गेल्या वर्षी अचानक ती डायरी हाताला लागेपर्यंत यीनच्याबाबत अशी काही घटना घडली होती, मी चुगली केली होती हे माझ्या लक्षातच नव्हते. किंवा ती अप्रिय घटना मला लक्षातच ठेवायची नव्हती म्हणून पण ती विस्मृतीत गेली असेल. कारण तसे पाहिले तर बीजिंग विद्यापीठातील इतर अनेक घटना, मला आलेले अनुभव इत्यादी मला चांगले स्पष्टपणे आठवतात. मला वाटते गुन्हेगारांसाठी सोईस्कर विस्मरण ही एक खास पळवाट असावी.

मला वाटते स्कार्लेटपासून मी माझ्या शोधमोहिमेला सुरुवात करावी; कारण तीच एक अशी व्यक्ती आहे जिला यीन नक्की आठवत असणार. परंतु दुर्दैवाने माझ्याकडे तिचाही फोन नंबर नाही. मी तिला नऊ वर्षांपूर्वी भेटले होते त्या वेळी ती 'बीजिंग सायन्स सेंटर'जवळ असलेल्या एका उंच-उंच इमारतींच्या गृहसंकुलामध्ये राहत होती. त्या वेळी आम्ही दोघी सायन्स सेंटरच्या जवळ असलेल्या चंदेरी रंगाच्या

प्रचंड अशा गोल शिल्पाजवळ भेटलो होतो आणि नंतर काही मिनिटे चालत तिच्या घरी गेलो होतो. मला तो भला मोठा चंदेरी गोल आणि ते गृहसंकुल चांगले आठवते आहे; परंतु त्या संकुलातील ती राहत असलेली नेमकी इमारत मात्र आठवत नाही. दोन वर्षांपूर्वी मी अगदी काही थोड्या दिवसांसाठी बीजिंगला आले होते तेव्हा मी स्कार्लेटला ती काम करत असलेल्या ठिकाणी, 'बीजिंग लायब्ररी' येथे शोधण्याचा प्रयत्न केला होता. बीजिंग लायब्ररी हे प्रकरण पण अमेरिकन काँग्रेस लायब्ररीसारखे एक प्रचंड मोठे प्रकरण आहे. त्या वेळी ती काम करत असलेल्या लायब्ररीने तिच्याबद्दलची काहीही माहिती द्यायला नकार दिला होता. माझ्या मनात आले, ''जर मला स्कार्लेटचाच पत्ता लागला नाही, तर मी यीनला तरी कशी शोधून काढू.''

अशा वेळी पोलिसी राज्य किती उपयुक्त असते, मदतीला येते हे जाणवले. इ.स. १९७२मध्ये मी आमच्या मूळ 'तैशान' खेड्यामध्ये माझ्या पूर्वजांचा शोध घेण्याचा प्रयत्न केला होता, त्या वेळी माझ्याजवळ माझ्या लांबच्या नातेवाइकांपैकी एकाचेही नाव किंवा पत्ता नव्हता; परंतु सरकार दप्तरी सगळी माहिती उपलब्ध होती. त्या आधी नऊ महिने माझे आई-वडील त्या खेड्यामध्ये जाऊन आले होते आणि ते कोणा-कोणाला भेटले त्याची माहिती सरकारी अधिकाऱ्यांनी अर्थातच ठेवली होती. पण ही पूर्वीची गोष्ट झाली. आज या एकविसाव्या शतकामध्ये चीनमधील प्रत्येक जण या ना त्या कारणाने विस्थापित झाला आहे किंवा प्रगतीच्या पथावरील प्रवासी झाला आहे. कित्येकांनी नोकऱ्यांच्या, व्यवसायांच्या निमित्ताने गावे, शहरे सोडलेली आहेत, बदललेली आहेत. विकासांच्या कामासाठी काहींची घरे जमीनदोस्त करण्यात आली, शेजार तुटले आणि माणसे विखुरली गेली. कोण कोठे गेला हे सांगायला मागे कोणी उरले नाही. बीजिंगमधील 'असोसिएटेड प्रेस'वृत्त संस्थेतील आधीची वार्ताहर 'कॅथी विल्यम' मला म्हणाली 'तियानमेन' चौकातील नरसंहारानंतर तिच्या कित्येक मित्र-मैत्रिणींचा तिच्याशी असलेला संपर्कच तुटला. कॅथी म्हणाली, ''प्रथम परिस्थिती जरा निवळावी, पूर्वपदावर यावी म्हणून आम्हीच एकमेकांशी संपर्क ठेवत नाही आणि आता कोणाचाच ठावठिकाणा मला लागत नाहीये.'' आता कॅथी बीजिंगमध्येच एका अमेरिकन लॉ फर्ममध्ये वकील म्हणून काम करते.

आपण फक्त कल्पना करू या की, टोरांटोमध्ये फोन नंबरची डिरेक्टरीच नाही किंवा फोन नंबरबाबत सेवा देणारी यंत्रणाच नाही; अशीही कल्पना करू या की, गेल्या दहा वर्षांमध्ये प्रत्येकाने सरासरी सात वेळा फोन नंबर बदलला आहे आणि तीन वेळा जागा बदलली आहे. आणखी पुढे जाऊन अशीही कल्पना करू या की एक 'सीएन टॉवर' सोडला तर टोरांटोमधील दहा वर्षांपेक्षा जुनी असलेली प्रत्येक इमारत जमीनदोस्त केली आहे आणि अशा पार्श्वभूमीवर जुन्या वर्गमित्राचा शोध घ्यायचा आहे किंवा तेहेतीस वर्षांपूर्वी थोडा वेळ बोललेल्या एखाद्या व्यक्तीला

शोधायचे आहे. बीजिंगमध्ये फोन डिरेक्टरी नक्कीच आहे; परंतु मी जेवढ्या म्हणून लोकांशी बोलले, त्यांपैकी कोणीही तिचा वापर करत नाही किंवा त्यांपैकी कोणाचे फोन नंबर डिरेक्टरीमध्ये आहेत? पोलिसी राज्याच्या विचारसरणीच्या अगदी विरुद्ध धोरण आता अवलंबिले गेलेले आहे; म्हणजे आता गिऱ्हाइकाची परवानगी असेल तरच डिरेक्टरीमध्ये फोननंबर प्रसिद्ध केले जातात आणि अजून पोलिसी राज्यच असल्यामुळे बहुतेक जण फोन नंबर प्रसिद्ध न करणेच पसंत करतात. अलीकडे स्वतःचा फोन नंबर डिरेक्टरीमध्ये येऊ न देण्यामागे आणखी एक कारण झाले आहे आणि ते म्हणजे 'टेली मार्केटिंग'- फोनवरून केली जाणारी मालाची जाहिरात आणि विक्री. पाश्चिमात्य देशांकडून आलेले हे भूत आज बीजिंगमधील कित्येकांच्या जेवणांमध्ये, गप्पांमध्ये व्यत्यय आणत आहे.

चीनमध्ये आजमितीला जवळजवळ ४० कोटी सेलफोन ग्राहक आहेत आणि कोणाचेही फोन नंबर डिरेक्टरीमध्ये नाहीत. 'पीपल्स डेली' या वृत्तपत्राच्या सर्वेक्षणाप्रमाणे अत्याधुनिक तंत्रज्ञान स्वीकारण्याच्या आणि नवीनात नवीन सेलफोन जवळ बाळगण्याच्या वेडापायी बहुतेक नवीन पिढी दर तीन ते सहा महिन्यांनी सेलफोन आणि नंबर बदलते आहे. ज्या वेळी एखाद्याचा सेलफोन त्यामध्ये असलेल्या इतर टेलीफोन नंबरांसहित आणि माहितीसहित हरवतो, तेव्हा त्याच्यावर अक्षरशः आभाळच कोसळते. तो कोणाला फोन करू शकत नाही किंवा दुसरा कोणी त्याला फोन करू शकत नाही.

चीनमध्ये 'आडनाव' हे पण असेच एक मोठे संकट आहे. चीनमधील अतिप्रचलित अशा दहा आडनावांमध्ये जवळजवळ ४० टक्के लोकसंख्या सामावली जाते, म्हणजे एका आडनावाच्या सरासरी ५ कोटी २० लाख व्यक्ती. माझे स्वत:चे 'वॉंग' हे आडनाव (मँडरिनमध्ये हुअँग) सात नंबरचे सर्वांत प्रचलित आडनाव आहे, म्हणजे आज जवळजवळ ३ कोटी व्यक्ती त्या आडनावाच्या आहेत. आज कॅनडाची एकूण लोकसंख्याच तीन कोटी वीस लाख आहे आणि जरा कल्पना करू या की, त्या सर्वांचे आडनाव वॉंग आहे आणि कोणाचेच फोन नंबर डिरेक्टरीमध्ये दिलेले नाहीत तर काय अवस्था होईल. त्यातल्या त्यात दिलासा देणारी एक गोष्ट म्हणजे यीन हे अतिप्रचलित आडनाव नाही. परंतु दुर्दैवाने त्यामध्ये पण एक गोम आहे आणि ती म्हणजे हे आडनाव दोन प्रकारे लिहिले जाते आणि ती कोणत्या प्रकारे तिचे आडनाव लिहिते हे मला माहीत नाही. स्कार्लेट झियांगला शोधणे मात्र खूपच अवघड जाणार आहे कारण तिचे आडनाव चीनमधील तिसरे सर्वांत प्रचलित, ली आणि वॉंगनंतरचे, आडनाव आहे. जवळजवळ दहा कोटी व्यक्तींचे झियांग हे आडनाव आहे.

चेअरमन माओच्या काळामध्ये एखाद्याला शोधून काढणे हे पोरखेळ वाटावा इतके सोपे होते. आयुष्याचा बहुतेक काळ लोक एकाच वस्तीमध्ये किंवा काम

करण्याच्या जागी 'डानवी' व्यतीत करायचे. सरकारने दिलेल्या राहण्याच्या जागा त्यांच्या काम करण्याच्या जागेला जोडूनच किंवा जवळच असायच्या. साम्यवादी राजवटीने पण, राजेरजवाड्यांच्या काळापासून चालत आलेली, निवासी परवाने 'हुकोऊ' देण्याची पद्धत कायम ठेवली होती आणि विसाव्या शतकामध्ये पण सर्वसामान्य जनतेवर नियत्रंण ठेवण्यासाठी त्यांना आयतेच हत्यार मिळाले होते. या निवासी परवाना पद्धतीमुळे खेडी, शहरे, गावे यांच्याभोवती अदृश्य अशा भिंती उभ्या राहिल्या होत्या. शेतकरी त्यांच्या शेतजमिनीशी जखडले गेले होते, तर बीजिंगवासी बीजिंगबरोबर जखडले गेले होते. सरकारी परवानगीशिवाय दुसऱ्या गावी, शहरी स्थलांतरित होणे शक्यच नव्हते. यासाठी आणि फार मोठ्या अंमलबजावणी करणाऱ्या यंत्रणेची पण गरज नव्हता; कारण पर्ल नदीच्या खोऱ्यातील काही शेतकरी जरी बीजिंगमध्ये आलेच तरी त्यांच्यावर उपाशी मरण्याची पाळी आली असती. कारण नागरिकांसाठी त्या-त्या गावांमध्येच, शहरांमध्येच रेशनिंगची कूपन्स आणि पर्यायाने अन्नधान्य उपलब्ध केलेले असायचे. त्यामुळे बीजिंगवासीयांना बीजिंगमध्येच आणि शांघायवासीयांना शांघायमध्येच जेवण मिळणे शक्य होते. छोट्याशा स्टँप (तिकिटा)सारख्या दिसणाऱ्या रेशनिंग कूपन्समार्फत तांदूळ, गव्हाचे पीठ, मका, तेल, कडधान्ये, अंडी, मांस, दाणे वगैरे जीवनावश्यक वस्तूंच्या पुरवठ्यावर नियंत्रण ठेवले जायचे.

अन्नधान्य कूपनांच्या व्यवस्थेमध्ये पण एक प्रकारची उतरंड तयार झाली होती. उदाहरणार्थ, एखाद्या शहरवासीयाने शहराबाहेरच्या व्यक्तीबरोबर विवाह करण्याचा गाढवपणा केल, तर त्याला ग्रामीण भागामध्ये स्थलांतरित व्हावे लागे; परंतु त्याउलट एखाद्या शेतकऱ्याने जर शहरी भागातील व्यक्तीबरोबर विवाह केला तर मात्र त्याला शहरामध्ये स्थलांतरित होता येत नसे. सर्व शहरी निवासी परवान्यांमध्ये चीनच्या राजधानीत म्हणजे बीजिंगमध्ये राहण्याचा परवाना जवळ असणे हे फार महत्त्वाचे, मानाचे किंवा एक प्रकारे त्याच्या सामाजिक प्रतिष्ठेचे प्रतीक समजले जायचे. अशा प्रकारची कडक बंधने, परवाना पद्धती असूनहा दर काही दशकांनी बीजिंगची लोकसंख्या दामदुप्पट होतच होती. इ.स.१९४९मध्ये ती ४० लाख होती, सन १९७२मध्ये ती ८० लाख झाली, तर सन २००६ उजाडताना ती १ कोटी ६० लाख इतकी होती.

बेन आणि सॅम यांना सुंदर निवासामध्ये तसेच सोडून आम्ही- मी आणि नॉर्मन- आमच्या पहिल्या मोहिमेवर म्हणजे डॉलरचे चिनी चलनात रूपांतर करण्याच्या मोहिमेवर निघालो. बीजिंगमध्ये आता जागोजागी विविध बँकांची एटीएम यंत्रे आहेत; परंतु बहुतेक यंत्रांमध्ये विदेशी कार्ड स्वीकारण्याची सोय नाही. परंतु सुदैवाने वीस-एक मिनिटे चालून गेल्यावर नॉर्मनला सिटी बँकेचे एक एटीएम दिसले. आम्ही

जेव्हा सुंदर निवासातून बाहेर पडलो तेव्हा एक क्षण मला धक्काच बसल्यासारखे झाले! कोणीतरी अचानक गरम आणि घाण टॉवेल माझ्या तोंडावर टाकल्यासारखे मला वाटले. सकाळचा दहा-अकराचा सुमार होता आणि बाहेर कमालीचे उकडत होते. आकाश मातकट-करड्या रंगाच्या धुळीने, धुराने भरून गेले होते, सूर्य पण दृष्टिपथात येत नव्हता. मी सहज खाली पाहिले तर आमच्या सावल्या पण दिसत नव्हत्या.

रस्त्याच्या पुनर्बांधणीचे काम चालले होते. सगळीकडे माती, सिमेंट, डांबर इत्यादीचे साम्राज्य पसरले होते. त्या सगळ्यामधून आम्ही पाय ओढत वाटचाल करत होतो. बाजूंनी कर्कश्श हॉर्न वाजवत, धूळ उडवत आणि धूर सोडत वेगाने कार्स येत-जात होत्या. उन्हामुळे, धुळीमुळे आणि धुरांमुळे एकूणच माझ्या छातीवर दडपण आल्यासारखे मला झाले. मी अक्षरशः पाय ओढत होते. उन्हाळ्याचा हा काळ म्हणजे बीजिंगमधील सर्वांत उकाड्याचा, गरम काळ. भौगोलिकदृष्ट्या बीजिंग आणि इटलीचा दक्षिण भाग हे एकाच अक्षांशावर पडतात. मी आमच्या वर्तमानपत्रासाठी, सन १९९६मधील अॅटलांटा येथील ऑलिम्पिक खेळांसाठीच्या वार्तांकनासाठी जेव्हा गेले होते, त्या वेळी खेळाडूंना तेथील तापमानाचा आणि आर्द्रतेचा कसा आणि किती त्रास झाला होता, हे मी पाहिले होते. आता २००८साठी बीजिंगमध्ये जेव्हा ऑलिम्पिक खेळ होतील, त्या वेळी पण खेळांडूना तशाच हवामानाशी सामना करावा लागणार आहे; त्याशिवाय आणखी पण एका गोष्टीशी त्यांना झगडावे लागणार आहे ते म्हणजे भयंकर प्रदूषण. बीजिंग हे जगातील सर्वांत प्रदूषित शहरांपैकी एक समजले जाते. भौगोलिकरीत्या बीजिंग जेथे वसले आहे, ती जागा पण काही प्रमाणात या प्रकाराला कारणीभूत आहे. बीजिंग हे शहर समुद्रापासून दूर, मऊ आणि भुसभुशीत माती असलेल्या खोऱ्याच्या प्रदेशामध्ये आहे. शहराच्या उत्तर आणि पश्चिमेला डोंगररांगा आहेत. वर्षानुवर्षे पश्चिमी वाऱ्याबरोबर टनावरी वाळू गोबी वाळवंटातून उडत बीजिंगमध्ये येते. प्रदूषणाला काही प्रमाणात आळा घालण्यासाठी सरकारने बीजिंगमधील जवळजवळ सर्व अवजड औद्योगिक कारखाने इतरत्र हलवले किंवा बंद तरी केले तरी पण, पर्यावरणाच्या दृष्टीने झालेल्या थोड्याफार फायद्यावर रस्त्यांवर उतरलेल्या लक्षावधी नवीन कार्सच्या धुराने अक्षरशः बोळा फिरवला. दररोज सरासरी एक हजार नव्या कार्स बीजिंगच्या रस्त्यांवर उतरत आहेत. आजकाल विद्यापीठांतील प्राध्यापक, हॉटेलमालक, वेबडिझायनर, वास्तुतज्ज्ञ इत्यादी सर्वच जणांच्या आवाक्यामध्ये कार्स आल्या आहेत आणि त्यांनाही त्यांची गरज वाटू लागली आहे. आज बाजारामध्ये सर्वांत स्वस्त कार २८००० युआनला (यूएस $३६०० किंवा रु. २.१०लाख) मिळू शकते. आज बीजिंगमधील

रस्त्यांवरून तीस लाख कार्स धावत आहेत आणि ऑलिम्पिक खेळाच्या उद्‌घाटनापर्यंत कार्सची संख्या पस्तीस लाखांवर गेली असेल.

त्या खेळांच्या दरम्यान सरकारने खासगी कार्सना रस्त्यावर येऊ देण्यावर बंदी घालण्याचे ठरवले आहे. आणि तेथे पोलिसी राज्य असल्यामुळे ते यामध्ये नक्कीच यशस्वी होतील. बीजिंगमध्ये 'शिसे'मिश्रित इंधनावर (पेट्रोल) आधीच बंदी घातली आहे. त्याशिवाय नवीन कार्समध्ये 'कॅटॅलिक कन्व्हर्टर्स' बसवणे अनिवार्य केले आहे. बीजिंगमध्ये नवीन भुयारीमार्ग आणि रेल्वे बांधण्याचे प्रकल्प मोठ्या प्रमाणावर हाती घेण्यात आलेले आहेत. ऑलिम्पिक खेळांच्या काळामध्ये हवेमधील धूळ खाली बसण्यासाठी शहरावर कृत्रिम पाऊस पाडण्याचे प्रयत्न पण केले जाणार आहेत.

चिनी जनतेच्या या कारच्या वेडावर टीका करण्याआधी मी स्वतः हे पुरेपूर जाणून आहे की अमेरिकेतील कारधारक, चालक हे जगातील सर्वांत मोठे पेट्रोलियम पदार्थांचे उपभोक्ते आहेत आणि हे विसरून चालणारच नाही. 'बिझनेस वीक'च्या अहवालानुसार अमेरिकेमध्ये दर दिवशी नव्वद लाख बॅरल्स पेट्रोल/ डिझेल वापरले जाते आणि हे चिनी उपभोक्त्यांच्या एकूण वापराच्या म्हणजे घर, कारखाने, कार्स इत्यादींमध्ये वापरल्या जाण्याच्या एक तृतीयांशानी जास्त आहे. परंतु दुर्दैवाने हा प्रकार म्हणजे बीजिंग शहराने, न्यू यॉर्क शहराचा प्रश्न हा लॉस एंजलिस शहराला लागू होणाऱ्या उपायांनी सोडवण्याचा प्रयत्न करण्यासारखे आहे. बीजिंगमध्ये स्वतःच्या मालकीची कार असणे म्हणजे आधुनिकपणाची आणि सामाजिक प्रतिष्ठेची एक खूण मानली जाते. आणि सरकारचा तर एक कलमी कार्यक्रम चालू आहे तो म्हणजे चांगली मोठी झाडे तोडायची, जुने रस्ते रुंद करायचे आणि नवनवीन रस्ते बांधायचे. त्या तोडलेल्या झाडांच्या बदली आज लावलेली नवीन झाडे, या प्रदूषणाच्या विळख्यातून बचावली तर, कधी सावली देण्यासारखी होतील हे देवच जाणे!

आज कित्येक वर्षे बीजिंगच्या या असह्य उकाड्यापासून तात्पुरती, पण ताबडतोब सुटका करून घेण्यासाठी मी माझ्या पर्समध्ये घडीचा पंखा बाळगते आहे. कमीत कमी हजार एक वर्षांची परंपरा असलेल्या या पंख्याच्या प्रकारामध्ये आजही काहीही फरक पडलेला नाही. तशाच त्या पॉलिश केलेल्या काळपट-करड्या रंगाच्या बांबूच्या पट्ट्या आणि त्यांना एकत्र ठेवण्यासाठी त्यांच्या वरच्या टोकाच्या बाजूला लावलेली ती काळ्या रंगाच्या दणकट कागदाची पट्टी. परंतु या खेपेला जेव्हा मी पंख्याने वारा घेतला तेव्हा वारा पण उष्ण असल्याचे मला जाणवले आणि जास्तच उकडायला लागले. येथील हवामान खाते पण सरकारी इशाऱ्यांवर चालते. इ.स. १९७०च्या काळामध्ये पारा जर ३७° सेल्सिअस (किंवा ९९° फॅ.)पर्यंत पोहोचला तर कामगारांना सुट्टी मिळायची. परंतु जरी आमच्या थर्मामीटरने तितके

किंवा त्यापेक्षा जास्त तापमान दाखवले तरी सरकारी थर्मामीटरमधील पाऱ्याने मात्र तापमानाची सरकारी मर्यादा कधी ओलांडली नाही. आजच्या 'चायना डेली' वृत्तपत्राप्रमाणे आजचे कमाल तपमान ३२°से. (९०° फॅ.) इतके आहे. सरकारी हवामान खात्याने त्यांचा थर्मामीटर कोठे लावला आहे याची मला काही कल्पना नाही; पण मध्य बीजिंगमध्ये तो नक्कीच नसावा. कारण आजचे तापमान त्यापेक्षा खूपच जास्त आहे.

मी आणि नॉर्मन पाय ओढत चालता-चालता सगळे जग ज्या विषयाची चर्चा करते आहे त्याच विषयावर, म्हणजे 'जागतिक तापमानवाढीवर' बोलत होतो. त्याला माझे म्हणणे पटत नाही; पण कदाचित त्याचेच बरोबर असावे. इ.स. १९००मध्ये लाल रंगाच्या युनिफॉर्ममधील शेतकऱ्यांनी बीजिंगमधील विदेशी वकिलाती असलेल्या भागाला वेढा घातला होता आणि तेथील रहिवाशांना ओलीस धरले होते. तो लढा नंतर 'बॉक्सर बंड' म्हणून ओळखला जाऊ लागला. स्टर्लिंग सिग्रेव्ह यांनी त्यांच्या 'ड्रॅगन लेडी : द लाइफ अॅन्ड लीजंड ऑफ द लास्ट इम्प्रेस ऑफ चायना' या ग्रंथामध्ये त्या घटनेचे असे वर्णन केले आहे – 'हवामानाची पण मदत नव्हती. भर उन्हाळ्याचे दिवस होते. तापमान १००° फॅ.च्या आसपास होते, त्यातच गोबी वाळवंटावरून गरम वाऱ्याबरोबर उडत येणाऱ्या वाळूची पण भर पडत होती. सर्वत्र माशा घोंघावत होत्या. सडलेल्या प्रेतांमध्ये अळ्या झाल्या होत्या, ओकारी यावी अशी दुर्गंधी सगळीकडे पसरली होती.'

मी पण पैजेवर सांगते की आज पण १००°फॅ.च्या आसपासच तापमान आहे. मला पण काहीसे त्या सडलेल्या प्रेतांप्रमाणेच वाटत होते. मिंग राजवटीच्या काळामध्ये एके काळी 'इम्पेरिअल एक्झामिनेशन हॉल' असलेल्या जागेवर आज सिटी बँकेच्या कार्यालयाचा, काचा आणि अॅल्युमिनिअमचा वापर करून बांधलेला चकचकीत टॉवर उभा आहे. सिटी बँकेपर्यंत पोहोचेस्तोवर मी अर्धमेली झाले होते. एके काळी चीनचा राज्यकारभार चालवणारी, राज्यकर्त्यांची वलयांकित भावी पिढी याच 'एक्झामिनेशन हॉल' मधून दर तीन वर्षांनी वसंत ऋतू संपता संपता घेतल्या जाणाऱ्या परीक्षेतून उत्तीर्ण होऊन बाहेर पडायची. चीनच्या सर्व प्रांतांमधून सरकारी नोकरीसाठी आणि त्याबरोबर मिळणाऱ्या घसघशीत पगारासाठी हजारो उमेदवार येथे जमायचे. प्रत्येक उमेदवाराला एका छोट्या बंदिस्त जागेमध्ये बसवले जायचे, त्याने परीक्षेमध्ये कॉपी करू नये म्हणून त्याला त्याचे नेहमीचे कपडे बदलून एक पायघोळ झगा घालावा लागे आणि नंतर तीन दिवस आणि दोन रात्रींसाठी त्यांची जागा बंद केली जायची. ती दारे कोणत्याही कारणासाठी मुदतीआधी उघडली जायची नाहीत.

सिटी बँकेमध्ये स्वयंचलित फिरत्या दरवाज्यातून आतमध्ये जाताच थंडगार हवेचा झोत तोंडावर आला. पुढे असलेल्या मध्यवर्ती जागेमध्ये अत्यंत भडक अशी सजावट होती. एक गोरिलाच्या आकाराचा नारंगी-पिवळ्या रंगाच्या कृत्रिम फुलांचा

गुच्छ तेथे ठेवलेला होता. त्यावर सोनेरी रंगाचा शिडकाव केला होता. दोन अनोळखी व्यक्तींच्या जवळजवळ पायांवर पाय देत मी पुढे घुसले. त्यांना मात्र त्याचे फारसे काही वाटलेले दिसले नाही. माझे असे एक निरीक्षण आहे की, अर्थात त्याला कोणताही शास्त्रीय आधार नाही, एखाद्या सुसंस्कृत समाजामध्ये वैयक्तिक सभ्यतेची मर्यादा/पातळी जपण्यासाठी लागणारी जागा ही तेथील लोकसंख्येच्या व्यस्त प्रमाणात असते. फिनलंडचेच उदाहरण घेऊ या. फिनलंडची लोकसंख्या आज बीजिंगच्या एकूण लोकसंख्येच्या जेमतेम एक तृतीयांश असेल. काही दिवसांपूर्वीच मी सॅमच्या हॉकी टीमबरोबर फिनलंडला गेले होते. 'लोहजा' या जेमतेम ४१,४०० इतकी लोकवस्ती असलेल्या गावामध्ये मी एक गमतीदार दृश्य पाहिले. एका सॅलडच्या दुकानाबाहेर एक फिनिश माणूस एका कॅनेडियन माणसामागे अत्यंत अस्वस्थ मनःस्थितीमध्ये रांगेत उभा होता आणि रांगेतील त्या दोन माणसांमध्ये सहा फुटांचे अंतर होते. कॅनेडियन माणसाचे शांतपणे त्याच्या प्लेटमध्ये पदार्थ घेणे चालू होते आणि चुळबुळ करत त्याच्यामागे कोणी उभा आहे याची त्याला जाणीवही नव्हती. कॅनडामध्ये रांगेने पदार्थ घेताना साधारणतः दोन व्यक्तींमध्ये दोन खाद्य पदार्थांच्या भांड्यांचे अंतर ठेवण्याची पद्धत किंवा रीत पाळली जाते; परंतु चीनमध्ये मात्र तुमच्या मागून येऊन, तुम्ही पदार्थ घेत असतानाच, स्वतःसाठी पण त्याच भांड्यातून पदार्थ घेऊन पुढच्या पदार्थाकडे सहजपणे जाण्यात काही वावगे समजले जात नाही.

एटीएम असलेल्या त्या खोलीमध्ये खाली संगमरवरी फरशी होती. तेथे पांढऱ्या रंगाच्या खुर्च्या ठेवलेल्या होत्या. बाजूलाच एक वॉटरकूलर होता आणि जवळच कागदी कप पण ठेवलेले होते. ज्या देशामध्ये पिण्याचे पाणी उकळूनच पिण्याची गरज होती तेथे ही सगळी व्यवस्था म्हणजे एक प्रकारची चैनच होती. एटीएमसारख्या सोयीमुळे कर्मचाऱ्यांवर खर्चात कपात होण्याची खरे तर अपेक्षा होती; परंतु तेथे एटीएमच्या सुरक्षेसाठी एक पहारेकरी ठेवण्यात आला होता. किंवा कदाचित तो त्या पिण्याच्या फुकट पाण्याच्या सुरक्षेसाठी पण असेल. नॉर्मनने त्याचे सिटी बँकेचे कार्ड मशिनमध्ये सरकवले आणि मी क्षणभर श्वास रोखून धरला. एटीएममधून वेगवेगळे आवाज आले आणि क्षणात लाल रंगाच्या चिनी चलनांच्या, युआनच्या नोटांचे बंडल बाहेर आले.

काहीशे युआननी श्रीमंत झाल्यावर आम्ही आमचा मोर्चा परत आमच्या सुंदर निवासाकडे वळवला. बँकेच्या बाहेर पडताक्षणीच बीजिंग शहरावर धूर, धुके आणि धुळीचे, टपरवेअरच्या झाकणासारखे घट्ट झाकण बसवल्यासारखे वाटले. सकाळचे अकरा वाजून गेले होते; पण अजून सूर्यदर्शन काही झाले नव्हते. आम्ही 'Jianguomen

Nei Dajie' रस्त्यावरून चाललो होतो. त्याचा शब्दशः अर्थ म्हणजे, 'इनसाइड बिल्डिंग-चायना-गेट-बिगरोड'. बरीच वर्षे चीनमध्ये बहुतेक रस्त्यांच्या नावामध्ये 'दरवाजा' (गेट) हा शब्द का आहे , याची मला माहिती नव्हती. अधिक चौकशी केल्यावर कळले की मी प्रथम चीनमध्ये येण्याआधी, शहराभोवती सीमारेषा ठरवणारी एक प्रेक्षणीय अशी भिंत होती. त्या भिंतीला अनेक दरवाजे होते. रस्त्याच्या नावाआधी 'Nei' शब्द असेल तर त्याचा अर्थ होतो 'दरवाज्याच्या आत' आणि नावाच्या आधी 'Wai' असेल तर त्याचा अर्थ 'दरवाज्याच्या बाहेर' असा होतो.

बीजिंग हे शहर पूर्वापार भिंतीच्या आत भिंती, खंदकांच्या आत खंदक अशा प्रकारेच उभारले गेले आहे. भिंतीमध्ये बंदिस्त असलेली प्रत्येक इमारत परत मोठ्या भिंतीआड बंदिस्त केली गेली आहे. ही गोष्ट एकदा लक्षात आली की मग कळते की बीजिंगमध्ये एवढ्या दरवाज्यांचा आणि दरवानांचा उच्छाद का आहे तो. 'चेंग' या चिनी शब्दाचा अर्थ 'भिंत' आणि 'शहर' असा दोन्ही आहे. शहराच्या सर्वांत आतील भागामध्ये, उच्चभ्रू भागामध्ये, सर्वसामान्यांना मज्जावच होता. चिनी भाषेत त्याला '**Da Nai**' किंवा 'गर्भगृह' म्हणत. चीनच्या सम्राटाचा ८,७०० खोल्यांचा राजवाडा हे त्याच्या असंख्य मुलांचे, राण्यांचे, आणि अगणित रखेल्यांचे निवासस्थान होते. राजवाड्याच्या त्या भागामध्ये रात्री जर इतर कोणाला प्रवेश असेल तर तो फक्त तृतीयपंथीयांनाच होता.

राजवाड्याच्या चारही बाजूंना खंदक होते. ते आज पण बघायला मिळतात. खंदकानंतर परत राजवाड्याने व्यापलेल्या एकूण जमिनीच्या सहापट जमीन सभोवताली मोकळी ठेवून ते आवार प्रचंड अशा भिंतीने बंदिस्त केले होते. हेच ते सार्वभौम राजधानीचे शहर (Huang Cheng). याच जागेमध्ये राजपुत्र, हिजडे, राजवाड्याचा कर्मचारी वर्ग वगैरेंसाठी राहण्याच्या जागांची पण सोय केलेली असायची, मोकळ्या जागेमध्ये भाजीपाला लावला जायचा. धान्याची कोठारे होती, पुरातत्त्व विभाग, शस्त्रागार, घोड्यांचे तबेले, मेंढपाळी वगैरे पण असायचे. या राजधानीच्या शहराभोवती एक मोठा खंदक पण होता, जो कुबलाई खानाच्या तंत्रज्ञांनी नंतर त्या मोठ्या कालव्याबरोबर जोडला. या शहराभोवती 'मंगोल' राज्याकर्त्यांनी तिसरी मोठी भिंत उभी केली आणि त्या शहराचे नाव पडले 'तार्तार शहर'. हे शहर बरोब्बर चौकोनामध्ये वसवले होते आणि याची हद्द आजच्या 'अनादी काळाची शांती'(Eternal Peace) या मार्गापर्यंत होती. संपूर्ण चीनवर आपली सत्ता प्रस्थापित करणारा कुबलाई खान हा पहिला परदेशी आक्रमणकर्ता होता आणि त्यामुळे त्याचे सुरक्षिततेला प्रथम प्राधान्य होते. त्याने या तार्तार शहराभोवती आणखी खंदक बांधले. त्याने त्या खंदकांच्या भोवतालची

शेते नेहमी नांगरलेल्या अवस्थेत ठेवण्याची पण खबरदारी घेतली ज्यामुळे आक्रमणकर्त्या घोडेस्वारांच्या वेगाला खीळ बसावी.

पंधराव्या शतकाच्या मध्यावर, मिंग राजवटीच्या काळात, संपूर्ण तार्तार शहर हे कित्येक किलोमीटर दक्षिणेकडे हलवले गेले. मिंग राजवटीने परत या शहराभोवती एक मोठी कठीण अशा राखाडी विटांची भिंत (मिंग वॉल) उभी केली. ही नवीन भिंत पन्नास फूट उंच आणि एक डझन घोडेस्वार एका वेळेला, बाजू-बाजूने राहून घोडदौड करू शकतील एवढी रुंद होती. मध्ययुगीन किल्ल्यांप्रमाणे त्यांच्यावर बंदिस्त अशा पडव्या पण होत्या. ठरावीक अंतरांनी नऊ प्रचंड बुरूज बांधलेले होते. त्या बुरुजांमध्ये तिरंदाजांसाठी वेगळी जागा, विश्रांती घेण्यासाठी वेगळ्या जागा, व्यवस्थापन बघणाऱ्यांसाठी कार्यालयीन जागा, बाहेरून येणाऱ्या शत्रूंवर हल्ला चढवण्यासाठी, चकवा देण्यासाठी वेगळ्या जागा इत्यादी सोय केलेली होती. वास्तुस्थापत्याच्या दृष्टीने अत्यंत सुंदर दिसणारी ही बुरुजांमधील घरे राखाडी रंगाच्या कठीण अशा विटांनी बांधलेली होती. त्यांच्यावर उतरती छते होती आणि भिंतीच्या पुढे आलेला छतांचा भाग लाल, जांभळ्या, निळ्या, हिरव्या, पांढऱ्या रंगानी रंगवलेला होता.

तार्तार शहराच्या दक्षिणेला मिंग राजवटीने उंच भिंतींनी बंदिस्त असे आणखी एक शहर वसवले. त्या शहराला सात दरवाजे होते. मिंग राजवटीनंतर आलेल्या 'मांचू' आक्रमणकर्त्यांनी क्विंग राजवटीची स्थापना केली आणि स्थानिक चिनी नागरिकांना तेथून हद्दपार केले. नंतर हेच चिनी शहर म्हणून ओळखले जाऊ लागले. चायना टाऊन या चीनमधील बंदिस्त शहरामध्ये अत्यंत पवित्र आणि तेवढ्याच उठवळ, दिखाऊ अशा दोन्ही गोष्टी होत्या. चीनमधील सर्वांत सुंदर देऊळ 'द टेंपल ऑफ हेवन' ही एक अशीच पवित्र वास्तू आहे. त्या देवळाला एकावर एक अशी तीन छते आहेत. ती अत्यंत चमकदार निळ्या रंगाच्या सिरॅमिक फरशांनी मढवलेली आहेत आणि मंदिराभोवती अत्यंत सुबक नक्षीकाम केलेले संगमरवरी कठडे गोलाकार बसवलेले आहेत. याच शहरामध्ये गडबड, गोंधळ, गोंगाट, घाण असलेली मंडई आहे. तसेच या शहरामध्ये मुस्लिमबहुल लोकवस्तीचा पण भाग आहे आणि मृत्युदंडाची शिक्षा झालेल्यांना फाशी देण्याची जागा पण आहे.

संध्याकाळी शहराचा प्रत्येक दरवाजा समारंभपूर्वक बंद केला जायचा आणि तो सकाळपर्यंत उघडला जायचा नाही. प्रत्येक दरवाज्याला काहीतरी शुभदर्शक असे नाव दिलेले होते आणि त्यामागे धार्मिक परंपरा पण होती. पूर्वीच्या काळी राजाचे सैन्य बीजिंगच्या बाहेर पडताना स्वतःच्या ताकदीचे प्रदर्शन करत 'Xuanwumen' या दरवाज्यातून बाहेर पडत असे व बीजिंगमध्ये प्रवेश करताना 'विजयी' दरवाजातून (Deshengmen) आत येत असे. आज फक्त तीनच दरवाजे उरलेले आहेत. इतर

दरवाजे आज भुयारी रेल्वे स्टेशनच्या नावांनी उरले आहेत. बीजिंग शहरातील या भव्य आणि सुंदर भिंती पाचशे वर्षे तग धरून होत्या; परंतु माओने एक दिवस त्यांना प्रगतीच्या मार्गातील अडसर म्हणून घोषित केले. सन १९६५मध्ये त्याने भिंती जमीनदोस्त करण्याचा आदेश दिला. त्या वेळी जरी एकपक्षीय, एकतंत्री राज्यकारभार होता तरी बीजिंगवासीयांनी भिंती वाचवण्यासाठी निर्भयपणे सोळा वर्षे लढा दिला. इतिहासकार, वास्तुरचनाकार, लेखक, सामान्य नागरिक यांनी पत्रे लिहिली, निवेदने काढली. काहींनी त्या जागेमध्ये जनतेसाठी फिरण्यासाठी बागबगिचे तयार करण्याच्या सूचना केल्या.

परंतु त्याचा काही फायदा झाला नाही. नॉर्मनच्या वडिलांनी- जॅक यांनी, त्यांच्या दुपारच्या जेवणाच्या सुट्टीमध्ये भिंती पाडण्याचे काम केले होते. माझा नवरा ज्या वेळी बीजिंगमध्ये प्रथमच आला होता, तेव्हा त्याने मुक्ती सेनेच्या सैनिकांना एक मोठा दरवाजा पाडताना पाहिले होते. तो त्या घटनेचा साक्षीदार होता. तो प्रसंग आठवताना तो सांगतो, " 'Chongwenmen' दरवाज्याचा कमानीचा मधला दगड पाडताना मी पाहिले होते." त्या दरवाजाचे नाव होते 'पवित्र संस्कृती'. एका सैनिकाच्या हातामध्ये मोठा हातोडा होता. एका क्षणातच तो कमानीचा दगड निखळला होता, दरवाज्याच्या पतनाची ती सुरुवात होती.

मी सन १९७२मध्ये जेव्हा आले तेव्हा शहरामधील ती भिंत नामशेष झालेली होती. त्या भिंतीच्या मूळ परिघावरच 'सब वे'च्या बांधकामासाठी खोदकामाला सुरुवात झाली होती. त्याच परिघावर, जमिनीच्या वर दुसरा वर्तुळाकार मार्ग (रिंग रोड) बांधला. (बीजिंगमध्ये पहिला रिंगरोड नाही; कारण नगररचनाकारांच्या मते तो बांधण्याच्या फंदात पुरातन शहराच्या बऱ्याच मोठ्या भागाचा नाश होईल, म्हणून तो विचार सोडून देण्यात आला.) आज नवीन बीजिंगमध्ये बऱ्याच प्रमाणात पडझड झालेली मिंग भिंत अजूनही एखाद्या ऐतिहासिक भुतासारखी उभी आहे. राजधानीच्या शहराचा पसारा जसजसा वाढतो आहे, तसतसे नवनवीन वर्तुळाकार मार्ग– तिसरा, चौथा, पाचवा, सहावा- बांधले जात आहेत; जणूकाही पाडल्या गेलेल्या पुरातन वर्तुळाकार भिंतींचे उमटलेले आधुनिक तरंग.

'ईस्ट कन्व्हिनियन्स गेट' या नावाने ओळखला जाणारा एक भाग म्हणजे 'Chongwenmen' ते 'Dongbianmen' यांच्या दरम्यान असलेले भिंतीचे भग्नावशेष हेच काय ते सकृतदर्शनी पुरातन मिंग भिंतीचे आहेत असे वाटते; परंतु ते खोटे आहे. तो भाग पूर्णतः बनावट आहे. एकविसाव्या शतकातील साम्यवादी पक्षाची ती बनवेगिरी आहे, लास वेगासमधील 'तुतनखामेन'च्या थडग्याएवढीच खरीखुरी. सन २००५मध्ये मी जेव्हा राखाडी रंगाच्या विटांची ती भव्य आणि विस्तीर्ण भिंत पाहिली; तेव्हा मी पण प्रथम फसले. परंतु नंतर जरा विचार केल्यावर

लक्षात आले की, ज्या वेळी मी सन १९७०मध्ये सायकलवरून बीजिंगभर फिरत होते तेव्हा ती भिंत किंवा ते भग्नावशेष माझ्या पाहण्यात कसे आले नाहीत. मी निरनिराळ्या सात कालखंडांमधले नकाशे काढून पाहिले. बीजिंग प्रशासनाने सर्वांनाच सपशेल फसवले होते; अगदी मार्गदर्शक नकाशे/ पुस्तके काढणाऱ्या प्रकाशकांना पण. कारण अगदी कर्तव्यभावनेने तीच ती खोटी माहिती 'भिंतीची पुनर्बांधणी केली गेली आहे' त्यात देण्यात आली होती. काही पुस्तकांमधून आणखीही माहिती देण्यात आली होती. 'या भिंतीच्या पुनर्बांधणीसाठी मूळ मिंग कालखंडातील विटांचाच वापर करण्यात आला आहे. ज्या वेळी मूळ भिंत पाडली गेली होती, त्या वेळेला जवळपासच्या स्थानिकांनी मूळ भिंतीच्या विटा त्यांची घरे, संडास, बाथरूम इत्यादी बांधण्यासाठी, दुरुस्तीसाठी पळवल्या होत्या.'

चेअरमन माओला या भिंती जरी सरंजामशाहीचे प्रतीक वाटत होत्या आणि त्यांचा तिरस्कार वाटत होता, तरी पण माओला कोठेतरी जनतेपासून अंतर राखण्याच्या दृष्टीने स्वतःसाठी त्यांची गरज वाटत होती. त्याने त्याच्या 'Zhongnanhai' येथील घराभोवतीच्या भिंती मात्र तशाच ठेवल्या, त्यांना धक्का लावला नाही. त्या जागी आता चिनी साम्यवादी पक्षाचे प्रमुख कार्यालय आहे. मुक्ती सेनेचे सैनिक आता त्या आवाराच्या लाल आणि सोनेरी रंगाच्या दरवाजाचे रक्षण करतात. त्या दरवाजाच्या आत, संपूर्ण खासगीपणा जपण्याच्या दृष्टीने, लगेचच एक भिंत आहे. त्यावर सुंदर हस्ताक्षरामध्ये माओचा संदेश चितारण्यात आला आहे, 'जनतेची सेवा करा'.

इथे कोणालाही मूर्ख म्हणता येणार नाही

सिटी बँकेतील काम आटोपून मी आणि नॉर्मन परतताना रस्ता ओलांडण्यासाठी त्या मोठ्या इमारतीतील दरवाजाजवळ प्रयत्न करण्याचे ठरवतो. मुळातच गोंधळात टाकणारी गोष्ट अशी आहे की, त्या ठिकाणी काही मोठा दरवाजा किंवा उंच स्तंभ किंवा दोन स्तंभांमधील मोठा दरवाजा वगैरे काही नव्हते. तर तेथे भिंतीमध्ये पडलेले एक खिंडार होते आणि म्हणूनच नकाशामध्ये ते कोठेही दाखवले गेले नव्हते. लगेचच पुढे एक प्रशस्त रस्ता होता, वाहनांची अव्याहत ये-जा चाललेली होती. आम्ही पण तो रस्ता ओलांडण्यासाठी इतर पादचाऱ्यांच्या घोळक्यात सामील झालो. कार्सचे वेड असलेल्या या शहरामध्ये रस्त्यावरचे पादचारी हे खरे तर तळागाळातील लोकच म्हणायला हवेत आणि आमच्याकडे आमचे हात-पाय गमावण्यापलीकडे गमावण्यासारखे पण काही नव्हते.

अगदी सहज बाजूच्या एका इमारतीकडे माझे लक्ष गेले. त्या रंगरूप नसलेल्या साध्या इमारतीवर काळ्या-पांढऱ्या अक्षरांत रंगवलेली एक पाटी होती. ती 'चायनीज ॲकॅडमी ऑफ सोशल सायन्सेस'ची इमारत होती. क्षणार्धात मला आठवले की माझ्या दोन वर्गमैत्रिणी तेथे काम करायच्या. कदाचित अजून पण त्या तेथे काम करत असतील आणि न जाणो त्यांना यीनबद्दल पण काही माहिती असेल. प्रयत्न करून बघायला काय हरकत आहे. अगदी काही नाही तरी माझ्या शोध मोहिमेच्या सुरुवातीलाच हा एक शुभशकुनच होता. आम्ही इमारतीच्या मुख्य प्रवेशद्वाराजवळ गेलो. तेथील रखवालदाराने हातानेच आम्हाला थांबण्याची खूण केली.

त्या आवारातील एका छोट्या बंगलीकडे हात दाखवून त्याने आम्हाला तेथील 'स्वागतकक्षा'कडे जाण्यास सांगितले. मी त्या इमारतीमध्ये पाऊल टाकले आणि एका क्षणात मी माओच्या काळात गेले. बाजूलाच ॲल्युमिनिअमचे एक वॉश बेसिन होते, त्याच्या जवळच्या दांडीवर एक कळकट्ट टॉवेल लटकत होता आणि बाजूला

चहासाठी लाल रंगाची तीन भांडी होती. त्या वातावरणात तेथे असलेले मायक्रोवेव्ह ओव्हन, ग्रॅनाइटचा ओटा, आणि तेथे असलेल्या मध्यमवयीन स्त्रीचे लालसर-तपकिरी रंगवलेले केस याच काय त्या तीन आधुनिकतेच्या खुणा होत्या. मधील काचेच्या विभाजकातून तिला आवाज ऐकू जावा म्हणून मी जरा मोठ्या आवाजात सांगितले – ''मी 'गु वेमींग' आणि 'वेन लेमींग' यांना शोधते आहे. त्या दोघीही इतिहास विभागातच काम करतात.''

तिने काचेखालून माझ्याकडे एक वही सरकवली. प्रत्येक पानावर लाल रंगात ओळीने आकडे छापले होते. एकेका पानाचे मधील छिद्रांच्या ओळीने दोन भाग पाडले होते. मला माझे नाव, जन्मतारीख, कामाचे ठिकाण, पत्ता, फोन नंबर इत्यादी माहिती दोनदा लिहायची होती. मला कोणाला भेटायचे आहे आणि ते कोण आहेत इत्यादी माहिती पण मला लिहायची होती. आजच्या घडीला जरी चीनमध्ये मोबाइल, इंटरनेट वगैरे प्रचलित असले, सर्रास वापरले जात असले तरी ही माओकालीन पद्धती पण अजून वापरामध्ये होती. कामासाठी कमी पगारामध्ये कर्मचारी वर्ग उपलब्ध असल्यामुळे अशा चिठ्ठ्याचपाट्यांवरच्या माहितीच्या मदतीने शंभर कोटी लोकांचा ठावठिकाणा ठेवणे शक्य झाले आहे. अगदी अशाच प्रकारच्या पद्धतीमुळे सन १९७३मध्ये मी बीजिंग विद्यापीठातून जवळजवळ बाहेर काढली गेले होते. त्या वेळी अनवधानाने अशाच एका कागदावर सही करून मी विद्यापीठातील एका ब्रिटिश प्रोफेसरांना भेटायचा प्रयत्न केला होता. विदेशी प्रोफेसरांसाठी विद्यापीठाच्या आवारामध्ये राहण्याची वेगळी सोय होती आणि त्या भागामध्ये सर्वसाधारणपणे चिनी विद्यार्थ्यांना, माणसांना प्रवेश बंदी होती. माझ्या एका स्वीडिश मित्राने अशीच एक चिठ्ठी लिहून त्या ब्रिटिश प्रोफेसरांना भेटण्याची विनंती केली होती, याची मला कल्पना नव्हती. 'अँडर्स हॅनसन' हा खरे तर माझ्या मित्राचा मित्र. तो स्वीडिश दूतावासामध्ये सांस्कृतिक विभागात काम करायचा. बीजिंगमध्ये माझा ज्या काही थोड्या पाश्चिमात्य व्यक्तींशी संपर्क होता, त्यांपैकी तो एक होता. त्या वेळी आमची फक्त मैत्रीच होती, तरी पुढे काही विशेष घडू शकेल अशी मला आशाही होती. अँडर्सचे वय अठ्ठावीस होते, तर मी वीस वर्षांची होते. आणि त्यामुळेच बीजिंग विद्यापीठाचे त्या वेळचे कुलगुरू 'झाऊ पैयुआन' हे काहीसे अस्वस्थ झाले होते. त्यांनी मला अँडर्सला भेटायची बंदी केली. अत्यंत नाइलाजानेच मी त्यांचे ऐकायचे ठरवले; कारण आपण काहीतरी फार मोठे क्रांतिकारी काही करतो आहोत असा तेव्हा माझा समज होता. उदाहरणार्थ, रॉक अॅन्ड रोल नाकारण्यासारखे काहीतरी.

आणि त्या चिठ्ठ्याचपाट्यांमुळे थोड्याच दिवसांत कुलगुरू झाऊ यांना आमच्या भेटीची बातमी लागली. इतर बहुतेक देशांमध्ये एक कॅनेडियन एका स्वीडिश व्यक्तीला एका ब्रिटिश माणसाच्या घरामध्ये भेटते या गोष्टीला काहीही महत्त्व दिले

गेले नसते; परंतु धक्कादायक गोष्ट म्हणजे, मला सोळा दिवसांमध्ये चीन सोडून जाण्यास सांगण्यात आले. मला तर तीव्रतेने चीनमध्ये राहावेसे वाटत होते. शेवटी जेव्हा माझे पालक आणि मॅक्‌गिल प्राध्यापक, ज्यांचे वरिष्ठ पातळीवर चांगले संबंध होते, त्यांनी ओटावा येथील चिनी दूतावासामध्ये जाऊन सूत्रे हलवली तेव्हा बीजिंग विद्यापीठाने मला दिलेला हुकूम रद्दबातल केला. आणि त्यानंतर चारच महिन्यांनी चीनमधून बाहेर पडण्यासाठी माझी मदत मागणाऱ्या यीनला मी संकटामध्ये टाकणार होते...

चीनच्या त्या सोशल सायन्स ॲकॅडमीच्या स्वागतकक्षातील काउंटरला, गुलाबी दोऱ्याने बांधलेल्या अगदी स्वस्तातील बॉलपेनच्या साहाय्याने मी तो अर्ज भरला. माझे वर्गमित्र तेथे नक्की कोणत्या विभागामध्ये काम करतात हे मला माहीत नव्हते, किंबहुना त्या ठिकाणी ते अजून काम करतात की नाही, हे पण मला माहीत नव्हते. अर्धवट माहितीने भरलेला तो अर्ज मी काचेखालून परत आत सरकवला. काचेच्या विभाजकापलीकडील बाईने परत मला ओरडून प्रश्न विचारला- ''त्यांच्या दूरध्वनीचे विस्तारित नंबर्स काय आहेत?''

''मला माहीत नाहीत,'' मी पण वरच्या पट्टीतच उत्तर दिले. मी तिला समजावण्याचा प्रयत्न करते की गु आणि वेन हे बीजिंग विद्यापीठातील माझे वर्गमित्र होते. मी तिला हेही सांगितले की त्यांना भेटण्यासाठी मी कॅनडाहून आले आहे. ''तुम्ही तुमच्या संगणकातील माहिती एकदा पडताळून बघा ना,'' मी तिला सुचवले. तिने फक्त मान हलवली. येथे संगणकही नव्हते आणि एकत्रित केलेली माहिती पण नव्हती. एवढेच नाही, तर ॲकॅडमीतील संपूर्ण दूरध्वनी क्रमांकाची यादी पण नव्हती.

''तुम्ही जरा इतिहास विभागाशी संपर्क साधू शकाल का?'' मी तिला विनंती केली. ''तुम्हाला आधुनिक इतिहास विभाग पाहिजे की पुरातन इतिहास विभाग पाहिजे?'' उलट तिने मला विचारले. परत मी गोंधळले. मला आठवले की एके काळी गुयाने रेडगार्ड्ससंबंधीच्या बातम्या, वर्तमानपत्रांची कात्रणे गोळा करण्यात, साठवण्यात वर्षानुवर्षे घालवली होती. म्हणजे तो आधुनिक इतिहासाचाच भाग झाला. वेन लेमिंग हा, प्रसिद्ध विचारवंत 'वेन यीडूयो', ज्यांचा चँग-कै-शेक यांना विरोध करण्याबद्दल सन १९४६मध्ये खून करण्यात आला, यांचा नातू आहे. त्यामुळे वेन याला पण अर्थातच आधुनिक इतिहासामध्ये रस असणार होता.

''आधुनिक इतिहास,'' मी म्हणाले. तिने नंबर शोधला आणि फिरवला. दुसऱ्या बाजूला वाजणारी रिंग मला ऐकू येत होती. रिंग बराच वेळ वाजत होती. शेवटी तिने फोन खाली ठेवला आणि भिंतीवरील घड्याळाकडे पाहिले. अकरा वाजून दहा मिनिटे झाली होती. खांदे उडवत स्वागतकक्षातील बाई म्हणाली, ''ते सगळे

लंचला गेले असावेत,'' आणि तिने माझ्या मागे फॉर्म भरण्यासाठी उभ्या असलेल्या व्यक्तीकडे मोहरा वळवला. मी वेन आणि गूसाठी एक चिठ्ठी लिहिली आणि ती काचेच्या विभाजकाखालून आत सरकवली. मी तिला ती चिठ्ठी त्यांच्यापर्यंत पोहोचवण्याची विनंती केली; परंतु ते त्या ठिकाणी काम करतात की नाही हेच मुळात नक्की माहीत नसल्यामुळे माझ्या प्रयत्नांना यश येण्याची शक्यता कमीच होती. निराश होऊन नॉर्मन आणि मी आमच्या सुंदर निवासाकडे परतलो.

आम्ही आमच्या फ्लॅटमध्ये परतलो तर बेन आणि सॅम फिरायला बाहेर पडण्याच्या तयारीत होते. कोणत्याही वस्तुसंग्रहालयाला भेट न देण्याचे मी त्यांना कबूल केलेले असल्यामुळे आम्ही निरुद्देश भटकण्याचे ठरवले. आमच्या सुंदर निवासापासून सिल्क मार्केट फक्त दहा मिनिटांच्या अंतरावर आहे. सिल्क मार्केट हे चीनमधीलच 'चायना मार्केट' म्हणजे सर्व प्रकारचा नकली माल मिळण्याचे– डिव्हीडी, कपडे, घड्याळे, पर्सेस इत्यादींचे मोठे मार्केट आहे. माओच्या काळामध्ये खरेदीची कल्पना ही फक्त गरजेच्या वस्तूंपुरतीच सीमित होती. आज खरेदी म्हणजे जनसमुदायासाठी एक गुंगी आणणारी गोष्ट झाली आहे.

आमच्या सुंदर निवासाकडे परतत असताना वाटेमध्ये आम्हाला 'मॅक्‌डोनाल्ड' लागले. ते पाहिल्यावर सॅमला मोह अनावर झाला नसता तरच नवल होते. तरी पण मी माझ्या अधिकारामध्ये ठरवते की आपण बीजिंगमध्ये ज्या दिवशी पूर्ण दिवस असू त्या दिवशीच मॅक्‌डोनाल्डमध्ये खायचे, तरीपण आम्ही येथे थोडेफार काहीतरी खायचे ठरवतो; कारण जगभरातील मॅक्‌डोनाल्डमधील पदार्थांची चव घेण्याचे आम्ही ठरवले होते. मुलांच्यासाठी, व्यापाराचे जागतिकीकरण, आणि व्यवसायाच्या दृष्टीने देशानुरूप बाजारपेठ काबीज करण्यासाठी कराव्या लागणाऱ्या व्यूहरचना जाणून घेण्याच्या दृष्टीने, अभ्यासण्याची ही पण एक संधीच होती. या आधी आम्ही 'न्यू ब्रुन्सविक' आणि मेक्सिको येथील मॅक्‌डोनाल्डमध्ये 'लॉबस्टर रोल' खाल्ले होते. रोममधील मॅक्‌डोनाल्डमध्ये कोलंबी सॅलड, ताजा ब्लड-ऑरेंज ज्युस आणि एक्सप्रेसो कॉफी यांची चव घेतली होती. बीजिंगमधील मॅक्‌डोनाल्डमध्ये आम्ही जांभळट रंगाचे 'टारो' वाटाणे, लाल बियांची उसळ आणि कोंबडीचे तळलेले पंख चाखून पाहिले होते.

मी मुलांशी जवळच्याच, फारशी गर्दी नसलेल्या, चिनी झटपट उपाहारगृहात खाण्याचा आग्रह धरते. आम्ही 'Xiao long bao' हा काय प्रकार आहे हे पाहण्याचे ठरवतो. हा प्रकार म्हणजे डुकराच्या मांसाच्या खिम्याचे वरून कणकेचे पातळ आवरण असलेले पॅटिससारखे काही होते आणि याबरोबर कोबीची पाने आणि अगदी

पातळ गरमागरम चिकन करी पण आली. ते पॅटिस चॉपस्टिकच्या साहाय्याने गरम चिकन करीमध्ये किंवा आले, विनेगर घातलेल्या भातामध्ये बुडवून १) त्या पॅटिसवरील पातळ आवरण न मोडता, २) टेबलवर न पाडता, ३) तोंडातून हनवटीवर 'करी'चा ओघळ न येऊ देता पटकन तोंडात टाकणे ही एक कसरतच होती. समाधानाची गोष्ट म्हणजे मुलांना घरी चॉपस्टिकने खाण्याची चांगली सवय झाली होती.

येथील टेबल-खुर्च्या टोरांटो येथील झटपट उपाहारगृहाप्रमाणेच स्क्रूच्या साहाय्याने जमिनीलाच घट्ट बसवल्या होत्या. मात्र चीनमधील कारागिरांनी मोठ्या हुशारीने एक गोष्ट केली होती, दोन खुर्च्यांमधील मोकळ्या जागेमध्ये, जरा खालच्या बाजूला, बॅगा, लॅपटॉप, पर्सेस किंवा इतर काही सामान ठेवण्यासाठी शेल्फसारखी सोय केली होती. पाश्चिमात्य देशांमध्ये बरोबरच्या बॅगा, पर्सेस एक तर खाली जमिनीवर ठेवाव्या लागतात किंवा आपल्या मागे ठेवून अवघडत बसावे लागते, किंवा बाजूच्या खुर्चीवर सामान ठेवावे लागते जे हॉटेल मालकाच्या रोषाचे कारण होऊ शकते.

दैनंदिन प्रश्नांवर एखादा स्वस्तात मस्त तोडगा काढणे, किंवा उपाय शोधणे हे एखाद्या देशाच्या किंवा संस्कृतीच्या हुशारीचे, डोकेबाजपणाचे लक्षण ठरू शकते किंवा मोजमाप ठरू शकते. कित्येक दशकांच्या माओ राजवटीनंतर अलीकडच्या काळात चिनी जनतेने देशाच्या उत्पन्नाच्या वाढीचा वेग दोन आकडी करणे हा एक विरोधाभासच म्हणायला हवा. पुढील एक महिना चीन, पाश्चिमात्यांपेक्षा कोणकोणत्या बाबातीत सरस आहे हे बघण्यावर मी माझे लक्ष केंद्रित करणार आहे. अर्थातच चीनमध्ये कामगार वर्ग स्वस्त आणि प्रचंड प्रमाणात उपलब्ध आहे, हे विसरून चालणार नाही; कारण चीनसाठी जागतिक बाजारपेठेतील स्पर्धेच्या दृष्टीने तो एक फार मोठा महत्त्वाचा घटक आहे, हे पण तितकेच खरे आहे. त्याचप्रमाणे केशकर्तनालयामध्ये डोक्याला आणि खांद्यांना केला जाणारा मसाज, सिनेमा, ऑपेरांची तिकिटे त्याच दिवशी सायकलवरून घरपोच पोहोचवण्यासाठी असलेली व्यवस्था, एखाद्या मॉलमध्ये एखादी वस्तू सांडली तर तितक्याच तत्परतेने ती जागा धुऊन पुसून कोरडी करण्यासाठी धावणारा सेवक वर्ग इत्यादी गोष्टी मी विचारातच घेणार नव्हते. टोरांटोला मॉलमध्ये, कोणाचे लक्ष नाही असे बघून एखादी सूचना देणारी पाटी कोणीतरी मुद्दाम फाडून टाकतो, पण येथे बीजिंगमध्ये एखादी गोष्ट जमिनीवर सांडली तर क्षणार्धात तो भाग पुसण्यासाठी, स्वच्छ करण्यासाठी कर्मचारी वर्ग धाव घेतो.

बाह्य जगतामध्ये चीनची अजूनही सर्वसामान्य ओळख म्हणजे एक एशिया खंडातील मागास, आजारी देश अशीच होती. मी चीनमध्ये येण्यासाठी निघण्याआधी मॉन्ट्रियलमध्ये माझ्या आईने मला माझे पान स्वच्छ करण्याचा सल्ला दिला होता

कारण चीनमधील मुले उपाशीपोटी झोपत होती. सन १९५०च्या काळामध्ये तेथे नक्कीच उपासमार होती. परंतु माझ्या आईनेच काय, पण इतर कोणीही इतक्या वर्षांत मला सांगितल्याचे आठवत नाही की गेल्या सतरा शतकांपैकी पंधरा शतके चीनची अर्थव्यवस्था ही जगातील मोठ्या अर्थव्यवस्थांपैकी एक होती. अठराव्या शतकामध्ये 'सिल्क रोड'वरच्या 'चांगान' या एका टोकाच्या शहराची लोकसंख्या वीस लाखाच्या घरात होती. मार्को पोलो या प्रसिद्ध प्रवाशाने त्याच्या पुस्तकामध्ये लिहून ठेवले आहे की, तेराव्या शतकामध्ये चीनमध्ये अत्यंत प्रगत अशी, देशातील चांदीच्या साठ्यावर आधारित, कागदी चलन व्यवस्था प्रचलित होती. पंधराव्या शतकामध्ये 'झेंग हे' या मुसलमान तृतीयपंथीयाने मिंग राजवटीच्या नौदलाचा प्रमुख या नात्याने अतिपश्चिमेकडे आफ्रिकेपर्यंत सात मोहिमा नेण्याचा पराक्रम केला होता. आणि हेही लक्षात घेण्यासारखे आहे की, ख्रिस्तोफर कोलंबसने अमेरिका आणि वास्को-द-गामाने भारत त्यानंतर एका शतकाने गाठला होता. झेंग हेचे मुख्य जहाज एवढे मोठे होते की, त्या दोघांची जहाजे याच्यामध्ये मावली असती.

तुलनेने औद्योगिक क्रांतीने चीनमध्ये यायला उशीर केला होता; परंतु त्यामध्ये आता चीनने चांगला पल्ला गाठला आहे. बंदुकीची दारू, होकायंत्रासारख्या महत्त्वाच्या शोधांचे श्रेय निर्विवादपणे चीनलाच जाते आणि आता चीन आर्थिक क्षेत्रामध्ये आघाडी घेण्याच्या बेतात आहे. चीन हा देश कोळसा आणि स्टील या दोन वस्तूंचा जगातील सर्वांत मोठा उपभोक्ता देश आहे. या पृथ्वीतलावर तयार होणाऱ्या एकूण सिमेंटच्या पन्नास टक्के सिमेंट एकट्या चीनमध्ये वापरले जाते. चीनकडून लोखंडाच्या खनिजाची मागणी वाढल्यामुळे ऑस्ट्रेलियाने बंद केलेल्या खनिजांच्या खाणींचे पुनरुज्जीवन केले. कॉम्प्युटर्स, कॅमेरे, मोबाइल इत्यादी वस्तूंची चीन ही आज सर्वांत मोठी बाजारपेठ आहे. चीनमधील पांढरपेशा कामगारांपैकी चाळीस टक्के कामगार त्यांच्या ठरवून दिलेल्या तासांपेक्षा आठवड्याला दहा तास जास्त काम करतात आणि सात टक्के जनता आठवड्याला साठ तासांपेक्षा जास्त तास काम करते. सन २००६मध्ये चीन हा देश, अमेरिकेपाठोपाठ कार्ससाठी जगातील नंबर दोनची बाजारपेठ ठरला आणि आता चीन उत्तर अमेरिकेला कार्स निर्यात करण्याच्या बेतात आहे.

त्या झटपट खाद्यगृहामध्ये आमच्या बाजूच्या टेबलवर बसलेल्या स्त्री गिऱ्हाइकाने कोकाकोला आणि डुकराच्या मांसाच्या खिम्याच्या पॅटिसची ऑर्डर दिली. तिने तिच्या खरेदीच्या वस्तूंच्या पिशवीतून एक काळ्यापांढऱ्या रंगाचा नवीन फ्रॉक काढला आणि आश्चर्याची गोष्ट म्हणजे तिथेच तो घालून बघायला लागली. अंगावरील कपड्यांवरूनच तो फ्रॉक चढवण्याचा तिचा प्रयत्न चालला होता. आजूबाजूच्या

सर्वांनी आपले खाणे थांबवले आणि तिच्याकडे बघू लागले. त्या उपाहारगृहातील वेटर स्त्री तिच्या मदतीला धावून आली आणि तिला मदत करता-करता म्हणाली, "हा खूपच घट्ट आहे नाही?" तिने स्वतः जांभळ्या रंगाचे जाकेट घातले होते आणि वर साजेसा 'बो-टाय' पण होता.

तो फ्रॉक घालून बघणारी स्त्री काहीशा वैतागाने म्हणाली, "आणि लांब पण आहे." ती वेटर स्त्री तिच्या खांद्याकडे निर्देश करत म्हणाली, "तू येथे तो थोडा लहान करून घे," तेवढ्यात दुसरी वेटर स्त्री तेथे आली आणि तो नवीन ड्रेस बघत विचारणा केली, "केवढ्याला घेतलास तू?" त्या स्त्री गिऱ्हाइकाने आम्हा सर्वांनाच उद्देशून त्या नवीन ड्रेसची किंमत सांगितली आणि आम्हा सर्वांचेच मत झाले की तो ड्रेस तसा स्वस्तामध्येच तिला पडलेला होता. आमचे खाणे आटोपल्यावर, खरेदी करण्यासाठी भटकण्याचा मनस्वी कंटाळा असलेल्या नॉर्मनने जाहीर केले की तो सुंदर निवासाकडे परतणार आहे. मी आणि मुले आम्ही सिल्क मार्केटच्या दिशेने निघालो. अमेरिकन दूतावासाच्या मागच्या बाजूला असलेले सिल्क मार्केट ही जेव्हा एक गोंधळाची, बेशिस्त जागा होती तेव्हा मी खरेदीच्या बहाण्याने, लंडनच्या 'द टाइम्स' किंवा 'वॉशिंग्टन पोस्ट' या वर्तमानपत्रांच्या वार्ताहरांना भेटण्यासाठी तेथे जात असे. कधीकधी माझे खरेदीचे पण काम असायचे, पण कधीकधी काही महत्त्वाच्या कागदपत्रांची देवाणघेवाण पण करायची असे किंवा तिबेटला भेट देण्यासारख्या एखाद्या बेकायदा कार्यक्रमाची आखणी पण करायची असे. मी म्हटल्याप्रमाणे पुरुषांना खरेदी करण्यासाठी फिरण्याचा कंटाळाच नाही, तर तिरस्कारच वाटतो आणि त्यामुळे तेव्हा बहुतांशी पुरुष असलेल्या गुप्त पोलिसांना गुंगारा देण्यात मी यशस्वी झाले होते. ११ सप्टेंबरच्या (९/११) घटनेनंतर आणि बेलग्रेडमधील झालेल्या चिनी दूतावासातील दुर्दैवी बॉम्बस्फोटानंतर बीजिंगमधील ते मोकळ्या जागेत भरणारे मार्केट बंद झाले. आता तेथेच नव्या जागेत, पाचमजली वातानुकूलित इमारतीमध्ये असलेले सिल्क मार्केट हे पर्यटन स्थळ झाले होते. त्या इमारतीमध्ये शिरतानाच दर्शनी जागी ठळकपणे दिसतील असे, तेथील वागणुकीसंदर्भातील काही नियम पण बघायला मिळतात. त्यांतीलच एक सूचना होती, 'तुम्हाला कोणालाही 'मूर्ख' म्हणून संबोधण्याची- इंग्रजी भाषेत किंवा चिनी भाषेत, परवानगी नाही'.

परंतु सरकारची मुख्य डोकेदुखी आहे ती अशा प्रकारच्या सार्वजनिक ठिकाणांच्या जागच्या बेशिस्त वागणुकीची किंवा वापरल्या जाणाऱ्या भाषेची नाही, तर त्या मार्केटमध्ये विकल्या जाणाऱ्या नकली मालाची. नकली माल तयार करण्याचा आणि विकण्याचा धंदा आज कित्येक वर्षे जरी जोरात चालला होता तरी आता चीनने 'वर्ल्ड ट्रेड ऑर्गनायझेशन' (डब्लूटीओ)चे सभासदत्व स्वीकारले असल्याने

त्यामुळे चीनला आंतरराष्ट्रीय कॉपीराइट कायद्याचे पालन करणे बंधनकारक होते. त्या सिल्क मार्केटच्या प्रवेशद्वाराजवळच एका मोठ्या फलकावर चिनी आणि इंग्रजी भाषेत एक सूचना लिहिलेली होती आणि खरेदीदारांना आश्वस्त केले होते की, 'येथील दुकानदार नामांकित कंपन्यांच्या वस्तूंच्या नकली मालाची विक्री करत नाहीत, ते कोणत्याही परिस्थितीत नॉर्थपोल, पोलो, ह्युगोबॉस, केटस्पेड, गुस्सी, चॅनेल, प्रादा, नाइके, ओमेगा, रोलेक्स, कार्टीयर, टीफनी, बरबेरी, टॉडस्, ल्युईस व्हिटॉन, स्विस आर्मी, सॅमसोनाइट किंवा कॅलावे इत्यादी प्रसिद्ध, नामांकित कंपन्यांच्या नावे नकली माल विकणार नाहीत.' परंतु आत मार्केटमध्ये मात्र वरील सर्व कंपन्यांच्या वस्तू मिळतात आणि १०० टक्के नकली. सॅमने पांढऱ्या आणि नारिंगी रंगाचा एक नाइकेचा टी-शर्ट घेतला. तेथील काउंटरवरच्या मुलीचे माझ्या 'प्रादा' पर्सवर लक्ष होते. ती पर्स मी आधीच्या माझ्या शांघायच्या भेटीमध्ये घेतलेली होती. माझ्या तोंडापुढे एक काळी नायलॉनची पर्स हालवत तिने मला विचारले, "तुला प्रादा आवडते का? माझ्याकडे पण अगदी अशीच प्रादा पर्स आहे." आणि तिच्याकडची पर्स अगदी तशीच होती; परंतु चंदेरी काळ्या रंगातले त्रिकोणी बोधचिन्ह त्यावर नव्हते. मी जेव्हा ही गोष्ट तिच्या नजरेस आणून दिली तेव्हा ती इकडेतिकडे सावधपणे बघत एक खण उघडत मला म्हणाली, "मी तुला अगदी तसेच बोधचिन्ह लावून देते." तो खण प्रादाच्या बोधचिन्हांनी भरलेला होता. सॅम आणि बेन यांनी दहा-बारा सिनेमांच्या, २४ सीएसआयसारख्या सिरिअल्सच्या नकली डीव्हीडी खरेदी केल्या. ते दोघे जण एवढे खूश होते की चारच दिवसांपूर्वी बीजिंगमध्ये सुट्टी घालवण्यासाठी यावे लागणार हे कळल्यावर त्यांनी जो थयथयाट केला होता, जी चिडचिड केली होती, त्याचा त्यांना संपूर्ण विसर पडला होता.

खरेदी आटोपून आम्ही सुंदर निवासाकडे परतत असताना एक जण माझ्या हातामध्ये एका हॉटेलचे डिस्काउंट कूपन खुपसतो. एके काळी बीजिंगमध्ये ऐंशी लाख लोकांसाठी फक्त सहाशे हॉटेल्स होती म्हणजे न्यू यॉर्क सिटीमध्ये १९७० मध्ये जेवढी चिनी हॉटेल्स होती त्याहीपेक्षा कमी. आता या चीनच्या राजधानीमध्ये दर चारशे माणसांमागे एक हॉटेल होते. त्यांच्यामधील स्पर्धा एवढी तीव्र आहे की खाण्याच्या पदार्थांच्या किमती कमी-कमी होत आहेत.

कोणत्याही गोष्टीमध्ये सूट मिळते आहे हे समजले की मला मोह अगदी अनावर होतो. मी तो टाळूच शकत नाही. रात्रीच्या जेवणासाठी नॉर्मनला बरोबर घेण्याच्या उद्देशाने आम्ही सुंदर निवासाकडे परतलो. खरे तर त्या डिस्काउंट कूपनने मी सावध व्हायला पाहिजे होते. त्या हॉटेलमध्ये चिटपाखरूही नव्हते. परंतु तेथील वेटर्सच्या चेहऱ्यांवरचे भाव बघून माझा हॉटेलबाहेर पडण्याचा धीर झाला नाही. पॅरिसप्रमाणेच बीजिंगमधील हॉटेल्सनी पण त्यांच्या-त्यांच्या गिऱ्हाइकांना आकर्षित

करण्यासाठी काही क्लृप्त्या केल्या आहेत. हे हॉटेल स्वत:ला कँटोनीज म्हणवते, परंतु डुकराच्या मांसाचा एक गोड/ आंबट प्रकार सोडला तर त्यांच्या मेनूमध्ये काहीही कँटोनीज विशेष नव्हते. हॉटेलच्या मेनूमध्ये गाढवाचे मांस होते, पण तो नक्कीच कँटोनीज प्रकार नाही. मी शेवटचे गाढवाचे मांस खाल्ले होते ते चीनच्या सर्वांत गरीब असलेल्या 'गान्सू' या प्रांतामध्ये. तेथील एका मेजवानीमध्ये मी बारीक काप केलेले आणि खोलीच्या तापमानात ठेवलेले गाढवाचे शिस्न खाल्ले होते आणि चवीला ते तसे ठीक होते.

मी गाढवाचे 'शिस्न' खाल्ल्याचे नॉर्मनला माहीत होते, मीच त्याला सांगितले होते; परंतु बेन आणि सॅमला त्याबद्दल काहीही माहीत नव्हते. नॉर्मनने पहिली डिश म्हणून 'गाढवाचे मसाला मांस' मागवण्याचे ठरवले आणि मुले पण त्याला तयार झाली. सुरुवातीला माझी मुले नवीन पदार्थ खाण्याबाबतीत फारशी साहसी नव्हती; परंतु लहानपणी खाण्यापिण्याच्या बाबतीत जेव्हा त्यांचे नखरे सुरू व्हायचे तेव्हा त्यांच्या पुढून खाणे उचलून मीच ते खायला सुरुवात करायची. त्यामुळे खाण्यापिण्याच्या बाबतीत त्यांचे नखरे आपोआप कमी झाले. परंतु तेच संगोपन अस्त्र आता माझ्यावर उलटते आहे. जेव्हा गाढवाचे गुलाबी, मऊ आणि काहीसे खारट मांस पुढ्यात आले तेव्हा सॅम म्हणला, ''याची चव अगदी खारवलेल्या डुकराच्या मांसासारखी आहे.'' ''कोणास ठाऊक, कदाचित गाढवाच्या मांसामध्ये डुकराचे मांस मिसळलेले असेल,'' नॉर्मन त्यावर प्रतिक्रिया देतो.

खरे सांगायचे तर त्या वेळच्या गाढवाच्या शिस्नाची चव चांगली होती; परंतु तो विचार मी माझ्यापाशीच ठेवला आणि प्रतिक्रिया दिली नाही. आम्ही सगळे जण ते 'गाडुक्कर' खातो; परंतु कोणालाच ते मनापासून आवडले नाही. मुलांनी पण त्यांच्या डिशमध्ये ते टाकले, मी पण ते खाल्ले नाही. बाकीचे जेवण म्हणजे टोमॅटो ऑम्लेट, गोड/आंबट डुकराचे मांस आणि तळलेली वांग्याची भाजी– एकंदरीत यथातथाच होते. हॉटेलमधून बाहेर पडता-पडता तेथील दारावर लावलेल्या एका पाटीकडे माझे लक्ष गेले– 'दोन आचारी पाहिजेत'.

म्हणूनच त्याला 'चाय-ना' म्हणतात का?

मध्यरात्रीच मला जाग आली. माझ्या छातीतील धडधड वाढली होती. मला वेड लागले की काय असे वाटत होते, एका अनामिक भीतीने मला घेरले होते. मला खरे तर यीनला शोधायचेच नाही. चीनमधील जनतेने आता ते सांस्कृतिक क्रांतीचे दिवस मागे टाकले आहेत, विसरले आहेत. मी पण आता ते भूत गाडून टाकले पाहिजे, खरे तर आता त्यात काही अर्थ नाही. मी जर माझ्या वर्ग मित्र-मैत्रिणी शोधू शकत नसेन तर ती अनोळखी बाई शोधून काढणे कसे शक्य आहे? मला खात्री होती की त्या सोशल सायन्स ॲकॅडमीमध्ये लिहून ठेवलेल्या चिठ्ठीतून काहीही निष्पन्न होणार नव्हते. परत माझ्यावर झोपेचा अंमल चढू लागतो, पण डोक्यात एक कल्पना चमकून जाते- बीजिंग विद्यापीठामध्ये चौकशी केली पाहिजे. परंतु विद्यापीठातील जेवढ्यांना म्हणून मी ओळखत होते त्यांतील कोणीही आता तेथे असण्याची शक्यताच नव्हती. पण शोध घेण्यासाठी शेवटचा उपाय तोच दिसत होता- तीच जागा होती, जेथे मी यीनला पाहिले होते आणि यापेक्षा काही दुसरा उपाय मला तरी दिसत नव्हता.

परंतु सकाळी उठल्यावर मला आणखी एक चांगला मार्ग सुचला. असे म्हटले जाते की जेव्हा तुम्हाला मदतीची गरज असेल तेव्हा एखादा वार्ताहर गाठा. चीनमध्ये वार्ताहरांना जवळजवळ पोलिसांप्रमाणेच चौकशी करण्याचे, शोध घेण्याचे अधिकार आहेत- ज्याचे आमच्यासारखे पाश्चिमात्य देशांतील वार्ताहर केवळ स्वप्नच बघू शकतात. त्यांचे अर्धे काम म्हणजे सरकारी प्रसारमाध्यमांच्या वतीने निरुपद्रवी बातम्या प्रसारित करणे आणि उरलेले अर्धे काम म्हणजे सरकारसाठी बातम्या काढणे, खबरी पुरवणे आणि त्यातूनही खास आणि स्फोटक बातम्यांचा अतिवरिष्ठ अधिकाऱ्यांच्या माहितीसाठी तयार करण्यात येणाऱ्या अहवालांमध्ये अंतर्भाव करणे. म्हणूनच चिनी वार्ताहर एखाद्या बातमीच्या मागावर निघाले की फारच थोडे लपवाछपवी

किंवा दडपून टाकण्याची हिंमत करू शकतात; कारण ते वार्ताहर कदाचित साम्यवादी पक्षाच्या कार्यकारिणीच्या पदाधिकाऱ्यांसाठी पण चौकशी करत असण्याची शक्यता असू शकते, नक्की सांगता येत नाही.

परंतु सुदैवाने 'ऑल चायना जर्नीलिस्ट फेडरेशन'च्या उपसंचालक पदी असलेल्या 'ताओजी' यांच्याशी माझी चांगली ओळख होती. नऊ महिन्यांपूर्वी त्याच्या नेतृत्वाखाली चौदा वार्ताहरांचे एक शिष्टमंडळ कॅनडाला आले होते. त्या शिष्टमंडळामध्ये 'झिनहुआ' न्यूज एजन्सीचे डेप्युटी डायरेक्टर जनरल, इकॉनॉमिक डेलीचे डायरेक्टर जनरल आणि 'इंटरनॅशनल न्यूज फॉर चायना सेन्ट्रल टेलीव्हिजन'चे प्रमुख पत्रकार यांचा समावेश होता. त्यांनी दौऱ्यासंबंधीच्या केलेल्या विनंतीच्या ई-मेल्सना आमच्या ग्लोब वर्तमानपत्राने फारसा प्रतिसाद न दिल्यामुळे आमच्या बीजिंगमधील वार्ताहराने, 'जॉफ यॉर्क' याने मला ई गेल करून आपल्या वर्तमानपत्राची लाज राखण्याची विनंती केली होती. त्या वेळी मी ताओजीना ई-मेलवरून त्यांच्या शिष्टमंडळासाठी 'न्यूज रूम'ची एक भेट घडवून आणण्याची व्यवस्था करण्यात मला आनंदच वाटेल असे कळवले होते. मी त्यांच्या भेटीसाठी आणि स्वागतासाठी आमच्या वर्तमानपत्राची बोर्डरूम राखून ठेवली आणि पाच वरिष्ठ संपादकांबरोबर आणि बीजिंगमधील एका माजी वार्ताहराबरोबर भेटीचा आणि वीस मिनिटांचा प्रश्न-उत्तराचा कार्यक्रम पण आयोजित केला. मी आमच्या प्रकाशकाच्या वैयक्तिक सहायकाला शिष्टमंडळासाठी फळांचा रस आणि बिस्किटांची व्यवस्था पण करण्यास सांगितले होते.

ठरलेल्या वेळेला, आमच्या ग्लोब वर्तमानपत्राच्या इमारतीबाहेरील पादचारी मार्गावर मी उभी राहिले. कारण स्वतःच्याच टेबलवर त्यांच्या फोनची वाट बघत बसून राहणे शिष्टाचाराला धरून झाले नसते. शिष्टमंडळ अगदी ठरल्या वेळेला आले; कारण अशा वेळी उशिरा येणे हे पण शिष्टाचाराला धरून नव्हते. शिष्टमंडळातील चिनी पत्रकारांनी, सदस्यांनी अकरा प्रश्न तयार ठेवले होते; वर्तमानपत्रांमध्ये लेख लिहिताना पत्रकार त्यांच्या खऱ्या नावानेच लिहितात का? (अगदी नक्कीच; कारण आम्हाला प्रसिद्धीची आवड नव्हे हाव आहे.), पुढील प्रश्न : एकदा चीनमध्ये असे घडले होते की एका चिंब पावसाळी दिवशी, एक वार्ताहर रस्त्यावरील चिखलाच्या डबक्यामध्ये बसून राहिला होता, का तर त्या डबक्यामध्ये कोणीतरी पाय घसरून पडेल आणि त्याला त्याच्या वर्तमानपत्रासाठी फोटो घेता येईल. अशा प्रकारच्या वागणुकीकडे तुम्ही कसे बघता? (फारच छान, आम्हाला पण यातून शिकण्यासारखे आहे.)

चॉकलेटक्रीम बिस्किटे आणि पेयपानबरोबरच आमच्या संपादकाने त्यांना चुका सुधारण्यासंबंधीचे आमचे धोरण काय आहे, एखाद्या विषयावर लेख लिहिताना

आम्ही काय काय खबरदारी घेतो, आम्ही लाच घेतो का वगैरे मुद्द्यांवर बहुमोल विचार ऐकवले. त्या शिष्टमंडळाने आमच्या वर्तमानपत्राला दिलेली भेट अगदी पुरेशा गांभीर्याने मी घेतली होती. शिष्टमंडळातील एकाने जेव्हा- आम्ही आमच्या मोठ्या जाहिरातदारांच्या दबावाला बळी पडतो का असे विचारले तेव्हा आमच्या संपादकांनी आमच्या धोरणासंबंधीचे छापील उत्तर द्यायला सुरुवात केली; परंतु लगेचच एका घडलेल्या गोष्टीची, जेव्हा आम्हाला आमच्या तत्त्वांना मुरड घालावी लागली होती, त्याची आठवण करून दिली. आम्ही ग्लोब वर्तमानपत्राचे वार्ताहर हे 'स्थानिक ८७-एम कम्युनिकेशन्स, एनर्जी ॲन्ड पेपरवर्कर्स युनियन ऑफ कॅनडा'चे सभासद आहोत, हे ऐकून शिष्टामंडळाला आश्चर्याचा धक्काच बसला. मी त्यांना हे पण सांगितले की, आमचे पगार, भत्ते, वरकामाचे दर, वार्षिक सुट्ट्या इत्यादी माहिती सार्वजनिकरीत्या खुली आहे आणि ती एका २०७ पानी लाल पुस्तकामध्ये प्रसिद्ध केलेली आहे. मी माझ्या सहकाऱ्याला त्या पुस्तकाची एक प्रत आणायला सांगितले. जेव्हा आमच्या त्या 'लाल पुस्तका'वरून सदस्यांमध्ये ओढाताणीला सुरुवात झाली तेव्हा मी त्या सर्व सदस्यांसाठी प्रत्येकी एक प्रत देण्याची व्यवस्था केली.

त्यामुळे मला खात्री होती की 'ताओजी'ना माझ्या नावाचा नक्की बोध होईल. मी चिनी भाषेमध्ये स्कार्लेट आणि वेन लेमिंग यांना शोधण्यासाठी मदत करण्याची विनंती करणारे दोन पानी पत्र तयार केले आणि ते फॅक्स केले. त्या पत्रामध्ये मी यीनचा उल्लेख मुद्दामच केला नव्हता; कारण तिच्या मूळ आणि संपूर्ण नावाशिवाय तिला शोधून काढणे ऑल चायना जर्नलिस्ट फेडरेशनला पण शक्य झाले नसते.

त्या दिवशी मुलांच्या शिकवणीसाठी शिक्षिका प्रथमच आल्या. 'वँग झेंग' ही एक अभ्यासू आणि सौम्य व्यक्तिमत्त्वाची तिशीच्या घरातील शिक्षिका होती. ती भाषांतराचे काम करते, तसेच कॅनडाच्या, अफगाणिस्तानमधील तालिबानबरोबरच्या युद्धाच्या बातम्या देणाऱ्या दूरदर्शनच्या वार्ताहराच्या बातम्यांच्या वेळांचे आयोजन करण्याचे पण काम करते. त्या कॅनेडियन वार्ताहराने ऑगस्ट महिन्यापुरते त्याचे कार्यालय व्यवस्थित ठेवण्याच्या अटीवर तिला वापरण्याची परवानगी दिली होती. तिने मला सांगितले की तिचे 'झेंग' हे नाव आता जुने झाले आहे. त्या शब्दाचा अर्थ 'यात्रा' किंवा 'चाल' असा आहे, उदाहरणार्थ माओचा जसा लाँग मार्च होता. सन १९३४मध्ये जनरल ॲसिमो 'चँग-के-शेक' यांच्या फौजांपासून, पूर्णतः नामशेष होण्यापासून वाचण्यासाठी, माओच्या जुळवाजुळव केलेल्या साम्यवादी फौजांना माघार घ्यावी लागली होती तो लाँग मार्च.

परंतु लगेचच काहीतरी आठवून ती म्हणाली, ''सुदैवाने त्या शब्दाचा अर्थ यश मिळवणे, 'मात करणे' असा पण होतो म्हणून आधुनिक काळामध्ये पण हे नाव चालू शकेल.''

रोज सकाळी एक तास मुलांना शिकवण्यासाठी झेंग यांनी येण्याचे ठरले होते. आठवड्यातून दोन वेळा त्या मुलांना चिनी भाषेच्या सरावासाठी बाहेर पण घेऊन जाणार होत्या. देशांतर केलेल्या चिनी पालकांसाठी, त्यांच्या पाल्यांनी मातृभाषा शिकावी म्हणून त्यांचा छळ करणे ही पद्धतच रूढ झाली होती. मॉन्ट्रियलमध्ये माझ्या कॅनडामध्ये जन्मलेल्या आई-वडिलांनी मला आणि माझ्या तीन भावंडांना कँटोनीज भाषा, आमच्या पूर्वजांची भाषा, शिकण्याची सक्ती केली होती. शुक्रवारी शाळा सुटल्यावर ते आम्हाला मॉन्ट्रियलमधील 'चायना टाउन' भागामध्ये घेऊन जायचे, जेथे आमची कडक शिक्षिका, जिला 'जीनसेन' आणि धुपाचा वास यायचा, आम्हाला छोट्या-छोट्या वाक्यांतून प्राथमिक धडे द्यायची, उदाहरणार्थ – 'आई भात खा,' वगैरे. हे वाक्य आम्हाला घरी पण प्रत्येक जेवणापूर्वी तिला उद्देशून म्हणावे लागे. आम्हाला ते सगळे शिकण्याचा तिटकारा होता आणि त्यातून आम्ही काही शिकलोही नाही. तरी पण आम्ही तेथे जायचो कारण प्रत्येक धड्यानंतर आई आम्हाला चॉकलेट आणि 'चाऊमिन' द्यायची.

त्याउलट जेव्हा आम्ही सन १९९४मध्ये बीजिंग सोडले, तेव्हा बेन आणि सॅम दोघांनाही मँडरिन भाषा सफाईदारपणे यायला लागली होती. बेनला नक्कीच येत होती तर एका वर्षाच्या सॅमला बोलता जरी नाही आली तरी समजत होती. त्यांना सांभाळण्यासाठी टोरांटो येथे ठेवलेली 'फिलिपिनो-कॅनेडियन' बाई 'सेड्स' खूप चांगली होती. परंतु लवकरच आमच्या घरामध्ये इंग्रजी सुरू झाले, मुले फ्रेंच शाळेमध्ये जायला लागली, इंग्रजीमध्ये खेळायला लागली आणि लवकरच शिकलेले सर्व कँटोनीज विसरून पण गेली. एक चिनी कॅनेडियन पालक म्हणून मी पण अगदी कर्तव्यभावनेने टोरांटोमध्ये मुलांच्यामागे दर शुक्रवारी दुपारी मँडरिनचा क्लास लावून त्यांचा काही वर्षे निरर्थक छळ कसा करता येईल ते पाहिले. दर वर्षी ते दोघे जण ही भाषा शिकण्याची सक्ती थांबण्याची माझ्याकडे विनवणी करायचे आणि दर वर्षी अगदी मनापासून मी त्यांना तसे वचन पण द्यायची. परंतु नंतर त्यांच्या शाळेतील इतर चिनी मुलांचे पालक तेच करताना बघायची, त्या आवेगात परत एकदा एक वर्षासाठी बेन आणि सॅम यांची नावे मी क्लासमध्ये घालायची. शेवटी पोरे त्यातून काहीही शिकली नाहीतच.

सुंदर निवासातील आमचा फ्लॅट दोन पातळ्यांवर होता. खाली वँग बाई, बेन आणि सॅमचा घेत असलेला क्लास मला ऐकू येत होता. बाई त्या दोघांच्या डोक्यामध्ये उच्चार घुसवण्याचा प्रयत्न करत होत्या. त्यावरून मला बीजिंग विद्यापीठातील

आमच्या कडक शिस्तीच्या फू बाईंची आठवण झाली आणि त्या यातनादायक आठवणी जाग्या झाल्या. तिला दुसरी कोणतीही भाषा येत नव्हती. एकदा तिने 'क्रियापद' ही व्याकरणातील संकल्पना आमच्या डोक्यामध्ये घुसवण्यासाठी खूप वेळ आमचा क्लास घेतला होता. ती मला एवढे काय सांगायचा प्रयत्न करते आहे याचा जेव्हा अंदाज आला आणि जेव्हा मी तिला सांगितले की इंग्रजी भाषेमध्ये पण 'क्रियापदे' असतात, तेव्हा तिला आश्चर्याचा धक्काच बसला होता.

भाषेतील शब्दसंग्रह वाढवणे, हे फार कठीण काम होते. आमच्याकडे शब्दकोश नव्हते. सांस्कृतिक क्रांतीच्या काळामध्ये सर्व शब्दकोश गायब करण्यात आले होते. जेव्हा फू आम्हाला एखादा नवीन शद्ब शिकवायची, तेव्हा तिची शिकवण्याची पद्धत थेट पंतोजी पद्धत होती, म्हणजे निव्वळ घोकंपट्टी असायची. म्हणजे ती तो शब्द हातवारे करत, डोळे फिरवत, परत-परत मोठ्याने म्हणायची. जेव्हा मला एखादा शब्द कळायचा नाही, तेव्हा मी भिंतीवर बोटांनी टकटक आवाज करून पलीकडील खोलीतील एरिकाला त्या शब्दाचा अर्थ विचारायची आणि एरिका, जी घरी मँडरिन भाषा बोलायची, ती मला ओरडून त्या शब्दाचा इंग्रजी अर्थ सांगायची.

मुलांचा अभ्यासाचा तास संपल्यावर मी वँग झेंगला 'बीजिंग वाचनालयाशी' संपर्क साधण्यासाठी मला मदत करण्याची विनंती केली. मी जेव्हा तिला सांगितले की माझा माझ्या एका जुन्या सहकाऱ्याशी संपर्क तुटला आहे तेव्हा तिने फक्त मान हलवली. तिने स्वतःच गेल्या दहा वर्षांत चार वेळा घरे बदलली होती आणि तीन वेळा फोननंबर बदलले होते. परंतु मी जेव्हा तिला माझ्या वर्गमैत्रिणीचे नाव सांगितले तेव्हा तिला हसूच आवरले नाही. स्कार्लेटचे चिनी नाव होते झेंग हाँग आणि 'झेंग' हे चीनमधील सर्वांत प्रचलित असे तीन नंबरचे आडनाव होते. परंतु हाँग, ज्याचा अर्थ 'लाल' असा होतो, हे सन १९४९ ते माओच्या मृत्यूपर्यंत म्हणजे १९७६ पर्यंतच्या सत्तावीस वर्षांत चीनमधील मुलींचे सर्वांत आवडते आणि प्रचलित नाव होते. ती हसायची थांबली आणि कपाळाला आठ्या घालून म्हणाली, "तिला शोधणे हे खूपच कठीण काम आहे; परंतु मी प्रयत्न करते."

त्या आठवड्याच्या शेवटी आम्ही बीजिंगमधील आमच्या कॅनेडियन मित्राला 'बेन मॉक'ला भेटलो. बेन आणि मी, आम्ही 'मॅक्‌गिल'पासूनचे मित्र. त्या वेळी, म्हणजे सन १९७४मध्ये, आम्ही माओवादी विचारांचा पगडा असलेल्यांनी, बिअर पिणाऱ्या अभियांत्रिकी विद्यार्थ्यांच्या ताब्यातून 'चायनीज स्टुडंट्स सोसायटी'ची सूत्रे खेचून घेतली होती. माझी अध्यक्ष म्हणून निवड झाली होती, तर बेन खजिनदार होता. आणि आता मला फक्त तेवढेच आठवत होते; कारण नंतर बीजिंग विद्यापीठामध्ये

दुसऱ्यांदा परत येण्यासाठी मग मी त्या सोसायटीतून अंग काढून घेतले होते. आता बेन उत्तर चीनमधील 'कोकाकोला'च्या वितरणाचे काम बघत होता. मंगोलियाचा अंतर्गत भाग, तिबेट आणि बीजिंगच्या पूर्वेला असलेले एक कोटी दहा लाख लोकवस्तीचे 'तियान जीन' हे शहर एवढा भाग त्याच्या कार्यक्षेत्रामध्ये येत होता. तो, त्याची सुंदर चिनी बायको 'के नैई' आणि त्यांची दोन मुले 'जय' आणि पिंग-पिंग हे बीजिंगच्या उत्तरेला विमानतळाजवळ राहतात. दर सोमवारी सकाळी तो त्याच्या लॅन्डक्रुझर टोयोटाने नव्वद मिनिटांचा प्रवास करून तियान जीनला जातो.

उच्चभ्रूंची असलेली त्यांची बंदिस्त वसाहत 'ब्राइट कॅपिटल' ही भातशेतीच्या जमिनीवर उभी राहिलेली होती. सन १९९०मध्ये केवळ विदेशी उच्चपदस्थांना डोळ्यांपुढे ठेवून बांधलेल्या या वसाहतींमधील वातावरण एखाद्या क्लबसारखे होते, फक्त तेथे भयंकर प्रमाणात डास होते, हाच काय तो फरक. त्या वसाहतींमध्ये तीन तरण तलाव होते, अनेक टेनिस कोर्ट्स आणि बास्केट बॉल कोर्ट्स होती आणि फिरण्यासाठी मोकळी जागा पण होती. या वसाहतींमध्ये स्थानिक चिनी नागरिकांनीच बहुतेक घरे घेतली होती. त्या घरांची किंमत प्रत्येकी दहा लाख डॉलर्सच्या आसपास होती. बेन मला म्हणाला, "परंतु बहुतेक जण येथे राहत नाहीत, ते इतरत्र साध्या घरांमध्येच राहातात आणि ही घरे त्यांनी गुंतवणूक म्हणून घेतली आहेत." बघताक्षणी ही घरे कॅलिफोर्निया येथील 'पालो अल्टो' येथील घरांप्रमाणे प्रशस्त वाटतात; पुढे, मागे, बाजूला हिरवळी, मोटार गॅरेजेस् आणि बेडरूम्सपेक्षा जास्त बाथरूम्स असलेली. मात्र त्यांचे बांधकाम मात्र निकृष्ट दर्जाचे होते. बेनच्या घराचे छप्पर आताच गळत होते.

त्यांची मुले आणि आमची मुले नॉर्मनबरोबर पोहायला गेली. बेन आणि मी आम्ही दोघे तरण तलावाच्या बाजूलाच असलेल्या मोकळ्या जागेत गप्पा मारत बसलो. आम्हाला उन्हापासून संरक्षण मिळवण्यासाठी, सावलीमध्ये जाण्याची गरजच नव्हती कारण सूर्याची किरणे हवेतील धुराला आणि धुळीला भेदून आमच्यापर्यंत येण्यास असमर्थ होती. बेनचे एके काळी दाट आणि लाटालाटांचे असणारे केस आता खूपच विरळ झाले होते. बोलताबोलता त्याने मान्य केले की जसजशी वर्षे जात होती तसतसे हवेतील प्रदूषण वाढत होते, हवा जास्तीत जास्त प्रदूषित होत होती. कोकाकोला कंपनीमध्ये कामाला लागण्याआधी तो 'इलेक्ट्रोलक्स' कंपनीच्या चीनमधील व्यवस्थापनाचा प्रमुख होता. सन १९८९मध्ये एक प्रयोग म्हणून त्याने त्याच्या सर्व विक्रेत्यांना शांघायमध्ये व्हॅक्यूम क्लीनर विकण्याच्या कामगिरीवर घरोघरी पाठवले आणि विक्रीमध्ये मिळालेला ५० टक्के वृद्धीचा प्रतिसाद हा थक्क करणारा होता. कंपनीसाठी तो एक विक्रमच होता. ज्यांच्याकडे रजया, सतरंज्या नव्हत्या अशांनी पण व्हॅक्यूम क्लीनर विकत घेतले; कारण आपल्या दारापर्यंत कोणी विक्रेता काही विकायला येतो, याचेच त्यांना अप्रूप वाटत होते.

जेव्हा जेव्हा मी बीजिंगला येते, तेव्हा तेव्हा बेन मला बीजिंगमधील घडामोडींची इत्थंभूत माहिती देतो. इंग्रजी आणि मँडरिन अशा मिश्र भाषेत आमचा संवाद चालू असतो. "आता लोकांची विचार करण्याची पद्धत बदलते आहे, सर्वच विदेशी बनावटीच्या वस्तू चांगल्या असतात असे आता चिनी जनता समजत नाही, शिवाय आता टीका पण ते सकारात्मकपणे घेऊ लागले आहेत, आता पूर्वीइतके ते टीकेला संवेदनाशील राहिलेले नाहीत."

बेनच्या म्हणण्याप्रमाणे, "भाषेसंबंधीच्या उच्च-नीचतेच्या कल्पना पण आता बदलायला लागल्या आहेत. एखाद्या विदेशी व्यवस्थापकाने दुभाष्यामार्फत काम करण्याचे दिवस पण आता संपत आले आहेत. अतिवरिष्ठ पदावरील व्यक्तींचा अपवाद सोडला तर प्रत्येकाला चिनी भाषा अवगत असावीच लागते. ज्याला चिनी भाषा बोलता येत नाही अशा माणसाला मी कामावरच ठेवणार नाही."

नॉर्मनला चिनी भाषा उत्तम प्रकारे येत असणे, ही एके काळी विशेष गोष्ट होती. सन १९९०च्या दशकामध्ये तो जेव्हा एका अमेरिकन कॉम्प्युटर कंपनीसाठी चीनमध्ये काम करत होता, तेव्हा त्याच्या कॉम्प्युटर सायन्स विषयातील डॉक्टरेटपेक्षा पण त्याच्या मँडरिन भाषा अस्खलित बोलता येण्याला जास्त महत्त्व दिले गेले होते. कंपनीने त्याला नवीन सॉफ्टवेअर तयार करण्याचे काम देण्याऐवजी कंपनीच्या गिऱ्हाइकांना भेटण्याचे, कंपनीच्या उत्पादनासंबंधी माहिती देण्याचे वगैरे काम दिले होते. कारण चिनी गिऱ्हाइकांना एक परदेशी व्यक्ती एवढी उत्तम मँडरिन भाषा बोलते याचेच कौतुक वाटायचे. नंतर त्याने ती कंपनी सोडली. चीनमधील नोकरीसाठी आता, नॉर्मनप्रमाणे, उत्तम चिनी भाषा अवगत असणे ही एक अनिवार्य बाब बनून गेली आहे.

बेन सांगत होता, बीजिंगमध्ये आता तुमचा मोठेपणा किंवा वेगळेपणा दाखवण्यासाठी 'मर्सिडीज-बेन्झ' कार असणे किंवा जवळ विदेशी पासपोर्ट असणे हे महत्त्वाचे राहिले नव्हते, तर तुमच्या कंपनीमध्ये गोरा माणूस कामाला असणे हे तुमचा मोठेपणा किंवा वेगळेपणा ठसवण्याचे लक्षण झाले होते. जसजसे जास्तीत जास्त परदेशी मँडरिन भाषा शिकत होते, तसतसे चिनी कंपन्या त्यांच्या गिऱ्हाइकांवर छाप पाडण्यासाठी जास्तीत जास्त गोऱ्यांना नोकरीवर ठेवत होत्या. यासाठी चिनी कंपन्या चिनी भाषा येणाऱ्या गोऱ्यांचा इंटरनेटवर शोध घेतात, त्यांच्यासाठी योग्य ती ओळखपत्रे तयार करतात, त्यांच्यासाठी कंपन्या आपल्या उत्पादनासंबंधी पॉवर पॉइंट प्रेझेंटेशन्स तयार करतात आणि कंपनीच्या गिऱ्हाइकांना भेटण्यासाठी त्यांना विमानाने अगदी 'डालीयान'ला पण घेऊन जातात. आणि ठरावीक मोबदल्यामध्ये ती परदेशी व्यक्ती पण आपण त्या कंपनीच्या नोकरीमध्ये असल्याचे भासवते आणि चिनी भाषेत त्या कंपनीच्या उत्पादनाची माहिती सांगते.

नेहमी माझे आणि बेनचे निरनिराळ्या विषयांवर वादविवाद चालूच असायचे, त्यांपैकी आमचा नेहमीचा विषय म्हणजे 'स्वातंत्र्य आणि बंधने' यांच्यामधील ताणतणाव किंवा ओढाताण, तसेच अनागोंदी आणि साचेबद्धता यांच्यामधील ताणतणाव इत्यादी. आता अनेक वर्षे नोकरी/व्यापारानिमित्त चीनमध्ये राहिल्यामुळे माझ्या मित्राला चिनी समाजाची नस सापडली होती. साम्यवादी राजवटीत प्रगतीला खीळ बसते या सर्वसाधारण पसरलेल्या समजावर आता बेनचा विश्वास नव्हता. आणि खरोखरच चीनच्या एकूण अंतर्गत उत्पादनात १० टक्क्यांनी वाढ झाली होती, तर औद्योगिक उत्पादन १४ टक्क्यांनी वाढले होते. परिणामी एकूण व्यापारवृद्धी यूएस $ १६३ bn– अंदाजे रु १.०६लाख कोटी किंवा रु १०६०० अब्जच्या घरात आहे, तर करंट अकाउंट जमा यूएस $ १६० bn– अंदाजे रु १.०४ लाख कोटी किंवा रु १०४०० अब्जच्या घरात आहे आणि विदेशी चलनाची गंगाजळी यूएस $ १ tri – अंदाजे रु ६.५० लाख कोटी किंवा रु ६५००० अब्ज एवढी झाली आहे.

बेनच्या मते चीनच्या या प्रगतीसाठी, विकासासाठी साम्यवादी पक्षाचीच गरज होती. त्यांनी खेड्यापाड्याच्या पातळीवरील विकासाच्या आड येणाऱ्या चिनी गुन्हेगारी टोळ्या, माफिया, स्थानिक गुंड, ठग इत्यादींचा कायमचा बंदोबस्त केला, नायनाट केला. साम्यवादी पक्षाने खेडोपाडी पायाभूत सोयीसुविधा उपलब्ध करून दिल्या – पाण्याचे तलाव, पाटबंधाऱ्यांची कामे, रस्ते इत्यादी अगदी खेडोपाडी पोहोचवले – त्यामुळे आज चीनची प्रगतीच्या वाटेवर घोडदौड सुरू आहे.''

आणि बेनच्या म्हणण्याप्रमाणे पक्षीय हुकूमशाहीशिवाय चीनला हा त्यांच्या प्रगतीचा वेग कायम ठेवता आला नसता. त्या आरामखुर्चीत बसूनच त्याने जवळच चाललेल्या, विमानतळाकडे जाणाऱ्या, रस्त्याच्या रुंदीकरणाच्या कामाकडे माझे लक्ष वेधले. ''इतर दुसऱ्या देशांत या प्रकारच्या कामासाठी सहा महिने ते वर्ष लागेल; परंतु येथे ते काम सहा आठवड्यांत केले जाईल. पक्षाच्या आदेशानुसार मजुरांना दिवसरात्र काम करावे लागेल. आजूबाजूच्या जिल्ह्यांतून कामगार सतत येतच असतात आणि त्यांना चीनमध्ये कामासाठी कोठेही पाठवले जाते.'' आजमितीला जगभरामध्ये बांधकामासाठी वापरण्यात येणाऱ्या अतिमोठ्या क्रेन्सपैकी निम्म्या क्रेन्स चीनमध्ये कार्यरत होत्या. सन २०००मध्ये मोठमोठ्या बांधकामांनिमित्त सर्व क्रेन्स शांघायमध्ये एकवटल्या होत्या. आज शांघायमधील गगनचुंबी इमारतींनी संख्येमध्ये मॅनहॅटनला पण मागे टाकले होते. आणि आता येऊ घातलेल्या ऑलिम्पिकमुळे सरकारने त्या सर्व क्रेन्स बीजिंगमध्ये कामाला लावल्या होत्या.

बेनच्या मते चीनच्या या जलद विकासाचे, प्रगतीचे आणखी एक कारण म्हणजे कोणत्याही प्रकारच्या नागरी विरोधाचा अभाव. सर्वसामान्य जनतेला मालमत्तेच्या

मालकी हक्काची जाणीव होण्याआधीच साम्यवादी पक्षाचे पोलीस गावांमध्ये लाल रंगाने भरलेल्या बादल्या घेऊन शिरतात आणि पाडण्यासाठी, नष्ट करण्यासाठी निवडलेल्या इमारतींवर फक्त एकच अक्षर लिहितात – 'चाय' – ज्याचा उच्चार काहीसा इंग्रजी 'बाय' या शब्दासारखा होतो आणि ज्याचा अर्थ 'डिमोलिश' म्हणजे पाडण्यासाठी निवडलेली असा होतो. आणि हे अक्षर आता इतके सर्वत्र दृष्टीस पडते की माझ्या एका ब्रिटिश मित्राच्या छोट्या मुलीने तिच्या आईला निष्पापपणे विचारले, ''आई म्हणूनच या देशाचे नाव 'चाय-ना' आहे का?''

माजी विद्यार्थी

सहा दिवस उलटून होते. मी पाठवलेल्या फॅक्सला ताओजीकडून अजून काहीही उत्तर नव्हते. त्याचप्रमाणे चायनीज ॲकॅडमी ऑफ सोशल सायन्सेसकडूनही काही कळलेले नव्हते. परंतु झेंग वँग बाईंनी माहिती काढली की बीजिंग वाचनालयामध्ये आधी काम करणाऱ्यांमध्ये 'झँग हाँग' नावाच्या एकूण पाच जणी होत्या आणि याहून अधिक माहिती मिळणे शक्य नाही. मी पण बीजिंग विद्यापीठामध्ये जाण्यासाठी काहीशी नाखूश होते; कारण मला त्या हडेलहप्पी फू बाईला भेटण्याची अजिबात इच्छा नव्हती, परंतु आता माझ्यापुढे फारच कमी पर्याय उरले होते.

दिनांक ७ ऑगस्ट रोजी मी 'गुन्हा' केलेल्या ठिकाणाला भेट द्यायचे ठरवले. मी एक मानसिक आधार म्हणून माझ्याबरोबर येण्यासाठी नॉर्मनचे पण मन वळवले. त्याच्या दृष्टिकोनातून तो त्याच्या वेड लागलेल्या बायकोला फक्त सोबत करण्यासाठी येत होता. मुलांप्रमाणेच आता त्यालाही माझ्या या वेडाच्या झटक्यांची सवय झाली होती. ९/११ च्या घटनेनंतर एक वार्ताहर म्हणून मी विमानतळावरील सुरक्षा व्यवस्थेच्या तयारीची चाचपणी करण्याच्या उद्देशाने आंतरराष्ट्रीय उड्डाणांवर जाणाऱ्या विमानांमध्ये मोठ्या कात्र्या, टोकदार, धारदार हत्यारे चोरून नेण्याचे ठरवले आणि तशी तयारी करून टॅक्सीने मी विमानतळाकडे निघाले तेव्हा तो हात हलवत मला म्हणाला होता, "आता आपण तुरुंगामध्येच भेटू या." मला पण काही तुरुंगामध्ये जावे लागले नाही किंवा एखाद्या फायटर जेटला एखादे विमान सक्तीने उतरवावे लागले नाही. परंतु ज्या वेळी वर्तमानपत्रामध्ये सुरक्षा व्यवस्थेबद्दल लेख छापून आला तेव्हा कॅनेडियन विमान कंपनीला (एअर कॅनडा) तो अपमान वाटला आणि त्यांनी, त्यांच्या कायदा खात्याने तयार केलेला माफीनामा माझ्याकडून सही करून घेतला. त्या माफीनाम्याप्रमाणे परत अशा प्रकारचे लेख न लिहिण्याचे माझ्यावर बंधन घातले होते, तसेच त्या कंपनीच्या विमानाने प्रवास करण्यावर आजन्म बंदी

पण घालण्यात आली होती. त्या सर्व प्रकारावरून मला चिनी साम्यवादी पक्षाची आठवण झाली. (मी त्या माफीनाम्यावर सही केली आणि परत एक लेख लिहिला – पण या वेळी त्या माफीनाम्याबद्दल.)

टोरांटोमध्ये जेव्हा मी नॉर्मनला माझ्या यीनला शोधण्याच्या निर्णयाबद्दल सांगितले तेव्हा तो जरा साशंकच होता. "मला वाटते तिला शोधणे तुझ्यासाठी खूप अवघड आहे," तो म्हणाला, "तेहेतीस वर्षांपूर्वी अगदी थोड्या काळापुरता तुझा तिच्याशी संबंध आला होता. तिला विद्यापीठातून काढून टाकल्याचे तुला माहीत होते- अर्थात, ते योग्य नव्हते, चांगले नव्हते. तुला तिच्याबद्दल, ती कोण होती, काय होती वगैरे काहीही माहिती नाही, तू तिला शोधायला सुरुवात तरी कोठून आणि कशी करशील?"

यीनची चुगली केल्याबद्दल नॉर्मनने मला कधी दोष दिला नाही किंवा जबाबदार पण धरले नाही. सांस्कृतिक क्रांतीच्या सुरुवातीच्या काळापासून तेथे राहिलेल्या नॉर्मनला एकूण चिनी वास्तवाची जाणीव होती आणि त्यामुळेच अर्थातच माझ्या कृत्यातील गांभीर्याची पण जाणीव होती. त्याला माहीत होते की यीनला तिच्या प्रांतात किंवा ती जेथून आली होती तेथे परत पाठवलेले असणार आणि तिच्यावर 'huai-ren' म्हणजे बहिष्कृत, वाईट व्यक्ती असा शिक्का बसल्यामुळे तिचे भविष्य अंधकारमय झाले असणार. परंतु त्याला हे पण चांगले माहीत होते की माझ्या या अशा बेजबाबदार वागण्यामुळे तिला असे काही सहन करावे लागणार आहे याची जाणीव जर मला असती तर मी नक्कीच तशी वागले नसते. त्याच्या तुलनेने त्या वेळी मला चीनमध्ये येऊन एक वर्ष पण पूर्ण झाले नव्हते. त्याच्यासारखी सफाईदार चिनी भाषा पण मला अवगत नव्हती आणि सगळ्यात महत्त्वाचे म्हणजे, बरीच वर्षे चीनमध्ये काढलेले अमेरिकन, ब्रिटिश मित्र त्याला मिळाल्यामुळे चीनमध्ये राजकीय, सामाजिक विविध स्तरांवर नक्की काय काय घडामोडी घडत आहेत याची त्याला कल्पना होती, तर त्याउलट माझी परिस्थिती होती. मला एरिका ही एकच मैत्रीण होती आणि तिला मी होते.

आमची टॅक्सी जशी विद्यापीठाच्या दिशेने जायला लागली तसा तो माझी समजूत काढायला लागला– "तू इतर चिनी मुलींहून काही वेगळी नव्हतीस, तू पण त्यांच्याप्रमाणेच होतीस, त्या काय करत आहेत ते त्यांना पण कळत नव्हते. त्यांना त्या प्रचारकी गोष्टी सगळ्या खऱ्याच वाटत होत्या" – तो माझी समजूत काढत होता. "जे मोठे होते जे काही अनुभवातून गेले होते त्यांना परिस्थितीची कल्पना होती. ज्यांनी आधीच्या राजकीय चळवळी अनुभवल्या होत्या, पाहिल्या होत्या त्यांनाच फक्त त्यातील गांभीर्याची जाणीव होती."

हे खरे आहे की त्या वेळी चीनमधील तरुण वर्गाला त्यांचा स्वतःचा इतिहास

माहीत नव्हता आणि आज पण परिस्थितीत फारशी सुधारणा नाही. सन १९५० आणि १९६०च्या दशकांमध्ये राजकीय आघाड्यांवर सतत उलथापालथी होत होत्या आणि नेहमी माओचीच सरशी झाली आणि जेताच नेहमी इतिहास लिहितो हा नियमच आहे. चिनी तरुणांना शिस्त लावण्याची त्यांच्या शिक्षकांची किंवा पालकांची हिंमत नव्हती. त्या वेळची परिस्थितीच खूप धोकादायक झाली होती आणि सन १९६६पर्यंत म्हणजे सांस्कृतिक क्रांतीची सुरुवात झाल्यानंतर तर सर्वत्र दहशतीचेच वातावरण होते. तशा परिस्थितीत एखाद्या चिनी तरुणीवर तशा प्रकारचा आरोप किती गंभीर असू शकतो याची कल्पनाच येणे शक्य नव्हते – आणि मला पण ते समजणे शक्य नव्हते.

बीजिंगच्या उत्तर-पश्चिमेला असलेल्या एका उपनगरामध्ये जेथे एके काळी क्विंग सत्तेची बैठक होती, तेथे आज बीजिंग विद्यापीठ आहे. तेथे असलेले विस्तीर्ण तळे, कमळे असलेले जलाशय आणि पारंपरिक ऐतिहासिक पद्धतीच्या इमारतींमुळे विद्यापीठाचा परिसर हा चीनमधील सर्वांत सुंदर परिसर आहे. सन १९७०मध्ये तेथून बीजिंगच्या मध्यवर्ती भागामध्ये सायकलवरून यायला मला एक तास लागायचा. त्या वेळी तो 'व्हाइट स्टोन ब्रिज' नावाने ओळखला जाणारा रस्ता दुपदरी होता आणि त्या रस्त्याच्या दुतर्फा सामुदायिक शेती आणि शेतकऱ्यांची घरे होती. रस्त्याच्या दुतर्फा असलेल्या 'विलो' आणि 'पोपलार' झाडांनी रस्त्यावर सावली धरलेली असायची आणि शेतमजूर, शेतकरी रस्त्यांच्या कडेला सावलीमध्ये डुलकी घेत पडलेले आढळायचे. तेव्हा सायकलला जेवढा वेळ लागायचा तेवढाच आता टॅक्सीला लागतो. रस्त्यावरील रहदारीच्या गोंधळात अडकलेले आम्ही, म्हणजे मी आणि नार्मन, ते संपूर्ण अपरिचित बीजिंग बघत होतो. तेव्हाचा तो दुपदरी व्हाइट स्टोन ब्रिज रोड आता आठपदरी महामार्ग झाला होता. दुतर्फा असलेली शेते गायब झाली होती, जागोजागी गगनचुंबी इमारती उभ्या राहिल्या होत्या. सगळे अनोळखी वाटत होते.

आम्ही विद्यापीठ परिसराच्या दक्षिणेकडील दाराजवळ टॅक्सीतून उतरलो. आमच्या लग्नाआधी, नॉर्मन जेव्हा मला भेटायला यायचा त्या वेळी त्याला आगमन कक्षामध्ये एक अर्ज तीन प्रतींमध्ये भरायला लागायचा. लग्नाआधीच्या गाठीभेटींना सांस्कृतिक क्रांतीच्या काळामध्ये मध्यमवर्गीय छचोरपणा समजला जायचा आणि त्यांचा तिरस्कार केला जायचा. बहुतेककरून आम्ही 'दास कॅपिटल' या ग्रंथाचे बरोबर वाचन करायचो. रात्री दहानंतर दरवाजावरचा दरवान त्या भल्या मोठ्या लोखंडी दरवाजांना कुलपे ठोकायचा आणि झोपून जायचा. नॉर्मन त्या दरवाजांवरून चढून सहज बाहेर

जाऊ शकत होता, पण तशा प्रकारे सायकल घेऊन जाणे त्याला शक्य नव्हते म्हणून तो दरवानाला उठवायचा आणि त्यामुळे दर वेळी हडेलहप्पी फू आणि विदेशी विद्यार्थ्यांवर लक्ष ठेवण्यासाठी असलेले वेगळे व्यवस्थापक– 'हुअँग डाओलीन' यांच्याकडून मला शिव्या खाव्या लागायच्या. हडेलहप्पी फू मला रागावायची आणि साम्यवादी पक्षाचा एकनिष्ठ सदस्य, हडकुळा, अशक्त हुअँग खजील होऊन हसायचा. माओ पद्धतीच्या स्वटीकेच्या तासामध्ये तो मला साम्यवादी पक्षाला माझी कशी काळजी होती, मँडरिन भाषा शिकणे हे कसे परमकर्तव्य होते आणि माझ्या पालकांना माझी ही वागणूक कशी आवडणार नाही वगैरे सांगायचा. (अर्थात, हा शेवटचा भाग लग्नानंतरची बारा वर्षे तरी खरा ठरला.)

बीजिंग विद्यापीठाच्या त्या दरवाजातून आत शिरताना माझ्या हृदयाची धडधड नेहमीच वाढते. माझ्या मनाची अशी अवस्था होण्याचे मुख्य कारण म्हणजे सन १९८९मधील तियानमेन चौकातील उद्रेक ज्या निष्ठुरपणे मोडून काढण्यात आला आणि विद्यापीठाच्या परिसरामध्ये लपलेल्या विदेशी पत्रकारांना ज्याप्रमाणे शोधून पकडण्यात आले होते, त्या घटनेमध्ये दडलेले होते. जुन्या आगमन कक्षाच्या बाहेर एक सुरक्षारक्षक तैनात असलेला मला दिसला. माझ्यावरून त्याचे लक्ष हटवण्यासाठी – विदेशी व्यक्ती त्या वातावरणात नेहमीच लक्ष वेधून घेतात – मी नॉर्मनला माझ्या मागे-मागे चालण्यास सांगितले. परंतु आम्हाला कोणीही अडवले नाही.

उजव्या बाजूला मी एके काळी राहत असलेल्या हॉस्टेल (वसतिगृहाची), जिचे नाव अगदी गद्य ठेवले होते, इमारत क्रमांक २५ची इमारत होती. आठवणींना उजाळा देण्याच्या दृष्टीने मी आतमध्ये एक चक्कर मारली. काहीच बदल झालेला नव्हता. हॉस्टेलमधील खोल्यांच्या दरवाजांना तोच काळपट-पिवळा, सरकारी रंग होता. बाथरूम्समध्ये तीच चिनीमातीची चौकोनी भांडी होती आणि अजून पण त्यांना विशिष्ट वास येत होता. मी तेथील कार्यालयात गेले आणि सांगितले की मी एका जुन्या वर्गमैत्रिणीच्या शोधात आले आहे. तेथे असलेल्या व्यवस्थापिका बाई मला सुचवतात की मी इमारत क्रमांक २६ मध्ये असलेल्या 'स्टुडंट सोसायटी'च्या कार्यालयामध्ये चौकशी करावी. परंतु दुर्दैवाने, इतर बीजिंगप्रमाणेच इमारत क्रमांक २६मध्ये पण नूतनीकरणाचे काम चालले होते म्हणून त्यांनी त्यांचे कार्यालय तेथून तात्पुरते हलवले होते.

विद्यापीठ परिसराच्या मध्यवर्ती भागामध्ये असलेल्या एका रेंगाळण्याच्या ठिकाणाकडे, त्रिकोणी आकाराच्या मोकळ्या जागेकडे मी माझा मोहरा वळवला. तेथे मी स्टुडंट सोसायटीच्या कार्यालयाची चौकशी केली, तेव्हा मला काहीच प्रतिसाद मिळाला नाही. मी आणखीही काही जणांना विचारले, पण त्यांनाही काही माहीत नव्हते. शेवटी एकदम माझ्या डोक्यात प्रकाश पडला की ते पर्यटक होते. मी

आजूबाजूला नजर टाकली तेव्हा मला अनेक पर्यटक फिरत असलेले दिसले. माझे विद्यापीठ आता प्रेक्षणीय स्थळ झाले होते, मिंगच्या थडग्यासारखे.

शेवटी अगदी अधीर होऊन मी 'न्यू चायना बुक स्टोअर'मध्ये घुसले. तेथील एका कर्मचाऱ्याने मला 'माजी विद्यार्थी संघाच्या कार्यालयात' चौकशी करण्याचे सुचवले. हे काय हॉवर्ड विद्यापीठ आहे? सांस्कृतिक क्रांतीच्या काळामध्ये माजी विद्यार्थी संघाचे कार्यालय वगैरे येथे नव्हते. बीजिंग विद्यापीठ हे क्रांती घडवून आणणारे एक क्रेंद होते आणि एकमेकांशी संबंध प्रस्थापित करण्याचे केंद्र नव्हते. सकाळचे अकराच वाजले होते आणि हवेत उकाडा जाणवू लागला होता. मला विद्यापीठाच्या दक्षिणेकडील दरवाजापर्यंत परत फिरणे भाग होते. माजी विद्यार्थी संघाचे कार्यालय 'यींगजी विनिमय केंद्र' (Yingjie Exchange Center) नावाच्या एका नव्या इमारतीमध्ये होते आणि इमारतीचे बांधकाम अजून चालू होते. मी वाटेतील एका वाळूच्या ढिगाऱ्यावरून त्या इमारतीमध्ये प्रवेश केला. माजी विद्यार्थी संघाच्या कार्यालयामध्ये कॉम्प्युटर्स होते, कपाटे वगैरे होती. मला एकदम आशा वाटायला लागली. त्यांच्याकडे स्कार्लेट, फ्यूचर आणि वेन लिमींग यांची माहिती नक्की असलीच पाहिजे. न जाणो, कदाचित ते यीनचा ठावठिकाणा पण सांगू शकतील.

"आमच्याकडे १९७०च्या दशकातील काहीही माहिती नाही," तेथील कर्मचाऱ्याने शांतपणे सांगितले. "आमच्याकडे सन १९५२च्या आधीची आणि सन १९८०च्या नंतरची माहिती आहे, मधील काळातील काहीही माहिती नाही आणि गेल्या दोन वर्षांतील माहिती तर अगदी अद्ययावत आहे, त्या सांस्कृतिक काळातील माहितीबद्दल मात्र गडबड आहे."

मला धक्काच बसला. संपूर्ण माओचा काळ अंधारात होता. विद्यापीठाचा अठ्ठावीस वर्षांचा इतिहास गायब केला गेला होता. त्या वर्षांमध्ये विद्यापीठामध्ये कोण होते, त्यांनी काय अभ्यास केला, कोणत्या पदव्या मिळवल्या, त्यांनी मिळवलेले यश, अनुभवलेले अपयश सर्वच गायब केले होते. विद्यापीठाच्या लेखी मी आणि माझे वर्गमित्र-मैत्रिणी कधी अस्तित्वातच नव्हतो. ज्या देशाची इत्थंभूत इतिहास लिहून ठेवण्याची उज्ज्वल परंपरा होती, जगातील इतर कोणत्याही देशांपैकी ज्या देशाचा सर्वांत प्रदीर्घ कालखंडाचा इतिहास लिहून ठेवला गेला होता, अशा या देशात आमच्या काळाची वर्षे पुसून टाकली गेली होती.

माझ्या चेहऱ्यावरची निराशा बघून तेथील कर्मचाऱ्याने अत्यंत नम्रपणे मला सुचवले, तू 'बीजिंग विद्यापीठ आस्थापना'कडे का चौकशी करत नाहीस. हे आस्थापन विद्यापीठासाठी निधी उभा करण्याच्या उद्देशाने स्थापन केले होते – आणि हे पण माओच्या काळामध्ये नव्हते. त्या कर्मचाऱ्याने मला तिकडे कसे जायचे ते

सांगितले. एक भला मोठा सुस्कारा! या आस्थापनाची इमारत विद्यापीठाच्या ३७० एकरच्या परिसरामध्ये दुसऱ्या टोकाला होती. मी आणि नॉर्मन उन्हामुळे आणि चालून आता पूर्णपणे दमलेलो होतो; परंतु आम्ही चालायला लागलो. माझे मन आता भरकटायला लागले होते. मध्यंतरीच्या काळातील ही सगळी माहिती कोणी नष्ट केली असेल, कोणत्या पुरात, किंवा आगीत किंवा इतर काही कारणाने ही माहिती नष्ट झाली होती? मला हा धक्का एवढा मोठा होता की मी त्या कर्मचाऱ्याला ही सगळी माहिती गायब होण्यामागचे कारण विचारायलाच विसरले. आम्ही माओच्या काळातील विद्यापीठाचे माजी विद्यार्थी हे एक संकट होतो का, आजच्या राजवटीसाठी एक नकोशी झालेली आठवण, अडचण होतो का? आमच्या कालखंडातील संपूर्ण माहितीच गायब होणे हे माझ्यासाठी एक काळजीचेच कारण होते. तियानमेन चौकातील आंदोलनात बळी पडलेल्यांचा आकडा कधीच जाहीर करण्यात आला नाही. मला वाटते ते एक 'सरकारी गुपित' आहे. मृतांचा नक्की आकडा आता कोठेतरी सरकारी जुन्या दस्तवेजांमध्ये गाडला गेला असेल. आता तर मला वाटते की, त्या आंदोलनासंबंधीची सर्व कागदपत्रे, सर्व तपशील नष्टच केला असेल- का मुळात तो लिहिलाच गेला नव्हता, का त्या बळी गेलेल्यांची दखल घेण्याइतपत पण त्यांना किंमत नव्हती.

पंधरा मिनिटे चालून, घामाघूम झालेल्या अवस्थेत आम्ही बीजिंग विद्यापीठाच्या आस्थापनाच्या कार्यालयात पोहोचलो. रंगीबेरंगी फरशांच्या, दगडांच्या तुकड्यांनी बनवलेली ती नाजूक पायवाट बांबूच्या बनातून, खजुरांच्या झाडांतून, देवदार वृक्षांच्या आणि निवडुंगाच्या बेटातून गेली होती. कार्यालयाची ती, रंगीबेरंगी वासे आणि राखाडी रंगाच्या कौलांची, खेड्यातील घरासारखी दिसणारी इमारत क्विंग राजवटीतील एखाद्या उत्तम स्थितीत ठेवलेल्या इमारतीप्रमाणे दिसत होती. मी तेथे आधी राहत असताना माझ्या नजरेतून ती इमारत कशी सुटला, याचेच मला आश्चर्य वाटले. त्या इमारतीचा चकचकीत लाल रंगाचा दरवाजा कुलूपबंद होता. त्यावर लावलेल्या हस्तलिखित पाटीवरून सर्व कर्मचारी सुट्टीवर गेले असल्याचे कळले. तरी पण मी त्या दारावर ठोठावले आणि शेवटी एका तरुण व्यक्तीने प्रतिसाद दिला. त्याने पण मला तेच सांगितलं- सर्व जण सुट्टीवर आहेत. मी जेव्हा त्या वास्तूंच्या राखलेल्या उत्तम देखभालीचे कौतुक केले, तेव्हा त्याने फक्त खांदे उडवले, "ही इमारत बांधून दोनच वर्षे झाली आहेत." जीर्णोद्धार केलेल्या मिंग भिंतीप्रमाणे ही पण खोटीच होती. तरी पण ती सुंदर होती आणि माजी विद्यार्थ्यांकडून देणग्या मिळवण्यासाठी, मला वाटते तिची देखभाल करणे आवश्यक होते.

मी स्कार्लेट आणि माझ्या इतर सहकाऱ्यांच्या शोधाची मोहीम आवरती घेतली. आता माझ्यापुढे फक्त एकच पर्याय उरला होता- पक्षाचा एकनिष्ठ कार्यकर्ता हुॲंग.

आता अर्थातच तो निवृत्त झाला असेल. न्यूजवीक वाचण्याबद्दल त्यानेच मला एकदा पकडले होते. त्याच्याबद्दलच्या माझ्या आठवणी काही फार चांगल्या नव्हत्या, परंतु त्याला यीनबद्दलची काही माहिती असण्याची शक्यता होती. कदाचित विदेशी विद्यार्थी संघ त्याला शोधण्यात मला काही मदत करू शकेल आणि नंतर हडेलहप्पी फूला शोधण्यात तो मला मदत करू शकेल. आणि तिला यीन नक्कीच आठवत असेल कारण तिच्याचकडे तर मी यीनची चुगली केली होती.

विदेशी विद्यार्थी संघाचे कार्यालय आता 'शाओ युआन' नावाने ओळखल्या जाणाऱ्या आणि विद्यापीठ परिसरामध्ये पश्चिमेकडे असलेल्या नऊ इमारतींपैकी एकामध्ये असल्याचे मला माहीत होते. आमच्या 'कार्यानुभवाच्या' काळामध्ये या शाओ युआनच्या बांधणीमध्ये मी सहभागी झाले होते. (माझे नॉमर्नबरोबरचे प्रेमप्रकरण त्याच वेळेला, जेव्हा एके दुपारी माझ्या पायावर बांधकामाची वीट पडून मी जखमी झाले होते, तेव्हा सुरू झाले होते. त्या वेळेला त्याने लाँगमार्च हॉटेलमधून माझ्यासाठी काहीबाही खाण्याचे पदार्थ आणणे सुरू केले; परंतु ती एक वेगळीच कहाणी आहे.)

त्या विदेशी विद्यार्थी संघाच्या कार्यालयाशी पोहोचेस्तवर दुपार झाली होती. त्यामुळे अर्थातच काही वेळापूर्वीच ते दुपारच्या भोजनासाठी बंद झाले होते. तेथे काम करणाऱ्या एकाने मला सांगितले, ''मला नाही वाटत आता आज ते परत येतील. ते सर्व जण दोन बसेस भरून, विदेशी विद्यार्थ्यांना बाहेर दूर जेवायला घेऊन गेले आहेत.'' आता मात्र मला भोकाड पसरून रडावेसे वाटले. माझी अवस्था बघून आणि माझी दया येऊन नॉर्मन पुढे सरसावला आणि एका कागदावर– मी या विद्यापीठाची पहिल्या काही विदेशी विद्यार्थ्यांपैकी एक आहे– अशा अर्थाची एक चिठ्ठी लिहिली. त्याच चिठ्ठीमध्ये त्याने त्यांना पक्षाचा एकनिष्ठ कार्यकर्ता हुअँग आणि हेडलहप्पी फू यांच्याशी संपर्क साधण्याची पण विनंती केली. तेथे काम करणाऱ्या बाईने चिठ्ठी घेतली आणि कार्यालयामध्ये देण्याचे मान्य केले.

मी यीनला शोधून काढेन असे मला का वाटत होते, हेच मला कळत नव्हते. उदाहरण द्यायचे झाले तर अजूनपर्यंत तियानमेन चौकात झालेल्या आंदोलनाच्या वेळी रणगाड्यासमोर धीटपणे उभ्या राहिलेल्या त्या धाडसी युवकाला पण अजून कोणी शोधून काढू शकले नाही. असोसिएटेड प्रेसच्या 'जेफ विडेनर' या छायाचित्रकाराने रणगाड्यासमोर धीटपणे उभे राहून रणगाड्यांचा ताफा आडवणाऱ्या त्या तरुणाचे, ५ जून १९८९ रोजी ते प्रसिद्ध चित्र घेतले होते. त्या वेळी बीजिंग हॉटेलच्या बाल्कनीमध्ये जेफ उभा होता. मी तो सगळा प्रकार दुसऱ्या बाल्कनीमधून बघत होते.

त्याच दिवशी **तियानमेन** चौकामध्ये आधी घडलेल्या रक्तरंजित घटनांतून मी पुरेशी सावरले पण नव्हते.

"आधी तू येथून पळायचे बघ," नॉर्मन त्या दिवशी माझ्यावर ओरडला होता. जीव मुठीत धरून मी पळाले होते. अग्रभागी असलेला रणगाडा अचानक पुढे आलेल्या युवकाला चिरडण्यापासून वाचवण्याचा प्रयत्नात आधी डावीकडे वळला नंतर उजवीकडे वळला, शेवटी त्याने रणगाड्याचे इंजिन बंद केले. नंतर तो युवक धडपडत रणगाड्यावर चढला. काही वेळाने तो खाली उतरला, बाजूच्या जमावातील कोणीतरी त्याला बाजूला खेचून घेतले. रणगाड्यांनी परत इंजिने सुरू केली आणि तो रणगाड्यांचा ताफा 'शाश्वत शांती' मार्गावरून मार्गस्थ झाला.

तेव्हापासून त्या धाडसी तरुणाबद्दल निरनिराळे तर्कवितर्क लढवले जात आहेत- कोण असावा तो युवक? काही जणांच्या मते ज्यांनी त्याला रणगाड्यापुढून खेचून घेतले ते साध्या वेषातील पोलीस असावेत. परंतु मला तसे वाटत नाही. ज्या वेळी चीनमधील पोलीस तुम्हाला पकडतात तेव्हा ते मारहाण करतात. ते तुमचे हात मुरगळतात, डोक्यावर मारतात किंवा पाठीवर खाली मारतात. बाजूच्या गर्दीतील ज्यांनी कोणी त्याला खेचून घेतले होते, त्यांनी त्याला वाचवण्याच्या उद्देशानेच ओढून घेतले होते. त्यांच्या परिचयाचा पण तो असण्याची शक्यता होती. त्याने पण काही प्रतिकार केला नव्हता. तो पण त्यांच्याबरोबर रस्त्याच्या कडेला पळाला आणि गर्दीमध्ये मिसळून गेला. रणगाड्यासमोर उभा राहिलेला धाडसी युवक कोण होता? त्याचे कपडे पण सर्वसाधारणच होते, पांढरा शर्ट आणि गडद रंगाची पँट. त्याच्याजवळ एक छोटी पिशवी होती. त्याचे केस पण मध्यम लांबीचे होते (फार लांब किंवा फार बारीक नव्हते). तो ज्या सहजपणे त्या रणगाड्यावर चढला त्यावरून त्याचे वय विशीच्या आसपास असावे.

तीन आठवड्यांनी 'अल्फ्रेड ली' नावाचा एक ऑस्ट्रेलियन पत्रकार बीजिंगमध्ये आला. त्याने एक थक्क करणारे वृत्तांकन, बातमीपत्र लिहिले जे ब्रिटिश वृत्तपत्रांमध्ये प्रसिद्ध झाले होते. लीच्या म्हणण्याप्रमाणे तो धाडसी युवक एकोणीस वर्षांचा होता आणि त्याचे नाव 'वँग वी लीन' असे होते व तो बीजिंगमधील एका कामगाराचा मुलगा होता. लीच्या म्हणण्याप्रमाणे त्यांना ही माहिती त्या तरुणाच्या एका मित्राने दिली होती. त्या मित्राच्या आणखी सांगण्याप्रमाणे त्याने वँग वी लीनला, सरकारी दूरचित्रवाणीवर, त्याच्या डोक्यावरचे केस भादरलेल्या अवस्थेत पकडून नेत असताना दाखवलेले पाहिले होते. या वृत्तांकनाबद्दल ब्रिटनच्या पंतप्रधान श्रीमती मार्गारेट थॅचर यांनी पण लीचे अभिनंदन केले होते. या वृत्तांकनाशी जुळणारी, जवळपास जाणारी एखादी माहिती/बातमी काढण्यासाठी आमच्या वृत्तपत्रांचे संपादक आमच्यावर दबाव आणत होते. चीनमध्ये राहणारे आणि चिनी भाषा येणारे विदेशी वृत्तपत्रांचे वार्ताहर

त्यांच्या-त्यांच्या संबंधांतून, सूत्रांकडून माहिती मिळवण्याची पराकाष्ठा करत होते; परंतु कोणालाही यश आले नाही. गौप्यस्फोट म्हणून करण्यात आलेल्या वृत्तपत्रातील एखाद्या बातमीला जर पूरक अशी किंवा जोड देणारी अशी कोठे कुणकुण नसेल तर ती मूळ बातमी संशयास्पद वाटायला लागते. ज्याप्रमाणे एखाद्या प्रयोगशाळेत एखाद्या प्रयोगातून अनपेक्षितपणे, पण एकदाच, काहीतरी हाती लागावे त्याप्रमाणे.

सन २००६मध्ये ब्रिटिश चित्रपट निर्माता 'अँटनी थॉमस' याने 'टँकमॅन' नावाच्या चित्रपटाची निर्मिती केली. या चित्रपटाच्या निर्मितीच्या संदर्भात त्याने अल्फ्रेड लीची भेट घेतली होती. अल्फ्रेड ली याने त्याला सांगितले होते की त्याला तीन वेगवेगळ्या जणांकडून त्या तरुणाचे नाव वँग वी लीन असल्याचे कळले होते. नंतर लीने थॉमसला हेही सांगितले की, "मला कल्पना होती की एकदा का त्या तरुणाचे नाव जगजाहीर झाले की चिनी साम्यवादी राजवट त्याला हात लावू शकणार नाही. त्याला ते मारून टाकू शकणार नाहीत; कारण जगभरातून तीव्र प्रतिक्रिया उमटण्याची भीती होती."

लीच्या गौप्यस्फोटानंतर पाचच दिवसांनी लंडनच्या 'इव्हिनिंग स्टँडर्ड' या वृत्तपत्राने त्यांच्या बीजिंगमधील वार्ताहराने, 'जॉन पासमोर' याने लिहिलेला एक लेख प्रसिद्ध केला. त्यात त्याने लिहिले होते की वँग वी लीन आता मरण पावला आहे. या माहितीचा हवाला त्याने अमेरिकन गुप्तहेर खात्याच्या आधारे दिला होता. थॉमस याने पासमोरची पण भेट घेतली आणि त्याने लिहिलेल्या लेखाची आठवण करून दिली. परंतु आश्चर्य म्हणजे पासमोर याने कानावर हात ठेवले आणि उलट तो म्हणाला, "तू म्हणतोस मला अमेरिकन गुप्तहेर खात्याकडून माहिती मिळाली होती; परंतु अमेरिकन गुप्तहेर खात्यामध्ये माझा कोणीही खबऱ्या नव्हता."

थॉमस : "तर तुझ्याकडे त्या तरुणाला मारून टाकल्याचा कोणताही पुरावा नाही."

पासमोर : "नाही. तो कोण होता, पुढे त्याचे काय झाले वगैरे मला काहीही माहीत नव्हते."

थॉमस : "तो लेख तुझ्या नावाने छापण्यात आला होता. ही एक नेहमीचीच गोष्ट आहे का? वार्ताहराने, पत्रकाराने एखादा लेख लिहिला नसताना पण त्याच्या नावावर लेख खपवणे ही नेहमीच घडणारी किंवा सर्रास घडणारी गोष्ट आहे का?"

पासमोर : "हो, अगदी शक्य आहे."

सन १९९०मध्ये त्या धाडसी तरुणाबद्दलची शेवटची अधिकृत माहिती समजली. अमेरिकन दूरचित्रवाणीची एक प्रसिद्ध मुलाखतकार 'बार्बारा वॉल्टर्स' ही चीनचे भावी

अध्यक्ष, 'जीअँग झेमीन' यांची मुलाखत घेत होती. त्या मुलाखतीच्या वेळी जीअँग म्हणाले – ''त्या तरुणाला अटक झाली होती की नाही हे मी नक्की सांगू शकणार नाही.'' 'तो तरुण अजून जिवंत आहे की मेला आहे' असे जेव्हा त्यांना विचारले तेव्हा जीअँग जरा त्रासलेले दिसले.

''मला वाटते,'' – एवढेच ते बोलले.

जीअँग यांच्या या 'मला वाटते'चा अर्थ काढणे बार्बारा वॉल्टर्स यांच्यावरच सोडून देण्यात आले. तिच्या अंदाजाप्रमाणे त्यांना म्हणायचे असावे, त्या धाडसी तरुणाला मारून टाकले गेले नव्हते.

परंतु नंतर तो कोणालाच दिसला नाही.

संकटांचे दशक

बीजिंग विद्यापीठातील आमची शोधमोहीम फसल्यानंतर आता मी पूर्णपणे निराश झाले होते. अशा प्रकारे शोध घेणेच चुकीचे होते याची आधीपासूनच जाणीव असलेला नॉर्मन धूर्तपणे, माझा मूड बघून, गप्प राहिला. त्याऐवजी त्याने कोठेतरी जाऊन मस्तपैकी पोटपूजा करण्याचा प्रस्ताव मांडला आणि अर्थातच माझा चेहरा खुलला. त्याचा पूर्वीचा बॉस येथेच जवळपास कोठेतरी राहतो याची त्याने मला आठवण करून दिली... अर्थात, तीन वर्षांपूर्वी 'झू कोंगशी' नक्की राहत होता. त्याने मधील काळात ते घर बदलले नसावे आणि फोन नंबर पण बदलला नसावा एवढीच आशा आम्ही करू शकत होतो. शिवाय तो आणि त्याची पत्नी आमच्या बरोबर जेवणासाठी मोकळा वेळ काढू शकतील, अशी पण आशा होती.

आणि आम्हाला लॉटरी लागली. त्यांनी आम्हाला उत्साहाने त्यांच्या इमारतीजवळ भेटायचे आणि जवळच जेवायला जायचे मान्य पण केले. आम्ही घाईघाईने टॅक्सी पकडली.... आणि तितक्याच घाईने रस्ता पण चुकलो. जरी त्यांचे घर काही मिनिटांच्या अंतरावरच होते, तरी टॅक्सी ड्रायव्हर आम्हाला दक्षिणेकडे खूप लांबवर घेऊन गेला. बीजिंगमधील बहुतेक टॅक्सी ड्रायव्हरप्रमाणे आमचा टॅक्सी ड्रायव्हर पण बाहेरून (स्थलांतरित) येथे आलेला होता. त्याला बीजिंगमधील रस्त्यांची पूर्ण कल्पना नव्हती. चूक लक्षात येऊन आम्ही परत फिरलो आणि इच्छित स्थळी पोहोचलो तर झू आणि त्याची पत्नी 'याओ युझीन' त्यांच्या इमारतीसमोर रस्त्यावरच अस्वस्थपणे आमची वाट बघत उभे होते. झू हा चायनीज ॲकॅडमी ऑफ सायन्समधील सॉफ्टवेअर विभागाचा डायरेक्टर होता. सांस्कृतिक क्रांतीनंतर, ज्या वेळी विदेशी माणसांची नेमणूक करणे हे प्रतिष्ठेचे लक्षण नव्हते, उलट ते एक राजकीय संकट ओढवून घेणे होते, त्या वेळी त्याने नॉर्मनला कामावर नेमण्याचे धैर्य दाखवले होते. एक हुशार कॉम्प्युटर तंत्रज्ञ असलेला झू निवृत्त होऊन आता खूप काळ लोटलेला

होता आणि तो त्याच्या कोंगशी नावाला शब्दशः साजेसे जगत होता. त्या शब्दाचा अर्थ 'कन्फ्युशियन काळ' असा आहे. त्याचा दिवस 'चित्रलिपी' शिकण्यात, जुन्या मित्रांना भेटण्यात आणि काहीही निमित्ताने समारंभपूर्वक चहा पिण्यात जातो. तो पंखा पण अजून जुन्या पद्धतीचाच वापरतो, त्याने ई-मेल पत्ता घेतलेला नव्हता किंवा फॅक्स मशिन पण घरात ठेवलेले नव्हते. "मला स्पॅम आणि फालतू फॅक्स घेत बसण्याचा निव्वळ तिटकारा आहे," तो म्हणाला.

तो आणि त्याची पत्नी आम्हाला 'Mies van der rohe' पद्धतीच्या केवळ व्यवस्थापकीय कार्यालये असलेल्या एका उत्तुंग इमारतीमधील एका नवीन हॉटेलमध्ये घेऊन जाणार होते. ही इमारत आज ज्या जागेवर उभी आहे त्या जागी पूर्वी एक जुनी कॉम्प्युटर तंत्रज्ञान इन्स्टिट्यूटची इमारत होती. हे नवीन 'जेड गार्डन' हॉटेल न्यू यॉर्कमधील 'सिग्राम' इमारतीतील 'फोर सिझन्स' हॉटेलइतकेच अत्यंत सुंदर होते. या हॉटेलमध्ये उंच छतापर्यंत गेलेल्या काचेच्या भिंती होत्या आणि येथे किंचित वर वळलेल्या शेपट्यांच्या गोल्डफिशचे अॅक्वेरियम होते. चकचकीत पॉलिश केलेली टेबले आणि खुर्च्या खूप अंतरा-अंतराने मांडलेली होती. जेवणाच्या हॉलमधील नागमोडी काचेच्या भिंतीवर विविध प्रकारच्या मद्याच्या शेकडो बाटल्यांचे प्रदर्शन मांडले होते. फुलदाण्यांमध्ये लांब देठाची जांभळ्या रंगाची झाक असलेली 'आर्टिचोक' ठेवून सर्व टेबले सजवली होती. जरा जवळून निरखून पाहिल्यावर ती फुले खोटी आहेत हे लक्षात येत होते आणि ती नक्कीच खोटी असणार; कारण कधी सर्व टेबलांमध्ये आर्टिचोक विक्रीसाठी ठेवलेली मला आढळली नव्हती.

माओच्या काळामध्ये साधारणतः संध्याकाळी सहा वाजता हॉटेल्स बंद होण्याच्या तयारीला लागायची आणि गिऱ्हाइके खातपीत बसली असली तरी त्यांची झाडलोट सुरू व्हायची. मला आणि नॉर्मनला, 'शाश्वत स्थैर्याचे द्वार' भागातील 'यॉंगडिंगमेन' हे रात्री आठनंतर पण उघडे राहणारे एक हॉटेल माहीत होते. ते छोटे हॉटेल म्हणजे आमच्यासाठी वरदान होते. अगदी स्वस्तामध्ये तेथे खिम्याचे पॅटिस, सुकट बोंबिलाचे कालवण आणि 'नोरी' पाणवनस्पतीचे तुकडे मिळायचे.

सांस्कृतिक क्रांती हा, आता स्पष्टपणे वाटते की, एक अपघात होता. फ्रान्सप्रमाणेच चीनमध्ये पण खाद्यसंस्कृतीची उपासना खूप गांभीर्याने केली जाते. या दोन्ही संस्कृती शेती आणि उत्तम खाद्य पदार्थांभोवती बेतलेल्या आहेत, या देशामध्ये रोज भेटल्यानंतर ख्यालीखुशाली विचारायचा प्रश्न पण – "ni chi le mei you – तू जेवलास का?" असा आहे. काही वर्षांपूर्वी एक गंमत म्हणून, बीजिंगमध्ये हॉटेल नसलेली एकतरी गल्ली, रस्ता आहे का याचा शोध घ्यायचे मी ठरवले. जेथे बांधकामांचे मोठमोठे प्रकल्प चालू आहेत असे रस्ते, गल्ल्या मी माझ्या पाहणीमध्ये विचारात घेणार नव्हते. त्या शहरातून अर्ध्या तासामध्ये केलेल्या टॅक्सी भ्रमणातून माझ्या असे निर्दशनास आले की,

प्रत्येक रस्त्यावर एकतरी हॉटेल होतेच आणि काही रस्त्यांवर तर दोन, तीन पण होती. मी माझ्या 'जेम्स माइल्स' या, 'द इकॉनॉमिस्ट' साप्ताहिकाच्या पत्रकार मित्राला त्याच्या माहितीत असा रस्ता आहे का हे विचारले. त्याने क्षणभर विचार केला आणि तो म्हणाला, "तियानमेन चौक," परंतु लगेचच त्याने त्याची चूक सुधारली आणि म्हणाला – "नाही, तेथे त्या चौकाखाली भुयारी हॉटेल आहे."

चिनी पाककलेतील सर्वांत वैशिष्ट्यपूर्ण आणि चवदार समजल्या जाणाऱ्या खाद्य पदार्थांसाठी जेड गार्डन हॉटेल प्रसिद्ध होते. त्यात पण विशेष म्हणजे ताज्या माशांचे, कोवळ्या बांबूचे आणि कडधान्याच्या दह्यापासून केले जाणारे 'Suzhou-Zhejiang-Huai' हे पदार्थ ही यांची खासीयत होती. सिल्क गाउन परिधान केलेल्या अतिसडपातळ यजमानीण बाईंनी आम्हाला आमच्या टेबलपर्यंत नेले. मी नॉर्मनच्या कानात कुजबुजले– "आपण बिल द्यायचं आहे हं." एकंदरीतच सगळा प्रकार भयंकर महागडा असावा असे वाटले. टेबलवरचा सिल्क वेष्टणातील 'ॲटलास'च्या आकाराचा आणि तितकाच जाडजूड, गडद-चकचकीत हिरव्या रंगाचा मेनू आम्ही उघडला. 'याओ' ही एक सुबक ठेंगणी स्त्री आहे, हसताना तिला तोंडावर हात ठेवायची सवय आहे. "येथील पदार्थांच्या किमती अत्यंत वाजवी आहेत," हसत हसत, परंतु तोंडावर हात न ठेवता याओने आम्हाला सांगितले आणि बाजूलाच घुटमळणाऱ्या वेटरला खाण्याच्या पदार्थांची भली मोठी ऑर्डर दिली- मांसाच्या भज्यांची टोपली, वेगवेगळ्या प्रकारची सूप्स, नूडल्स, तांदळाच्या वाइनमध्ये भिजवलेले वाटाणे, ग्रीन-टी, बिस्किटे इत्यादी.

याओची आणि माझी तशी जुनी मैत्री पण आहे. ती पूर्वी बीजिंग रेडिओसाठी पोर्तुगीज भाषांतरकार होती. आता ती निवृत्त झाली आहे. सन १९८८मध्ये मी माझ्या पत्रकारितेच्या पहिल्या कामगिरीवर असताना ती 'झेजीॲंग' या तिच्या मूळ प्रांतामध्ये माझ्याबरोबर आली होती. अंधाऱ्या, घाणीने आणि अळ्यांनी भरलेल्या, एकही खिडकी नसलेल्या संडासाच्या त्या खेड्यामध्ये आम्ही बरेच दिवस राहिलो होतो. जवळच्याच 'शाओक्सी' गावातील एका यथातथाच हॉटेलमध्ये राहत असताना चांगली अंगठ्याएवढ्या जाडीची गोम पाहून बाथरूममधून मी किंचाळतच बाहेर पळत आले होते.

म्हणून बीजिंग विद्यापीठातील पायपिटीमुळे घामेजलेला चेहरा आणि हात धुण्यासाठी जेड गार्डन हॉटेलच्या प्रसाधनगृहात जाताना मी जरा साशंकच होते. परंतु स्त्रियांचे प्रसाधनगृह पण हॉटेलप्रमाणेच चकाचक होते. प्रसाधनगृहाच्या चकचकीत ॲल्युमिनिअमच्या दारामधील भिंती, इतर सामग्री, वॉशबेसिन इत्यादी गोष्टी पण चकचकीत ॲल्युमिनिअमच्या होत्या. प्रसाधनगृह अगदी स्वच्छ होते, कोणत्याही प्रकारचे वास येत नव्हते. तेथे आणखी पण एक गोष्ट होती जी मी चीनमध्ये आधी कोठेही पाहिली नव्हता- टॉयलेट सीटची कागदी आवरणे देणारे यंत्र. एकूणच ते

प्रसाधनगृह एखाद्या अंतराळयानाप्रमाणे स्वच्छ आणि आटोपशीर होते, त्या झेजीअँगमधील अळ्यांनी भरलेल्या संडासापासून लक्षावधी मैल दूर. प्रसाधनगृहात आणखी एक गोष्ट माझ्या नजरेस आली. तेथील कोणत्याही वस्तूला हात लावायला लागू नये म्हणून तेथील सर्व गोष्टी म्हणजे नळापासून ते द्रवरूप साबणापर्यंत आणि हात पुसण्याच्या कागदी टॉवेलपासून ते अगदी फ्लशपर्यंतच्या सर्व गोष्टी आपल्या हालचालींनी कार्यान्वित होणाऱ्या होत्या. याला अपवाद केवळ टॉयलेट पेपरचा. पण मला खात्री आहे की एखादा उद्योगी चिनी माणूस यावर पण कोठेतरी संशोधन करत असेल. येथे पण एटीएम मशिन्सच्या बाहेर असतो त्याप्रमाणे पांढऱ्या पोशाखातील एक सेवक होता आणि एखाद्याने वॉशबेसिन वापरले की क्षणात ते पुसून कोरडे करणे, एवढेच त्याचे काम होते.

मी परतले तर टेबलवर सर्व खाद्यपदार्थ मांडलेले होते आणि वेटर आणखी काही पदार्थ ठेवत होती. सिल्क गाउन घातलेल्या यजमानीण बाईंनी आमच्या टेबलजवळ येऊन सर्व गोष्टी आमच्या मनाप्रमाणे होत आहेत ना याची चौकशी केली. आणि क्षणात ती काहीतरी टक्केवारीच्या भाषेत बोलायला लागली. माझा उडालेला गोंधळ बघून याओ माझ्या मदतीला धावून आली आणि म्हणाली, ''ती आपल्या गळ्यात त्यांच्या हॉटेलचे 'विशेष गिऱ्हाईक' योजना मारायला बघते आहे.'' एक हजार युआनचे कार्ड विकत घ्यायचे आणि बाराशे युआनच्या वस्तू मिळवायच्या. चार हजार युआनचे कार्ड विकत घ्यायचे आणि पाच हजार युआनच्या वस्तू मिळवायच्या, टोरांटो येथील हॉटेलमध्ये जर शंभर डॉलर्सचे भेटकार्ड घेतले तर शंभर डॉलर्सच मिळतात. 'बार्नेस आणि नोबल' या पुस्तकाच्या दुकानामध्ये पंचवीस डॉलर्स वार्षिक वर्गणीवर पुठ्ठाबांधणी पुस्तकांवर २० टक्के आणि साध्या बांधणीच्या पुस्तकांवर १० टक्के सवलत मिळते; परंतु घाऊक खरेदीवर सूट मिळत नाही, तसेच आधी पैसे पण द्यावे लागत नाहीत.

''जेवढे आधी पैसे भराल तेवढी जास्त सूट मिळते,'' याओ मला म्हणाली. ज्यांना कोणाला गिऱ्हाइके बांधून ठेवायची असतात- उदाहरणार्थ केशकर्तनालये, स्पा, मसाज पार्लर इत्यादी सर्व या पद्धतीचा अवलंब करतात. मला ते कार्ड विकत घ्यायचा मोह होतो, पण त्यात एक गोम होती. हे कार्ड आमच्या आजच्या खाण्याच्या बिलासाठी वापरता येणार नव्हते. जेव्हा आम्ही नकार दिला तेव्हा ती तेवढ्यावरच थांबली नाही, तर आम्ही तेथे असतानाच्या वेळात ती दोन वेळा परत आमच्या टेबलजवळ आली आणि अगदी अदबीने तीच योजना आमच्या गळी उतरवण्याचा प्रयत्न केला. जणूकाही आमच्या पहिल्या नकारांना काही किंमतच नव्हती. आम्ही आणखीही काही खाद्य पदार्थ मागवावेत म्हणून ती तीनवेळा आमच्या टेबलजवळ आली. जेव्हा आम्ही 'काहीही नको'असे सांगितले, तेव्हा

आमचे मन वळवण्यासाठी तिने आणखी एक प्रयोग केला– हॉटेलतर्फे भेट म्हणून कलिंगडाच्या फोडी आणि छोट्या बाउलमधून नारळाच्या दुधात भिजवलेले साबूदाणे इत्यादी पदार्थ तिने आमच्याकडे पाठवले. आम्ही आता आवरते घेतले आणि खूप प्रमाणात उरलेले खाद्य पदार्थ तिला बांधून द्यायला सांगितले. तिने आम्हाला ते सर्व उरलेले खाद्यपदार्थ म्हणजे खिम्याचे कटलेट, ग्रीन-टी इत्यादी टपरवेअरच्या आकर्षक डब्यांतून सुबकपणे एका पिशवीत बांधून दिले. याओ ते डबे बघून एकदम खूश झाली आणि ठरवून टाकले की या हॉटेलचे 'विशेष गिऱ्हाईक' व्हायचेच.

माओच्या काळामध्ये अशा प्रकारच्या व्यापारी व्यवहारांना, चंगळवादाला संपूर्ण आळा बसला होता; परंतु ते पूर्णपणे बंद झाले नव्हते कारण शेवटी केवळ पन्नास वर्षांची साम्यवादी राजवट म्हणजे चीनच्या ऐतिहासिक 'सिल्करोड' व्यापारी संस्कृतीच्या कालखंडावरचा एक छोटासा ठिपकाच म्हणावा लागेल. 'आर्थिक सहकार्य आणि विकास' या संस्थेने वर्तवलेल्या अंदाजाप्रमाणे लवकरच चीन हा देश जगातील सर्वांत मोठा निर्यातदार देश बनेल.

बीजिंग शहर हे आता पक्के व्यापारी शहर झाले होते. या बाबतीत टोरांटो येथील 'मॅन्युलाइफ इन्व्हेस्टमेंट्स'चे उपाध्यक्ष 'माईल्स मोरीन' यांनी सांगितलेली त्यांची एक आठवण उद्बोधक होती. ते सांगत होते, ते जसे टॅक्सीमधून खाली उतरले तसे रस्त्यावरील एका विक्रेतीने त्यांना पकडले. ती बनावट रोलेक्स घड्याळ त्यांना विकायला बघत होती. मोरीन यांनी त्यांच्या हातावरचे घड्याळ दाखवत, त्यांना घड्याळाची गरज नाही असे तिला अनेक वेळा सांगितले; परंतु ती काही त्यांचा पिच्छा सोडायला तयार नव्हती. प्रत्येक वेळी ती घड्याळाची किंमत कमी-कमी करत होती आणि हे नको-नको म्हणत होते. शेवटी तिच्या चिकाटीला दाद द्यायची म्हणून मोरीन यांनी एक घड्याळ घेतले, तर तिने आणखी एक घड्याळ घेण्याचे टुमणे सुरू केले. मोरीन हसत हसत मला सांगत होते.

विकण्यासाठी, व्यापारासाठी कोणतेही आणि काहीही निमित्त पुरेसे होते. आमच्या सुंदर निवासातील लिफ्टच्या पुढील मोकळ्या जागेत लावलेले टीव्ही काही निवांत मिळणारे दोन क्षण पण वाया जाऊ देत नाहीत. त्यांच्या पडद्यावर पण फोर्ड, बीएमडब्ल्यू, निरनिराळी शीतपेये, कॅनडाला स्थलांतर करण्यासाठी सल्ला/ मदत वगैरेंच्या जाहिराती सतत चालूच असतात. माझा अनुभव आहे की, सिल्क मार्केटमधील मिचमिच्या डोळ्यांचे विक्रेते हे चांगल्यापैकी मनोविश्लेषक आहेत. तेथील दुकानातील एखाद्या गोष्टीवर म्हणजे उदाहरणार्थ, 'पश्मिना'वर तुमचे डोळे क्षणभर जरी स्थिरावले तरी तुमच्या मनाचा अंदाज घेऊन ते तुमच्यावर तुटून पडतात आणि इंग्रजी, चिनी, फ्रेंच, रशियन भाषांतून त्यांचा भडिमार सुरू होतो –"पश्मिना तुला आवडले? विविध रंगांत आहे, वाजवी दरात आहे." ते, तुम्ही कोणत्या भाषेत

बोलता याचा अंदाज घेतात आणि त्यावरून तुमचे नागरिकत्व ठरवतात. अमेरिकन्स साधारणतः सर्वांत जास्त किंमत देतात, तर रशियन्स सर्वांत कमी आणि फ्रेंच फार भावनाप्रधान आहेत. लाल पुलाजवळील एका मार्केटमधून एकाच दुकानातून मी खूप शालींची आणि स्कार्फ्सची खरेदी केली. ती सगळी खरेदी घेऊन मी धडपडत जात असताना, त्याच्या बाजूच्याच दुकानदाराला असूया तर वाटली नाहीच, पण त्याने मला आणखीही माल विकण्याचा प्रयत्न केला – ''पश्मिना? वाजवी भाव आहे, माझ्याकडून पण घ्या,'' ती सांगत होती.

ज्या विक्रेत्यांना मार्केटमधील गाळे भाड्याने घ्यायचे नसतात, ते सिल्क मार्केटच्या बाहेर घुटमळत असतात. मार्केटसमोरच्या रस्त्याच्या पलीकडच्या पदपथावरून किरकोळ अंगकाठी असलेली एक विक्रेती मोज्यांची जोडी हातात हलवत माझे लक्ष वेधून घ्यायचा प्रयत्न करत होती. बहुतेक पादचाऱ्यांची, जणूकाही ती अदृश्य असल्याप्रमाणे तिच्या अस्तित्वाची दखल न घेता, येजा चालू होती. बेन आणि सॅम यांना मोजे घ्यायचे होते म्हणून मी थांबले. त्या मोज्यांवर 'प्ले बॉय'चे बोधचिन्ह बघून मला जरा धक्का बसला; कारण त्यांच्या शाळेच्या युनिफॉर्मसाठी तसे मोजे चालण्याची शक्यता जरा कमीच होती. त्यांच्या शाळेच्या नियमाप्रमाणे मोजे राखाडी रंगाचे असणे आवश्यक होते आणि त्यांची शाळा फ्रेंच असल्यामुळे युनिफॉर्मच्या बाबतीत, रंगांच्या बाबतीत काटेकोर होती. माझा उडालेला गोंधळ बघून त्या विक्रेत्या स्त्रीने पिशवीतून आणखी काही मोजे काढले आणि माझ्या हातात अक्षरशः कोंबले. त्यात काही मोजे, त्यावर कोणतेही बोधचिन्ह नसलेले, साधे राखाडी रंगाचे होते. ती अर्थातच मला चिनी समजली आणि ५ जोड्यांची १५ युआन (२ डॉलर) किंमत सांगितली म्हणजे अगदीच स्वस्त; परंतु ही किंमत केवळ तिचा मी चिनी असल्याचा समज झाल्यामुळे होती. परंतु माझ्या पूर्वजांच्या व्यापारी वृत्तीला स्मरून आता घासाघीस करण्याची जबाबदारी माझी होती. आणि मला काही कळायच्या आतच, अगदी मातीमोल भावाने, मी वीस जोड्या खरेदी पण केल्या. आणि तरी मी फार घासाघीस केली नव्हती. दुसरे दोन मोजेविक्रेते माझ्या दिशेने यायला लागले.

विकणे हे बीजिंगच्या रक्तातच आहे. आम्ही राहत असलेल्या सुंदर निवासाबाहेरच्या पदपथावर मी एका फळविक्रेत्याकडून पिकलेली पीच विकत घेतली. त्याने बोलता बोलता, मी जेवढी घ्यायची ठरवलेली होती त्याच्या दुप्पट माझ्या गळ्यात मारली. नंतर दोन मोठे आंबे घेण्यासाठी तो मला पटवायला लागला. अर्थातच, मी ते घेतले आणि सर्व फळांचे पैसे देऊन जेव्हा मी बाकी सुट्या पैशांसाठी हात पुढे केले तर तो मला आणखी एक पीच घेण्याची गळ घालायला लागला आणि माझ्या हो-नाहीची पर्वा न करता माझ्या पिशवीत एक पीच टाकले.

आमच्या जेवणाच्या कार्यक्रमानंतर याओ वामकुक्षी करायला घरी गेली आणि झूने त्यांच्या सॉफ्टवेअर इन्स्टिट्यूटच्या जागेवर उभ्या राहिलेल्या गगनचुंबी इमारतींच्या आजूबाजूचा परिसर आम्हाला दाखवला. माझा सेलफोन वाजला. वँग बाईंकडून काहीतरी संदेश होता. दर दिवशी चीनमध्ये अक्षरशः कोट्यवधी संदेशांची देवाणघेवाण होते आणि प्रत्येक संदेशाची किंमत दोन पैशांपेक्षाही कमी आहे. अंगठा आणि तर्जनीच्या साहाय्याने आयपॅडवर, मोबाइलवर सतत संदेश टाइप करणे चालू असते आणि संदेशांची देवाणघेवाण चालू असते. चीनमधील आयपॅड किंवा मोबाइलमधील विशिष्ट सॉफ्टवेअर हे संदेशाच्या प्रकारावरून योग्य चिनी शब्दांचा अंदाज घेतात. शांघायमधील एका स्त्रीने मला सांगितले होते, ''आमचा अंगठेबहाद्दरांचा देश आहे.''

वँग बाईंकडून आलेल्या संदेशामध्ये चांगली बातमी होती. आमच्या पत्रकार संघातील ज्यांच्याबरोबर मी संपर्क साधला होता त्या ताओजी यांनी 'फ्यूचर' आणि वेन लेमिंग यांचे फोन नंबर मिळवले होते; परंतु स्कार्लेटच्या बाबतीत त्यांचा शोध अजून चालू आहे. मी फ्यूचरबरोबर तत्काळ संपर्क साधला. माझा आवाज ऐकून त्याला आनंद झालेला वाटला, पण आश्चर्य वाटल्याचे जाणवले नाही. चीनमध्ये आणि त्याच्या जीवनात अशा प्रकारे माझ्या येण्याजाण्याची त्याला खूप पूर्वीच सवय झाली आहे. आम्ही लगेचच दुसऱ्या दिवशी रात्री जेवणाच्या निमित्ताने भेटण्याचे ठरवले.

परत माझा फोन वाजला. ''ओळख बघू मी कोण आहे?'' पलीकडून बसकट आवाजातील एक बाई चिनी भाषेतून विचारत होती. माझ्या काही लक्षात आले नाही. मी डोक्याला ताण दिला, परंतु काहीच अंदाज करता येत नव्हता.

''ओळख ना मी कोण आहे?'' परत एकदा तिने विचारले. मी जरा अवघडल्यासारखी झाले आणि थोडीशी वैतागले पण. असे जर टोरांटोमध्ये घडले असते तर एव्हाना मी फोन ठेवून दिला असता; परंतु मी माझा वैताग आवरत जितक्या शांतपणे सांगता येईल तेवढ्या शांतपणे सांगितले – ''खरंच नाही ओळखले तुला.''

''मी तुला एक खूण सांगते,'' ती हसत हसत म्हणाली, ''आम्हा सर्व बहीण भावांचे एकच नाव आहे.''

दुसऱ्या बाजूला हेडलहप्पी 'फू' होती तर. तीन दशकांपेक्षा जास्त काळ लोटून गेला, पण मला चिडवण्याची किंवा गोंधळवून टाकण्याची तिची खोड अजूनही तशीच कायम होती. हेनान प्रांतामध्ये प्रमुख सैन्याधिकारी असलेल्या तिच्या वडिलांनी त्यांच्या सर्व सहा मुला-मुलींची नावे 'फू मीन' अशीच ठेवली होती. फक्त 'मीन'साठी त्यांनी वेगवेगळी अद्याक्षरे वापरली होती. (हा प्रकार जॉर्ज फोरमन यांच्याप्रमाणेच होता. त्यांनी पण त्यांच्या पाच मुलांचे आणि दोन मुलींचे नाव 'जॉर्ज' असेच ठेवले होते.) ती कट्टर मार्क्सिस्ट विचारसरणीची असल्यामुळे तिच्यासाठी 'पार्टी' सांगेल ते प्रमाण होते. फू प्रत्येक गोष्टीकडे 'वर्गीय संघर्षाच्या' लोलकातूनच बघायची.

तिच्या मते मी नेहमीच राजकीयदृष्ट्या संशयित होते; कारण मी कपटी पाश्चिमात्य देशातून आलेली होते. तिच्या मते एका हॉटेलचे मालक असलेले माझे वडील हे रक्त शोषण करणारे भांडवलदार होते, जे हॉटेलमधील कामगारांना चिकन चाऊमीन करायला लावून त्यांच्या गरिबीचा फायदा घेत होते, त्यांचे शोषण करत होते.

फूने बीजिंग विद्यापीठामध्येच चिनी भाषेचा अभ्यास केला होता आणि ती पदवीधर झाल्यावर विद्यापीठाने तेथेच तिची शिक्षिका म्हणून नेमणूक केली होती. सन १९६६मध्ये जेव्हा सांस्कृतिक क्रांतीच्या विचारांच्या, कल्पनांचा सर्व विद्यापीठाच्या परिसरात वणवा पेटला होता, तेव्हा तिने अत्यंत कडव्या आणि जहाल समजल्या जाणाऱ्या 'रेडगार्डस्' दलामध्ये प्रवेश केला होता. त्या वेळी 'डेंग झिया ओपिंग' यांचा सर्वांत मोठा मुलगा 'पुफांग' हा विद्यापीठामध्ये भौतिकशास्त्राचा विद्यार्थी होता. सन १९६८मध्ये डेंग हे माओचे नंबर दोनचे शत्रू समजले जात होते. रेडगार्ड्सनी त्यांच्या मुलाचा छळ केला. काही दिवसांनी त्याच्या होस्टेलच्या चौथ्या मजल्यावर असलेल्या खोलीच्या खिडकीतून तो खाली पडला (का त्याला टाकले गेले होते?). त्या अपघातात त्याच्या पाठीच्या कण्याला इजा झाली आणि तो आयुष्यभरासाठी लुळापांगळा झाला. फूच्या दलाचा या कृत्यामागे हात होता का, याबाबत ती काहीच बोलली नाही.

डेंग पुफांग पण सांस्कृतिक क्रांती किंवा त्याच्या अपघाताबद्दल किंवा खिडकीतून ढकलून दिले जाण्याबाबत फार काही बोलला नाही. आता तो चिनी अपंग व्यक्तींच्या संस्थेचा चेअरमन होता. सन २००६मध्ये एका वार्ताहर परिषदेचे दरम्यान त्याला त्याच्या अवस्थेबद्दल प्रश्न विचारण्यात आला. शेजारी बसलेल्या व्यक्तीकडे बघत डेंग पुटपुटला "अडतीस वर्षांपूर्वी?" त्या शेजारी बसलेल्या माणसाने मान हलवली. रॉयटर वृत्तसंस्थेच्या वार्ताहराकडे वळत डेंग म्हणाला, "याआधी मी अनेक वेळा सांगितल्याप्रमाणे त्या सांस्कृतिक क्रांतीने केवळ माझ्याच जीवनात नाही, तर संपूर्ण चीनमध्येच उलथापालथी घडवल्या आणि अनेकांचे जीवन उद्ध्वस्त केले, त्या काळात अनेक अमानुष कृत्ये केली गेली."

डेंग झिया ओपिंगसारख्या मोठ्या वजनदार व्यक्तीच्या मुलासाठी पण सांस्कृतिक क्रांती हा फार दुःखद आणि मत प्रदर्शित करण्याच्या दृष्टीने धोकादायक विषय होता. त्या काळामध्ये म्हणजे सन १९६६ ते १९७६च्या दशकामध्ये, जवळजवळ दहा लाख लोकांना 'आकस्मिक' मृत्यूला सामोरे जावे लागले होते. हा इतिहास उकरून काढणे किंवा त्याची चर्चा करणे म्हणजे साम्यवादी पक्षाच्या राजवटीच्या जनाधाराच्या दाव्यावर प्रश्नचिन्ह निर्माण करण्यासारखे होते. आणि म्हणून आज कोणतीही राजवट चीनच्या त्या कालखंडाचे केवळ 'संकटांचे दशक' असा उल्लेख करून चर्चा टाळते; चीनमध्ये सत्यशोधक समिती वगैरे प्रकार अस्तित्वात नाही. सांस्कृतिक क्रांतीनंतर काही थोड्या वरिष्ठ अधिकाऱ्यांना, ज्यामध्ये माओची पत्नी आणि तिच्या जवळच्या तथाकथित

चांडाळचौकडीचा समावेश होता, शिक्षा झाल्या. बहुसंख्य अन्यायकर्ते आणि अन्याय सहन केलेले थोड्याच काळात परत आपापल्या कामाला लागले. आज पण सांस्कृतिक क्रांती हा विषय किंवा त्याचा उल्लेख सर्वांनाच अडचणीचा वाटतो.

लाखो सर्वसामान्य चिनी नागरिकांना त्याचे काहीच वाटत नाही. जुन्या अत्याचारांबद्दल कोणाला जबाबदार धरावे किंवा त्यांना शिक्षा व्हावी वगैरे त्यांना महत्त्वाचे वाटतच नाही. झालेल्या विनाशाबद्दल किंवा रक्तपाताबद्दल कोणालातरी दोषी ठरवायचे ते टाळतात. 'माओज् वॉर अगेन्स्ट नेचर' या पुस्तकाची लेखिका 'ज्युडीथ शापीरो' या प्रकारचे वर्णन 'वैशिष्ट्यपूर्ण विस्मृती' असे करते. तसे पाहिले तर 'कू क्लक्स क्लान'च्या तरी किती सदस्यांनी, ज्यांचा त्यांनी छळ केला, त्यांच्याबरोबर संपर्क साधण्याचा प्रयत्न केला होता? 'ॲना फंडर' हिने 'स्टासिलँड' या तिच्या पुस्तकामध्ये बर्लिन भिंतीच्या निर्गितीदरम्यान ज्या काही क्रूरपणे अनेकांची आयुष्ये बदलली गेली अशांचे चित्रण केले आहे, त्याचबरोबर जाणीवपूर्वक दडपलेला पूर्व जर्मनीचा इतिहास पण तिने उलगडून दाखवला आहे.

सन १९६८मधील दंगलीनंतर फू मीन आणि इतर शिक्षकांना अतिदूर असलेल्या 'जीआक्सी' प्रांतामध्ये, त्यांच्या कृत्यांचे परिमार्जन करण्यासाठी म्हणजे कष्टांची कामे करण्यासाठी पाठवून दिले होते. 'कार्प आयलंड' कँपमध्ये एके दिवशी संध्याकाळी गस्त घालत असताना तिच्या लक्षात आले की इंग्रजी विषय शिकवणारी तरुण शिक्षिका 'झेंग पिडी' तिच्या खोलीत नाही. फूला तिचा संशय आला आणि तिने शोध घ्यायला सुरुवात केली. फूला ती जवळच्याच नदीकाठी प्रयोगशाळेतील दोन तरुण सहकाऱ्यांबरोबर बोलताना आढळली. फू त्या गोष्टीची शहानिशा करायला थांबलीच नाही. कारण पिडी विवाहित होती. ही चटपटीत बातमी कँपप्रमुख असलेल्या सेनाधिकाऱ्याला देण्यासाठी ती घाईघाईने कँपमध्ये परतली.

"ती मला 'पोक्सी' म्हणाली"– नंतर पिडी मला सांगत होती, जी नंतर माझी खूप चांगली मैत्रीण झाली आणि तिनेच माझी आणि नॉर्मनची भेट घडवून आणली होती.

पोक्सी म्हणजे वेश्या किंवा शब्दशः अर्थ 'तुटलेली चप्पल'- अनेकांनी पायात घातल्यामुळे तुटलेली चप्पल.

सन १९७३मध्ये ज्या वेळी मला यीनने माझी मदत मागितली होती तेव्हा मला डेंग झिया ओपिंग यांच्या मुलाबद्दल काहीही कल्पना नव्हती. त्या वेळी माझी पिडीबरोबर पण भेट झाली नव्हती. आणि उघडपणे काय किंवा खासगीमध्ये पण चीनमध्ये सांस्कृतिक क्रांतीदरम्यान नक्की काय घडते होते, याबद्दल कोणीच काही बोलत नव्हते. डेंग यांच्या मुलाच्या पाठीच्या कण्यावर सन १९८०मध्ये 'ओटावा' येथे शस्त्रक्रिया करण्यात आली; परंतु त्या शस्त्रक्रियेची बातमी गोपनीय ठेवली होती. जेव्हा ओटावा येथील नागरिकांना 'कोणा खास' व्यक्तीच्या शस्त्रक्रियेबद्दल सुगावा

लागला तेव्हा चीनच्या दूतावासाने तो चीनच्या राजदूताचा नातेवाईक असल्याचे सांगितले होते. फू ज्या प्रकारे पिडीबरोबर वागली होती, ते पण मला सन १९८०पर्यंत माहीत नव्हते आणि जेव्हा ते मला समजले तेव्हा तर माझे माझ्या पूर्वीच्या शिक्षिकेबद्दलचे मत पक्केच झाले. परंतु त्या वेळेपर्यंत मी यीनच्या घटनेबद्दल सगळे विसरून गेले होते.

आता मागे वळून बघताना मला वाटते फूसारख्या खुनशी बाईकडे मी तिची तक्रार करायला नको होती. परंतु आता माझ्या मनात गोंधळ उडाला होता. फोनवर हडेलहप्पी फू घाईघाईने बोलत होती. मी लक्ष देऊन ऐकत होते. ती मला सांगत होती, तिला निवृत्त होऊन 'युगे 'लोटली आहेत. ती तिच्या नवऱ्याबरोबर– त्यांना अपत्य झाले नाही – 'नॉर्थ येन्चिग गार्डन' भागामध्ये राहते.

"मी चीनमध्ये एक महिना आहे," मी तिला सांगितले. "आणि मला तुला भेटायला आवडेल." पलीकडे पूर्ण शांतता होती. मला माहीत आहे फू अवघडली असणार.

काही क्षणांच्या शांततेनंतर खोटा उत्साह दाखवत ती म्हणाली, "माझ्या घरी ये की." चिनी रीतीरिवाजाप्रमाणे प्रथम मी नकार देणे अपेक्षित होते. दुसरी व्यक्ती जर मनापासून बोलवत असेल तर तिने तीन वेळा आमंत्रणाचा उच्चार करणे आवश्यक होते. नाहीतर माझा पहिला नकार दोघांसाठी पण तोंड चुकवण्याचा सन्माननीय मार्ग ठरू शकतो. परंतु आता हिशोब चुकवायची वेळ आली होती.

"अगदी नक्की." मी विचारले, "कधी येऊ?"

फू पलीकडे जोरजोरात खोकायला लागली. "अगं, माझ्या घरात एवढा पसारा आहे गं"– ती जोरात म्हणाली.

"काही हरकत नाही"– तरी पण मी घोडं दामटलं. "मी माझ्या मुलांना आणि नवऱ्याला पण आणीन."

"तो मूळचा चिनी आहे की गोरा आहे?" फूने विचारले.

ही खरी मूळची फू. मला क्षणभर चेष्टा करायची लहर आली. नॉर्मन हा 'काळा' आहे असे सांगण्याचा मला मोह झाला.

"तो गोरा आहे," मी सांगितले. नंतर थांबून – "पण ते काही विशेष आहे का?"

"नाही, नाही. अजिबात नाही," उसने अवसान आणून आवाजाची पट्टी वाढवत ती म्हणाली.

शेवटी पुढच्या चार दिवसांत मी माझ्या गोऱ्या नवऱ्याबरोबर आणि माझ्या दोन 'मिश्र संकरित' मुलांबरोबर तिच्या घरी जायचे ठरले.

दृष्टिआडचे शहर

हडेलहप्पी फूचे फोनवरील बोलणे संपत नाही तोच परत फोन वाजला. हा फोन कार्यकर्ता हुअँगचा होता. काहीसे ओशाळेपणे हसत तो म्हणाला, "तर तू परत आली आहेस." मी त्याला सांगितले की मी माझ्या कुटुंबासमवेत एका महिन्यासाठी आलेली आहे. मी त्याला माझ्या आणि हडेलहप्पी फूबरोबरच्या संभाषणाबद्दल आणि ठरलेल्या भेटीबद्दल मात्र काही सांगितले नाही. आणि मी यीनच्या शोधात आले आहे हे पण सांगितले नाही.

"आपण सर्व जण बीजिंग विद्यापीठामध्ये तुमच्या आगमनार्थ एकत्र भेटू या आणि पार्टी करू या. १४ ऑगस्ट तुला सोयीची तारीख आहे का? मी जेवढ्यांशी संपर्क होऊ शकेल तेवढ्या सर्वांना बोलावतो, शिक्षिका फू तसेच एरिकाच्या बाईंना पण."

मी तत्काळ तयारी दर्शवली.

दुसऱ्या दिवशी सकाळी मी घाईघाईने आगामी 'सेलो' वादनाच्या कार्यक्रमाची तिकिटे खरेदी करण्यासाठी गेले. मला तिकिटे संपायची भीती वाटत होती. मला चिनी जनतेच्या कलेबाबतच्या जागरुकतेची, रसिकतेची आणि सांस्कृतिक जाणिवांची फारशी कल्पना नाही; परंतु चिनी माणूस 'यो यो मा'सारख्या नावाजलेल्या कलाकाराच्या कार्यक्रमासाठी काहीही दाम मोजायला तयार आहे; पण दोन डझन चिनी आणि स्विस उदयोन्मुख विद्यार्थी सेलो वादकांसाठी मात्र त्याचा हात आखडतो. स्थानिक आयोजकांना, अधिकाऱ्यांना परदेशी कलाकारांसमोर एवढ्या मोठ्या प्रमाणावर खुर्च्या रिकाम्या राहणे अपमानास्पद किंवा कमीपणाचे वाटते म्हणून मग सरकारी कंपन्यांना घाऊक प्रमाणात तिकिटे खरेदी करण्यास भाग पाडले जाते. सरकारी कंपन्या त्यांच्या कर्मचाऱ्यांना ती तिकिटे फुकट वाटतात आणि कर्मचारी ती तिकिटे बाहेर स्वस्तात विकतात. नंतर कार्यक्रमाच्या दिवशी ही तिकिटे घेणारे थिएटरच्या बाहेर त्यांची तिकिटे विकायला उभे राहतात आणि जसजशी कार्यक्रमाची वेळ जवळ

जवळ येते, तसतसे तिकिटांचे भाव उतरत जातात. परंतु मला या सर्व गोष्टींची काहीच कल्पना नव्हती.

सुंदर निवासातील मदतनीस मला म्हणाली की त्या सेलो वादनाच्या कार्यक्रमाची तिकिटे जवळच असलेल्या 'विज्ञान-तंत्रज्ञान' कार्यालये असलेल्या गगनचुंबी इमारतीमध्ये मिळू शकतील. त्या 'विज्ञान-तंत्रज्ञान' कार्यालये असलेल्या गगनचुंबी इमारतीमध्ये हॉटेल्स आणि हेल्थ क्लब्जबरोबरच मोठी मोठी दुकाने होती आणि बीजिंगमधील एकुलती एक 'बेंटले मोटर्स' या अतिमहागड्या कारच्या कंपनीची शोरूम पण होती. चीनमध्ये अशा श्रीमंती आणि महागड्या गाड्यांना खूप मोठी मागणी आहे. 'रोल्स-रॉइस'सारख्या अतिमहागड्या गाड्यांसाठी अमेरिका आणि ब्रिटनपाठोपाठ चीनमध्ये, तिसऱ्या क्रमांकाची, मोठी मागणी आहे. चीनमध्ये 'फेरारी', 'पोर्शे' आणि अगदी 'हमर'सारख्या मोटारी मी रस्त्यांवर आधीच पाहिल्या होत्या. त्या 'विज्ञान-तंत्रज्ञान' इमारतीतील एका मोठ्या दुकानातील विक्रेत्या मुलीने अत्यंत नम्रपणे, तिचे इंटरनेट जोडले जाईपर्यंत थांबण्याची मला विनंती केली. 'विज्ञान-तंत्रज्ञान' ही इमारत बीजिंगमधील काही पहिल्या आधुनिक आणि सर्व सोयींनी युक्त असलेल्या गगनचुंबी इमारतींपैकी एक होती. परंतु ती पण आता काहीशी काळाच्या मागे पडली होती. नंतर तयार झालेल्या सर्व नवीन व्यापारी इमारती, अगदी आमचे सुंदर निवास धरून, आता अतिजलद, बिनतारी इंटरनेट यंत्रणेने जोडल्या गेल्या होत्या. तेथील माझ्या फावल्या वेळात, त्या मोठ्या दुकानातील एक अनुभवी तरुणी दुसऱ्या नवख्या तरुणीला गिऱ्हाइकांचे कसे स्वागत करावे, त्यांच्याशी कसे बोलावे याचे शिक्षण देत होती, ते बघत मी थांबले.

"तू अशा प्रकारे खांदे हलवू नकोस," अनुभवी तरुणी त्या नवख्या तरुणीला सांगत होती. एखाद्या मॉडेलसारखे चालत येत, पाय कसे टाकायचे, पाठ आणि मान कशी ताठ ठेवायची वगैरे ती त्या नवख्या तरुणीला समजावत होती. ती नवखी तरुणी तिला अगदी तसेच सर्व करून दाखवत होती. 'ठीक आहे, ठीक आहे', त्या अनुभवी तरुणीकडून तिला पावती मिळाली. "पहिल्या पहिल्यांदा सर्वांनाच गोंधळायला होते." त्या दोघी जणी तरुण होत्या, सुंदर होत्या, सडपातळ होत्या. त्यांनी त्यांच्या मऊ केसांचे अंबाडे बांधले होते. त्या दोघींनी परिधान केलेले कपडे पण एकसारखे होते. उंच टाचांचे बूट, काळ्या रंगाचे स्कर्ट, पांढऱ्या रंगाचे फ्रिलचे ब्लाउज आणि तांबड्या-जांभळ्या रंगाची जॅकेट्स. वॉलमार्टसारख्या मोठ्या दुकानांमध्ये काम करणाऱ्या तरुणींपेक्षा यांचे काम काही वेगळे नव्हते. चीनमध्ये बेंटले, पोर्शेसारख्या अतिमहागड्या मोटारी घेणारे अतिश्रीमंत लोक जरी असले तरी चीनमध्ये स्वस्त, अतिस्वस्त मजूर वर्ग, कामगार वर्ग पण खूप प्रमाणात उपलब्ध आहे. मोठमोठ्या दुकानांमध्ये, हॉटेल्समध्ये, मॉल्समध्ये, वस्तुसंग्रहालयांमध्ये नाजूक नक्षीकाम केलेल्या

रंगीबेरंगी कपड्यांमध्ये किंवा उंच कॉलरचे गाऊन घालून तरुणी स्वागत करण्यासाठी प्रवेशद्वारांवर उभ्या राहिलेल्या दिसतात. जणूकाही पारंपरिक चीनचे आधुनिक प्रतिबिंब. किणकिणत्या आवाजामध्ये स्वागत करण्याची त्यांची पद्धत पण ठरलेली आहे – "आपल्या सन्माननीय उपस्थितीचे स्वागत आहे."

त्या मुलीचे इंटरनेट अजून पण जोडले गेलेले नव्हते. कंटाळून इकडेतिकडे बघत असताना मुख्य प्रवेशद्वाराजवळच कोपऱ्यामध्ये बुटांना पॉलिश करण्याचे स्वयंचलित यंत्र दिसले. एका वर्षापूर्वी तेथे ते बघितल्याचे मला काही आठवत नव्हते; परंतु आता आमच्या सुंदर निवासाच्या लॉबीमध्ये पण एक असे यंत्र होते. माझी एक वकील मैत्रीण मला सांगत होती, आता तशी यंत्रे अगदी जागोजागी दिसतात. "सगळीकडे या बांधकामांचे पेव फुटल्यामुळे बाहेर चालल्यावर थोड्या वेळातच बूट खराब होतात," तिने आणखी पुस्ती जोडली.

बीजिंगचे वैशिष्ट्यच हे आहे की, येथे बऱ्याच वेळा बदल एका रात्रीत पण घडून येतात. सन १९९०मध्ये जेव्हा सरकारने ठरवले की जनतेने आता टॅक्सीने प्रवास करायला पाहिजे- बघता बघता पिवळ्या रंगाच्या छोट्या टॅक्सींनी रस्ते भरून गेले. काही वर्षांनी सरकारला त्यांचे अस्तित्व खुपायला लागले आणि त्या टॅक्सी जितक्या जलद आल्या होत्या तितक्याच जलद त्या दिसेनाशा झाल्या. या घटनेची पुनरावृत्ती काही काळाआधी स्वस्तातील 'कझीही' टॅक्सींबाबत झाली. एका वर्षापूर्वी त्या टॅक्सी शहरभर दिसायच्या; आता एकही टॅक्सी रस्त्यावर दिसत नव्हती. आता त्यांच्या जागी जरा मोठ्या आरामदायी अशा 'सेडन' प्रकारातील टॅक्सी दिसायला लागल्या आहेत; अर्थात, रंग लालच आहे.

"मिंग राजवटीच्या काळातील त्या 'जुन्या' आणि प्रचंड भिंतीजवळून टॅक्सीतून वेगाने जात असताना मान वळवून बघताना मान लचकण्याची भीती असते. ती भिंत एवढी मोठी आणि अंगावर येणारी आहे आणि इतकी 'पुरातन' आहे की साहजिकच स्वतःलाच प्रश्न पडतो की, "माझ्या नजरेतून ही निसटलीच कशी?" या प्रश्नाचे उत्तर शोधायला नवीन शतकात प्रवेश करताना तेथे असणे आणि स्मरणशक्ती शाबूत असणे आवश्यक होते. कारण ही 'पुरातन' भिंत सन २००२मध्ये बांधलेली होती.

माझ्या दृष्टीने बुटाला पॉलिश करण्याचे ते स्वयंचलित यंत्रही चीनच्या आर्थिक प्रगतीची खूण होते. बीजिंगवासी आता माओच्या काळातील ते स्वस्त कापडी बूट वापरत नाहीत.बीजिंगमध्ये सध्या चाललेली सर्वांत मोठी बांधकामे बीजिंगवासीयांचे महागडे चामड्याचे बूट खराब करतात. एखाद्या उद्योगी कारखानदार, व्यापारी जनतेची नवीन गरज ओळखतो आणि त्यावर उपाय शोधून नवीन यंत्राचे उत्पादन सुरू करतो आणि निरनिराळ्या आस्थापनांचे मालक त्यांच्या गिऱ्हाइकांना काहीतरी नवीन देण्याच्या उद्देशाने ती उत्पादने खरेदी करतात.

इंटरनेट अजूनही जोडले गेलेले नव्हते. कंटाळून परत एकदा इकडेतिकडे बघत असताना माझे लक्ष 'विज्ञान-तंत्रज्ञान' इमारतीच्याच प्रवेशद्वारापाशी लावलेल्या आंतरराष्ट्रीय-मान्य खाणाखुणा आणि सूचनांकडे गेले. धूम्रपानाला बंदी होती, कुत्रे आत आणायला बंदी होती, फोटो घेण्यास, फटाके वाजवण्यास पण बंदी होती. बीजिंग हे निरनिराळ्या प्रकारच्या बंदी असलेले शहर आहे आणि नेहमीच होते. 'जॉन बर्नस्' या माझ्या आधीच्या पत्रकाराने जेव्हा येथे गाडीतून प्रवास केला होता तेव्हा त्याच्या म्हणण्याप्रमाणे स्टेशनवरच्या उद्घोषणा करणाऱ्याने वागणुकीचे नियम सांगण्यातच बऱ्यापैकी वेळ घालवला होता.

> "व्यवसायानिमित्त प्रवास करणाऱ्यांनी त्यांच्या कागदपत्रांची योग्य ती काळजी घ्यावी. ज्या प्रवाशांबरोबर लहान मुले आहेत त्यांनी थोड्या-थोड्या वेळाने त्यांना प्रसाधनगृहात नेऊन आणावे, तसेच खिडकीबाहेर डोके काढू देऊ नये. प्रत्येकाने गाडी स्वच्छ ठेवण्याचा प्रयत्न करावा... ज्या प्रवाशांबरोबर रॉकेल, डायनामाइट, आणि नायट्रोग्लिसरिनसारखे स्फोटक, ज्वालाग्राही किंवा किरणोत्सर्गी पदार्थ असतील त्यांनी ते ७ नंबरच्या डब्यातील रेल्वे कर्मचाऱ्याकडे सुरक्षित ठेवण्यासाठी द्यावेत..."

कायदेकानून आणि नियमांचे चीनचे हे वेड अगदी कन्फ्युशियसच्या काळापासूनचे आहे. त्या थोर विचारवंतांची मूळ शिकवण; प्रत्येक गोष्टीसाठी आणि प्रत्येक व्यक्तीसाठी त्याची-त्याची योग्य जागा आहे, हीच होती. प्रत्येकाने आपापल्या पातळीवर आज्ञापालन केलेच पाहिजे. हा सगळा प्रकार अगदी फ्रेंचांशी जुळणारा होता. 'ॲडम गोपनीक' या लेखकाने त्याच्या 'पॅरिस टु द मून' या पुस्तकामध्ये लिहिले आहे की, 'फ्रेंचांचे नियमांचे आणि शिस्तीचे प्रेम हे श्रीमंत माणसांच्या अगदी बाथरूमपर्यंत जाते.' त्या पुस्तकामध्ये पॅरिसच्या रिटझ् हॉटेलमधील 'हमामा' नावाच्या बाष्पस्नानगृहामध्ये लावलेले 'मनाईचे नियम' दिलेले आहेत.

१) याचा वापर करण्याआधी अंघोळ करणे आवश्यक आहे.
२) सॉनाबाथमध्ये दाढी करण्यास मनाई आहे.
३) हमामा आणि सॉनामध्ये पेपर वाचायला बंदी आहे.
४) बारा वर्षांखालील मुलांना या जागेचा वापर करण्यास सक्त मनाई आहे.

गोपनीक लिहितो- बागेच्या बाबतीत तुम्ही तेथे काय काय करू शकत नाही किंवा काय काय करण्यास मनाई करता येईल, याचा फ्रेंच माणूस अगदी सर्वांगीण विचार करतो. बेन आणि सॅम यांना जेव्हा आम्ही पॅरिसला घेऊन गेलो, तेव्हा त्याचा चांगला अनुभव आला. बरीच वस्तुसंग्रहालये फिरून झाल्यावर त्या वेळी सहा आणि नऊ

वर्षाच्या असलेल्या माझ्या मुलांनी 'Jardindes Tuileries' बागेकडे मोर्चा वळवला. तेथे एका पाटीवर अगदी स्पष्ट शब्दांत पर्यटकांसाठी सूचनावजा इशाराच दिलेला होता, 'हिरवळीवरून चालण्यास मनाई आहे.' मुलांचा अर्थातच विरस झाला.

कदाचित प्रत्येक गोष्ट नियमांनी जखडून टाकण्याचे हे वेड फ्रेंचांनी चीनकडूनच घेतले असावे; कारण चिनी चिन्हांची किंवा चित्रांची नक्कल यासाठी वापरला जाणारा 'फिनवॉझोरी' हा मूळचा फ्रेंच शब्द आहे. चीनमधील बागांमध्ये पण असंख्य नियम जागोजागी लावलेले आढळतात. त्या 'जीर्णोद्धारित मिंग'कालीन पुरातन भिंतीच्या बाजूबाजूने असलेल्या हिरवळीजवळ पण स्टेनलेस स्टीलच्या पाटीवर बारा चिन्हांच्या साहाय्याने मनाईचे नियम दिलेले आहेत. सायकल चालवणे, ड्राइव्हिंग करणे, फुले तोडणे, कुंपणावर चढणे, कचरा करणे, भोंगा वाजवणे, वाद्य वाजवणे – (त्या चित्रचिन्हांवरून ओळखणे कठीण आहे) – या गोष्टींना मनाई होती. त्याचप्रमाणे स्केटिंग बोर्डवरून जाणे, चेंडू खेळणे, कुत्र्यांना फिरवण्यासाठी आणणे, शेकोटी पेटवणे, फटाके वाजवणे इत्यादी गोष्टींना पण मनाई होती. आश्चर्याची गोष्ट म्हणजे हिरवळीवरून चालायला मनाई करण्याचे चिन्ह त्या पाटीवरील बारा चिन्हांमध्ये नव्हत; परंतु सर्वांनाच माहीत आहे की हिरवळीवरून चालायला मनाई होती.

काही दिवसांनंतर शहरातील त्या सेलो वादनाच्या कार्यक्रमाच्या वेळी सभागृहामध्ये नऊ नियमांची उद्घोषणा करण्यात आला- "योग्य वातावरणनिर्मितीसाठी आणि राखण्यासाठी च्युइंगम चघळू नका, अचानक संकटकाळी गोंधळून जाऊ नका, वाद्यवादन चालू असताना टाळ्या वाजवू नका, आतमध्ये प्लॅस्टिकच्या पिशव्या आणण्यास मनाई आहे, पेयपानास मनाई आहे, १.२ मीटर उंचीच्या खालील मुलांना आणण्यास मनाई आहे, ज्यांनी प्रसंगोचित कपडे घातले नसतील त्यांना सभागृहामध्ये प्रवेश दिला जाणार नाही."

सगळीकडे नियम आणि नियमच फक्त! पॅरिसप्रमाणे बीजिंगमध्ये पण सर्वत्र लागू असलेली धूम्रपानबंदी पण अगदी नियमांचे उल्लंघन करूनच पाळली जाते. एके दिवशी दुपारच्या वेळात 'विज्ञान-तंत्रज्ञान' इमारतीमधील हेल्थ क्लबमध्ये मी चिनी बांधकाम व्यवसायासंबंधी एक मासिक वाचत होते आणि बाजूलाच बेन आणि सॅम पूल खेळत होते. माझ्या जवळच्या टेबलवर बसलेल्या दोन माणसांनी सिगारेटी पेटवल्या. मी परत एकदा समोरच्या भिंतीवर लिहिलेल्या नियमांची खातरजमा केली. 'धूम्रपानाला बंदी'च होती. मी माझ्या मुलांना पूल खेळण्यात एक दुपार वाया घालवू देण्याइतकी वाईट आई आहे; परंतु त्यांना अप्रत्यक्ष धूम्रपान करू देण्याइतकी वाईट नक्कीच नाही. मी ताबडतोब खुर्चीतून उठून उभी राहिले आणि भिंतीवरील नियमाकडे बोट दाखवून त्यांचे लक्ष वेधले.

त्यांतील एक जण अगदी बेफिकिरीने धुराचा लोट सोडत म्हणाला, "तू इथली वाटत नाहीस, बाहेरून आलीस वाटते. नवीनच दिसतेस." हा भौगलिक प्रश्न

नव्हता. हा आत्मसन्मान डिवचणारा प्रश्न होता. त्याला खरे तर म्हणायचे होते- तू मला विचारणारी कोण? एक कॅनेडियन असल्यामुळे आणि भंपक उच्चनीचतेच्या कल्पनांचा मनापासून तिटकारा असल्यामुळे मी स्पष्ट उत्तर दिले- कॅनडाहून.

"तीच तर मोठी चूक आहे. हा चीन आहे," आणखी एक दमदार झुरका घेत तो म्हणाला.

"हा नियम पण चिनीच आहे ना," – मी विचारले.

त्याच्याबरोबरच्या त्याच्या मित्राने जरा ओशाळा होत आणि माझी समजूत काढण्याच्या दृष्टीने त्याची सिगारेट विझवली. तर मनातून घाबरलेले बेन आणि सॅम एवढ्याशा धुराने काही कॅन्सर होत नाही असे म्हणत मला समजावण्याचा प्रयत्न करत होते. परंतु तो धूम्रपान करणारा अजून अडेलतट्टूप्रमाणेच वागत होता. बाजूलाच असलेल्या ॲश-ट्रेमध्ये हातातील सिगारेटची राख बेफिकिरीने झटकत त्याने मला विचारले, "जर धूम्रपानाला येथे बंदी असती तर मग येथे ॲश-ट्रे कशाला ठेवले असते?"

मी तणतणत काउंटरवरील व्यक्तीकडे माझी तक्रार घेऊन गेले, तर तेथे भेदरलेला वेटर जणूकाही बहिरा आणि आपण त्या गावचेच नसल्याचे नाटक करत उभा होता. जेव्हा मी त्याला खडसावून विचारले तेव्हा त्याने मोठे नामी उत्तर दिले. "येथे धूम्रपानास बंदी असल्याची सूचना जरी लावलेली असली तरी धूम्रपानास परवानगी आहे." मी त्याला मॅनेजरला फोन लावायला सांगितला. त्याने तत्परतेने फोन लावला आणि रीसिव्हर माझ्याकडे द्यायच्या आधी फोन करून त्याने त्याच्या मॅनेजरला विचारले,"आपल्या येथे धूम्रपान करण्यास परवानगी आहे, हो ना?" मॅनजरने त्याला पलीकडून काय सांगितले ते मला ऐकू आले नाही; परंतु मला मात्र मॅनेजर फोनवरून सांगतो की तेथे धूम्रपानास नक्कीच बंदी आहे. परंतु कोणत्याही अवघड प्रसंगातून मार्ग काढण्याच्या खास चिनी पद्धतीप्रमाणेच तो त्यांच्याच नियमाची अंमलबजावणी करण्यासाठी तेथे स्वतः हजर मात्र झाला नाही. परंतु मधील काळात त्या धूम्रपान करणाऱ्याची सिगारेट संपलेली होती.

शेवटी 'विज्ञान-तंत्रज्ञान' इमारतीतील त्या मुलीच्या प्रयत्नांना यश आले आणि इंटरनेट जोडले गेले. तिने मला माझ्या आसनांच्या पसंतीबद्दल विचारले. तिच्यासमोर असलेल्या काउंटरमधील कॉम्प्युटरचा पडदा उजळून निघाला. चिनी व्यवहारकौशल्याचा आणखी एक अनुभव. याउलट टोरांटोमध्ये एखाद्या नाटकाची, सिनेमाची किंवा बेसबॉल खेळाची तिकिटे घ्यायची असतील तर मला त्या थिएटरमध्ये किंवा स्टेडियममध्ये स्वतः तंगडतोड करत जाण्याशिवाय गत्यंतर नसते. आणि त्यातसुद्धा मला जर 'केके' रांगेतील ३६ ते ४० क्रमांकांची तिकिटे मिळाली तरी त्यांची थिएटरमधील किंवा स्टेडियममधील नेमकी जागा कशी असेल हे तेथे गेल्याशिवाय मला कळणार नाही. मी बाल्कनीतील पुढच्या रांगेतील चार तिकिटे घेतली. कॉम्प्युटरमध्ये

रिकाम्या खुर्च्या हिरव्या रंगात दर्शवलेल्या होत्या. मी तिकिटांचे पैसे दिल्यावर त्यांचा रंग लाल झाला. दुसऱ्या दिवशी सुंदर निवासामध्ये मला ती तिकिटे पोहोचवली जाणार होती आणि या सेवेच्या किमतीचा पण तिकिटाच्या किमतीत अंतर्भाव होता.

बीजिंगमधील सिनेमागृहे पण अशा प्रकारची सेवा देतात. अशा प्रकारची सेवा केवळ सिनेप्रेमींच्या फायद्याची नाही, तर मॉलमालकांना पण फायदेशीर आहे. टोरांटोमध्ये एखादा सिनेमा जर खूप 'हिट' झाला तर एकत्र तिकिटे मिळवण्यासाठी मित्रमंडळींना वेळेच्या खूप आधी तेथे हजर असावे लागते. नंतर अंधारामध्ये सिनेमाआधीच्या विविध उत्पादनांच्या जाहिराती तटस्थपणे योगसाधना करत बघत बसावे लागते. या उलट बीजिंगमध्ये सिने/नाट्य रसिक तिकिटे काढून बिनधास्तपणे भटकायला, खरेदीला आणि जेवायला निघतात. मला तर वाटते सिनेरसिकांना खरेदीसाठी मॉलमध्ये खेचून आणल्याबद्दल सिनेगृहांच्या मालकांनी भाड्यामध्ये सवलत मागायला हरकत नाही.

त्या दिवशी संध्याकाळी नॉर्मन आणि सॅम खूप दमलेले होते आणि जेवणानंतर बाहेर फेरफटका मारायला फारसे तयार नव्हते. आमच्या सुंदर निवासाच्या आजूबाजूचा परिसर शांतपणे फिरून बघायची संधी मला अजून मिळालेली नव्हती आणि मला तर फेरफटका मारून तो फिरून बघण्याची उत्सुकता होती. बेन मात्र खरेच शहाणा आहे माझा मुलगा, माझ्याबरोबर यायला तयार झाला. आम्ही दोघेही पायामध्ये मजबूत जोडे चढवले आणि तयार झालो. या खड्डे पडलेल्या रस्त्यांवरून, त्यांचे फॅशनेबल आणि उंच टाचांचे नाजूक सॅन्डल्स घालून बायका चालू कशा शकतात याचेच मला नवल वाटते.

बीजिंगच्या रस्त्यांवरून निरुद्देशपणे भटकण्यात काही धोके पण होते. 'द चायना डेली'च्या बातमीप्रमाणे चीनमध्ये रस्त्यावरील गुन्हेगारीत खूप वाढ झाली होती. 'द पीपल्स डेली'च्या बातमीप्रमाणे बीजिंगमधील पन्नास पोलीस ठाण्यांच्या हद्दीमध्ये गुन्हेगारीचे प्रमाण खूपच जास्त होते आणि त्यामध्ये सुंदर निवासाचा भाग पण येतो. बातमीपत्रांमध्ये आकडेवारी जरी दिली नसली तरी गुन्हेगारीच्या प्रकारांमध्ये स्थानिक परिस्थितीचे प्रतिबिंब दिसते. रस्त्यांवरील कारचोरी, दरोडे, बलात्कार, अंधाऱ्या, निर्जन रस्त्यांमध्ये धमकावून एकट्यादुकट्याला लुटणे; एवढेच नाही, तर रस्त्यांवरील गटाराच्या झाकणांच्या चोऱ्या पण होत होत्या. आज चोरबाजारामध्ये धातूची किंमत ३५ युआन (४.५० डॉलर - ३५० रुपये) एवढी आहे. ती वजनाने जड असलेली झाकणे चोरणे हे कमीत कमी दोन माणसांचे काम होते आणि ती वाहून नेण्यासाठी ढकलगाडीची पण आवश्यकता आहे. परंतु ३५ युआन म्हणजे आज एका स्थलांतरित कामगाराचे दीड दिवसाचे वेतन होते.

'जॉन स्टाईनबेक' यांच्या 'द ग्रेप्स ऑफ राथ' या कादंबरीतील कॅलिफोर्नियाला येणाऱ्या स्थलांतरितांच्या लोंढ्याप्रमाणे आज बीजिंग आणि इतर मोठी शहरे जवळपासच्या खेड्यांमधून जगण्यासाठी आलेल्या स्थलांतरितांच्या लोंढ्यांनी भरून गेली आहेत. उपलब्ध आकडेवारीप्रमाणे सन १९८२ ते सन २००० या काळामध्ये जवळजवळ वीस कोटी खेडुतांनी, शेतकऱ्यांनी आपापली खेडी सोडून शहरांकडे स्थलांतर केले आहे. जगाच्या इतिहासातील केवळ जगण्याच्या उद्देशाने झालेले हे सर्वांत मोठे स्थलांतर आहे. आणि व्यक्त केलेल्या अंदाजावरून सन २०१०पर्यंत अजून अठरा कोटी जनता स्थलांतर करेल. एकट्या बीजिंगमध्येच स्थानिक नगरपालिकेच्या म्हणण्याप्रमाणे दर चार जणांमध्ये एक जण स्थलांतरित आहे किंवा एक कोटी साठ लाख लोकांमध्ये चाळीस लाख स्थलांतरित आहेत.

चीनच्या आजच्या औद्योगिक क्रांतीचे खरे श्रेय प्रामुख्याने या स्थलांतरितांनाच द्यावे लागेल. स्थानिक नागरिक सर्वसाधारणपणे ज्या ठिकाणी काम करायला तयार होणार नाहीत अशी धोक्याची, कष्टांची, घाणेरडी कामे हे स्थलांतरित करतात आणि शिवाय प्रत्येक बाबतीत त्यांना भेदभाव किंवा दुय्यम वागणूक सहन करावी लागते. वाढत्या गुन्हेगारीबद्दल पण त्यांनाच जबाबदार धरले जाते. कोणताही विधिनिषेध नसलेले कंत्राटदार, मालक बहुतेक वेळा त्यांचा पहिल्या आणि शेवटच्या महिन्याचा पगार बुडवतात. त्यांच्या जिवाला पण फारशी किंमत नाही. एखाद्या वाहनचालकाने जर एखाद्या स्थलांतरिताला रस्त्यामध्ये उडवले आणि तो मेला तर सर्वसाधारण बीजिंगच्या नागरिकाला जेवढी नुकसानभरपाई दिली जाते, त्याच्या फक्त २० टक्के नुकसानभरपाई त्या स्थलांतरिताच्या कुटुंबीयांना दिली जाते. तरी पण हे स्थलांतरित आज बीजिंगच्या अर्थव्यवस्थेचा कणा आहेत. आणि घरकामासाठी, बांधकामांवर, रस्तेबांधणीच्या कामांवर, हरकामे म्हणून, मजूर म्हणून आणि अगदी वेश्या व्यवसायात पण या स्थलांतरितांशिवाय पर्याय नाही. आज बहुतेक मध्यमवर्गीय बीजिंगवासीयांच्या घरांतून ते कामे करतात आणि हाच मध्यम वर्ग वाढत्या गुन्हेगारीसाठी त्यांनाच जबाबदार धरतो. अलीकडेच केलेल्या एका पाहणीप्रमाणे दर तीन बीजिंगवासीयांपैकी एक जण त्यांना घरकामासाठी ठेवतो, चारपैकी एक जण घरदुरुस्तीसाठी बोलावतो आणि निम्मे जण त्यांच्याकडून फळे आणि भाज्या विकत घेतात.

बीजिंगवासी, जो दिवसाला सर्वसाधारणपणे १२८ युआन कमावतो, त्या तुलनेत स्थलांतरित कामगार सर्वसाधारपणे दिवसाला २० युआन म्हणजे (२.६० डॉलर) कमावतो. परंतु हे स्थलांतरित केवळ जगण्याच्या उद्देशाने आलेले नाहीत, तर ते काही स्वप्न बाळगून आलेले आहेत. त्यांच्या लेखी एक दिवसाची सुट्टी म्हणजे पैसे कमावण्याची वाया गेलेली संधी. त्यांच्यापैकी बहुतेक जण जितके

म्हणून पैसे कमावता येतील, साठवता येतील आणि लवकरात लवकर गावी परतून काही स्वतःचा कामधंदा, व्यवसाय सुरू करता येईल या ध्येयाने आठवड्याचे सातही दिवस आणि वर्षाचे ३६५ दिवस राबतात. बीजिंगमध्ये कोठेही जरी फेरफटका मारला तर गल्ल्यांमध्ये भिंतींवर, सिमेंटच्या कट्ट्यांवर, मुताऱ्यांच्या भिंतींवर काही गूढ वाटावेत असे नंबर रंगवलेले दिसतात. हे नंबर तुमची 'ओळख बदलून टाकण्यासाठी' मदत करणाऱ्या विशेष सल्लागारांचे मोबाइल नंबर आहेत. तुमच्या काही आठवड्यांच्या पगाराच्या मोबदल्यात, नवीन शतकाला सामोरे जाण्यासाठी लागणारी नवीन ओळख तुम्हाला मिळवून देण्यासाठी लागणाऱ्या जरुरीच्या सर्व गोष्टी तुम्ही विकत घेऊ शकता- ओळखपत्र, निवासी परवाना, पासपोर्ट, बँक खात्याचे स्टेटमेंट आणि विद्यापीठाची पदवीसुद्धा.

शहरांमध्ये लोंढ्यांनी येणारे स्थलांतरित हे या 'विशेष सल्लागारांचे' मुख्य लक्ष्य असतात; कारण त्यांच्याकडे अत्यंत महत्त्वाचा असा त्या शहराचा निवासी परवाना नसतो. पोलीस खात्यातर्फे मिळणारा तात्पुरता निवासी परवाना हे स्थलांतरित घेऊ शकतात; परंतु तो कधीही रद्दबातल केला जाण्याची भीती असते. आणि त्यामुळे सक्तीने बीजिंगबाहेर काढले जाण्याची पण भीती असते. त्याचबरोबर 'कायम निवासी परवान्या'अभावी स्थलांतरिताला औषधोपचार, स्वस्तातील घर, निवृत्तिवेतन आणि शिक्षण वगैरे सोयीही मिळणे, अवघड नव्हे; अशक्यच होऊन बसते.

चांगल्या सरकारी शाळांमध्ये प्रवेश मिळणे शक्यच नसल्यामुळे स्थलांतरितांची मुले विनापरवाना आणि दर्जाहीन अशा खासगी शाळांमध्ये नावे घालतात. एकच दिवसापूर्वी मी 'चायना डेली' या वृत्तपत्रामध्ये वाचले होते की तेथील शिक्षण खाते स्थलांतरितांच्या मुलांसाठी चालवल्या जाणाऱ्या अशा प्रकारच्या १३६ शाळा, त्या मुलांची इतर कोठेही सोय न करता बंद करणार होते. काही स्थलांतरितांनी वृत्तपत्रांच्या प्रतिनिधींना सांगितले की, बीजिंगमध्ये लवकरच भरवल्या जाणाऱ्या ऑलिम्पिक स्पर्धांच्या आधी बीजिंगमधील स्थलांतरितांची संख्या कमी करण्याच्या हेतूने सरकारने मुद्दामच केलेली ही खेळी होती. अलीकडेच एका पाहणीत आढळून आल्याप्रमाणे चांगल्या दर्जाच्या सरकारी शाळांमध्ये जागा असूनसुद्धा हे स्थलांतरित त्यांच्या मुलांना त्या शाळांमध्ये पाठवायला नाखूश असतात; कारण त्यांना कोठे तरी भीती असते की तेथील शिक्षक त्यांच्या मुलाकडे दुर्लक्ष करतील किंवा शाळेतील स्थानिकांची मुले त्यांच्या मुलांशी खेळणार नाहीत, त्यांना नीट वागणूक देणार नाहीत. 'झँग युई' या मुलीने 'चायना डेली'च्या वार्ताहराला सांगितले की ती जात असलेली खासगी शाळा बंद झाली असली तरी पण ती चांगल्या सरकारी शाळेत जाणार नाही. "माझ्या पालकांची जरी त्या शाळेची असलेली फी भरण्याची तयारी असली तरी मला कोठेतरी भीती वाटते की तेथे मला नीट वागणूक मिळणार नाही," तिने सांगितले.

संध्याकाळ झाली होती आणि हवा आता छान थंड होती. उकाड्यामुळे हाशहुश न होता आता छान फिरता येत होते. मी आणि बेन, प्रकाशाने उजळून निघालेल्या आमच्या सुंदर निवासाच्या प्रवेशद्वारातून बाहेर पडलो आणि दक्षिण दिशेने निघालो. आकाशातील फिकट नारिंगी रंगाची चंद्रकोर नखाच्या तुकड्याप्रमाणे दिसत होती. एक कोटी साठ लाख लोकसंख्या असलेल्या त्या शहरावर धूळ, धूर आणि इतर प्रदूषणातून तयार झालेला धुरकट, मातकट तवंग वातावरणात भरून राहिला होता. त्या मातकट तवंगापलीकडचे आकाश त्या संधिप्रकाशात फ्लेमिंगो पक्ष्याच्या गुलाबी पंखासारखे दिसत होते. अचानक पुढे रहदारी नियंत्रित करण्याचे आणि अंधारात चमकणारे दोन त्रिकोणी ठोकळे दिसले. येथे अचानकरीत्या रस्ता संपला होता. पुढे दगडमाती, विटांचे ढीग अस्ताव्यस्त पडले होते आणि त्यातच कचऱ्याचे ढीग पण साठले होते.

हे शक्यच नाही. मला नक्की माहीत होते की दक्षिणेकडे खूप दूरवर शहर पसरले आहे. बेन आणि मी त्या कचऱ्याच्या ढिगातून आणि दगडमातीच्या ढिगाऱ्यातून वाट काढत चालत राहिलो. काही मिनिटे चालल्यावर एक अद्‌भुत दृश्य आमच्या नजरेस पडले. क्षणभर आमचा डोळ्यांवर विश्वासच बसला नाही – एक अर्धवट बांधून झालेला उड्डाणपूल हवेमध्ये अर्ध्यावरच थांबलेला होता. त्या अर्धवट बांधून झालेल्या उड्डाणपुलाच्या अगदी टोकावर एक तरुण खाली पाय सोडून आरामात बसलेला होता. उड्डाणपुलाचे हवेतील ते टोक रस्त्यापासून कमीत कमी ऐंशी एक फूट तरी उंचीवर होते, आणि तो तरुण, भविष्यात जेथे तो उड्डाणपूल पोहोचणार आहे त्या ठिकाणाकडे, संध्याकाळच्या गुलाबी धुक्यातून एकटक बघत बसला होता. मला तो 'रोडीनच्या' प्रसिद्ध 'थिंकर' या शिल्पाकृतीप्रमाणेच भासला. बसण्यासाठी त्याने निवडलेली जागा केवळ वैशिष्ट्यपूर्णच नव्हती तर तो अगदी एकटा होता, या दीड कोटी लोकसंख्येच्या अवाढव्य पसरलेल्या शहरामधील त्याचे एकाकीपण त्या जागेमुळे प्रकर्षाने वेगळे भासत होते. त्याने अशी जागा निवडली होती की त्याला ओलांडून कोणी जाऊ शकणार नाही. त्या एकाकी तरुणामुळे, तियानमेन चौकातील रणगाड्यासमोर धीटपणे उभ्या राहणाऱ्या 'त्या' तरुणाच्या आठवणी माझ्या मनात जाग्या झाल्या.

महामार्गाच्या बांधकामामुळे रस्ता अचानक येथे संपला होता, थांबला होता. जरा आणखी पुढे 'टोंघू' नाला आह, जो युआन राजवटीच्या काळात शहराभोवती असलेल्या संरक्षक भिंतीलगत वेढलेला होता. सम्राटाच्या कोठारांकडे कररूपाने गोळा केलेले धान्य घेऊन जाणाऱ्या पडावांची या नाल्यातून येजा व्हायची. मिंग राजवटीच्या काळामध्ये जेव्हा या नाल्यांमधील पाण्याची पातळी कमी झाली, तेव्हा पडावांतील धान्य येथे उतरवले जाऊ लागले आणि शेवटचे काही किलोमीटर अंतर, त्या धान्याची वाहतूक जमिनीवरून केली जाऊ लागली. आधुनिक नकाशांमध्ये जरी या नाल्याचा टोंघू नदी असा उल्लेख आह, तरी आता त्याची अवस्था

पुराचे पाणी वाहून जाण्यासाठी सिमेंटचा बांधलेला बंधारा, अशी आहे.

बेन आणि मी एका अरुंद गल्लीमध्ये वळलो, आणि एकदम आम्ही भूतकाळात म्हणजे सन १९७०च्या बीजिंगमध्ये पोहोचलो. कसलेच रंगरूप नसलेल्या चार चार मजली इमारती या गल्लीत दुतर्फा होत्या. अगदी स्वस्त अशा लाल रंगाच्या विटांच्या त्या ओबडधोबड इमारती, एके काळी रहिवाशांनी गजबजलेल्या; परंतु नंतर अपुऱ्या पडू लागलेल्या आणि पडझड होऊ लागलेल्या प्रशस्त बैठ्या घरांतील रहिवाशांना निवारा पुरवण्याच्या कामी आल्या होत्या. आम्ही तसेच पुढे गेलो. एका पडवीखाली विस्कटलेला बिछाना, टेलीव्हिजन संच, आणि छोटा पंखा दिसला. त्या पडवीला लागूनच दोन स्टोव्ह दुरुस्तीची दुकाने होती. पडवीच्या छपराचा पत्रा गंजलेला होता आणि एकावर एक रचलेल्या विटांच्या भिंतीवर तो टेकला होता. धुळीने भरलेल्या त्या जागेतच एका बाजूला शिंप्याचे दुकान होते तर दुसऱ्या बाजूला दोन खुर्च्यांचे न्हाव्याचे दुकान होते. आम्हाला लगेचच आणखी एक न्हाव्याचे दुकान दिसले, नंतर अजून एक दिसले. मी त्या अरुंद आणि छोट्या गल्लीत एका पाठोपाठ एक सहा-सात न्हाव्याची दुकाने मोजली. ही न्हाव्याची दुकाने म्हणजे कुंटणखाने असले पाहिजेत- न्हाव्याचे काम करणाऱ्या त्या सर्व, घट्ट जीन्स आणि उंच टाचांचे सँडल घातलेल्या तरुण मुली होत्या. केशरचनांचे काम करणाऱ्या व्यवसायातील अशा तरुणींच्या मी आधी मुलाखती घेतलेल्या होत्या. या मुली प्रदर्शनात मांडल्याप्रमाणे खिडक्यांमध्ये बसून राहतात आणि त्यांच्या मागे असलेल्या पडद्यामागे एक घाणेरडा पलंग ठेवलेला असतो.

चीनचे सैन्य दल हे संख्येने जगातील सर्वांत मोठे समजले जाते; परंतु उपलब्ध माहितीप्रमाणे चीनमध्ये सैनिकांपेक्षा वेश्यांची संख्या जास्त आहे. बीजिंगमधील निरनिराळ्या बांधकामांवर काम करणाऱ्या स्थलांतरित मजुरांमुळे अतिस्वस्त वेश्यांना पण खूप मागणी आहे. त्यानंतर क्रमवारीत येतात त्या केशरचना करणाऱ्या. त्यानंतर नाइट क्लब्जमध्ये नाचणाऱ्या आणि तुमच्या हॉटेलरूम्समध्ये वेळी-अवेळी फोन करणाऱ्या वेश्या. सर्वांत वरती क्रम लागतो तो 'ठेवलेल्या', 'रखेल्यांचा'. चालता चालता मी हे सगळे बेनला समजावून सांगत होते- मला माझ्या मुलांना समाजातील या उतरंडीची पूर्ण आणि खरी कल्पना द्यायची आहे- आणि अचानक मला शोध लागला की या दुकानांमधून खरोखरच 'केस कापले' जात आहेत. परंतु अशा या अरुंद गल्लीत अचानक अशी एवढी माणसे का केस कापून घेत होती?

याचे उत्तर गल्लीच्या पुढच्या वळणावरच मला मिळाले : तेथे रात्रीचा बाजार मोठ्या गोंधळात सुरू होता. एका विक्रेत्याने एखाद्या जवाहिऱ्याने ज्याप्रमाणे त्याच्या जवळची हिरे, माणके विक्रीसाठी व्यवस्थित मांडून ठेवावीत त्याप्रमाणे पॉलिश करून चकचकीत केलेली जुनी पादत्राणे विक्रीसाठी मांडून ठेवलेली होती. काळे कपडे आणि

फाटक्या चपला घातलेला एक माणूस त्या विक्रेत्याशी पादत्राणाच्या जोडीसाठी हुज्जत घालत होता. त्याच्या बाजूचा विक्रेता जुने मोबाइल विकत होता, आणखी एक विक्रेता जुनी पुस्तके, गाण्यांच्या जुन्या टेप्स, चाव्यांची पाकिटे, बॅटऱ्या आणि मुखपृष्ठावर स्त्रियांची उत्तान चित्रे असलेली पुस्तके इत्यादी मांडून बसला होता.

येथील व्यापार किंवा देवाणघेवाण ही उघड्याने नागड्याबरोबर केलेल्या व्यवहाराप्रमाणे आहे. एका मध्यमवयीन माणसाने जुन्या कपड्यांच्या ढिगातून एक पँट ओढून बाजूला काढली आणि तेथल्या तेथेच अंगावरील अर्धचड्डीवर चढवून किमतीसाठी तो घासाघीस करायला लागला. विक्रेत्याने नकारात्मक मान हलवली, हा पण अडून बसला. त्याने विक्रेत्याच्या हातात पैसे कोंबले, पण विक्रेत्याने घेतले नाहीत आणि चुरगाळलेल्या नोटा परत केल्या. दोघेही इरेला पेटले. त्या दोघांच्या रकमेमध्ये फक्त '१ युआन'चा फरक होता, परंतु ती रक्कम दोघांसाठीही तितकीच मोठी होती. शेवटी विक्रेत्याने माघार घेतली. एक नवीन कपडे- टी-शर्ट्स, बनियन, राखाडी मोजे इत्यादी विकणारा मला दिसला. दोन जोड्यांची सहा युआन किंमत होती, एक गंमत म्हणून मी घासाघीस करायला लागले- खरे तर काहीशी ओशाळूनच- आणि तो विक्रेता दोन जोड्या मला साडेचार युआनमध्ये द्यायला तयार झाला.

विक्रेते, गिऱ्हाइके आणि बघे, सगळे पुरुष होते. काही जण टी-शर्ट्स आणि अर्ध्या चड्ड्यांमध्ये होते. काही जण तर चक्क उघडे होते. सर्वत्र पसरलेल्या धुळीमुळे त्यांचे केस धुरकटलेले होते. ते सर्व जण मजबूत शरीरयष्टीचे, रापलेल्या चेहऱ्यांचे, काळवंडलेल्या कातडीचे आणि कष्टकरी हात असलेले तरुण होते. माझ्या डोक्यात प्रकाश पडला. ते सर्व जण जवळून जाणाऱ्या महामार्गाच्या बांधकामावर काम करणारे मजूर होते. बारा-बारा तास अंग मोडून काम केल्यावर हा थोडाफार वेळ त्यांचा विश्रांतीचा, मौजमजा करण्याचा आणि मनाप्रमाणे घालवण्याचा होता. म्हणूनच केस कापण्यासाठी आणि दाढी करून घेण्यासाठी आलेल्या तरुणांनी आजूबाजूची न्हाव्यांची दुकाने गजबजलेली होती.

आमच्या मागे अर्धवट बांधून झालेल्या उड्डाणपुलाची कमान टांगलेल्या अवस्थेत होती. मी आणि बेन कमानीच्या कठड्याच्या बाजूबाजूने चालत राहिलो आणि तो रस्ता आमच्या पातळीवर आल्यावर उडी मारून आम्ही वर चढलो. दहा-बारा जण उड्डाणपुलाच्या रस्त्यावर तो एखादा राजमार्ग (Champs–Elys'ces) असावा अशा रीतीने भटकत होते. गुलाबी आकाशाच्या पार्श्वभूमीवर अर्धवट राहिलेल्या उड्डाणपुलाची ती कमान आणि आजूबाजूचा परिसर, एखादी भयंकर उत्पाती घटना घडून गेल्यानंतरच्या भयाण दृश्यासारखा भासत होता. त्या घटनेतून वाचलेले काही जण निरुद्देश भटकत होते. फाटून लोंबकळणाऱ्या प्लॅस्टिकच्या कापडाचा फटफट आवाज येत होता. जुनी फाटकी पँट घातलेला एक तरुण रस्त्याच्या कडेला बसून

मोबाइलवरून कोणालातरी काहीतरी संदेश पाठवत होता. संदेशवहनाचा आत्तातरी सर्वांत स्वस्त मार्ग हाच एक आहे. काय विचित्र गोष्ट आहे की, होऊ घातलेला आठपदरी महामार्ग ही आत्तातरी बीजिंगमधली सर्वांत शांत आणि उघड्या खड्ड्यात पडण्याची किंवा कोणताही अपघात होण्याची भीती नसलेली अशी जागा होती.

खालच्या रस्त्यावरून ट्रक्सचा एक काफिला, आजूबाजूच्या शांततेचा भंग करत, कर्कश्श आवाज करत गेला. आम्ही उभे असलेल्या उंच जागेवरून आम्हाला खाली पसरलेल्या शहराचे, नवीन बांधल्या गेलेल्या गगनचुंबी इमारतींचे, काही अगदी साध्या पांढऱ्या रंगाच्या गृहनिर्माण सोसायट्यांच्या इमारतींचे विहंगम दृश्य दिसत होते. या इमारती इतक्या सुंदर कशा दिसत आहेत हे कळायला मला एक क्षणच लागला. त्या इमारती बुद्धिबळातील चौकोनांच्याप्रमाणे कोनात बांधल्या होत्या. युआन राजवटीतील सर्व बांधकामे दक्षिणेकडे तोंड करून बांधण्याच्या ठरावीक पद्धतीपासून संपूर्ण फारकत घेऊन या इमारतींची रचना केली होती. वस्ती सुधारण्यासाठी, राहणीमान सुधारण्यासाठी बांधण्यात आलेल्या या पांढऱ्या रंगाच्या उंच इमारती या बेजिंगमधील एका प्रसिद्ध पुनर्वसन योजनेचा भाग होत्या. येथून त्या इमारतींमधील जागेतील बंदिस्त बाग, नवेकोरे खेळण्याचे मैदान, त्यातील झोपाळे, घसरगुंड्या इत्यादी स्पष्टपणे दिसत होते. एका घरामध्ये टांगलेले झुंबर, फुलदाणीतील फुले आणि भिंतीवर टांगलेला एक नवचित्रकलेचा नमुना स्पष्टपणे दिसत होता.

या महामार्गाचे बांधकाम करणारे मजूर या इमारतींच्या कॉलनीच्या शब्दशः सावलीमध्ये राहत होते. या उंच इमारतींच्या तळमजल्यालगत पुठ्ठ्यांचे, गंजक्या पत्र्यांचे आडोसे उभारले होते. अगदी रांगाच्या रांगा होत्या. हा शेजार तात्पुरता होतो हे उघडच होते; कारण जसे पुढच्या गगनचुंबी इमारतीचे, महामार्गाचे किंवा विमानतळाचे बांधकाम सुरू होईल तसे हे स्थलांतरित कामगार आणि त्यांचा शेजार हलणार होता. ज्याप्रमाणे मंगोल राज्यकर्त्यांनी मांडलिक बनवलेल्या 'हान चिनी' जनतेला वेगळ्या वस्त्यांमधून राहण्यास भाग पाडले होते त्याचप्रमाणे आता आर्थिक विषमतेच्या कारणामुळे बीजिंगमधील नवकामगार, कष्टकरी वर्ग आपोआपच मूळ प्रवाहातून बाहेर फेकला गेला होता. हे एकविसाव्या शतकातील चिनी शहरांचे वास्तव होते, चीनमधील चायना टाऊन. परंतु मंगोलकालीन 'वेगळ्या वस्ती'पेक्षा यांचे निराळेपण हे होते की ही स्थलांतरितांची एक वस्ती, संपूर्ण बीजिंगमधील अशा प्रकारच्या शेकडो वस्त्यांपैकी एक होती.

बेन आणि मी, आम्ही त्या उड्डाणपुलावरून त्या वस्तीचे जवळून निरीक्षण करण्यासाठी खाली आलो. काही आडोशांना, झोपड्यांना खिडक्या पण नव्हत्या. काही झोपड्यांच्या गंजक्या पत्र्यांच्या भिंतींमध्ये ओबडधोबड खिडक्या बसवल्या होत्या. भिंतीच्या पत्र्याच्या फटीतून एका झोपडीमध्ये आम्हाला घाणेरड्या मच्छरदाणीत पाच/

सहा मजूर झोपलेले दिसले. त्यांचे फाटकेतुटके, चिंध्या झालेले कपडे बाहेर एका दोरीवर वाळत पडले होते. त्यांची स्वच्छतागृहे म्हणजे तोडक्यामोडक्या प्लॅस्टिकच्या दरवाजांच्या घाणेरड्या खोक्यांची रांग होती. पन्हाळी बसवलेल्या एका हौदाभोवती पाण्यासाठी कामगार जमलेले होते. दोघे जण प्लॅस्टिकच्या बादल्यांतून त्यांच्या झोपड्यांकडे पाणी घेऊन गेले. ते तरुण होते; परंतु अतिश्रमाने त्यांची शरीरे पिचलेली होती, त्यांच्या पाठींना पोक होते. एक जण नळाखाली रस्त्यावरच अंघोळ करत होता. बोअरवेलमधील थंडगार पाणी त्याच्या पाठीवरून खाली ओघळत होते.

चीनमधील स्थलांतरितांमध्ये संसर्गजन्य रोगांची लागण अतिप्रमाणात असणे हे काही विशेष किंवा नवलाचे नव्हते. संसर्गजन्य रोगांसंबंधी अमेरिकेतून प्रसिद्ध होणाऱ्या एका जर्नलच्या पाहणीप्रमाणे स्थानिक चिनी नागरिकांपेक्षा स्थलांतरित चिनी कामगारांमध्ये गोवर / कांजिण्या होण्याचे प्रमाण आठपटींनी जास्त होते. आणि सरकारी दवाखान्यांमधून औषधोपचार होण्याची शक्यता नसल्यामुळे स्थलांतरितांना विनापरवाना दवाखान्यांवर अवलंबून राहावे लागते आणि त्यांच्याकडून सरकारला आजारांसंबंधी खरी आकडेवारी दिली जाण्याची शक्यताच नव्हती. 'वर्ल्ड हेल्थ ऑर्गनायझेशन'च्या आकडेवारीप्रमाणे क्षयरोगाच्या आणि गोवर / कांजिण्यांच्या जवळजवळ एक तृतीयांश रोग्यांची नोंदच ठेवली जात नाही. तरी पण चिनी नागरिकांना बालपणात कराव्या लागणाऱ्या सर्वसाधारण लसीकरणाबद्दल अजूनही किंमत मोजावी लागते.

आम्ही चालत राहिलो. उड्डाणपुलाखाली पुढे आणखी काही झोपड्या बांधलेल्या दिसल्या. या कामगारांनी डोके वापरून उड्डाणपुलाचा छतासारखा वापर करून घेतला होता. स्थलांतरित कामगारांच्या या झोपड्या बघून आणि परिस्थिती बघून मला 'जॉर्ज ऑर्वेल' या लेखकाने सन १९३३मध्ये लिहिलेल्या प्रसिद्ध 'डाउन अॅन्ड आउट इन पॅरिस अॅन्ड लंडन' या पुस्तकाची आठवण झाली. हे स्थलांतरित मजूर स्वप्नपूर्तीसाठी काबाडकष्ट करतात, पैसे वाचवतात, कठीण अवस्थेत राहतात. त्यांचे एकच स्वप्न असते ते म्हणजे लवकरात लवकर घरी परतणे, मग ते घर यांगत्सी नदीच्या खोऱ्यात, जिआंक्सी पर्वताच्या कुशीत किंवा गांसूच्या लोएस पठारी प्रदेशात किंवा सिचुआनच्या मैदानी प्रदेशात असो. साठवलेल्या पैशांतून कसलातरी उद्योग सुरू करायचा नाहीतर हॉटेल काढायचे, नाहीतर बांधकाम कंपनी सुरू करायची, अशी त्यांची स्वप्ने असतात.

तर एकंदरीत चेअरमन माओची आणि काही दशके प्रचार केला गेलेल्या त्याच्या क्रांतीची ही कहाणी होती. या स्वयंघोषित कामगार क्रांती घडलेल्या कामगारांच्या देशामध्ये प्रत्येकाला रक्तपिपासू भांडवलदार व्हायचे होते. यीन तिच्या काळाच्या खूपच पुढे होती.

बीजिंगची उभारणी

"ए आपल्याला कार्यक्रम रद्द करावा लागणार," हडेलहप्पी फू फोनवरून सांगत होती. फोनवरच तिने मोठ्याने खोकून पण दाखवले. "मला ताप आला आहे. भयंकर सर्दी झाली आहे. तू माझ्या घरी न येणेच योग्य होईल. तुझे ते दोन छोटे आजारी पडावेत असे मला नाही वाटत."

तर एकंदरीत असे होते. मला आश्चर्य अजिबात वाटले नाही. पण थोडे वाईट जरूर वाटले. ही खरी जुनी हडेलहप्पी फू. सांस्कृतिक क्रांतीच्या काळामध्ये कोणाही परदेशी विद्यार्थ्याला चिनी मित्र-मैत्रिणीकडे घरी जाण्यासाठी साम्यवादी पक्ष कार्यालयातून परवानगी घ्यावी लागे. स्कार्लेट झँग या वसतिगृहातील माझ्या मैत्रिणीला मला आणि एरिकाला तिच्या घरी जेवायला बोलावण्यासाठी अशी परवानगी काढण्यासाठी अनेक कटकटींना तोंड द्यावे लागले होते. तसेच काहीसे एरिकाच्या मैत्रिणीच्या बाबतीत पण घडले होते. आणि हडेलहप्पी फू जरी वर्षभर आंतरराष्ट्रीय बंधुभाव वगैरेच्या गप्पा मारत होती तरी तिने एकदाही मला तिच्या घरी बोलावले नव्हते. तिचे नेहमीचे एकच तुणतुणे असायचे ते म्हणजे विद्यापीठ परिसरातील तिचे घर फारच लहान आहे आणि खूपच साधे आहे. असाच नकारात्मक अनुभव मला ज्या वेळी मी विदेशी वृत्तपत्राची प्रतिनिधी म्हणून तिबेटला भेट देण्यास उत्सुक होते आणि तिबेट सरकारने एक टेलेक्स पाठवून 'ल्हासामध्ये पुरेसा ऑक्सिजन नाही' हे कारण देऊन मला परवानगी नाकारली होती, तेव्हा आला होता. (नॉर्मनच्या म्हणण्याप्रमाणे थंडीच्या दिवसांमध्ये हे थोडेफार खरे पण आहे.)

"तरी पण आपली सोमवारी भेट होईल कारण आपल्या कार्यकर्त्याने, हुअँगने, तुझ्या आगमनार्थ ठरवलेल्या पार्टीला मला पण बोलावले आहे," पलीकडून फू बोलत होती.

"ठीक आहे, भेटू या आपण," मी पण आवाजामध्ये खोटा उत्साह दाखवत म्हटले.

स्वतःवर चडफडत मी फोन ठेवला. आता मला यीनबद्दलच्या माहितीसाठी, हडेलहप्पी फूला एकटीला गाठण्यासाठी काहीतरी वेगळा प्लॅन आखायला पाहिजे. परंतु ती पुढची गोष्ट झाली. आज रात्री मी फ्यूचरला, गु वेमींगला भेटणार आहे. कदाचित त्याला यीनबद्दल काही आठवेल.

चेअरमन माओचा असा ठाम विश्वास होता की प्रत्येक नागरिकाने कठोर शारीरिक परिश्रम करण्याची गरज आहे. वाईट माणसांनी चांगले होण्यासाठी ते करणे गरजेचे आहे, तर चांगल्या माणसांनी वाईट न होण्यासाठी ते करणे गरजेचे आहे. मी आणि स्कार्लेट, आम्ही वसतिगृहामध्ये जेव्हा एका खोलीत राहत होतो, तेव्हा जवळजवळ निम्मा वेळ खोलीत मी एकटीच असायची; कारण स्कार्लेट बहुतेक वेळा तिच्या वर्गाबरोबर शेतकी वसाहतीत तरी गेलेली असायची नाहीतर एखाद्या बंदरामध्ये, कारखान्यामध्ये किंवा लष्करी तळावर गेलेली असायची. सांस्कृतिक क्रांतीच्या काळामध्ये बीजिंग विद्यापीठ हे माओच्या विचारांच्या प्रसाराचे प्रमुख केंद्र होते. हेडलहप्पी फूसारख्या लाल सैनिकांतील अंतर्गत दुफळीमुळे जेव्हा विद्यापीठाची अगदी वाट लागण्याची वेळ आला, तेव्हा माओने 'कामगारांची प्रचारक टीम' पाठवली. हे सर्व जण बीजिंगमधील एक नंबरच्या मशिन टूल्स फॅक्टरीमधील होते. माओशी अत्यंत एकनिष्ठ असलेल्या सहा युनिटपैकी हे एक युनिट होते. आणि कामगारांच्या प्रचारकी टीमने बघता बघता विद्यापीठाच्या कामकाजाचा कब्जा घेतला. एरिका आणि मी, आम्ही जेव्हा विद्यापीठात दाखल झालो तेव्हा विद्यापीठावर त्या प्रचारकी टीमचीच सत्ता होती. आणि त्यामुळे आमच्या विचारांत सुधारणा करण्यासाठी त्यांनी आम्हाला त्यांच्या फॅक्टरीमध्ये कामाला पाठवणे साहजिकच होते.

सन १९७३च्या वसंतऋतूमध्ये हडेलहप्पी फू पण माझ्याबरोबर एक नंबर मशिन टूल्स फॅक्टरीमध्ये होती. एरिका आणि तिची शिक्षिका, 'डी गुयींग' या पण तिकडे गेल्या होत्या. पन्नास दिवस आम्ही लेथ मशिन्सवर काम केले, ड्रिल मशिन्स हाताळली, स्क्रू मोजले आणि कामगारांसाठी उभारलेल्या खोपटांमध्ये राहिलो. मी आणि एरिकाने तो काळ मजेत घालवला, पण सकाळी सहा वाजता उठणे म्हणजे शिक्षा होती आणि स्क्रू मोजून ते खोक्यांमध्ये लावणे म्हणजे वैताग होता; परंतु खरी मजा यायची ती टोनेल ड्रिलच्या जागी न्यूमॅटिक ड्रिल बसवताना. एक नंबर मशिन टूल्स फॅक्टरी ही बीजिंगच्या पूर्वेला खूप दूरवर होती. या फॅक्टरीमध्ये सुरुवातीला दारूगोळ्याची निर्मिती केली जायची. ही फॅक्टरी विस्तीर्ण माळरानावर पसरलेल्या, विटांच्या बांधकामाच्या, छोट्या-छोट्या वर्कशॉप्सचा समूह होता. सन १९७३मध्ये तो एक औद्योगिक वसाहतीचा भाग होता आणि आज, सन २००६मध्ये तो भाग

बीजिंगमध्ये आकार घेत असलेल्या 'सेंट्रल बिझनेस डिस्ट्रिक्ट'चा मध्यवर्ती भाग झाला होता. अर्धवट बांधकाम झालेल्या उड्डाणपुलावरून पाहिलेल्या पांढऱ्या इमारतींच्या जागी माझी ती जुनी फॅक्टरी होती.

बीजिंग नंबर एक मशिन टूल्स फॅक्टरीचे आता नवीन नाव होते 'जीयानवी सोहो', 'क्वि है' हा माझा चुलत-चुलत भाऊ जो सोहो समूहात काम करतो, तो मला सांगत होता. फॅक्टरीच्या त्या विस्तीर्ण आवारामध्ये आज टिकाव धरून असलेली वर्कशॉप कोठे आहेत ते त्याला माहीत होते आणि त्याच्या जेवणाच्या सुट्टीमध्ये त्याने मला ती दाखवायचे कबूल पण केले होते. "आता फॅक्टरीचा फारच कमी भाग उरला आहे," तो मला म्हणाला.

सोहो वर 'झँगकसी' आणि तिचा नवरा 'पॅन शियी' या वजनदार जोडप्याची रात्ता होती. ते म्हणजे बीजिंगचे 'डोनाल्ड ट्रंप'च (दूरदर्शन, बांधकाम इत्यादी अनेक क्षेत्रांमध्ये गुंतवणूक असलेला अमेरिकन उद्योगपती.) आहेत म्हटले तरी चालेल. पॅन हा 'मार्क बर्नेट', 'ॲप्रेंटीस' मालिकेचा निर्माता, याच्या मदतीने चिनी दूरदर्शनवरील पहिल्या 'रियालिटी' मालिकेच्या निर्मितीच्या बेतात होता; परंतु वॉलस्ट्रीट येथे इन्व्हेस्टमेंट बँकर म्हणून काम केलेल्या त्याच्या बायकोने त्याला विरोध दर्शवला आणि त्याने आपला मालिकानिर्मितीचा बेत बदलला. ते दोघेही जण जनमानसातील स्वतःच्या प्रतिमेबद्दल फार जागरूक आहेत, त्यामुळे ते बांधकाम व्यावसायिक असूनही त्यांचे वागणे, जनमानसातील प्रतिमा, ही एखाद्या कलेच्या क्षेत्राशी निगडित असल्याप्रमाणे होती. हाँगकाँगमध्ये एके काळी वर्कशॉपमध्ये ढोर मेहनत केलेल्या झँगला डाव्या विचारसरणीच्या ब्रिटिश बुद्धिवाद्यांबद्दल प्रेम होते. ती फक्त 'खिश्चन लॅक्रॉइक्स' या फ्रेंच फॅशन डिझायनरचेच कपडे वापरते आणि बारीक कापलेले केस राखाडी-सोनेरी छटांनी रंगवते. तिला इंग्रजी उत्तम येते; उलट त्याला अजिबात नाही. पॅनचे बालपण 'गानसू' प्रांतामध्ये अत्यंत गरिबीत गेले. त्याची मानसिकता 'सुखदुःख समेकृत्वा' प्रकारची आहे. तो पण फॅशनेबल चश्मे, गॉगल्स आणि अगदी खरोखरचे – त्या सिल्क मार्केटमध्ये विक्रीला असतात तसे नाही- प्रादा सूट्स वापरतो. डोनाल्ड ट्रंपप्रमाणेच झँग आणि पॅन त्यांच्या उत्पादनांची विक्री करणाऱ्या विक्रेत्यांच्या सतत हात धुवून मागे लागलेले असतात. दर तीन महिन्यांनी विक्रीचा आढावा घेऊन ज्यांची विक्री समाधानकारक नाही अशा तळाच्या १० टक्के विक्रेत्यांना नारळ देतात. यामुळे त्यांच्यावर होणाऱ्या टीकेला तोंड देण्यासाठी पॅन यांनी 'गेम ऑफ सर्व्हायव्हर' नावाचे पुस्तक प्रकाशित केले होते. त्या पुस्तकामध्ये त्यांनी यशाची शिखरे गाठणाऱ्या त्यांच्या कंपनीतील कर्मचाऱ्यांची स्फूर्तिदायक उदाहरणे छापली होती.

सोहो हे 'स्मॉल ऑफिस, होम ऑफिस'चे संक्षिप्त स्वरूप आहे. माओच्या सांस्कृतिक क्रांतीनंतरच्या काळामध्ये उपयुक्ततेवर भर देणाऱ्या, केंद्रस्थानी असणाऱ्या

घरकुलांची, वस्तूंची मागणी वाढली आणि ही गोष्ट झँग आणि पॅन यांनी बरोब्बर ओळखली. 'जीयानवी' बांधकाम कंपनीने बीजिंगमधील नवश्रीमंत, नवकारखानदार आणि मिश्र संस्कृतीचा पुरस्कार करणारे यांना लक्ष्य केले. त्यांच्या गरजा लक्षात घेऊन योजना आखल्या. त्यांचे तीन चतुर्थांश गिऱ्हाइक हे तिशी-पस्तिशीचे तरुण चिनी आहेत. बहुतेकांनी परदेशात शिक्षण घेतले आहे. त्यांच्या घरांच्या आराखड्यामध्ये शयनगृहे लहान आहेत, तर सरकत्या भिंती असलेले हॉल किंवा बैठकीच्या खोल्या मोठ्या आहेत, ज्यामुळे क्षणात घराचे ऑफिस आणि ऑफिसचे घर करणे शक्य होते. त्यांची कंपनी सत्तर ते दोनशे स्क्वेअर मीटर (अंदाजे ७५० ते २१५० स्क्वेअर फूट) क्षेत्रफळाचे फ्लॅट्स **$** १,४०,०००/- ते **$** ४०००००/ (रु. ७० लाख ते रु. २ कोटी) एवढ्या किमतीला विकते. बहुतेक गृहनिर्माण सोसायट्यांमधील घरे केवळ सिमेंट-कॉंक्रीटचे ठोकळे असतात; परंतु सोहोमधील घरांची वेगळी ओळख असते, बांधकाम उच्चप्रतीचे असते, उच्चप्रतीच्या लाकडाचा वापर केला जातो. बीजिंगमधील परंपरागत जुनी बंदिस्त खोक्यांसारखी घरे, घरातील नकोसे झालेले सामान साठवण्यासाठी बंदिस्त केलेल्या बाल्कनींमुळे, आणखीनच काळोखी वाटतात. बीजिंगमधील बांधकामसंबंधातील एका जुन्या नियमाप्रमाणे घराच्या खिडक्या जमिनीपासून कमीत कमी तीन फूट उंचीवर असणे जरुरीचे होते, परंतु नवीन घरबांधणीमध्ये हा नियम सर्रास धाब्यावर बसवला जातो आणि फ्लॅट्सना जमिनीपासून छतापर्यंत उंच खिडक्या ठेवण्याची फॅशन आली आहे. सुरुवाती-सुरुवातीला गगनचुंबी इमारतीमधील काही जणांनी यामुळे चक्कर किंवा भोवळ येण्याच्या तक्रारी केल्या होत्या.

सोहोची संपूर्ण मालकी या जोडप्याकडे आहे आणि ते दोघे जण संयुक्तपणे सर्वेसर्वा आहेत. तो बांधकामाची बाजू सांभाळतो तर ती आराखडे, डिझाइन्स इत्यादींवर लक्ष केंद्रित करते. कंपनीचा नफ्याचा आलेख चढता ठेवण्यासाठी, कायम ठेवण्यासाठी ग्रानाइट, संगमरवर आणि स्टेनलेस स्टील खरेदीबाबत तिचा शब्द अंतिम असतो. 'बिझनेस वीक' साप्ताहिकाला एका मुलाखतीत तिने सांगितले, "आम्ही आमच्या बांधकामाच्या व्यवसायामध्ये अनेक प्रकारच्या गोष्टी आयात करत होतो. उदाहरणार्थ खिडक्या, वातानुकूलित यंत्रे, जमिनींच्या टाइल्स इत्यादी; परंतु आज आमच्या खरेदीमध्ये आयात केलेल्या वस्तूंचा हिस्सा ५ टक्क्यांपेक्षा कमी आहे. पूर्वी ज्या जर्मन आणि अमेरिकन कंपन्यांकडून आम्ही वस्तू घेत होतो, त्या सर्व कंपन्यांनी आता चीनमध्येच त्यांचे उत्पादन सुरू केले आहे. आज चीन हाच जगाची फॅक्टरी झाला आहे."

पॅन हा खरे तर कोणीच नव्हता. तो ज्या प्रांतातून आला होता तो प्रदेश दुष्काळी म्हणूनच ओळखला जायचा आणि तेथील शेतकरी शेतामध्ये ओल राखण्यासाठी दगड टाकून ठेवायचे. त्याची आई अपंग होती आणि वडील उजव्या

विचारसरणीचे होते. त्याच्या दोन बहिणींना जन्मतःच देऊन टाकण्यात आले होते. पॅनच्या धंद्याची सुरुवात 'चीनचे हवाई' म्हणून ओळखल्या जाणाऱ्या हैनान या बेटसदृश प्रांतामध्ये छोट्या-मोठ्या जमीन खरेदी-विक्रीच्या व्यवहारांतून झाली. सन १९९०मध्ये चीनमधील समभाग विक्रीला काढणाऱ्या पहिल्या काही कंपन्यांपैकी एक असलेल्या 'व्हॅनटोन इंडस्ट्री लि.' या त्याच्या कंपनीची त्याने नोंदणी केली, मुहूर्तमेढ रोवली आणि कंपनीने 'न्यू वर्ल्ड प्लाझा' बांधून बांधकामाच्या क्षेत्रामध्ये जोरदार पदार्पण केले. प्रत्यक्ष बांधकामाला सुरुवात होण्याआधीच सर्व जागा $ ७,८००/- (रु. ४.६० लक्ष) प्रती स्क्वेअर मी. दराने विकली गेली होती.

झँगचे आईवडील बर्मामधून सन १९५०मध्ये, ज्या वेळी तेथे चिनी जनतेविरोधी दंगली सुरू झाल्या तेव्हा, निर्वासित म्हणून आले. बीजिंगमध्ये आल्यावर त्यांनी 'फ्रॉरेन लँग्वेजेस् ब्यूरो'गध्ये काम करणे सुरू केले, जेथे काही वर्षांनंतर नॉर्मन याने पण काम केले. सांस्कृतिक क्रांतीच्या काळामध्ये झँगचे आई-वडील परस्परविरोधी गटामध्ये होते, परिणामी त्यांचा घटस्फोट झाला. सन १९८०मध्ये ती आईबरोबर हाँगकाँगला आली आणि एका कापडाच्या फॅक्टरीमध्ये काम करायला लागली. वयाच्या चौदाव्या वर्षी झँग दिवसा फॅक्टरीमध्ये कामे करायची आणि रात्री शाळेत जायची. पदवी मिळाल्यावर तिच्या शिक्षकांनी तिला इंग्लडला शिक्षणासाठी जाण्यासाठी प्रोत्साहित केले. इंग्लडमध्ये पण सेक्रेटरीची नोकरी करत असताना ती शिकली आणि तिने केंब्रिज विद्यापीठातून अर्थशास्त्र विषयात पदवी मिळवली. नंतर काही वर्षे तिने वॉलस्ट्रीटवरील 'गोल्डमन साच' या बँकेत काम केले.

सन १९९४मध्ये तिच्या केंब्रिजमधील सहकाऱ्याने दिलेले व्हॅनटोन कंपनीचे माहितीपत्रक, घरच्या आठवणींनी व्याकूळ झालेल्या झँगने, तिच्या परतीच्या विमानप्रवासात वाचले. काहीशा उत्सुकतेने तिने भेट घेण्याचे ठरवले. चारच दिवसांनी पॅनने तिला मागणी घातली. सन १९९५मध्ये त्याने व्हॅनटोन कंपनी सोडली आणि झँगबरोबर सोहोची स्थापना केली. आज त्यांच्या चाळिशीमध्ये आलेल्या त्या दोघांना, सन १९९९ आणि २००१मध्ये जन्मलेले दोन मुलगे आहेत. गृहनिर्माणाच्या कामात गुंतलेल्या त्या दोघांनी, जरा विचित्र वाटेल, त्यांच्या मुलांची नावे 'रँग' आणि 'शाओ' अशी ठेवली आहेत. या चिनी शब्दांचे अर्थ आहेत 'सामोपचाराने मान्य करणे' आणि 'कमी प्रतीचा'.

चीन सरकारने सन १९९९मध्ये प्रथमच जेव्हा जमीनजुमला गहाण ठेवण्यासंबंधीचा कायदा केला तेव्हा यांच्या कंपनीच्या व्यवसायाच्या दृष्टीने ते एक खूप मोठे वरदान ठरले. एशियातील इतर देशांमधील मंदीच्या आर्थिक संकटाने एकदम जागे होऊन सरकारने देशांतर्गत मागणी वाढवण्यासाठी उपाययोजना करायला सुरुवात केली. त्याच वेळी कंपनीची पहिलीच आणि महत्त्वाकांक्षी योजना 'सोहो न्यू टाउन' पूर्ण

होण्याच्या मार्गावर होती. जमीन गहाण ठेवण्यासंबंधीचा कायदा लागू झाल्यानंतर बीजिंगवासीयांनी कंपनीच्या योजनेला भरघोस प्रतिसाद दिला आणि कंपनीच्या कार्यालयासमोर रात्री रांगा लावून सर्व म्हणजे जवळजवळ २,००० निवासी घरांसाठी नोंदणी केली. भ्रष्टाचार, लाचलुचपत आणि फसवणुकीमुळे बदनाम झालेल्या बांधकाम व्यवसायासारख्या व्यवसायात राहूनही या जोडप्याने सचोटीने आपले नाव राखले आहे आणि व्यवहारामध्ये पारदर्शकता ठेवली आहे. अलीकडच्या काळामध्ये सोहोने एकतर विक्रीच्या बाबतीत प्रथम क्रमांक राखला आहे किंवा इतर कोणत्याही चिनी बांधकाम व्यावसायिक कंपनीपेक्षा जास्त कर भरला आहे; आणि केवळ 'सेन्ट्रल बिझनेस डिस्ट्रिक्ट'चा विचार केला तर सोहो कंपनीची निवासी घरविक्री ही एकूण विक्रीच्या निम्म्यापेक्षा अधिकच राहिली आहे.

झँग आणि पॅन यांच्या घरबांधणी योजनांचे वेगळेपण कशात असेल तर ते म्हणजे त्यांचे महत्त्वाकांक्षी प्रकल्प आणि नावीन्यपूर्ण रचनाकृती. त्यांची 'शांगडू' येथील सोहो योजना पीटर डेव्हिडसन या नवनवीन प्रयोग करणाऱ्या ऑस्ट्रेलियन अवलिया आर्किटेक्टने तयार केली आहे. या योजनेच्या आराखड्यामध्ये भूमितीय आकृत्यांमध्ये उभारलेल्या दोन गगनचुंबी इमारतींमध्ये कार्यालयीन जागा आणि सुपर मार्केट्‌सची सोय आहे. सेन्ट्रल बिझनेस डिस्ट्रिक्टमध्ये हिमनगांप्रमाणे वर आलेल्या या गगनचुंबी इमारतींमध्ये ४५० दुकाने, ५ बंदिस्त उद्याने, २७० कार्यालये असणार आहेत. त्यांच्या दुसऱ्या एका सोहो योजनेला, सन २००२मध्ये, व्हेनिस येथे दर दोन वर्षांनी भरवण्यात येणाऱ्या स्पर्धेत बक्षीस मिळाले होते. आज गुगेनहाईम वस्तुसंग्रहालयाचे न्यू यॉर्कमध्ये जे स्थान आह, तेच स्थान 'ग्रेट वॉल कम्युन'चे आज बीजिंगमध्ये आहे. या जोडप्याने एशियातील एक डझन वास्तुतज्ज्ञांना (आर्किटेक्ट्‌सना) प्रत्येकी दहा लाख डॉलर्स दिले आणि त्यांच्या डिझाइन्सना कृतीत उतरवण्याची पूर्ण मोकळीक दिली. त्याचा परिणाम- जेथून चीनच्या जगप्रसिद्ध भिंतीचे सतत दर्शन होईल अशी जंगलउतरणीवरची वृक्षवेलींनी वेढलेली बारा उद्यानगृहे. एक उद्यानगृह बांबूचे तर दुसरे मातीचे. बीजिंगमधील नवश्रीमंतांना आकर्षित करण्यासाठी या उद्यानगृहाची मूळ कल्पना होती; परंतु नंतर हॉटेल्स, जिमखाने, पर्यटकांसाठी पर्यटनस्थळ वगैरेच्या एका मोठ्या योजनेचाच ही भाग होऊन गेली.

जीयानवी सोहो ही त्यांची सर्वांत महत्त्वाकांक्षी योजना आहे. 'रिकेन यामामोटो' या जपानी वास्तुतज्ज्ञाने (आर्किटेक्ट) या योजनेचे आराखडे बनवले आहेत. या योजनेमध्ये तीनशे दुकाने, सर्वांत वरच्या मजल्यावर उद्याने वगैरे अशा वीस गगनचुंबी इमारती असणार आहेत. त्यांच्या इतर सोहो योजनांप्रमाणेच बांधकाम पूर्ण होण्याआधीच यातील सर्व घरांची/दुकानांची विक्री झालेली आहे. या योजनेच्या

मुहूर्ताच्या वेळी झँग आणि पॅन यांनी भल्यामोठ्या पांढऱ्या तंबूमध्ये पाचशे आमंत्रितांसाठी पार्टीचे आयोजन केले होते. या कार्यक्रमासाठी दक्षिण अमेरिकेतून 'टँगो' नर्तक्या बोलवण्यात आल्या होत्या, फॅशन शोचे आयोजन होते, ज्यामध्ये सर्व मॉडेल्सना व्हॅलंटीनो ड्रेसेस आणि बल्गारी आभूषणे देण्यात आली होती.

सोहो विकसित भागातून क्वि है आणि मी जात असताना त्याने माझे लक्ष भूमिगत बांधलेल्या दुकानांकडे वेधले. मी एका दुकानामध्ये डोकावून पाहिले. प्रत्येक दुकानामध्ये गणवेशधारी सेवक वर्ग आणि एक सफाई कर्मचारी होता. सोहो परिसरामध्ये स्वच्छ आणि विनाशुल्क स्वच्छतागृहे होती. असा सगळा प्रकार बीजिंगमध्ये असावा यावर माझा विश्वासच बसत नव्हता. कोनांमध्ये उभ्या असलेल्या या सर्व गगनचुंबी इमारती वळणदार पदपथांनी आणि चौकांनी जोडलेल्या होत्या. पदपथांच्या दुतर्फा नव्याने झाडे लावलेली होती. मऊ आणि स्वच्छ कॉंक्रीटवरून चालताना खूप बरे वाटत होते. मुख्य म्हणजे एखाद्या कारने अडवले जाण्याची भीती नव्हती.

"या सगळ्याचा जो मालक आहे तो बीजिंगमधील सर्वांत श्रीमंत माणूस आहे," क्वि हैने मला सांगितले. त्याच्या बोलण्यात मत्सर किंवा कटुता वगैरे काहीच नव्हती. सहज माझे वर लक्ष गेले आणि चिनी चातुर्याचा आणखी एक नमुना दिसला. प्रत्येक इमारतीवर अगदी वरच्या बाजूला मोठ्या आकारात नंबर दिले होते. चालणाऱ्या माणसाला चौकांमध्ये लावलेले नकाशे न बघता किंवा प्रत्येक इमारतीजवळ जाण्याची गरज न भासता स्वत:ला हवी ती इमारत शोधण्याची सोय केली होती.

साम्यवादी पक्ष सत्तेमध्ये आल्यानंतर लगेचच जी पिढी जन्माला आली त्या पिढीचा क्वि है हा प्रतिनिधी आहे. सांस्कृतिक क्रांतीमुळे त्याच्या शिक्षणात खंड पडला. त्या वेळच्या लाखो तरुणांप्रमाणे तो रेड गार्ड्समध्ये सामील झाला आणि शेतकऱ्यांमध्ये राहून अंगमेहनतीची कामे करण्यासाठी त्याची खेड्यामध्ये पाठवणी करण्यात आली. काही काळानंतर त्याने शिक्षणाला परत सुरुवात केली, विद्यापीठात शिक्षण घेतले आणि एवढेच नाही तर 'पॅकेजिंग टेक्नॉलॉजी'च्या शिक्षणासाठी तो इंग्लंडला पण गेला. सन १९९०च्या दशकाच्या सुरुवातीला त्याच्या सरकारी मालकीच्या फॅक्टरीतून सुटका करून घेण्यासाठी, त्याने माझ्या माहितीत कोणा विदेशी कंपनीच्या सहकार्याने चालवण्यात येणाऱ्या खासगी कंपनीमध्ये नोकरीची संधी आहे का, याची माझ्याकडे विचारणा केली होती. आणि योगायोगाने त्याच वेळेला 'बेन मॉक' या माझ्या मित्राने माझ्या माहितीत कोणी चांगला शिकलेला आणि विश्वासू चिनी कारागीर आहे का, अशी विचारणा केली होती. योग बरोबर

जुळून आला. बेन याने कोकाकोला कंपनीच्या 'हँगझाऊ' येथील बाटल्या भरण्याच्या युनिटमध्ये त्याची मॅनेजर म्हणून वर्णी लावून टाकली. क्विने त्या कंपनीमध्ये पंधरा वर्षे नोकरी केली, आणि निवृत्ती घेऊन तो त्याच्या वयस्कर आई-वडिलांजवळ राहायला गेला. आता तो बीजिंगमध्येच एका चिनी पेयाच्या कंपनीमध्ये नोकरी करतो.

अचानक पायाखालच्या सिमेंट-काँक्रीटचा कोबा संपला आणि मातीचा रस्ता असलेली गल्ली सुरू झाली. दोन्ही बाजूला विटांच्या कच्च्या भिंती होत्या, त्यावरचा गिलावा गळत होता. प्रचंड विस्तार असलेल्या लाल विटांच्या फॅक्टरीच्या अवशेषांकडे माझे लक्ष वेधत क्वि है म्हणाला, "येथे आहे ती." आता फॅक्टरी अनेक ठिकाणी विखुरली गेली होती. काही खाती/विभाग आता टाँगझाऊ आणि 'शुनयी' प्रांतांमध्ये हलवले गेले होते. आता ही जागा मोकळीच ठेवली जाणार होती. स्थानिक पालिकेने या जागेचे पैसे अजून दिलेले नव्हते म्हणून ही फॅक्टरी अजून जमीनदोस्त व्हायची राहिली होती.

एखाद्या बॉम्बहल्ल्यातून वाचलेल्या इमारतीसारखी त्या फॅक्टरीच्या इमारतीची अवस्था झाली होती. खिडक्यांवर धूळ साठली होती, त्यांना तडे गेले होते, एका बाजूचे छप्पर कोसळण्याच्या बेतात होते. फॅक्टरीच्या प्रवेशद्वाराशीच टेबल-खुर्ची टाकून एक तरुण बसला होता. त्याला काडीचेही काम नव्हते. त्याच्या मागे, दारावर चिनी भाषेत एक सूचना चिकटवलेली होती – "१५ जुलै २००६ नंतर कोणाही व्यक्तीला भेट देण्यास मनाई आहे." एखादा कॅनेडियन हे वाचून सुस्कारा सोडेल आणि मागे वळेल. परंतु चिनी माणूस तो नियम इतरांसाठी आहे असेच समजून वागेल. कायद्यांच्या आणि नियमांच्या या देशात नागरिकांचा असाच व्यवहार चालतो. आणि याचमुळे साम्यवादी हुकूमशाहीच्या राजवटीमध्ये ते तग धरून राहू शकले.

टेबल-खुर्ची टाकून बाहेर बसलेल्या त्या तरुणाला, एखाद्या होतकरूने त्याच्या उपकारकर्त्याला अवास्तव मान द्यावा त्याप्रमाणे मान देत, क्वि हैने विनंती केली : "आम्हाला जरा आतून फिरून बघायचे आहे." क्वि है माझ्याकडे बोट दाखवून म्हणाला, "खूप-खूप वर्षांपूर्वी ती या फॅक्टरीमध्ये काम करायची, आम्हाला फार वेळ लागणार नाही." पंचावन्न वयाचा क्वि है खरे तर त्या तरुणाच्या वडिलांच्या वयाचा होता. आदरार्थी संबोधले गेल्यामुळे तो तरुण अर्थातच खूश झाला.

"हो, हो नक्की, असे येथून आत जा," त्या तरुणाने हात दाखवत आम्हाला सांगितले.

आतमध्ये सर्वत्र घाणीचे आणि कचऱ्याचे साम्राज्य होते. सडलेला कचरा, फोमचे घाणेरडे जेवणाचे डबे, प्लॅस्टिकच्या पिशव्या, मोडलेल्या प्लॅस्टिकच्या खुर्च्या इत्यादी. माझ्या मनात आठवणी दाटून आल्या. माझ्या डोळ्यासमोर, जिने मला न्यूमॅटिक ड्रिल चालवायला शिकवले ती 'आयर्न वुमन्स टीम'ची सडपातळ,

तरतरीत शरीरयष्टीची सुंदर तरुणी उभी राहिली. त्याचप्रमाणे माझ्या डोळ्यांसमोर येत होता तो सतत विचारामध्ये असल्यासारखा दिसणारा 'लियू', ज्याने मला लेथ मशिन चालवायला शिकवले. मधील जेवणाच्या सुट्टीच्या वेळात फॅक्टरीच्या कॅन्टिनमध्ये चालणारा कामगारांचा कोलाहल मला ऐकू येत होता. त्या सर्वांनी माझी मँडरिन सुधारण्यात मला खूप मोठी मदत केली होती. रांगेमधील पुढच्यांचे संभाषण चोरून ऐकण्याबद्दल हडेलहप्पी फूने मला न शिकवलेली चिनी भाषा पण शिकायला मिळाली : उदाहरणार्थ, १) वँगबाडान म्हणजे अनौरस, पण शब्दशः कासवाचे अंडे. २) 'ता मा डे' त्याच्या आयला, पण जर मी 'नी माडे' म्हणजे 'तुझ्या आयला' म्हटले की भांडणाला सुरुवात झालीच, परंतु याचा पूर्ण अर्थ स्पष्ट होतो ते पुढचे वाक्य उच्चारल्यावर. ३) 'काओ नी मा डे बी' म्हणजे तुझ्या आयला झवतो.

मी जसजशी निरखून बघते तसतशा मला जुन्या फॅक्टरीच्या खुणा दिसायला लागतात. जमिनीमध्ये लोखंडी रूळ दिसत होते. आम्ही भोके पाडलेल्या लोखंडी पेट्या वाहून नेणाऱ्या गाड्यांचे ते रूळ दिसत होते. तेथे एक सिमेंटचा हौद होता. याच हौदावर दुपारच्या जेवणाच्या सुट्टीची घंटा वाजली की आम्ही खडबडीत पिवळ्या साबणाने आमचे ग्रीसने भरलेले हात घासून घासून धुवायचो. भिंतीवर उंच रंगवलेल्या, पण आता खूपच फिकट झालेल्या, सुरक्षिततेसंबंधीच्या तसेच उत्पादनाच्या दर्जा राखण्याच्या संबंधीच्या घोषणा/सूचना मला दिसत होत्या. त्यातल्या त्यात फक्त एकच वाचता येण्यासारखी होती आणि ती माओच्या काळातील पण नव्हती. ती घोषणा होती 'तुमच्या मालाच्या बाजारपेठेचे ध्यान ठेवा आणि प्रामाणिकपणे निर्यातयोग्य दर्जेदार मालाचे उत्पादन करा.'

अचानक त्या पडझड झालेल्या भिंतीला असलेल्या भोकांमधून काही चेहरे माझ्याकडे कुतूहलाने पाहत असल्याचे मला जाणवले. वर्कशॉपची एक बाजू कामगारांना राहण्यासाठी देण्यात आली होती. "स्थलांतरित कामगार येथे राहतात," क्वि है मला सांगतो, "परंतु हा भाग पाडेस्तोपर्यंतच." आजूबाजूच्या सोहो घरबांधणीच्या कामावरील हे मजूर असावेत किंवा महामार्गाच्या बांधणीचे काम करणारे मजूर पण असू शकतील. मला मनातल्या मनात नक्की ठरवता येत नव्हती कोणती गोष्ट चांगली होता- पुलाखाली झोपणे की पडक्या वर्कशॉपमध्ये राहणे. मी क्वि हैचा निरोप घेते आणि माझ्या सुंदर निवासाच्या दिशेने निघते. किती विचित्र होते माझे सुंदर निवास, माझ्या कष्टकरी भूतकाळापासून केवळ दोन गल्ल्याच दूर होते.

आज रात्रीचे जेवण गु वेमिंग, फ्यूचरबरोबर होते. माझ्या वर्गमित्राने फोन नंबर बदलला होता; परंतु सुदैवाने घर बदलले नव्हते. जेव्हा मी सात वर्षांपूर्वी बीजिंगला

'रॉबिन बेंगर' या डॉक्युमेंटरी फिल्म तयार करणाऱ्याबरोबर आले होते, तेव्हा मी गु वेमिंगच्या घरी गेले होते. परंतु शहर आता इतके बदलले होते की जर फ्यूचरने मला व्यवस्थित मार्गदर्शन केले नसते तर त्याचे घर शोधणे मला अशक्यप्रायच होते.

"मी सीबीडीमध्ये राहतो," – त्याने चिनी भाषेत मला सांगितले.

"कुठे?" मी विचारले.

"सीबीडी, तुला सीबीडी माहीत नाही?"

मला कळायला जरा वेळ लागला कारण फ्यूचर, ज्याला इंग्रजी येत नाही तो, मला सेन्ट्रल बिझनेस डिस्ट्रिक्टच्या आद्याक्षरांचा उल्लेख करत पत्ता सांगत होता. आश्चर्याची गोष्ट म्हणजे तो राहत असलेली जागा जीयानवी सोहोपासून काही गल्ल्याच दूर होती आणि मी राहत असलेल्या सुंदर निवासापासून सहा गल्ल्याच दूर. उकाडा आणि प्रदूषण एवढ्या प्रमाणात नसते तर मी त्याच्या घरी चालतच गेले असते. त्याऐवजी मी टॅक्सी केली, ज्यामुळे अर्थातच प्रदूषणात भरच पडणार होती.

त्याने जेव्हा हा भाग राहण्यासाठी निवडला तेव्हा येथे आजूबाजूला काहीही नव्हते, सगळे ओसाड होते; परंतु गु वेमिंग निर्धाराने येथे राहिला आणि हळूहळू आजूबाजूची परिस्थिती बदलत गेली. जुन्या बीजिंगमध्ये वेगळा असा व्यापारी भाग नव्हता; कारण मुळातच तेथे व्यापार नव्हता. परंतु चीनला 'वर्ल्ड ट्रेड ऑर्गनायझेशन'मधील सभासदत्वासाठी अशा प्रकारचे व्यापारी /आर्थिक भाग विकसित करणे आवश्यक होते. गु वेमिंग त्याच्या इमारतीबाहेरच्या मोकळ्या जागेत माझी वाट बघत उभा होता. जेव्हा मी त्याला 'त्याने नवीन फोन नंबर का घेतला' असे विचारले तेव्हा त्याने मला सांगितले निवासी फोनना एकदम एवढी मोठ्या प्रमाणावर मागणी आली की शहरासाठी नवीन दूरध्वनी केंद्र असणे गरजेचे होऊन बसले. त्यानंतर काहीच वर्षांनी बीजिंगमधील दूरध्वनी क्रमांक आठ आकडी करावे लागले. येथील सर्वांनाच नवीन फोन नंबर घ्यावे लागले.

चिनी दूरध्वनी क्रमांकांच्या डिरेक्टरीबद्दल असलेल्या माझ्या समजुतीची खातरजमा करून घेण्यासाठी मी त्याला विचारले की, त्याचा फोन नंबर डिरेक्टरीमध्ये आहे का? मान हलवत तो मला म्हणाला – "नाही, माझा फोन नंबर त्यात नोंदवला गेला नाही, त्यात काही अर्थच नाही." त्याच्या नेहमीप्रमाणेच बारीक कापलेल्या केसांमध्ये आता अधूनमधून राखाडी-पांढऱ्या रंगाची झाक दिसायला लागली होती. तो अजूनही बाबा आदमच्या जमान्यातला तोच जाड भिंगाचा चश्मा वापरत होता. परंतु नवीन गोष्टींबाबतचा त्याचा उत्साह, कुतूहल आणि एकूणच वागणुकीतील आशावाद आणि जिवंतपणा कायम होता. आम्ही त्याच्या कंपाउंडमधून आत जायच्या आधी तो क्षणभर थांबला आणि माझे लक्ष उत्तर दिशेकडे वेधले. "लवकरच त्या बाजूला तीनशे गगनचुंबी इमारती उभ्या राहतील, तेथे जणू काही दुसरे मॅनहॅटनच अवतरणार आहे," तो मला म्हणाला.

सीबीडीमध्ये एकूण, वॉलमार्ट धरून, सात भव्य मॉल असणार आहेत. शहरातील काही तज्ज्ञांच्या अंदाजाप्रमाणे ही सर्व योजना जेव्हा पूर्णत्वाला जाईल तेव्हा या सीबीडीमध्ये एकूण शहरातील ७० टक्के विदेशी कंपन्यांची कार्यालये, ६५ टक्के पांढरपेशे कर्मचारी, ९० टक्के विदेशी बँका आणि बीजिंगमधील अतिभव्य १० हॉटेल्सपैकी आठ हॉटेल्स असणार आहेत. "तो समोर दिसतो आहे तो दूरदर्शनचा नवीन मध्यवर्ती मनोरा आहे." काही अंतरावर काम चाललेल्या जागेकडे बोट दाखवून त्याने सांगितले. संरक्षण दलासाठी लागणाऱ्या मोटरसायकल्स तयार करण्याच्या फॅक्टरीच्या जागेवर उभी राहणारी ही दूरदर्शन मनोऱ्याची वास्तू सध्या बीजिंगमधील अत्यंत वादग्रस्त ठरलेली योजना होती. हा मनोरा जेव्हा पूर्ण होईल तेव्हा तेथे दहा हजारांच्या आसपास कर्मचारी काम करत असतील आणि क्षेत्रफळाच्या विचार केला तर जगातील सर्वांत मोठी कार्यालयीन इमारत असलेल्या 'पेंटागॉन'नंतर याच इमारतीचा नंबर लागेल. वास्तुरचनाकार 'रेम कूल्हास' याने स्थापन केलेल्या 'ओएमए' या डच कंपनीने याचे डिझाइन तयार केले होते. यामध्ये बघताना भोवळ यावी एवढ्या उंच दोन गगनचुंबी इमारती वरच्या आणि खालच्या बाजूने, गुरुत्वाकर्षणाला चकवा देणाऱ्या, दोन पुलांनी जोडलेल्या असतील. चाळीस मजल्यांच्या वर दोन इमारतींना जोडणारा बांधला जाणारा पूल हा बीजिंगचा स्वतःचा असा खास हवाई 'Arc de Triomphe' असणार आहे.

या बांधकामाचा प्रमुख वास्तुतज्ज्ञ असलेला तीस एक वर्षाचा, 'ओल शिरेन' हा न्यू यॉर्क, लॉस एंजलिस आणि सॅन फ्रान्सिस्को येथील प्रादा शोरूम्सच्या डिझाइन्ससाठी प्रसिद्ध आहे. काही टीकाकारांच्या मते भूकंपप्रवण क्षेत्रामध्ये बांधकामासंबंधीचे नियम धाब्यावर बसवून अशा गगनचुंबी इमारती उभ्या करणे धोकादायक होते. परंतु शिरेन याने चिनी पत्रकारांसोबत बोलताना सांगितल्याप्रमाणे, "ही जगातली नसली तरी चीनमधील सर्वांत सुरक्षित गगनचुंबी इमारत नक्कीच असणार होती." त्याने सांगितले की चिनी अभियंत्यांनी पण इमारतींचे नकाशे तपासले होते. त्याने हेही मान्य केले की अशा प्रकारच्या योजनेचा प्रयत्न चीनशिवाय इतरत्र कोठेही करता येणे शक्य नव्हते.

त्या इमारतींच्या बांधकामांच्या जागेवर चौदा प्रचंड क्रेन्स काम करताना मी मोजल्या. सीसीटीव्हीच्या मुख्यालयाच्या इमारतीचे बांधकाम हे अशा प्रकारच्या इतर डझनभर अतिभव्य योजनांपैकी एक होते. पाश्चिमात्य देशांमध्ये अशा प्रकारची एक योजना ही एखाद्या शहराच्या संपूर्ण बजेटचा खेळखंडोबा करून टाकेल आणि बीजिंगमध्ये आज या सर्व योजना एकाच वेळी चालू होत्या आणि त्याचबरोबर नवीन महामार्ग, भुयारी मार्ग, छोटे-छोटे लोहमार्ग आणि विमानतळ यांची बांधकामे पण जोरात चालू होती. चीनने जेव्हा २००८ सालचे ऑलिम्पिक भरवण्याचा मान

मिळवला तेव्हा सर्वच शहरांनी नवनवीन बांधकाम प्रकल्पांच्या घोषणा केल्या; परंतु बीजिंगने मात्र या ऑलिम्पिकसाठी संपूर्ण शहराचाच कायापालट करण्याचे ठरवले आणि असा संपूर्ण कायापालट तेच सरकार घडवून आणू शकते, जनतेवर लादू शकते, ज्याला मतदारांच्या मतांची किंवा शिक्षेची भीती नाही. या सर्व महत्त्वाकांक्षी योजना म्हणजे चीनच्या औद्योगिक, आर्थिक भरारीच्या पाऊलखुणा आहेत. चीनचे आंतरराष्ट्रीय रंगमंचावरील भव्य आगमन अधोरेखित करण्यासाठी आखल्या गेल्या आहेत. सन १९४९मध्ये चेअरमन माओने घोषणा केली होती 'चीन आता जागा झाला आहे.' आजच्या संदर्भात चीनच्या या भव्य, अतिभव्य बांधकाम योजना म्हणजे जागतिक रंगमंचावर मांडलेले हिऱ्या-माणकांचे प्रदर्शन होते.

गु वेमिंगने त्याच्या इमारतीमध्ये शिरता शिरता मला सांगितले "आमची इमारत पण पुढील दोन-तीन वर्षांत पाडली जाईल." त्याच्या बोलण्यात कोठेही काळजीचा, दुःखाचा लवलेश नव्हता. कारण त्याच्या अपेक्षेप्रमाणे तो जेथे काम करत होता ती चायनीज ॲकॅडेमी ऑफ सोशल सायन्सेस आत्ताच्यापेक्षाही चांगल्या जागेमध्ये त्याच्या राहण्याची सोय करेल. कारण आत्ताच्या त्याच्या जागेचा सीबीडीमध्ये समावेश होणार असल्यामुळे त्या जागेची किंमत कैकपटींनी वाढणार होती.

तो सर्वांत वरच्या- सहाव्या मजल्यावर राहतो आणि त्याच्या इमारतीला लिफ्टची सोय नव्हती. जिन्यांमधील पायऱ्यांच्या बाजूचे दिवे लागण्यासाठी आम्ही पाय आपटत जिने चढलो. (ऊर्जाबचतीसाठी तेथील दिव्यांना बटणे नव्हती तर आवाजाने कार्यान्वित होणारी यंत्रणा बसवली होती.) पाय आपटत चढत असताना मला एका घरातून वाद्याचे सूर ऐकू आले. विदेशस्थ चिन्यांप्रमाणेच बहुतेक बीजिंगवासीयांना त्यांच्या मुलांनी पियानो शिकावा असे वाटते. शास्त्रीय संगीताची आता मध्यमवर्गीयांचे किंवा प्रस्थापितांचे संगीत म्हणून हेटाळणी होत नाही. गु वेमिंग मला सांगतो पियानोंचा खप खूप वाढला आहे. 'द न्यू यॉर्क टाइम्स'च्या अंदाजाप्रमाणे चीनमध्ये एकूण तीन कोटी विद्यार्थी पियानोवादनाचे शिक्षण घेत आहेत, तर एक कोटी विद्यार्थी व्हायोलिनवादनाचे शिक्षण घेत आहेत. पियानो, व्हायोलिन आणि गिटार निर्मितीत/उत्पादनात आज चीन आघाडीवर आहे.

गु वेमिंगचे आधीचे घर हे अगदी जुन्या पद्धतीचे चिनी घर होते. तो, त्याची बायको आणि मुलगी दाटीवाटीने एका खोलीच्या घरामध्ये राहायचे. ना पुस्तके ठेवायला जागा होती ना त्यांना पुरेसा एकांत होता. त्याच्या बायकोला निद्रानाशाचा आजार झाला. स्वयंपाकघर अगदीच छोटे होते. पन्नास शेजाऱ्यांमध्ये एक असलेल्या सार्वजनिक नळावरून पाणी भरावे लागे. त्या तुलनेत त्याचे आत्ताचे घर म्हणजे स्वर्ग होता. येथे तीन खोल्या होत्या- शयनगृह, अभ्यासिका/हॉल आणि स्वयंपाकघर, मधली मोकळी जागा किंवा पॅसेज ही मुलीची झोपायची खोली होती. मुख्य म्हणजे

या घराला स्वतंत्र संडास, बाथरूम होते, जे त्यांना प्रथमच अनुभवायला मिळत होते. गु वोमिंग या घरामध्ये एवढा खूश होता की, हजारो युआन खर्चून त्याने पुस्तकांसाठी कपाटे करून घेतली होती.

सहा मजले चढून जाणे म्हणजे पूर्ण दमछाक करणारे होते आणि त्यातून हा उकाडा. गु वेमिंगच्या घरात शिरलो तेव्हा मला धक्काच बसला. त्याचे घर जे अकरा वर्षांपूर्वी खूप सुंदर होते, ते आज जुनाट वाटत होते . स्वयंपाकघरात पसारा होता. एके काळी अपूर्वाई असणारे बाथरूम वासाने भरलेले होते. त्याला कोबीचा वास येत होता. गु वेमिंग मला म्हणाला, "आम्ही स्वयंपाकघरात वापरलेले पाणी संडासामध्ये वापरतो, बीजिंगमध्ये पाण्याचा प्रचंड तुटवडा आहे."

इतक्या जलद गतीने झालेल्या अधोगतीचे मला खरोखरच आश्चर्य वाटले. जरा विचार केल्यावर माझ्या लक्षात आले की, त्या घरामध्ये काहीही बदलले नव्हते, तर बदलले होते ते खुद्द बीजिंगमध्ये. आजकाल मोकळ्या जागेचे किंवा मधल्या पॅसेजचे बेडरूममध्ये रूपांतर करण्यात आलेल्या फ्लॅटला कोणी पॉश फ्लॅट समजत नाही. आज पॉश फ्लॅट म्हणजे जमिनीपासून छतापर्यंत असलेल्या खिडक्या आणि भूमिगत गॅरेज असे समीकरण झाले होते.

माझ्या चुलत-चुलत भावाप्रमाणेच गु वेमिंग उच्च माध्यमिक शाळेमध्ये असताना रेडगार्डमध्ये सामील झाला होता, अर्थात खेड्यांतील जमीनदार आणि उच्च सरकारी किंवा पक्ष संघटनेतील अधिकाऱ्यांची मुले सोडली तर त्या वेळेच्या बहुतेक तरुणांनी तेच केले. जेव्हा एकूणच शिक्षण संस्थांची वाताहत झाली, तेव्हा गु वेमिंगला खेड्यामध्ये कष्टांची, श्रमांची कामे करण्यासाठी पाठवण्यात आले. नंतर त्याला बीजिंग विद्यापीठात प्रवेश देण्यात आला आणि तेथे माझी आणि त्याची, जेव्हा मी तेथे दुसऱ्यांदा गेले होते तेव्हा, ओळख झाली. (हडेलहप्पी फूबरोबर एक वर्ष मँडरिन भाषा शिकल्यावर, माझ्या मॅक्गिल विद्यापीठातील शेवटच्या वर्षाच्या परीक्षेसाठी मी कॅनडाला परतले. सन १९७४मध्ये पदवी मिळाल्यावर बेन मॉकच्या साहाय्याने चिनी विद्यार्थी संघटना ताब्यात घेण्याच्या माझ्या माओवादी ध्येयाला मी रामराम केला आणि कॅनडा सरकारची शिष्यवृत्ती मिळवून मी चीनला परतले.)

गु वेमिंग आणि मी, आम्ही दोघांनी तीन वर्षांच्या पदवी अभ्यासक्रमात- मुख्य विषय 'चीनचा इतिहास'- प्रवेश घेतला. सन १९७५मध्ये मी माझ्या वर्गातील सहकाऱ्यांबरोबर स्वतःहून बीजिंगच्या दक्षिणेला असलेल्या एका खेड्यातील शेतावर श्रमदानाच्या आठ महिन्यांच्या कार्यक्रमामध्ये भाग घेतला. आम्ही तांदूळ, गव्हाची लावणी केली; भुईमूग, वांगी, टोमॅटोच्या रोपांची लावणी केली. आम्ही आमच्या राहण्याच्या खोल्या स्वतः भाजलेल्या विटांनी बांधल्या. रेती, सिमेंटचे मिश्रण हाताने केले आणि जुन्या झाडांच्या बुंध्यांचा सपाटण्यासारखा वापर करून जमीन सपाट

केली. माझ्या वर्गातील सहकाऱ्यांपैकी ज्या काही थोड्या सहकाऱ्यांनी माझ्याशी मैत्री करण्याची, ओळख वाढवण्याची जोखीम पत्करली, त्यांपैकी गु वेमिंग एक होता. आम्ही घनिष्ठ मित्र झालो. तो मला पाश्चिमात्य देशांविषयी अनेक वेळा विचारायचा. परंतु यीनप्रमाणे चीन सोडण्याची इच्छा त्याने कधीही प्रदर्शित केली नाही. त्याला बाह्य जगाबद्दल केवळ कुतूहल होते- आणि या कुतूहलामुळेच त्याला पोस्टाचे स्टँप जमा करण्याचा छंद लागला.

मला आईकडून जी पत्रे येत असत त्यांचे स्टँप्स मी अर्थातच गु वेमिंगला देत असे. माझ्या या अत्यंत निष्पाप कृत्यामधील धोका तेव्हा माझ्या लक्षात आला नाही. आमच्या दुसऱ्या एका सहकाऱ्याने आमच्यापेक्षा काही वर्षांनीच मोठ्या असलेल्या 'पॅन क्विंगडे' या नवख्या शिक्षकाकडे गु वेमिंगची चुगली केली. पॅन हा खरे तर आम्हाला कोणताही विषय शिकवायचा नाही. त्याची नेमणूक केवळ आमच्यावर पाळत ठेवण्यासाठी आणि आमच्या विचारसरणीची शुद्धता (कडवेपणा) राखण्यासाठी साम्यवादी पक्षाकडून करण्यात आली होती. तो अत्यंत आढ्यतेखोर, कडक शिस्तीचा होता. त्याला विनोदबुद्धीचा वारा पण लागलेला नव्हता. क्विंगडे या त्याच्या नावाचा अर्थ 'गुणांचा उत्सव'. आम्ही त्याचा इतका द्वेष करायचो की त्याच्या पाठीमागे त्याचा उल्लेख 'क्वेडे' असा करायचो. क्वेडे हा एक कनफ्युशियन शाप आहे आणि त्याचा अर्थ आहे 'अवगुणी'.

''पोस्टाच्या स्टँपवर राणीचे चित्र असणे हे राजसत्ताक किंवा परिवर्तनविरोधी मनोवृत्तीचे प्रतीक आहे,'' अवगुणी पॅनने गु वेमिंगला झापले. परिवर्तनविरोधी हा शब्दप्रयोग त्या वेळी एवढ्या सहजतेने केला जात नसे. बदलाला, परिवर्तनाला विरोध करणाऱ्यांना देहदंडाच्या शिक्षा दिल्या जात होत्या, गोळ्या घातल्या जायच्या. ''खरं आहे; पण कॅनडा त्यांच्या देशाच्या स्टँपवर चेअरमन माओचे चित्र छापू शकत नाही,'' खरे तर प्रत्युत्तर गु वेमिंगच्या अगदी ओठावर आले होते; परंतु सुज्ञपणे त्याने गप्प राहणेच पसंत केले. या त्याच्या विदेशी स्टँप गोळा करण्याच्या कृत्याबद्दल त्याला आणखी कठीण श्रमदानाची शिक्षा मिळणार हे गृहीत धरून गु वेमिंग याने धिटाईने तिबेटसारख्या अतिदूर प्रदेशात काम करण्याची तयारी दर्शवली. आमच्या वर्गातील इतर कोणीही तेथे जायला तयार नव्हते. आणि या त्याच्या कृतीतून प्रतीत होणाऱ्या उच्च नैतिकतेच्या देखाव्याचा फायदा घेऊन त्याने पक्षाच्या सदस्यत्वासाठी अर्ज केला आणि तो स्वीकारला पण गेला.

गु वेमिंग हा अप्रामाणिक किंवा संधिसाधू नव्हता. त्याची साम्यवादी पक्षाच्या स्वार्थत्याग, शोषणमुक्ती, स्त्री-पुरुष समानता इत्यादी तत्त्वांवर पूर्ण निष्ठा होती, श्रद्धा होती. त्याला तिबेटबद्दल खरोखरच कुतूहल होते, आकर्षण होते. त्याला 'ल्हासा' येथे माध्यमिक शाळेत शिक्षकाची नोकरी देण्यात आली आणि तो तेथे आठ

वर्षे राहिला. तिबेटमधील त्याच्या आठ वर्षांच्या कामगिरीनंतर त्याची बदली बीजिंग येथील 'मॉडर्न हिस्ट्री इन्स्टिटट्यूट' येथे करण्यात आली, जेथे तो आता संशोधनाचे आणि संवर्धनाचे काम करत होता.

त्याची पत्नी कामावरून घरी येण्याची वाट बघत थांबलेल्या वेळात मी गु वेमिंगला यीनबद्दल विचारले. "नाव ऐकल्यासारखे वाटते," तो म्हणाला, "मला तिच्याबद्दल नक्की कधीच कळले नाही; कारण मी बीजिंग विद्यापीठात येण्याआधीच तिची हकालपट्टी झाली होती."

त्याने मला जाणीव करून दिली की हकालपट्टी होणे काही विशेष नव्हते. "बऱ्याच जणांची हकालपट्टी झाली होती," तो म्हणाला, "हकालपट्टी होण्याला कोणतेही कारण पुरेसे होते." त्याने मला आमच्या वेळी घडलेल्या एका घटनेची आठवण करून दिली. दुसऱ्या शाखेतील एका विद्यार्थ्याने आपण साम्यवादी पक्षाच्या एका वरिष्ठ अधिकाऱ्याचा मुलगा असल्याची बतावणी केली होती. आणि त्या बतावणीमुळे त्याला मैत्रिणी मिळाल्या, उसनवार करता आली, फुकट कॅन्टीन वापरता आले, कार वगैरे पण मिळाली- आणि शेवटी त्याचे बिंग फुटले. गु वेमिंगने आठवण करून दिली की आमच्या वर्गातील एकाला, जो सैनिकी पेशातील होता, त्याने एका मुलीशी ओळख वाढवल्याबद्दल काढून टाकण्यात आले होते. त्याने अनैतिक संबंधांच्या बदल्यात, त्या मुलीला साम्यवादी पार्टीचे सदस्यत्व मिळवून देण्याचे वचन दिले होते आणि जेव्हा तो त्याचे वचन पूर्ण करू शकला नाही, तेव्हा त्या मुलीने त्याच्याविरुद्ध तक्रार केली होती .

माझ्या हातून यीनबद्दल काय घडले होते ते मी गु वेमिंगला सांगितले. तो समजुतीच्या स्वरांत म्हणाला- "तर एकंदरीत तुझे मन तुला खाते आहे (Neijiu)." मला पटकन 'Neijiu'चा अर्थ कळला नाही. त्याने शब्दकोश उघडला आणि त्या शब्दाचा अर्थ मला दाखवला – "एखाद्या कृत्याबद्दल पश्चात्ताप होणे, मन खाणे इत्यादी."

मी मुकाटपणे मान हलवली- "हो मला तिला भेटायचे आहे, तिची माफी मागायची आहे. परंतु मला नाही वाटत मी तिला शोधू शकेन."

तो जरा विचारात पडल्यासारखा झाला आणि नंतर एक-एक शब्द उच्चारत म्हणाला, "मला वाटते तिचे काय झाले असावे याबद्दल बऱ्याच शक्यता असू शकतील. ती कदाचित तिच्या खेड्याकडे किंवा कारखान्याकडे परत गेली असेल. जर तिचे इतर काही मोठे प्रकरण नसेल तर तू म्हणतेस ते कारण काही तिचा जीवन-मरणाचा प्रश्न होऊ शकत नाही. आणि १९७६ नंतर ती सुरक्षितच असेल." माओच्या मृत्यूच्या वर्षाचा आणि सांस्कृतिक क्रांतीच्या अधिकृत समाप्तीचा हवाला देत तो म्हणाला.

सन १९७६ नंतर ती व्यवस्थितच असायला पाहिजे. कदाचित गु वेमिंग म्हणाला ते खरे असेल किंवा कदाचित मला बरे वाटावे म्हणून पण त्याचा प्रयत्न असेल. चिनी जनता समजून होती की सांस्कृतिक क्रांतीच्या काळातील सर्वच कृत्यांना किंवा घटनांना एवढी सोपी उत्तरे नव्हती किंवा उपाय नव्हते. काही गोष्टी पुन्हा पहिल्यासारख्या करणे- होणे केवळ अशक्य असते. परंतु त्याच्या शब्दांनी माझे समाधान झाले नाही. नक्की काय झाले असावे याचा त्यालाही अंदाज नव्हता. तो केवळ संभाव्य आडाखे मांडतो आहे. मला आशा होती की गु वेमिंगला नक्की काहीतरी माहिती असेल. तो काही क्षण विचारात पडला. ''सन १९७७ नंतर तिने परत विद्यापीठामध्ये प्रवेशासाठी अर्ज केला असण्याची शक्यता आहे. त्या काळात तिशीच्या घरातील बरेच जण परत शाळेत गेले. विद्यापीठात शिक्षण घेणारे तर कित्येक जण बाप झालेले होते. आणि त्यानंतर परदेशी जाण्यावर पण कोणतेही बंधन नव्हते. काहीही घडले असण्याची शक्यता आहे,'' तो म्हणाला.

मी सुस्कारा सोडला, तसे त्याने मला धीर द्यायचा प्रयत्न केला. ''ते केवळ लोकांमधील वैचारिक मतभेद होते.'' माओच्या काळातील अतिप्रचलित पळवाटांची आठवण करून देत तो मला म्हणाला. तो हाताच्या बोटांनी पिस्तूल दाखवत आणि चाप ओढल्याचा अभिनय करत म्हणाला, ''तसं नसतं तर त्यांनी तिला गोळी घातली असती.'' माझा उतरलेला चेहरा बघून तो म्हणाला, ''तिचे नक्की काय झाले याची कोणाला माहिती आहे का याची मी आमच्या ऑफिसमध्ये चौकशी करतो.'' तो पुढचे काही दिवस घरी राहूनच काम करणार होता, हे तो विसरला. तो राहत असलेल्या इमारतीच्या नूतनीकरणाचे काम काढलेले होते.

''आजकाल कोणीच ऑफिसला जात नाही. आम्ही सगळ्यांच्या फ्लॅटच्या खिडक्या बदलतो आहोत. सर्व इमारतीचेच नूतनीकरण चालू आहे.''

एकविसाव्या शतकाचे आव्हान

ऑल चायना जर्नलिस्ट फेडरेशनच्या ताओजीला स्कार्लेट झँगचा पत्ता लागला होता आणि त्याने तिला मला फोन करायला सांगितले होते.

"ओहो, अतिमौल्यवान बाई बोला," पलीकडून झँग किंचाळली. (मला चळवळीतले असे वेगळे नाव नव्हते. आमच्या तीन पिढ्या कॅनडामध्ये वाढलेल्या असल्यामुळे माझ्या आई-वडिलांनी माझे अगदी पारंपरिक चिनी मुलीचे नाव ठेवले होते आणि चीनमध्ये येईपर्यंत मी ते कधी वापरलेच नव्हते.)

"स्कार्लेट!" मी पण किंचाळून प्रतिसाद दिला.

"अतिमौल्यवान बाई, आहेस कोठे तू ?"

"तू कोठे आहेस ते सांग आधी," मी पण तोच प्रश्न केला.

आमच्या झालेल्या शेवटच्या भेटीनंतर तिने पाच घरे बदलली होती आणि फोन नंबर तर कित्येक वेळा बदलला होता.

"तू मला कधीच शोधू शकली नसतीस," हसत हसत ती म्हणाली.

आम्ही विद्यापीठामध्ये एकत्र असतानापेक्षा आज तिच्या आवाजात जास्त गोडवा, आनंद आणि आत्मविश्वास वाटत होता. आम्ही चार दिवसांत भेटायचे ठरवले; परंतु यीनचा विषय काढण्यासाठी माझी तेवढे दिवस पण थांबण्याची तयारी नव्हती. मी स्कार्लेटकडे लगेचच यीनचा विषय काढला आणि तिला विचारले की तिला काही यीनबद्दल आठवते आहे का.

"मला वाटते उत्तर-पूर्वेला असलेल्या 'डाँगबै'ची ती असावी." या मांचुरीयन गद्य नावाचा उच्चार करताना तिच्या बोलण्यात आत्मविश्वास वाटत नव्हता. तरी पण ठीक होते; कारण आता माझा शोध एकूण दहा कोटी लोकसंख्या असलेल्या तीन प्रांतांपुरता सीमित तरी झाला होता. स्कार्लेट तिच्या घरून नवीन फोन नंबरवर

माझ्याशी बोलत होती. मी जेव्हा तिला तिचा मोबाइल नंबर देण्याची विनंती केली तेव्हा ती ओशाळून म्हणाली, की तिने तिचा फोन नंबर इतक्या वेळा बदलला आहे की आत्ताचा फोन नंबर तिला पाठ नाही. ''मी तुला लगेचच मोबाइलवरून फोन करते म्हणजे माझा नंबर तुला मिळेल,'' ती म्हणाली. मी फोन ठेवला आणि थोड्याच वेळात माझा फोन वाजला.

''तर काय आहे माझा फोन नंबर?'' पलीकडून तिने विचारले.

मी माझ्या हातातील चिनी मोबाइलकडे हताशपणे पाहिले. बेनने तो कसा वापरायचा हे शंभर वेळा तरी मला शिकवायचा प्रयत्न केला होता.

''मला नाही सांगता येणार,'' मी पराभव मान्य केला.

पलीकडून स्कार्लेटने पण सुस्कारा सोडला. आपल्यापैकी कोणीच एकविसावे शतक नीटपणे हाताळू शकणार नाही.

''बीजिंगमधील प्रत्येक रस्ता सारखाच का दिसतो गं आई?'' सॅमचा प्रश्न. त्याचे बरोबर होते; सगळेच एकसारखे होते. आणि मी रस्ते चुकण्याचे हे पण एक कारण होते. मी जेव्हा त्याच्या प्रश्नावर विचार केला तेव्हा माझ्या लक्षात आले की संपूर्ण शहर एकाच वेळी नव्याने बांधायला काढण्याचा हा परिणाम होता. जेव्हा कुबलाई खानाने नव्याने राजधानीचे शहर बांधायचे ठरवले, तेव्हा युआन राजवटीतील जनतेला कदाचित असाच अनुभव आला असेल. माझ्या अर्ध्या तासाच्या टॅक्सीच्या प्रवासात, एक चाळा म्हणून, सहज मी बांधकामे चाललेल्या जागा आणि तेथे काम करणाऱ्या क्रेन्स मोजल्या. कोणा एका वात्रट माणसाने क्रेन्सना चीनचा राष्ट्रीय पक्षी म्हटले होते. तर सोळा बांधकामांवर एकूण तीस क्रेन्स मी मोजल्या आणि ही फक्त टॅक्सीतून माझ्या बाजूने दिसलेली परिस्थिती होती.

सर्वसाधारणतः शहरे ही काळाबरोबर वाढत जातात, आकार घेतात. त्यामध्ये जुने शहर, नवे शहर असे भाग असतात. जुन्या भागांमध्ये प्रसिद्ध, ऐतिहासिक वास्तू असतात, तर नवीन भागांमध्ये अत्याधुनिक प्लाझा, मॉल्स असतात. परंतु बीजिंगमधील या निवासी आणि कार्यालयीन गगनचुंबी इमारती एकाच साच्यातून काढल्यासारख्या होत्या आणि त्यांचे बांधकाम पण एकाच वेळी चालू होते. टोरांटोच्या उपनगरातील चेहरामोहरा नसलेल्या त्या घरांप्रमाणेच आहेत, जेथे स्वतःचे घर शोधायला गॅरेजच्या दरवाज्याचा रंग लक्षात ठेवावा लागतो. आणखी एक गोष्ट पण गोंधळात भर टाकणारी होती, ती म्हणजे बीजिंगच्या गगनचुंबी इमारतींच्या नावातील सारखेपणा. कॅथी विल्हेल्म या अमेरिकन वकिलीण बाईंनी ''आपल्याला काही नवीन नावे या इमारतींना देता येतील का?'' असा प्रश्न विचारला होता. प्रत्येक इमारत म्हणजे 'ट्रेड सेंटर' नाहीतर 'फायनान्स सेंटर'. 'आंतरराष्ट्रीय' हे तर 'जागतिक' ते.

या गोंधळवणाऱ्या एकसारखेपणामध्ये विरोधाभास म्हणजे बीजिंगमध्ये आज जगातील सर्वांत भव्य आणि डोळे दिपवणाऱ्या वास्तुरचना असलेल्या इमारतींची पण निर्मिती होत आहे. पुरातन रोममध्ये 'कोलोसियम' होते, तर आज आधुनिक बीजिंगमध्ये स्विस वास्तुरचनाकाराचा आराखडा असलेले प्रचंड असे ऑलिम्पिक स्टेडिअम आकार घेत आहे. कुल्हासच्या भोवळ आणणाऱ्या गगनचुंबी सीसीटीव्ही मुख्य कार्यालयाशिवाय जागतिक कीर्तीची वास्तुरचना फर्म 'अरूप' यांनी आराखडा तयार केलेले 'नॅशनल ॲक्वेटिक्स सेंटर' आकार घेत आहे. तियानमेन चौकाच्या जरासेच पश्चिमेला फ्रेंच वास्तुतज्ज्ञ 'पॉल ॲन्ड्रू' यांचा आराखडा असलेले 'नॅशनल ग्रॅन्ड थिएटर' आहे. काही टीकाकारांच्या मते नॅशनल थिएटरच्या इमारतीच्या घुमटामध्ये आणि क्विन–क्विन राजवट ३५०-२१० ख्रिस्तपूर्व – राजवटीतील राजाच्या थडग्यावर असलेल्या उंचवट्यामध्ये साम्य होते. आणि हे दुःचिन्ह होते कारण क्विन राजवट त्या राजानंतर लगेचच संपुष्टात आली होती. ख्रिस्तपूर्व १०९ ते ९१ या कालखंडात लिहिल्या गेलेल्या 'रेकॉर्ड्स ऑफ द हिस्टोरियन' या पुस्तकामध्ये १३० प्रकरणे आहेत आणि ३००० वर्षांचा इतिहास नोंदवला गेला आहे. यामध्ये त्या काळी दरबारी इतिहासकार असलेल्या 'सीमा क्वियान' याने क्विन राजाच्या थडग्याच्या बांधकामासंबंधी अशा प्रकारे लिहिले आहे : ''त्यांनी जमिनीखालील तिसऱ्या झऱ्याच्याही खाली खोल खणले आणि राजवाडे, घरे आणि पूर्णाकृती सैनिकांच्या प्रतिकृती करण्यासाठी तांब्याच्या रसाचा वापर केला.... थडग्यातील मौल्यवान वस्तूंचा चोरांपासून बचाव करण्यासाठी कारागिरांना वरील बाजूंनी प्रत्यंचा ताणल्याच्या अवस्थेत बाण बसवण्यास सांगितले. चकचकीत आरशांचे, काचांचे तुकडे बसवून देशातील 'यांगत्सी', 'यलो रिव्हर' यांसारख्या मोठ्या नद्यांच्या प्रतिकृती करण्यात आल्या आणि त्या वेळी उपलब्ध असलेल्या तंत्रज्ञानाच्या साहाय्याने वाहत्या पाण्याचा आभास पण निर्माण करण्यात आला.''

'क्विन शिहाँग'च्या त्या थडग्याची क्षमता जवळजवळ ८,००० पूर्णाकृती सैनिकांचे पुतळे आणि घोडे राहू शकण्याएवढी होती. नवीन नाट्यगृहाची एकूण क्षमता ६,५०० प्रेक्षक बसू शकतील एवढी असेल. क्विन राजवटीतील राजांच्या थडग्याप्रमाणेच (आणि फॅन्टॉम ऑफ द ओपेरा या संगीत नाट्यामुळे प्रसिद्ध झालेले पॅरिसमधील ओपेरा गारनिअर) बीजिंगमधील नवीन नाट्यगृह एका कृत्रिम तळ्यामध्ये बांधण्यात आले आहे. गाण्याच्या कार्यक्रमाला येणाऱ्या रसिकांसाठी 'द एग', द ब्लॉब' किंवा 'द टॉंब' अशी नावे ठेवलेले भुयारी मार्ग आहेत. भूकंपप्रवण क्षेत्रामध्ये अशा प्रकारचे धोकादायक बांधकाम केल्याबद्दल खूप टीका पण झाली होती. (सन २००४मध्ये ॲन्ड्रू यांनीच आराखडा केलेले पॅरिसच्या विमानतळाच्या एका भागाचे छत कोसळून जेव्हा ४ माणसे दगावली, तेव्हा तर टीकाकारांच्या टीकेला आणखीनच

धार आली. या घटनेची चौकशी करणाऱ्या समितीने अनेक तांत्रिक बाबी कारणीभूत असल्याचे तसेच सुरक्षिततेचे नियम न पाळल्याचा ठपका ठेवला, तर अॅन्ड्रू यांनी बांधकाम कंत्राटदारांवर त्या दोषाचे खापर फोडले.)

अनेक नियम आणि वेगवेगळी बंधने असतानाही बीजिंग शहरामध्ये त्याच्या अशा खास तऱ्हेवाइकांची आणि चक्रमांची कमी नाही. 'अल्फ्रेड पेंग' हा असाच एक चक्रम चिनी कॅनेडियन आहे. त्यानेच आम्हाला विमानतळावर भेटण्याचे कबूल केले होते आणि पठ्ठ्या आलाच नव्हता. सन १९८०मध्ये त्याने त्याचा टोरांटो येथील वास्तुरचनातज्ज्ञाचा व्यवसाय बंद केला आणि तो बीजिंगला परतला. त्याने 'ग्रेट अर्थ आर्किटेक्ट्स अॅन्ड इंजिनिअर्स इंटरनॅशनल'ची स्थापना केली. 'क्विंग हुआ' विद्यापीठासारख्या नावाजलेल्या विज्ञान संस्थेमध्ये त्याला वास्तुतंत्रज्ञान विषय शिकवण्याची संधी पण मिळाली. खुशालचेंडू असलेला अल्फ्रेड त्याच्या जुन्या मर्सिडीज-बेन्झमधून बीजिंगभर फिरायचा. ही गाडी एके काळी कोमिंगटांग जनरल असलेल्या आणि चँग कै शेक यांच्याबरोबर तैवानला पळालेल्या त्याच्या वडिलांची होती. ज्या वेळी अल्फ्रेडचे विद्यार्थी सन १९८९मध्ये उपोषणाला बसले होते आणि आंदोलनामध्ये सहभागी झाले होते, तेव्हा त्याने डॉक्टरांचा पांढरा कोट घालून तियानमेन चौकात धाव घेतली. रेडक्रॉसचा झेंडा हलवत त्याने भुकेने भोवळ आलेल्या विद्यार्थ्यांना आणि न आलेल्यांना पण नाट्यपूर्ण रीतीने तेथून हलवले आणि त्यांची सुटका केली. तेथे झालेल्या नरसंहाराच्या दिवसांत, ज्या वेळी माझी कार पोलिसांनी चोरून नेली होती, तेव्हा मला क्विंगहुआ विद्यापीठाच्या परिसरात जाण्यासाठी त्याने त्याची कार पाठवून माझी सुटका केली होती. विद्यापीठाच्या रखवालदारांनी अल्फ्रेडची कार ओळखून मला बिनभोबाटपणे आत जाऊ दिले होते.

बीजिंगमधील नावीन्यपूर्ण वास्तुरचना असलेल्या इमारतींची वास्तुरचनातज्ज्ञाच्या दृष्टिकोनातून आम्हाला सफर घडवण्याची अल्फ्रेडने तयारी दर्शवली होती. मी त्याला तत्काळ होकार दिला; कारण मला पण आंतरराष्ट्रीय ख्यातीच्या आणि सेलिब्रेटी पाश्चिमात्य वास्तुरचनातज्ज्ञांच्या चीनवरील आक्रमणावर, त्यांच्या वास्तुकलाकृतींवर त्याचे मत काय आहे हे जाणून घेण्याची उत्सुकता होती. आणि मला खात्री होती की तो त्याची मते परखडपणे मांडायला कचरणार नाही, मागेपुढे पाहणार नाही. तो त्याचा स्वभावच नव्हता. तो एक अशी वल्ली आहे की रात्री दोन वाजता मला फोन करेल आणि मी झोपेत असले तरी पण आधीचे कधीतरीचे अर्धवट राहिलेले संभाषण सुरू करेल. बीजिंगच्या मध्यवर्ती भागामध्ये 'ड्रम टॉवर'च्या उत्तरेकडे असलेल्या 'पंडा सर्कल' येथे आमचे भेटायचे ठरले होते. अल्फ्रेडने मला त्याच्या काळ्या मर्सिडीजचा

नंबर दिला होता आणि त्यावर लक्ष ठेवण्यास सांगितले होते. आम्ही ठरलेल्या ठिकाणाकडे जात असताना 'द चायना ट्रॅव्हल सर्व्हिस हॉटेल' असलेल्या सन १९९०मध्ये बांधलेल्या त्याच्या एका इमारतीवरून गेलो. गु वेमिंगच्या इमारतीप्रमाणेच ही इमारत पण काळाच्या कसोटीवर टिकलेली नव्हती. या इमारतीला, बाथरूममध्ये असतात त्याप्रमाणे, बाहेरून पांढऱ्या चकचकीत टाइल्स लावलेल्या होत्या. चकचकीत टाइल्सचा वापर ही त्या काळातील एक खास फॅशन होती. त्या इमारतीच्या कोपऱ्यांना अल्फ्रेड याने पारंपरिक पॅगोडांसारखे आकार दिले होते. ते आता अत्याधुनिक गगनचुंबी इमारतींच्या तुलनेत अगदीच कसेतरी वाटत होते.

जेव्हा आम्ही पांडा सर्कलला आलो तेव्हा अजून अल्फ्रेडचा पत्ता नव्हता. उन्हामुळे आणि उकाड्यामुळे मुले अगदी कोमेजून गेली होती. आम्ही वाट बघत एका झाडाखाली थांबलो. चीनमध्ये सार्वजनिक बसना मार्गदर्शन करण्याच्या, प्रवाशांच्या रांगा लावण्याच्या आणि प्रवाशांना बसमध्ये भराभरा चढवण्याच्या कामांसाठी शहरभरच्या बसथांब्यांवर मध्यमवयीन माणसांची नेमणूक केलेली होती. तसेच चौकाचौकांमध्ये, अगदी सिग्नल असलेल्या चौकांमध्ये पण पादचाऱ्यांना रस्ता ओलांडण्यासाठी मदत करण्यासाठी पण पगारी माणसांची नेमणूक केलेली होती.

आम्ही उभे होतो तेथील वळणावर एके ठिकाणी काही सायकलस्वार आणि पादचारी एकत्र जमा झालेले मला दिसले. अचानक आमच्या बाजूचा एक रहदारी नियंत्रक हातातील लाल झेंडा फडकावत आणि शिट्टी वाजवत लगबगीने रस्त्यावर आला. सहापदरी रस्त्यावरच्या वाहतुकीने अर्थातच त्याच्याकडे दुर्लक्ष केले. त्याने हातातील झेंडा जोरजोराने हलवला. रस्त्याच्या दुसऱ्या बाजूचा एक नियंत्रक याचेच अनुकरण करत पुढे आला. आमच्या बाजूचा एक नियंत्रक इंच-इंच लढवत रस्त्याच्या मध्यभागी पोहोचला. तेव्हाच कारमधून जाणारे भानावर आले आणि कर्कश्श ब्रेक दाबत एका मागून एक थांबले आणि सायकलस्वार आणि पादचारी यांनी रस्ता ओलांडला.

या रहदारी नियंत्रकांना निळ्या टोप्या आणि खाकी शर्टचे युनिफॉर्म दिलेले होते. त्यांच्या शर्ट्सवर लाल अक्षरामध्ये 'ट्रॅफिक को-ऑपरेशन ॲडमिनिस्ट्रेटर' असे लिहिलेले होते. जेव्हा आमच्या बाजूचा रहदारी नियंत्रक त्याचे काम संपवून आमच्या बाजूच्या पदपथावर परत आला, तेव्हा थोडा मोकळा वेळ बघून मी त्याच्याशी बोलायची संधी घेतली. त्याने झँग यँग असे स्वतःचे नाव सांगितले. तो पन्नाशीचा होता. तो 'कॅपिटल स्टील' या कारखान्यामध्ये कामाला होता; परंतु हा कारखाना प्रदूषण कमी करण्यासाठी बीजिंगबाहेर हलवण्यात आला. त्याला मिळणाऱ्या दरमहा ९०० युआन (अंदाजे रु. ५,७५०/-) पेन्शनला, या रहदारी नियंत्रकाच्या पगारातून थोडा हातभार लागतो.

"जर कार्स थांबल्या नाहीत तर तुम्ही काय करता?" मी विचारले.

"मी जेव्हा माझा झेंडा खाली करतो तेव्हा कार्सनी थांबलेच पाहिजे," तो स्वतःचेच समाधान करत असल्याच्या सुरामध्ये मला म्हणाला. "जर ते थांबले नाहीत तर मी त्यांच्या कारचा नंबर पोलिसांना कळवतो. सायकलस्वारांसाठी पण हाच नियम आहे. त्यांना माझे ऐकावेच लागते."

त्याच्या हातातील झेंड्याची ताकद दाखवण्याच्या उद्देशाने त्याच्या लाल झेंड्याने एकुलत्या एका स्त्री सायकलस्वाराला त्याने खूण केली – "चल, हो पुढे. रस्ता ओलांड," त्याने तिला सांगितले. ती जरा घुटमळली; कारण तिच्या एकटीसाठी रस्त्यावरील रहदारी थांबवण्याचा त्याचा उद्देश नव्हता, हे अगदी उघडपणे दिसत होते.

मी लक्षपूर्वक बघते आहे याची जाणीव ठेवून तो ओरडला – "चल, चल. लवकर चल, पुढे हो."

सायकलस्वार आणखीनच गोंधळलेली दिसली. तो तिच्याकडे बघून परत ओरडला, "चल, जा." काहीशा नाखुशीने ती सायकलवर स्वार झाली आणि थोडी संधी मिळताच तिचा फायदा घेऊन चतुरपणे सुसाट सहापदरी रस्ता ओलांडला.

अल्फ्रेड दृष्टिक्षेपात यायच्या आधी मला त्याचा आवाज ऐकू आला. कोठून तरी आकाशवाणी झाल्यासारख्या हाका मला ऐकू आल्या – 'जेन वॉंग! जेन वॉंग!" आणि मागोमाग एक नवीकोरी मर्सिडीज सर्रकन पुढे आली. त्याच्या कारमध्ये बसवलेल्या 'जनतेला आवाहन' करण्याच्या यंत्रणेमधून तो मला हाका मारत होता. अशाच प्रकारची यंत्रणा रहदारी नियंत्रण करणाऱ्या पोलिसांच्या कारमध्ये पण बसवलेली असते, ज्यामधून ते जनतेच्या नावांनी शंख करत असतात. आज अल्फ्रेड त्याच्या वडिलांच्या जुन्या मर्सिडीजमध्ये नव्हता. तो त्याच्या नव्या काळ्या 'एस-३२०' प्रकारच्या आणि एक लाख डॉलर्स (अंदाजे ६० लाख रु.) किमतीच्या मर्सिडीजमध्ये होता. अल्फ्रेडने जरी रहदारीचे नियम मोडत बिनदिक्कतपणे पांडा सर्कलच्या मध्ये कार थांबवली होती तरी रहदारी नियंत्रकाने काही आक्षेप घेतलेला नव्हता. अर्थात, ती कारची किमया होती. उलट तो हसून त्याला लाल झेंडा हलवत अगम्य खुणा करत होता.

नेहमीच टिपटॉप राहणी असलेल्या अल्फ्रेडने आज गवताची फेडोरा हॅट, पांढराशुभ्र खालपर्यंत बटन्स असलेला शर्ट, ॲव्हिएटर गॉगल्स आणि डॉकर्सची खाकी पॅन्ट असा पेहराव केला होता. तो चाळीस मिनिटे उशिरा आला होता; परंतु दिलगिरी व्यक्त करणे वगैरे बातच नव्हती आणि विमानतळावर न आल्याबद्दलचे

त्याचे स्पष्टीकरण अगदी सोपे होते, "मी विसरलो. तू मला आठवण करायला पाहिजे होतीस." आम्ही कारमधून निघालो आणि अल्फ्रेड त्याच्या आवाहन करण्याच्या यंत्रणेमधून ओरडायला लागला, "सायकलवाले रस्ता द्या, बाजूला व्हा." त्याने एक बटन दाबले आणि पोलीस व्हॅनच्या सायरनप्रमाणे सायरन वाजायला लागला. अल्फ्रेड जोरात हसला. बेन आणि सॅम एकदम थरारून गेले होते.

"रहदारी नियामक समितीने मला हा सायरन आणि लाउडस्पीकर दिला आहे," त्याने अगदी सहजपणे सांगितले. "त्यांनी मला सल्लागार म्हणून समितीमध्ये घेतले. त्याबद्दल मी त्यांच्याकडे कॅनेडियन डॉलर दोन लाख एवढ्या मानधनाची मागणी केली. ते म्हणाले, त्यांना एवढी रक्कम देणे शक्य नाही; म्हणून त्यांनी मला या गोष्टी दिल्या आणि वापरण्याचे अधिकार दिले." अल्फ्रेड मला पुढे म्हणाला, "दर वर्षी मी रहदारी नियागक समितीतील सदस्यांना मस्तपैकी पार्टी देतो. ते मला त्यांचा गोपनीय कोड नंबर देतात, मग मी त्यांच्या कॉम्प्युटर प्रोग्रॅममध्ये अवैध शिरकाव करून माझ्यावरील रहदारीसंबंधीच्या गुन्ह्यांच्या नोंदी काढून टाकतो." खिदळत तो सांगत होता.

त्याने एका अत्यंत कुरूप मॉलसमोर कार थांबवली. त्या मॉलच्या मागील बाजूला ओबडधोबड बांधकाम असलेली 'बर्मीज' आणि 'थाई' देवळे होती. अल्फ्रेड त्या बांधकामांचे फोटो घेण्यासाठी कारमधून उतरला. त्याने रागारागाने सांगितले, "हे बांधकाम स्थानिक नगरपालिकेतील पक्ष सचिवाच्या मुलाचे आहे." ऑलिम्पिक स्टेडियमजवळ असलेल्या या जागेला आज सोन्याचे मोल होते. कागदोपत्री ही जागा व्यापारीकरणासाठी नाही, तर उद्यानासाठी मोकळी ठेवलेली होती.

जेव्हा तो बीजिंगमधील एकुलता एक विदेशी वास्तुरचनातज्ज्ञ होता, तेव्हा तेथील नोकरशाही काहीशी त्याच्या प्रभावाखाली होती; त्याचे ऐकायची. अल्फ्रेड विदेशातील त्याचा व्यवसाय सोडून परत आला आहे याचे त्यांना विशेष वाटायचे. परंतु आता देशात अमाप पैसा आला असल्यामुळे अर्थातच नजरेत भरणाऱ्या मोठ्या विदेशी वास्तुरचनातज्ज्ञांना मोठ्या मोठ्या रकमा कमिशन म्हणून दिल्या जात होत्या, आणि पाचारण केले जात होते. या बदलामुळे अल्फ्रेडला आता त्याचे अस्तित्व टिकवण्यासाठी झगडावे लागत होते. त्याने स्थानिक नगरपालिकेला त्यांचे कार्यालय जुन्या बीजिंगमधून हलवण्याचा सल्ला दिला होता. बीजिंगच्या लोकसंख्येचा विचार केला तर दुसऱ्या चक्राकार मार्गाच्या आतील लोकसंख्या ही कोणत्याही ऐतिहासिक युरोपीय शहराच्या लोकसंख्येपेक्षा दुपटीने जास्त होती. "जैविक युद्धाच्या प्रसंगी किंवा साथीच्या रोगांमध्ये खूप मोठा अनर्थ घडू शकतो," अल्फ्रेड म्हणाला.

मध्यम उंचीचा दणकट शरीरयष्टीचा त्रेसष्ट वर्षांचा अल्फ्रेड म्हणजे मूर्तिमंत उत्साह होता. आज बीजिंगमध्ये वेगळेपणा आणि आधुनिक वास्तुरचनांच्या नावाखाली

बांधकाम क्षेत्रात जो धुमाकूळ घातला गेला आहे त्याविरुद्ध त्याने अनेक मोहिमा काढल्या होत्या. त्याने जनतेमध्ये जाऊन भाषणे दिली. न्यू यॉर्क टाइम्स वर्तमानपत्रामध्ये पत्रे लिहिली. (न्यू यॉर्क टाइम्स ती छापत नाही हा भाग वेगळा!) त्याच्या मते विदेशी वास्तुरचनातज्ज्ञ त्यांच्या स्वतःच्या देशामध्ये ज्या प्रकारच्या इमारती बांधायला परवानगी मिळणार नाही, अशा साधनसंपत्तीची उधळण करणाऱ्या अतिभव्य इमारती उभ्या करण्यास चीनला भरीस पाडत होते. तो उसळून म्हणाला 'नवीन ऑपेरा हाउस म्हणजे तर एक लाजिरवाणी उधळपट्टी आहे.' चीनचे दरडोई उत्पन्न हे अमेरिकेच्या दरडोई उत्पन्नाच्या एक पंचमांशपेक्षा पण कमी होते आणि तरी पण या ऑपेरा हाउसवर लिंकन सेंटरच्या चौपट खर्च केला गेला होता.

मी त्याला सीसीटीव्ही मुख्य कार्यालयाच्या इमारतीविषयी विचारले आणि त्याचा स्फोटच झाला. "शुद्ध आत्महत्या आहे." बीजिंग शहर हे अतिसंवेदनशील भूकंपप्रवण क्षेत्रामध्ये येते आणि ही वर सत्तर मीटर्सचा डोलारा असलेली केवळ सिमेंटच्या खांबावर आणि लोखंडी कमानींवर तोललेली इमारत – "युरोपमध्ये असली धोकादायक बांधकामे चालणारच नाहीत, त्यांना मान्यता मिळणारच नाही." त्याचे माझ्या हातातील वहीकडे लक्ष गेले. "मी काय सांगतो ते लिहून ठेव," त्याने हुकूम सोडला.

माओच्या काळामध्ये चीनने विदेशी गोष्टींचा अतिरेकी द्वेष केला आणि आता पाश्चिमात्यांचा उदोउदो चालला आहे. अत्यंत तुच्छता दर्शवत आणि चिनी मानसिकतेतील न्यूनगंडाचे यथार्थ वर्णन करत अल्फ्रेड म्हणाला, "पाश्चिमात्यांचा चंद्र चिनी चंद्रापेक्षा अधिक गोल आहे." त्याने या अवास्तव वास्तुरचनांची पॅरिसमधील फॅशन शोबरोबर तुलना केली. "तशा प्रकारचे कपडे प्रत्यक्षात कोणी घालत नाही. या इमारती पण त्या प्रकाराहून वेगळ्या नाहीत. या इमारती कामाच्या नाहीत, व्यवहार्य नाहीत; फक्त दाखवण्यापुरत्या आहेत; त्या केवळ दिखाऊ आहेत. डोळ्यांवर आघात करणाऱ्या आहेत. त्या नवश्रीमंतांच्या मनोवृत्तीला शोभणाऱ्या आहेत. चीनमधील महामार्गांच्या बाबतीतसुद्धा, ते ख्रिसमस ट्रीप्रमाणे प्रकाशाने दिपवून टाकण्याची पद्धत आहे." अल्फ्रेड म्हणाला आहे त्यात अक्षरशः तथ्य होते. 'कारयुगा'मध्ये उशिरा पदार्पण झाल्यामुळे चीनला त्यांच्या अनेकपदरी महामार्गांचे एवढे अप्रूप आहे आणि कौतुक आहे की, चीनमधील महामार्ग निळ्या, लाल, पांढऱ्या दिव्यांनी उजळून टाकले आहेत. रात्रीच्या वेळी तर बीजिंग शहर एखाद्या प्रचंड व्हीडीओ गेमप्रमाणे दिसते.

शॅनडाँग प्रांताप्रमाणे त्याच्या वस्तुसंग्रहालयाच्या इमारतीच्या कामावर, त्याच्याबरोबर असलेल्या एका चिनी-अमेरिकन स्ट्रक्चरल इंजिनिअरला त्याला बरोबर घ्यायचे होते. 'मायकेल लिआयो' त्याच्या सत्तरीत होता. त्याने उत्तर अमेरिकेमध्ये बरीच मोठमोठी स्टेडियम्स बांधलेली होती. उदाहरणार्थ, सिर्याक्युज न्यू यॉर्क येथे 'कॅरियर डोम'; पाँटीयाक मिशिगन येथे पाँटीयाक सिल्व्हर डोम स्टेडियम; व्हँकूव्हर कॅनडा

येथे बीसी प्लेस स्टेडियम; इंडियाना पोलीस, इंडियाना येथे हुसीअर डोम (आता आरसीए डोम). मायकेल पुढे बसतो आणि नॉर्मन, सॅम, बेन आणि मी मागे दाटीवाटीने बसतो आणि अल्फ्रेड ऑलिम्पिक स्टेडियमकडे निघतो. त्याच्या वैशिष्ट्यपूर्ण रचनेमुळे ऑलिम्पिक स्टेडियमला 'पक्ष्याचे घरटे' असे नाव पडले होते. बीजिंगचे ऑलिम्पिक स्टेडियम ही आज जगातील सर्वांत प्रेक्षणीय वास्तू झाली होती.

अल्फ्रेड काहीशा उपरोधिक स्वरामध्ये म्हणाला, "आम्ही त्याला इन्स्टंट नूडल स्टेडियम म्हणतो- लिहून घे तुझ्या वहीत."

या स्टेडियमची वास्तुरचना, आराखडा 'जॅक हरझॉग' आणि 'पिअर-द-म्युरेन' या, सन २००१चे प्रिट्झर आर्किटेक्चर प्राइज मिळवणाऱ्या स्विस द्वयीने केला आहे. त्यांनीच लंडनच्या पॉवर प्लांटचे रूपांतर टेट आधुनिक वस्तुसंग्रहालयात केले. ऑलिम्पिक स्टेडियमची क्षमता एक लाख प्रेक्षक बसण्याची आहे. ते बांधण्यासाठी प्राथमिक खर्चाचा अंदाज ३.५ BN युआन (यूएस $ ४५० MN) (अंदाजे रु. २७०० कोटी) एवढा दिला गेला होता; परंतु साम्यवादी पक्षाच्या सर्वोच्च कार्यकारिणीने एवढ्या खर्चावर आक्षेप घेतल्यानंतर खर्चाचा अंदाज निम्म्याने कमी करण्यात आला आणि स्टेडियमवर बांधण्यात येणाऱ्या सरकत्या छताची, आच्छादनाची योजना गुंडाळण्यात आली. ऑलिम्पिकची प्रमुख जागा शहराच्या उत्तरेला आहे; परंतु स्विस वास्तुरचनाकारांनी स्टेडियम पूर्वेकडे सरकवले. नऊ शतकांपूर्वीच्या युआन राजवटीने घालून दिलेल्या अक्षांशांच्या शिस्तीचा भंग झाला म्हणून अल्फ्रेडला खूप वाईट वाटले. "मध्य आसाचे उल्लंघन झाले आहे," तो रागारागाने म्हणाला, "लिहून घे तुझ्या वहीत."

ऑलिम्पिक स्टेडियममध्ये इतरांना प्रवेशबंदी होती. प्रवेशदारापाशी अल्फ्रेडने त्याच्या कारचा सायरन चालू केला आणि समोरच्या काचेवर चिकटवलेल्या त्याच्या विशेष परवानगीकडे, पासकडे निर्देश केला. तो पास अमेरिकेच्या कॅबिनेट दर्जाच्या बरोबरीच्या चीनच्या स्टेट कौन्सिलने दिलेला होता. मी थक्क झाले; कारण आमची कार आत शिरताना रखवालदाराने चक्क आम्हाला सलाम केला. मिस्कीलपणे हसत अल्फ्रेड म्हणाला – "तो पास खोटा आहे, बनावट आहे." मागच्या सीटवर बसलेले सॅम आणि बेन यांनी एकमेकांकडे बघितले.

अल्फ्रेडने त्याची चकचकीत कार घाण पाण्याने आणि कुजक्या फळांनी भरलेल्या उकिरड्याजवळ थांबवली. कामगार या जागेचा घाण आणि कचरा टाकण्यासाठी उपयोग करत होते. सॅमने त्याचे नाक दाबून धरले. अल्फ्रेडने त्याचा डिजिटल कॅमेरा मायकेलकडे दिला आणि आमचा फोटो काढायला सांगितला. मायकेलने अर्थातच सांगितल्याप्रमाणे आमचा फोटो काढला. "आमचा आणखी एक फोटो काढ," अल्फ्रेडने त्याला सांगितले.

स्टेडियमच्या छताच्या कामासाठी वर चढलेल्या वेल्डरांच्या गटाकडे, आठ मोठ्या क्रेन्सच्या साहाय्याने लोखंडी सळ्या सरकवल्या जाताना आम्हाला दिसल्या स्टेडियमच्या बाह्य वक्राकार भागाला ते वेल्डर्स, कलिंगडाला मुंगळे लागावेत तसे दिसत होते. मायकेल सांगतो, या पक्ष्याच्या घरट्याला खरे तर आणखी लोखंड लागले असते. "मी ज्या वेळी आराखडा पाहिला त्या वेळी मला वाटले की त्यांना दुपटीने अधिक लोखंड वापरावे लागेल. परंतु त्यांनी वेल्डिंगने सळ्यांची जोडाजोडी केली. वेल्डिंग हे डिंकाप्रमाणे जोडणारे असते." त्याच्या चेहऱ्यावरची नाराजी स्पष्ट दिसत होती. "अशा प्रकारच्या भव्य बांधकामांना तुकड्या-तुकड्यांनी जोडता येत नाही. पैसा वाचवण्याचा हा मार्ग योग्य नाही."

अल्फ्रेडने त्याच्याशी सहमती दर्शवली. "ते प्रथमतः, १,३६,००० टन लोखंड वापरणार होते; परंतु त्याबद्दल खूप हरकती, तक्रारी आल्या. मी पण एका निवेदनावर सही केली. आता ते ८०,००० टनांवर आले आहेत." माझ्या हातातील वहीकडे बघत तो हुकूम सोडतो, "लिहून घे सगळे."

नंतर नॅशनल ॲक्वॅटिक्स सेंटरचे चाललेले बांधकाम त्याला आम्हाला दाखवायचे होते. आतापर्यंत बांधण्यात आलेला सर्वांत मोठा ऑलिम्पिक तरणतलाव. परत त्याने त्याच्या कारमधील सायरन चालू करत, त्याच्या कारच्या काचेवरील बनावट पासाकडे निर्देश केला आणि आम्ही रखवालदाराची चौकी ओलांडून सुसाट निघालो. हे ॲक्वॅटिक्स सेंटर बांधून झाल्यावर एक मोठ्या निळ्याशार बुडबुड्यांच्या पेटीप्रमाणे दिसेल म्हणून याचे नाव 'द वॉटर क्यूब' असे पडले होते. त्यांच्या बाह्यभागासाठी पारदर्शक अशा 'ईटीएफई' किंवा ईथिलिन टेट्रा फ्लुरो ईथिलिनच्या आवरणाचा, ज्याचे वजन तेवढ्याच आकाराच्या काचेच्या केवळ १ टक्का असेल, वापर केला जाणार होता. हे बुडबुडे त्या सर्व इमारतीलाच हरितगृहामध्ये परिवर्तित करणार होते. जगातील हा असा एकमेव प्रयोग असावा. यामध्ये बंदिस्त झालेल्या सौर ऊर्जेच्या २० टक्के ऊर्जेमुळे एकूण पाच, यामध्ये ऑलिम्पिक तरणतलावाच्या सहापट मोठा असलेल्या तलावाचा पण समावेश होता, तरणतलावांना उष्णता मिळेल.

"वास्तुरचनेच्या दृष्टीने हे ठीक आहे," मायकेल म्हणाला.

"मला वाटतं, तू अजून वास्तुरचनाकाराच्या जुनाट मानसिकतेतून बाहेर आलेला नाहीस," अल्फ्रेडने एक टोमणा मारला. त्याने काही फोटो काढले आणि मायकेलला आमचे आणखी काही फोटो काढायला सांगितले. कारमध्ये बसल्यावर अल्फ्रेडने परत एकदा सायरन सुरू केला आणि आम्ही त्या बांधकामाच्या जागेवरून सुसाट निघालो. "अशा प्रकारे मी स्वतःला तरुण ठेवतो," अल्फ्रेड हसत हसत म्हणाला. आम्ही तिसऱ्या चक्राकार मार्गाला लागलो. वाटेमध्ये बाहेरच्या उन्हात सायकलवरून जाणाऱ्यांवर तो उगीचच डाफरला, 'उगीचच मधेमधे येतात साले.'

काही अंतरावर पुढे एक छोटी कार फास्टलेनमधून हळूहळू चालली होती. ड्रायव्हर बहुधा नवशिक्या असावा. अल्फ्रेड त्याच्या मागे-मागे अगदी चिकटून चालला होता. अल्फ्रेड त्याच्या कारमधील लाउडस्पीकर वरून ओरडला, "तुला वेगाने पुढे जायचे नसेल तर मार्गातून बाजूला हो." तरी ती कार तशीच जात राहिली. अल्फ्रेड परत ओरडतो. पुढील कारमधील माणसाने मागे वळून बघितले. त्याच्या चेहऱ्यावरून तो स्पष्ट घाबरलेला दिसत होता, त्याने कार बाजूला घेतली. अल्फ्रेड वेगात पुढे जातो.

अल्फ्रेडच्या ऑफिसच्या पार्किंगच्या जागेत, लाल रंगाची बॅरेट घातलेल्या एका रखवालदाराने त्याला कडक सलाम केला आणि मार्गातील अडथळा दूर केला. नंतर काहीशा अदबीने आणि जरा विनोदी वाटावे अशा पद्धतीने तो कारबरोबर काही अंतर धावत आला आणि आधीचीच ठरलेली जागा दाखवली. अल्फ्रेडने त्याच्याकडे पूर्ण दुर्लक्ष केले. 'ग्रेट अर्थ' या फर्ममध्ये जवळजवळ सातशे कर्मचारी काम करतात. अल्फ्रेडने बोलताना सांगितले की, बीजिंगमध्ये व्यवसाय करण्यातील एक अपरिहार्यता म्हणून मी थोड्याफार प्रमाणात भ्रष्टाचार खपवून घेतो, चालवून घेतो. एका चिनी म्हणीचा आधार घेत अल्फ्रेड म्हणाला, "पाणी जर फार स्वच्छ असेल तर त्यात मासे मिळणार नाहीत." कंपनीच्या कार्यकारी मंडळाचा प्रमुख म्हणून आणि प्रमुख वास्तुरचनातज्ज्ञ म्हणून कंपनीच्या कामाचा दर्जा सांभाळणे आणि कमिशनच्या, टक्केवारीच्या देवाणघेवाणीवर लक्ष ठेवणे, ही त्याची जबाबदारी होती. त्याच्या वैयक्तिक केबिनच्या भिंतीवर चिनी राजकीय पुढाऱ्यांबरोबरचे त्याचे फोटो लावलेले होते आणि हे प्रदर्शन खात्यातील पैशाएवढेच महत्त्वाचे होते. सरकारी व्यवस्थेबरोबरचे आपले संबंध आणि वजन दाखवण्याचा हा एक मार्ग होता.

अल्फ्रेडने एक फतवा जारी करून त्याच्या सर्व कार्यालयामध्ये धूम्रपानवर बंदी घातली होती आणि ही गोष्ट चीनमध्ये विशेष होती. एकदा त्याने एका कर्मचाऱ्याला त्याच्या बसण्याच्या जागीच धूम्रपान करताना पकडले. "मी त्याचा ॲश-ट्रे सातव्या मजल्यावरील खिडकीतून खाली भिरकावला," त्याने अभिमानाने सांगितले. बेन आणि सॅमचे डोळे विस्फारले गेले. मुलांवरचा त्याच्या बोलण्याचा झालेला परिणाम बघून तो पुढे म्हणाला, "एकदा एक कर्मचारी लिफ्टमध्ये धूम्रपान करण्याच्या बेतात असताना मी त्याची गचांडी धरली होती." तो कृतीचे प्रात्यक्षिक करून दाखवतो. मुले दबक्या आवाजात हसतात. पुढच्या वेळी विज्ञान-तंत्रज्ञान इमारतीमध्ये पूल खेळायला जाताना अल्फ्रेडला बरोबर घेऊन जायचे मी मनात ठरवले.

स्वतःचा हात पुढे करत तो म्हणाला, "माझ्या हाताचे स्नायू बघ." आम्ही आज्ञाधारकपणे हात लावून बघितले. "माझ्या पोटऱ्यांचे स्नायू बघ," तो म्हणाला. आता फक्त बेनने वाकून पायाला हात लावले. अल्फ्रेड फुशारकी मारत म्हणाला,

"क्विंगहुआ विद्यापीठामध्ये मी आठवड्यातून दोन वेळा बास्केटबॉल खेळायला जातो. उंच उडी मारून मी अचूकपणे बास्केटमध्ये बॉल टाकू शकतो."

आम्ही बाहेर पडत असताना अल्फ्रेडचे पार्किंग जागेतील रखवालदाराकडे लक्ष गेले. फारशी प्रस्तावना न करता अल्फ्रेडने त्या तरुण माणसाच्या डोक्यावरची बॅरेट व्यवस्थित केल्यासारखी केली. "तू ती अशी थोडी तिरकी केली पाहिजेस," त्याने सल्ला दिला. माझी मुले आता या एवढ्या मोठ्या माणसाच्या सहवासाला कंटाळली होती; परंतु अजून बराच दिवस जायचा होता आणि त्याच्या यादीप्रमाणे त्याला आम्हालाा अजून बऱ्याच इमारतींच्या वास्तुरचनांमधील चुका दाखवायच्या होत्या. कारच्या म्युझिक सिस्टममध्ये तो 'जॉनी रॉजर्सची कॅसेट लावतो आणि 'ग्रेट मॉल ऑफ चायना'कडे जाणाऱ्या रस्त्याने आम्ही निघतो. ५८ लाख चौ. फूट क्षेत्रफळ असलेला न्यू यानशा मॉल हा जगातील सर्वांत मोठा मॉल होता. कॅनडातील ५३ लाख चौ. फूट क्षेत्रफळाच्या 'वेस्ट एडमॉनटन मॉल'च्या दोन दशकांच्या रेकॉर्डला त्याने मागे टाकले होते. गतकाळातील 'एव्हरग्रीन पीपल्स ॲग्रिकल्चरल कम्युन' या सामूहिक शेतीप्रयोगाच्या जागेवर हा मॉल उभा राहिला होता, हे नॉर्मनला आणि मला कळायला जरा वेळ लागला. बीजिंग विद्यापीठातून शहराकडे सायकलवरून जाताना आम्ही याच शेतांवरून जायचो.

अल्फ्रेडने त्याची कार पार्किंग गॅरेजकडे वळवली. हे पार्किंग गॅरेज चार मजली होते. यामध्ये एका वेळी दहा हजार कार्स राहू शकतात; परंतु ते पूर्ण रिकामे होते. मॉलमध्ये गिऱ्हाइकांपेक्षा दुकानात काम करणाऱ्यांची संख्या जास्त होती. "हे अशा प्रकारचे मॉल लोक का बांधतात?" मी मायकेलला विचारले.

"त्यांना नफ्यातोट्याचे गणित माहीत नसते किंवा एकूण बाजाराचा आणि जनतेच्या क्रयशक्तीचा अभ्यास/विचार त्यांनी केलेला नसतो," तो म्हणाला. "त्यांच्याकडे अमाप पैसा असतो आणि एवढ्या पैशाचे काय करावे हे त्यांना कळत नाही म्हणून मग ते मॉल बांधतात." मला एका भूतपूर्व पोलिसाचे उदाहरण माहीत आहे. त्याने कुरिअर सेवा सुरू केली आणि नंतर 'फेडएक्स'ला ती ४.१ BN युआन (अंदाजे रु. ३१८० कोटी) एवढ्या किमतीला विकली. असा माणूस कशामध्ये पैसे गुंतवेल असे तुला वाटते?"

"परंतु या मॉलचे विकासक कोण आहेत?" मी परत विचारले. अल्फ्रेड म्हणाला एक म्हणजे 'हुअँग रुलीन' हा फुजियान या किनारी प्रांतातील जमीनजुमला व्यवहारातील तगडी असामी, दुसरा आहे 'जीया क्विंगलीन', बीजिंगमधील साम्यवादी पक्षाचा भूतपूर्व सचिव, फुजियाना प्रांताचा भूतपूर्व प्रमुख आणि आता चीनमधील चौथ्या क्रमांकाचा वजनदार राजकारणी. अल्फ्रेडच्या म्हणण्याप्रमाणे ही मोक्याची जागा त्यांना कवडीमोल दराने मिळालेली होती. भ्रष्टाचाराचे अनेक आरोप असलेला

जीया अजून आहे तेथेच होता. सत्तेमध्ये असलेल्या 'वरिष्ठ राजनैतिक समिती'चा तो सदस्य होता, आणि 'चायनीज पीपल्स पॉलिटिकल कन्सल्टेटिव्ह कॉन्फरन्स'चा तो चेअरमन होता. मला नंतर समजले की त्याच्यावर भूतपूर्व पक्षप्रमुख 'जीआंग झेमीन' याचा वरदहस्त होता आणि जीया त्याला मुलाप्रमाणे होता. काही वर्षांपूर्वी जीयाची बायको, जी स्वतः पण फुजियान प्रांतामध्ये वजनदार असामी होती, एका कित्येक लाख डॉलर्सच्या स्मगलिंग केसमध्ये, ज्यामध्ये 'ले चांगझींग' या फरारी गुन्हेगाराचा हात होता, सापडली होती. (ले चांगझींग याने नंतर व्हँकूव्हर येथे आश्रय घेतला.) जीया याने बायकोपासून घटस्फोट घेतला- हे प्रकरण मिटेस्तोवर. आपण निर्दोष आहोत असाच तिचा प्रथमपासून दावा होता आणि तिच्यावर कोणतेही आरोप पण ठेवले गेले नाहीत. त्यांचा घटस्फोट नंतर रदबातल ठरवण्यात आला.

अल्फ्रेड म्हणाला, "काहीच दिवसांपूर्वी तो या मॉलमध्ये रात्री जेवणासाठी आला होता. नंतर जेव्हा तो त्याच्या कारपाशी आला तेव्हा पार्किंग गॅरेजचे दरवाजे बंद झालेले होते. "माझे डोके फिरले," तो म्हणाला आणि वळून मी त्या रिकाम्या गॅरेजचा फोटो घेतला. "एक लाथ मारली आणि दरवाजा तोडला."

चमकणाऱ्या नारिंगी रंगाचे जॅकेट घातलेला एक सुरक्षारक्षक सायकलवरून आमच्या जवळून गेला. फोटो काढताना आणि जोराजोराने बोलताना आम्हाला तेथे बघून तो गोंधळला होता. त्याच्या चेहरेपट्टीवरून तो स्थलांतरित कामगार असावा असे वाटले. अल्फ्रेडने कारचे दार उघडले आणि मायक्रोफोन उचलला. आणि त्यातून रागारागाने ओरडून विचारले, "आमच्याकडे काय बघतोस?" अचानक कोठून तरी मोठा आवाज आल्यामुळे तो सुरक्षारक्षक आणखीनच गोंधळला आणि जागच्या जागी थिजला.

"चल चालू पड येथून," अल्फ्रेड परत ओरडला.

आम्ही सगळे कारमध्ये बसलो. आता अल्फ्रेड चौथ्या चक्राकार मार्गाकडे निघाला. या वेळेला मिलिटरी नंबर प्लेट असलेल्या काळ्या रंगाच्या ऑडीने आमचा ओव्हरटेक करण्याचा रस्ता अडवला होता. चिडून जाऊन अल्फ्रेडने परत कारमधला मायक्रोफोन उचलला आणि ओरडून म्हणाला,

"ए आर्मीकार कशी चालवायची कळत नाही का तुला! लवकर रस्ता मोकळा कर."

"तो मशिनगन बाहेर काढेल बरं," मायकेल हळूच म्हणाला.

"ग्लोव्ह कंपार्टमेंटमध्ये माझ्याजवळ पण 'उझी' आहे," अल्फ्रेड म्हणाला.

मी हसले, पण सॅमचे डोळे विस्फारले गेले. त्याने माझे लक्ष वेधले आणि पुढच्या सीटकव्हरमध्ये त्याला मिळालेली वस्तू मला दाखवली. तो सहा इंच लांब, काटेरी दाते असलेल्या पात्याचा चाकू होता.

अल्फ्रेड आता कारच्या पुढच्या दिव्यांची उघडझाप करून अडथळा आणणाऱ्या त्या ऑडीला इशारे करत होता. त्याने धोक्याची सूचना देणारे दिवे पण लावले होते, त्याच्या कारवरचा लाल व्हीआयपी दिवा पण आता फिरायला लागला होता. सायरन केकाटत होता. "मिलिटरी कार, मिलिटरी कार मार्गातून बाजूला व्हा," तो लाउडस्पीकरवरून ओरडला. शेवटी ऑडीचे आमच्याकडे लक्ष गेले. ऑडीने अचानक वेग कमी केला. मायकेल थंडगार पडण्याच्या बेतात होता. आता कोणत्याही क्षणी गोळीबार सुरू होण्याची मी वाट बघत होते. सॅमने घाबरून मागच्या सीटवर अंग चोरून घेतले. नॉर्मनच्या भुवया उंचावल्या होत्या. त्या मिलिटरी कारला अचानक वाहतुकीमध्ये मोकळी फट आढळली आणि त्यातून मार्ग काढत ती सुसाट वेगाने नाहीशी झाली.

काही वेळानंतर आम्ही 'क्विंगहुआ' गाठले. बीजिंग विद्यापीठाप्रमाणेच क्विंगहुआ पर्यटकांनी गजबजले होते. पर्यटकांवर बंदी आणण्याचा प्रयत्न झाला; परंतु जनतेच्या तीव्र प्रतिक्रियेनंतर पर्यटकांवर आता नियंत्रण ठेवण्याच्या दृष्टीने पर्यटन कंपन्यांच्या बसमधून येणाऱ्यांवर प्रत्येकी २० युआन एवढी रक्कम आकारण्यात येते. अल्फ्रेडला पण या अतिउत्साही आणि नाक खुपसणाऱ्या पर्यटकांचा फार राग येतो. एका ड्रायव्हरने नकाशा पाहण्यासाठी रस्ता अडवून कार उभी केलेली आढळली. लगेच अल्फ्रेडने त्याचा माइक उचलला. कारचा नंबर वाचत तो ओरडला, "हेनान प्रांतातील कारसाठी. मार्गातून बाजूला व्हा, तुम्ही विद्यापीठाच्या जागेत आहात, नियम पाळायला शिका. चला, चला लवकर."

रस्त्याच्या कडेला असलेल्या पाट्यांकडे निर्देश करून तो म्हणाला, "त्या पाट्या पाहिल्यास? त्या मी केल्या आहेत, त्याचा अर्थ या रस्त्यावर कोणीही गाडी पार्क करू शकत नाही." त्याने परत पुढच्या कारच्या नावाने शंख करणे सुरू केले. माओवादी रेडगार्डप्रमाणे तो ओरडायला लागला, "चंदेरी रंगाची कार, काय करताय, पुढे चला. तुम्हाला जर थांबायचेच असेल तर पार्किंग जागेत जा."

आम्ही रात्रीचे जेवण खरे तर अल्फ्रेडबरोबर घ्यायचे ठरवले होते; परंतु बेन आणि सॅम आता खूपच कंटाळले होते. त्यांच्या कंटाळण्याचा आता अगदी कडेलोट झाला होता. माझ्यातील आईची माया जागी झाल्याचा मी देखावा केला आणि माझी पण सुटका करून घेतली आणि मुलांना घेऊन सुंदर निवासाकडे परतण्याचे ठरवले. नॉर्मन पण कंटाळला होता आणि मी जेव्हा अल्फ्रेडला परत कधीतरी नक्की एकत्र जेवायचे आश्वासन दिले, तेव्हा तर त्याला त्याच्या डोक्यावरचे ओझे उतरल्यासारखे वाटले. आम्ही अल्फ्रेड आणि मायकेलला टाटा केला.

या माथेफिरू अर्ध कॅनेडियन वास्तुरचनातज्ज्ञाबरोबर संपूर्ण दुपार घालवल्यानंतर मला पण विश्रांतीची गरज होती- उद्या बीजिंग विद्यापीठात पार्टी होती.

मन आणि शरीर हलके होण्यासाठी मला आता उत्तेजक पेयाची गरज होती. खरे तर बेन आणि सॅमना जास्त गरज होती. चीनमध्ये एवढ्या सगळ्या प्रकारची बंधने आणि नियम असले तरी, एकतंत्री कारभार असला तरी, चीनमध्ये ड्रिंक्ससाठी वयाचे बंधन नव्हते. सुंदर निवासात परतल्यावर मुलांनी ड्रिंक्स आणण्यासाठी धाव घेतली. 'द वाइल्ड' ही पायरेटेड डीव्हीडी बघता बघता सॅमने 'बकार्डी ब्रीझ रम' संपवली, तर बेनने पीचचा स्वाद असलेला व्होडका संपवला. मी कसेबसे एवढेच म्हणू शकले, "मला एक घोट मिळेल का?"

धावत्या घोड्यावरून फुलांचे सौंदर्य टिपणे

सकाळी अकरा वाजता मी मुलांची मँडरिनची शिकवणी आवरती घेतली. मुलांना आणि नॉर्मनला घाईघाईने आवरायला लावून मी त्यांना सुंदर निवासाबाहेर काढले आणि लाल टॅक्सीमध्ये बसवले. माझा आता धीर सुटत चालला होता. आज १४ ऑगस्ट आहे आणि आम्हाला बीजिंग विद्यापीठामध्ये दुपारपर्यंत पोहोचायचे होते. आम्हाला उशीर होऊन चालणारच नव्हता; कारण एकतर ते चांगले दिसणार नव्हते आणि दुसरे म्हणजे तेथील भेटीगाठी अत्यंत महत्त्वाच्या असणार होत्या. यीन बहुतेक ठीकच असेल अशी गु वेमिंगने जरी माझी समजूत काढली होती तरी त्याच्यावर माझा विश्वास नव्हता. माझा असा अंदाज आहे की, मला फक्त बरे वाटावे म्हणून तो हे म्हणत होता.

माझा संपूर्ण शत्रुपक्ष- कार्यकर्ता हुअँग, हडेलहप्पी फू, आणखी पण कोणी त्यांनी जमा केले असतील तर ते- पार्टीला असणार होते. यीनचे काय झाले आणि आता ती कोठे असेल याची माहिती काढण्याची यापेक्षा चांगली संधी परत मला मिळणार नव्हती. दोन आठवड्यांच्या माझ्या प्रयत्नांनंतर शोधात काहीच प्रगती न झाल्यामुळे आता मी अगदी उतावीळ झाले होते. आणि तरी पण त्या भेटीची मनात कोठेतरी भीती पण वाटत होती. कदाचित अज्ञानामध्ये सुख असेल, कदाचित वास्तव काहीतरी भयंकर असेल.

तिसऱ्या चक्राकार मार्गावर आम्ही रहदारीत अडकलो. हा होणारा उशीर, माझी भरकटलेली मनःस्थिती ताळ्यावर आणण्यासाठी फार महत्त्वाचा होता. मला थोडा वेळ मिळतो. मला माहीत होते की जर उशीर झाला तर बीजिंगमधील नेहमीचे कारण- रहदारी भयंकर होती- माझ्याकडे होते. इंच-इंच लढवत रहदारीतून आमचा प्रवास चालला होता. मनात विचार आला की मरणाची भीती नसती तर बीजिंग विद्यापीठापर्यंत मोटारसायकलवरून मी वेगात लवकर गेले असते. दुसऱ्या आणि

तिसऱ्या चक्राकार महार्गावर- जेथे सध्या आम्ही होतो- ऐन गर्दीच्या वेळी वाहनांचा वेग, सन २००५मध्ये, ताशी सरासरी १० कि.मी. (सहा मैल)पेक्षा कमी होता, म्हणजे जेव्हा मी येथे याआधी सन १९९४मध्ये आले होते, त्या वेळच्या सरासरी वेगाच्या एक चतुर्थांश होता.

सन १९९०पर्यंत सकाळ-संध्याकाळच्या कामांच्या वेळेची प्रामुख्याने रहदारी म्हणजे सायकलींचे लोंढे असायचे. आता बीजिंगच्या रस्त्यांवरून ३० लाख कार्स धावत होत्या. त्यांतील बऱ्याचशा नवख्या तरुण चालकांकडून चालवल्या जात होत्या. त्यामुळे बीजिंगमध्ये सायकल चालवणे अतिधोकादायक झाले होते. दर वर्षी रस्त्यांवरील अपघातांमध्ये १६०० जण दगावतात. ही संख्या न्यू यॉर्कमध्ये रस्त्यांवरील अपघातांमध्ये दगावणाऱ्यांच्या संख्येच्या पाचपट होती. संपूर्ण चीनचा विचार केला, तर रस्त्यांवरील अपघातांमध्ये दर वर्षी एक लाखांपेक्षा जास्त जण दगावतात आणि त्याच्या सातपट जखमी होतात. चीनच्या सायकल उत्पादक संघाच्या खुद्द अध्यक्षाने, त्याला कारने उडवल्यावर, बीजिंगमध्ये सायकल चालवणे थांबवले. जवळपासच्या कामासाठी पण बीजिंगवासीयांचा सायकलचा वापर आता केवळ २० टक्क्यांवर आला आहे, जो पूर्वी ६० टक्क्यांपर्यंत होता. रस्त्यांवरील कार्सना जागा लागत असल्यामुळे आता सायकलींसाठी असलेले वेगळे मार्ग आक्रसायला लागले आहेत. काही ठिकाणी तर ते अदृश्यच झाले आहेत.

गतिमान जीवनातील उणिवांची जाणीव करून देणारी, त्यावर भाष्य करणारी एक जुनी चिनी म्हण आहे- 'पळत्या घोड्यावरून फुलांच्या सौंदर्याचा आस्वाद घेणे.' रहदारीमुळे संथ गतीने चाललेल्या आमच्या टॅक्सीमधून, महामार्गाच्या कडेला लावलेल्या फुलांचे, फुलझाडांचे सौंदर्य निरखायला मला मात्र खूप वेळ होता. महामार्गाच्या कडेने नारिंगी गुलाबांचे ताटवे, चमकदार रंगीत पानांची झाडे, गडद गुलाबी रंगाची मोठी फुले, वेगवेगळे आकार दिलेली झुडपे इत्यादींची उधळण होती. माझ्याजवळ वाचण्यासाठी काही नसल्यामुळे मी रस्त्यावरील सूचनांच्या पाट्या आणि जाहिरातींचे फलक वाचत होते. बहुतेक जाहिराती जमिनी, फ्लॅट्स, फार्म हाउसेस इत्यादींसंबंधीच्या होत्या. बांधकाम प्रकल्पांचे वैशिष्ट्य दाखवण्यासाठी आणि गुंतवणूकदारांना आकर्षित करण्यासाठी अधूनमधून 'व्हर्सेली', 'शॅट्यू एडिनबर्ग', 'रांचो सांता फे' आणि 'पाम स्प्रिंग्ज'सारख्या आकर्षक विदेशी ठिकाणांची नावे वापरण्यात आलेली होती. बाजूलाच 'टोटो' कंपनीच्या अंडाकृती बेसिनचा, ज्याचा गुप्तांग धुण्याचे वेळी प्रामुख्याने वापर केला जातो, दुहेरी जाहिरातीचा भला मोठा बोर्ड होता. डावीकडील बोर्डवर मॉडेलचा उतरलेला चेहरा दाखवला होता तर उजवीकडील बोर्डवर तिचा हसरा चेहरा दाखवला होता आणि खाली लिहिले आहे, 'ती आत्ता धूत आहे'.

शंभर कोटीपेक्षा जास्त लोकसंख्या असलेला हा भूतपूर्व माओवाद्यांचा देश आजच्या घडीला गुप्तांग धुण्यासाठीची अंडाकृती बेसिन आणि जमिनींच्या चौरस फुटांच्या हिशोबाने पछाडलेला होता, वेडा झालेला हो, हे लक्षात यायला मला दोन आठवडे लागले. प्रत्येक वेळी येथे कोणाशी तरी ओळख झाली, परिचय निघाला आणि बोलायला लागले की जमिनीसंबंधीच्या व्यवहारांच्याच गोष्टी सुरू होतात. काल-परवापर्यंत प्राथमिक सांडपाणी नियोजन आणि व्यवस्थित नळयोजना नसलेल्या या देशात अचानक अंडाकृती बेसिन हा प्रत्येक बाथरूमचा अविभाज्य भाग होऊन बसला होता. क्वि हैच्या आईने, म्हणजे माझ्या ऐंशी वर्षांच्या युयींग आत्याने तिच्या बाथरूममध्ये पण अलीकडेच एक बेसिन बसवून घेतले. ती खरे म्हणजे माझ्या चुलत-चुलत भावाची आई; परंतु चिनी नात्यांच्या घोळामध्ये, गोतावळ्यामध्ये ती माझी आत्याच लागते. तिने काहीच दिवसांपूर्वी 'टीयानजीन' येथे एक श्रीमंती अपार्टमेंट घेतले होते आणि ते बघण्यासाठी मी एका दिवसात जाऊन पण आले होते.

युयींग आत्याने स्वयंपाकघरातील ग्रॅनाइटचा ओटा दाखवला, दिव्यांची विविध बटणे, रात्रीच्या अंधारात चमकणारे आणि निळा प्रकाश देणारे दिवे दाखवले, त्याचप्रमाणे प्रचंड मोठ्या खिडक्यांना लावलेल्या वळणाऱ्या/ वाकणाऱ्या झडपा दाखवल्या. उंच इमारतींमध्ये राहणाऱ्या इतर काही जणांप्रमाणे तिला पण खिडक्यांच्या भव्यतेची आणि उंचीची भीती वाटून तिने बाहेरून सुरक्षिततेच्या दृष्टीने स्टीलचे ग्रिल बसवून घेतले होते. परंतु आत्याच्या अभिमानाची आणि खऱ्या आनंदाची जर कोणती गोष्ट होती तर ती म्हणजे चिनी बनावटीचे टोटो अंडाकृती बेसिन. पोर्सेलिनचे बनवलेले हे बेसिन साधारणपणे स्वतंत्र बसवलेले असते; परंतु आत्याकडचे हे बेसिन, नियंत्रित तपमानाच्या पाण्याचा फवारा आणि नंतर उबदार हवेचा झोत सोडणाऱ्या यंत्रणेला कामापुरते बसवता-काढता येण्याजोगे होते. आत्याच्या म्हणण्याप्रमाणे या बेसिनमुळे आणि नियंत्रित तपमानाच्या पाण्याच्या फवाऱ्यांमुळे तिची आज कित्येक वर्षांची बद्धकोष्ठाची आणि पचनासंबंधीच्या छोट्या-मोठ्या तक्रारी दूर झाल्या होत्या. अगदी सुरुवातीला अशा प्रकारचे बेसिन घेण्यासाठी ती फारशी उत्सुक नव्हती आणि त्याची तिला गरज पण वाटत नव्हती; परंतु कंपनीच्या विक्रेत्याने तिच्या संबंधितांपैकी, मित्र-मैत्रिणींपैकी किती जणांनी तशा प्रकारची बेसिन घेतलेली आहेत याची यादीच तिच्यापुढे वाचली आणि विक्रेत्याच्या या जुन्या चलाखीला ती बळी पडला; हे अगदी झँगना साजेसेच झाले.

तिचा हा तीन बेडरूम, दोन बाथरूमचा फ्लॅट टोरांटो येथील एखाद्या उच्चभ्रू वस्तीतील फ्लॅटप्रमाणेच सुंदर होता. तिला हा फ्लॅट ती आधी जेथे काम करत होती त्या टीयानजीन विद्यापीठाच्या कृपेने खास किमतीला- ६ लाख युआन ($७८०००) (अंदाजे रु. ४६.८० लाख) – मिळाला होता. तिचा ८६ वर्षांचा नवरा त्याची सर्व

बचत या फ्लॅटमध्ये गुंतवायची जोखीम घेण्यास प्रथम तयार नव्हता. युयींग आत्याने त्याचे मन वळवले आणि सहाच महिन्यांत त्या फ्लॅटची किंमत दुप्पट झाली. तिने मला तिच्या नवऱ्याच्या विरोधामागचे खरे कारण पण सांगितल- त्याचा अहंकार दुखावला गेला होता. विद्यापीठातील त्याच्या नाही तर तिच्या पदामुळे त्यांना हा फ्लॅट मिळाला होता. मला या गोष्टीचे जरा आश्चर्य वाटले; कारण जेव्हा ते निवृत्त झाले तेव्हा तो प्रोफेसर होता, तर ती केवळ सहायक पदावर होती.

युयींग आत्याने काहीसे लाजत माझ्यापुढे तिचा भूतकाळ उलगडला. तिच्या नवऱ्याबद्दल सांगत ती म्हणाली, ''हा म्हातारा क्वि सन १९४५मध्ये म्हणजे साम्यवादी राजवट येण्याच्या चार वर्षे आधी पदवीधर झाला. म्हणून तो जुन्या राजवटीतील किंवा जमान्यातील पदवीधर म्हणून समजला गेला. मी जून १९४९मध्ये पदवीधर झाले म्हणून मी मात्र नवीन विचारांच्या चीनच्या पहिल्यावहिल्या पदवीधरांपैकी समजले गेले.'' म्हणून पक्ष कार्यकारिणीने युयींग आत्याला पक्षाचे तत्त्वज्ञान आत्मसात करण्यासाठी, बिंबवण्यासाठी ताबडतोब क्विंग हुआ विद्यापीठामध्ये दाखल होण्यास सांगितले. तिच्या गुरू आणि मार्गदर्शिकेच्या सल्ल्यानुसार, अजिबात विरोध न दर्शवता ती विद्यापीठात दाखल झाली, तिने आज्ञापालन केले. पक्षाचे तत्त्वज्ञान आत्मसात केल्यानंतर चीनच्या उत्तर-पूर्वेला असलेल्या औद्योगिक पट्ट्यातील मांचुरिया येथील एका फॅक्टरीमध्ये टेक्निशियनच्या जागेवर तिची नेमणूक झाली. तिला खरे तर जायचे नव्हते; कारण टीयानजीन येथील दुसऱ्या एका प्रतिष्ठित विद्यापीठामध्ये- नानकाय विद्यापीठामध्ये- प्राध्यापिकेची नोकरी तिची वाट बघत होती.

तिच्या गुरू मार्गदर्शिकेने परत एकदा तिला सावध केले. तिने सांगितले की, ''मी कार्यकर्ती वाटली पाहिजे, त्याप्रमाणे वागले पाहिजे, नाहीतर नंतर मला त्याचे परिणाम भोगावे लागतील.'' म्हणून युयींग आत्याने मांचुरिया येथील नोकरीसाठी स्वखुशीने नाव दिले. नंतर केवळ एकाच महिन्यात नानकिंग विद्यापीठाने त्यांचा नोकरीचा देकार रद्दबातल केला. ''मी मारूनमुटकून कार्यकर्ती होते आणि आता मला त्याचा फायदा होतो आहे. सरकार दरबारी माझ्या फाइलमध्ये नोंद आहे की मी 'क्रांतिकारी गटात सक्रिय' होते,'' अगदी मिस्कीलपणे हसत युयींग आत्या म्हणाली.

''तुझ्या गुरूचे पुढे काय झाले?''

सुस्कारा सोडून ती म्हणाली, ''तिचे फार वाईट झाले.'' तिच्या गुरू, मार्गदर्शिकेने एका रशियन माणसाशी लग्न केले. दोन साम्यवादी देश नंतर एकमेकांचे कट्टर शत्रू होतील असे तेव्हा कोणालाच वाटले नाही. तिने रशियन माणसाबरोबर लग्न केले म्हणून मग लोकांनी तिला रशियाची एजंट ठरवून टाकले, रशियाधार्जिणी ठरवून टाकले. सांस्कृतिक क्रांतीच्या काळामध्ये तिने आत्महत्या केली.

युयींग आत्या राजकारणापासून नेहमीच चार हात लांब राहिली. सांस्कृतिक क्रांतीच्या काळात तिच्या असलेल्या परदेशी नातेसंबंधांमुळे तिने स्वतः भोगले होते- तिचा भाऊ कॅनडाला स्थलांतरित झाला होता. (त्याने माझ्या दुसऱ्या आत्याशी लग्न केले.) आता जवळजवळ संपूर्ण आयुष्य खाली मान घालून काढल्यानंतर ती विद्यापीठातील उच्च पदावर असलेली क्रांतिकारी कार्यकर्ती होती. विद्यापीठाच्या अध्यक्षांनंतर घरनिवडीचा अधिकार तिला देण्यात आला. सर्वांत महागडा, चार बेडरूम ड्युप्लेक्स पेंट हाउस, वर गच्ची असलेला फ्लॅट तिने निवडला नाही. तिला आतून जिन्याने जोडलेला आणि उन्हात तापणारी गच्ची असलेला फ्लॅट नको होता. आणखी एक गोष्ट म्हणजे ती कधीकधी व्हीलचेअर वापरते आणि संकटप्रसंगी सुखरूप सुटका होऊ न शकण्याची भीती कोठेतरी तिच्या मनात आहे. म्हणून तिने खालच्या मजल्यावरचा आणि आग्नेय (दक्षिण-पूर्व) दिशेला, म्हणजे सूर्यप्रकाश घरात येईल अशा रीतीने प्रवेश असलेला फ्लॅट निवडला.

'लाओ क्वि'च्या श्रेणीचा विचार करता, युयींग आत्या म्हणाली, "आम्हाला ईशान्य (उत्तर-पूर्व) दिशेकडून प्रवेश असणारा फ्लॅट मिळाला असता. शेवटी आता सगळ्या गोष्टी श्रेणीप्रमाणे आणि पैशाने मोजल्या जातात. शिक्षण क्षेत्रामध्ये काढलेल्या प्रत्येक वर्षाला गुण दिले जातात आणि त्याशिवाय क्रांतीमधील तुमच्या सहभागाचा पण विचार होतोच."

अठ्ठावन्न मिनिटांनी आमची टॅक्सी बीजिंग विद्यापीठात पोहोचली. शहर आधुनिक होण्याआधी सायकलवरून येथे पोहोचण्यास मला एवढाच वेळ लागला असता. कार्यकर्ता हुअँगला आम्ही शाओ युआन इमारत नं. ८ येथे भेटणार होतो. सर्वत्रप्रमाणेच येथे पण इमारतीची पुनर्बांधणी चालू होती. तो अगदी वेळेवर आला. तो आता पूर्वीसारखा हाडकुळा आणि अशक्त राहिला नव्हता. त्याचे केस पण पिकलेले होते. अडुसष्टाव्या वर्षी पण तो पूर्वीइतकाच उत्साही आणि चुळबुळ्या होता. पूर्वी टेबलटेनिस खेळताना माझ्या चेहऱ्याच्या दिशेने चेंडू मारताना त्याला आसुरी आनंद व्हायचा. त्या चेंडूप्रमाणेच त्याच्या गालाची गोल हाडे उठून दिसत होती. "तू अगदी योग्य वेळी आलेली आहेस. मी पण मास्कोला सुट्टी घालवून काही दिवसांपूर्वीच परतलो आहे," तो म्हणाला.

त्याच्या चेहऱ्याच्या उजव्या बाजूला खरचटले होते आणि ती जखम काळीनिळी आणि फिकट पिवळी दिसत होती. त्याच्या डोक्यावरील दोन जखमांवर लाल खपल्या धरलेल्या दिसत होत्या. तेथील मशिन्स आणि ड्रिल्सच्या आवाजावर आवाज चढवून

मी विचारले, "काय झालं?" "मी मास्कोमध्ये पडलो आणि माझ्या डोक्याला मार लागला," प्रसंगाला न साजेसे; परंतु नेहमीप्रमाणेच खुदुखुदु हसत तो म्हणाला.

त्याच वेळी हडेलहप्पी फू एरिकाच्या चिनी शिक्षिकेबरोबर, 'दाई गुयींग'बरोबर आली. अडुसष्ट वर्षांच्या या माझ्या शिक्षिकेला मी तेहेतीस वर्षांनी भेटत होते. आम्ही एकमेकींनी मिठी मारली नाही; उलट आम्ही एकमेकींकडे स्मित करत काहीशा अवघडल्यासारख्या उभ्या राहिलो.

"तुझं वय जाणवतं आहे." तिच्या बोलण्याला अजूनही पोच नव्हता.

"तुझी सर्दी काय म्हणते आहे?" मी विचारले.

मुद्दाम खोकल्यासारखे करत ती म्हणाली, "आता खूपच बरं आहे; परंतु मी खूपच आजारी होते." पण एकूण ती काही आजारातून उठल्यासारखी वाटत नव्हती. सांस्कृतिक क्रांतीच्या काळामध्ये फू जाड भिंगांचा प्लॅस्टिक फ्रेमचा चश्मा वापरायची. तिचे केस ही तिची ओळख होती, तिच्या अभिमानाचा विषय होता- तिच्या वेण्या कमरेपर्यंत यायच्या. मात्र तिला तिच्या रंगाचा तिरस्कार वाटायचा कारण ती काळी होती. त्या रंगामुळे आपण खेडवळ वाटतो असा तिचा समज होता. आता लांब वेण्या राहिल्या नव्हत्या. तिने आता काळे-पांढरे, आखूड कापलेले केस ठेवले होते. तिने फिकट पिवळ्या रंगाचा ब्लाउज घातला होता, करड्या रंगाची ढगळ पँट होती आणि सपाट बूट होते. फिकट तपकिरी रंगाची छटा असलेल्या काचांचा प्रमाणाबाहेर मोठ्या आकाराचा चश्मा तिने घातला होता. चेहऱ्याचे रक्षण करण्यासाठी घातलेल्या एखाद्या आवरणाप्रमाणे तो वाटत होता. नाही म्हणायला आधुनिक चीनच्या चंगळवादी युगाचे प्रतीक म्हणून तिच्याजवळ एक लहानशी काळ्या रंगाची पर्स होती आणि हातामध्ये सौभाग्यलेणे म्हणून, मार्क्सवादी विचारसरणीला छेद देणारी, भरभराट आणि दीर्घायुदर्शक चिनी शुभचिन्हे कोरलेली सोन्याची एक बांगडी होती. दाईबाई मात्र अगदी टापटीप पेहरावात होत्या. ज्या वेळी सर्वांनाच करड्या रंगाचा माओ-सूट घालायला लागायचा, त्या वेळी पण ती तितकीच व्यवस्थित असायची. आज तिने तलम आणि नाजूक विणकाम केलेला ब्लाउज, तसेच कोरीव काम असलेल्या मण्यांचा नेकलेस असा पेहराव केला होता. तिने केसांना लाटा-लाटांचा आकार दिला होता आणि तिच्या मनगटावर एक पांढऱ्या रंगाची पर्स होती.

कार्यकर्ता हुअँगच्या चेहऱ्यावरील जखमा बघून, माझ्याप्रमाणेच, फू आणि दाईनी आश्चर्यदर्शक आवाज काढला. हसत हसत तो म्हणाला, "त्या दुसऱ्या प्रोफेसरपेक्षा मी खूप बरा आहे. गेल्या वर्षी ती लेनिनच्या थडग्याला भेट द्यायला गेली होती, तेथे घसरून पडली आणि मेली...अगदी बघता बघता गेली."

"अशीच बघता बघता मेली?" हडेलहप्पी फूने आजूबाजूच्या आवाजांवर, गोंधळावर आवाज चढवून विचारले.

“हो, अगदी बघता बघता मेली,” तो म्हणाला.

फू आणि दाई दोघीही दुःखाने मान हलवतात; लेनिनच्या थडग्याबाहेर पडून मरण येणे म्हणजे खरेच दुर्दैवी, असाच भाव त्यांच्या मान हलवण्यातून प्रतीत होत होता.

कार्यकर्ता हुअँगला विदेशी विद्यार्थ्यांसाठी होणारी नवीन वसतिगृहाची इमारत क्रमांक सात आम्हाला फिरून दाखवायची होती. दोन बेडरूम्स, हॉल, बाथरूम असलेले ते ब्लॉक्स खूपच सुंदर होते. आम्ही, मी आणि स्कार्लेट, एकत्र राहिलेल्या पांढरा चुना फासलेल्या खोल्या मला आठवल्या. “तुझी मुलं येथे येऊन शिकू शकतात,” त्याने सुचवले. मी त्याच्या म्हणण्याचा अर्थ बेन आणि सॅमना सांगितला. त्यांना बसलेला धक्का त्यांच्या चेहऱ्यावर स्पष्ट दिसला.

“फक्त हसून ‘झी, झी’ म्हणा,” मी त्यांना सांगितले.

‘थँक यू’ला चिनी प्रतिशब्द.

“झी, झी,” माझ्याकडे रागाने एक कटाक्ष टाकत ते दोघे म्हणाले.

सन १९७२मध्ये, विद्यापीठाच्या परिसरामध्ये मी आणि एरिका, आम्ही दोघीच पाश्चिमात्य विद्यार्थिनी होतो. नंतर आमच्याबरोबर नऊ उत्तर कोरियन, एक पॅलेस्टेनियन आणि दोन लाओटियन आल्या. आज येथे पाच हजार विदेशी विद्यार्थी होते. “येथे शिकलेल्यांपैकी सतरा विद्यार्थी राजदूत झाले,” कार्यकर्ता हुअँगने अभिमानाने सांगितले. किती जण वार्ताहर झाले हे त्याने सांगितले नाही.

आम्ही शांतता असलेल्या एका इमारतीकडे जेवणासाठी निघालो. कार्यकर्ता हुअँग म्हणाला का, त्याने प्रथम अवगुणी पॅनला पण आमंत्रित केले होते. तो आमच्या इतिहासाच्या वर्गातील साम्यवादी पक्षाचा सक्रिय आणि प्रमुख कार्यकर्ता होता. “परंतु दुर्दैवाने त्याला काही कामानिमित्त बाहेर जावे लागले, त्यामुळे तुझी ओळख नसलेल्या एकाला मला विदेशी विद्यार्थी संघातून आमंत्रित करावे लागले कारण आम्ही सगळे आता निवृत्त झालो आहोत. खर्च करू शकणारा असा कोणीतरी आम्हाला हवा होता,” तो हसत म्हणाला.

विद्यापीठातील कँटीनच्या बहुमजली इमारतीमध्ये, जेथे पेकिंग डकपासून ते अगदी मसालेदार नूडल्सपर्यंत सर्व मिळते, आम्ही लिफ्टने प्राध्यापकांसाठी असलेल्या राखीव जेवणाच्या हॉलकडे गेलो. या राखीव हॉलबाहेर एक सडपातळ तरुणी आमची वाट बघत होती. ती तरुणी म्हणजे कात टाकलेल्या साम्यवादी पक्षाच्या सक्रिय कार्यकर्तीचे मूर्तिमंत उदाहरण होते. तिच्या पढीक स्मितामध्ये कोणतीही भावना नव्हती, तर तिचे हस्तांदोलन म्हणजे जुलमाचा रामराम होता. तिने नेव्ही स्कर्ट, नाजूक लेसचा ब्लाउज आणि उंच टाचांचे सॅन्डल्स घातले होते.

“या खातेप्रमुख शिक्षिका झोऊ,” कार्यकर्ता हुअँगने तिची ओळख करून देत तिचा हुद्दा पण आम्हाला सांगितला. झोऊ बाईंनी त्यांचे पूर्ण नाव आम्हाला कधीच

कळू दिले नाही. हा एक अंतर राखण्याचा आणि स्वतःचे महत्त्व ठसवण्याचा प्रकार आहे. आमच्या वेळच्या त्या दुर्गुणी पॅनप्रमाणेच ही पण प्रत्यक्ष काहीच शिकवत नव्हती. ती एक साम्यवादी पक्षाची पदाधिकारी, कार्यकर्ती होती. माझ्या पोटात खड्डा पडला. या थंड आणि निर्विकार बाईच्या उपस्थितीमध्ये यीनसारखा संवेदनशील विषय कधीतरी काढता येईल का? या झोऊ बाई संभाषण सुरू होण्याआधीच त्यावर थंड पाणी ओततील.

केवळ प्राध्यापकांसाठी असलेल्या जेवणाच्या राखीव हॉलमध्ये मधोमध एक मोठे गोल टेबल होते. त्याभोवती मातकट रंगाची कव्हर्स घातलेल्या खुर्च्या मांडलेल्या होत्या. अशा प्रकारच्या खान्यांच्या वेळच्या प्रचलित पद्धतीप्रमाणे एक सेविका (वेट्रेस) अनेक प्रकारच्या पेयांनी भरलेला ट्रे घेऊन आली. फू, दाई आणि कार्यकर्ता हुअँगने गोडट पातळ दह्याचे ग्लास उचलले. गेला बाजार बीजिंगमध्ये या पेयाची फॅशन होती. माझ्या मते, हा भयंकर प्रकार होता. कारण चिनी पदार्थ आणि दुग्धजन्य पदार्थ हे एकमेकांना पूरक नाहीत, ते विरुद्ध आहेत. माझे लक्ष इतरत्र असल्याचा डाव साधत बेन आणि सॅम यांनी कॅफिनयुक्त स्फूर्ती पेय 'रेड बुल'चे कॅन उचलले. सध्या या काहीशा महागड्या, परंतु लोकप्रिय पेयाला अमेरिकेएवढीच चीनमध्ये पण मागणी आहे. बीजिंगचे पारंपरिक वैशिष्ट्य असलेला प्लम फळांचा रस मी घेतला. नॉर्मन, आमच्यातील एकमेव चोखंदळ; त्याने मात्र ग्रीन-टी घेतला.

जेवणामध्ये खाद्य पदार्थांची रेलचेल होती आणि ते बाहेरून ऑर्डर देऊन मागवले होते. जेवणामध्ये पातळ काप केलेले गायीच्या मांसाचे तुकडे, तळून मुरवलेले कोवळे बांबू, तांदळाच्या वाइनमध्ये शिजवलेले बदकाचे मांस, डुकराच्या खिम्याचे उकडलेले पॅटिस, चेस्टनट, कोळंबी आणि ताजे मटार, बास माशाचे काटेविरहित तुकडे आणि पालक, तेलामध्ये शिजवलेला अंड्याचा पांढरा भाग आणि खेकड्याचे मांस, डुकराच्या मांसाचे पीच फळाच्या आंबटगोड रसातील तुकडे, पाचूसारखी हिरवी चिनी ब्रोकोली आणि उकडलेले मासे.

शिजवलेला मांसाचा तुकडा चॉपस्टिकने उचलताना माझी उडालेली तारांबळ फूने बघितली. "तुला अजून चॉपस्टिक कशी वापरायची ते कळलेलं नाही," चेहऱ्यावर मोठे हास्य आणून फू म्हणाली. माझी मुले पण खिदळली. खरेच इतक्या वर्षांत चॉपस्टिक नीटपणे हाताळणे मला काही जमलेच नव्हते. मी फूकडे रोखून बघितले; पण तिचे माझ्याकडे लक्षच नव्हते. पटकन प्रत्युत्तर द्यायला पण मला काही सुचत नाही. जणूकाही आम्ही परत सन १९७२च्या मानसिकतेमध्ये गेलो होतो.

एक औपचारिकता म्हणून, रीत म्हणून झाऊ बाईंशी काहीतरी विषय काढून मी संभाषण केले. खरे तर आणखी एका साम्यवादी पक्षाच्या कट्टर कार्यकर्त्याबरोबर ओळख किंवा मैत्री वाढवण्याची माझी अजिबात इच्छा नव्हती. तिचे वय तीस

असल्याचे मला कळले. म्हणजे मी जेव्हा येथे शिकत होते तेव्हा हिचा जन्म पण झाला नव्हता. बीजिंग विद्यापीठातून आठ वर्षांपूर्वी पदवीधर झाल्यावर तिची येथे थेट नेमणूक केली गेली.

"तुझे विषय काय होते?" फूने नम्रपणे विचारले.

"राजकारण," ती उत्तरली.

"हो का,"– फू.

टेबलभोवती बसलेल्या सर्वांना, सॅम आणि बेन सोडून, माहिती होते की त्याचाच एकमेव अर्थ मार्क्सवाद किंवा मार्क्सची शिकवण. कारण चीनमध्ये दुसऱ्या कोणत्याच प्रकारचे राजकारण नव्हते. अचानक सर्वत्र शांतता पसरली. आमच्यापैकी कोणालाच मार्क्सवाद्याशी काहीही बोलण्याची इच्छा नव्हती. शांततेचा भंग करत झाऊ बाईंनीच 'डाऊची' म्हणून आम्हाला खाण्याचा आग्रह केला. पण तिच्या चेहऱ्यावर स्मिताची रेषाही नव्हती. तिने कधीच भावना दाखवली नाही. तिला हा सगळा प्रकार घाईघाईने उरकायचा होता, हे अगदी उघडच होते. आम्ही – म्हणजे 'मी, नॉर्मन, हडेलहप्पी फू, कार्यकर्ता हुअँग– तिच्या लेखी माओकाळाचे अवशेष होतो. त्यांना खाना देणे हा नियमांचा भाग होता. तिच्या दृष्टीने आम्ही एक ओझेच होतो. आणि हो, आम्हाला पण ती एक ओझेच होती. आम्ही तिच्याकडे जाणीवपूर्वक दुर्लक्ष केले. विद्यापीठाने दिलेल्या खान्यावर– कोळंबी, खेकडे, वाइनमध्ये शिजवलेले बदकाचे मांस इत्यादी– ताव मारत आम्ही त्या दुःखद जुन्या दिवसांबद्दल बोललो.

"आपण डाव्या विचारसरणीचे, नाही अतिच डाव्या विचारसरणीचे होतो," हसत हसत हडेलहप्पी फू म्हणाली.

त्याच्यासमोरचे गोडट पातळ दही पिता पिता कार्यकर्ता हुअँग म्हणाला, "आम्ही तुम्हाला अतिडाव्या विचारसरणीचे डोस दिले."

अतिडावी विचारसरणी हा एके काळी क्रांतीविरोधी गंभीर अपराध होता, शिक्का होता. चेअरमन माओने त्याच्या विरोधकांना नामोहरम करण्यासाठी त्याचाच वापर केला होता. आता पाश्चिमात्य देशांमध्ये 'मुक्त विचारसरणी' हा शब्दप्रयोग जितक्या सहजपणे वापरला जातो, तितक्याच सहजपणे हा पण वापरला जातो. नवीन बीजिंगमध्ये आता डावे, उजवे या शब्दांना काहीही अर्थ उरला नव्हता. मला आठवते की दाई पण स्कार्लेटप्रमाणेच पक्षप्रवेशासाठी, पक्षाचे सभासदत्व मिळवण्यासाठी कायम खटपटीत असायची. "तू आता पक्षाची सभासद आहेस का?" मी तिला विचारले. ती हळूच हसली आणि मान हलवली.

फू आमच्या संभाषणामध्ये भाग घेत म्हणाली, "आत्ताची तरुण पिढी वेगळी आहे. त्यांना पक्षाचे सभासदत्व घेण्यात रस नाही, त्यांच्या डोक्यात फक्त पैशाचा विचार असतो." ती सुस्कारा सोडते आणि मांसाचा तुकडा चघळायला लागते.

“त्या वेळी आपल्या पुढे चळवळीचे ध्येय असायचे,” ती म्हणाली. “जनतेची सेवा करणे, क्रांतीसाठी सर्वस्वाचा त्याग करणे वगैरे. आता ध्येय कोणतेच नाही. आता लोकांना पैशापलीकडे, श्रीमंत होण्यापलीकडे काहीच दिसत नाही.”

आमचे ताव मारणे चालू होते. सगळे पदार्थ खरोखरच चवदार होते. फूला विचारायच्या प्रश्नांनी माझ्या डोक्यात गर्दी केली होती; परंतु ही संधी निसटते आहे की काय, याची मला भीती वाटत होती. अचानक फू आणि दाई वॉशरूमकडे जाण्यासाठी उठल्या. मी पण त्यांच्या मागे धावले. आम्ही हात धुवत असताना फूकडे मी यीन नावाच्या तरुण विद्यार्थिनीचा विषय काढला. “अमेरिकेला जाण्यासाठी तिने माझी मदत मागितली होती. तुला आठवतं, मी तुझ्याकडे तिची चुगली केली होती,” मी म्हणाले.

फूच्या चेहऱ्यावर काहीच भाव नव्हते.

“ती इतिहासाच्या वर्गात होती, मी तुझ्याकडे चुगली केली आणि तू ‘विदेशी विद्यार्थी कार्यालयात’ तिच्याबद्दल सांगितलेस,” मी तिला आठवण करून द्यायचा प्रयत्न केला. फूने मान हलवली. चेहऱ्यावर सावधपणा आणत ती शांतपणे म्हणाली – “मला काहीच आठवत नाही.” माझ्या चेहऱ्यावरचे हताश, निराश भाव बघून ती घाईघाईने म्हणाली, “मला खात्री आहे, तिने नक्की देश सोडला असणार, अगदी नक्की.”

दाईबाईंनी मध्येच नाक खुपसले. “नक्कीच, त्या वेळी ज्यांचे असे विचार होते त्यांनी आत्तापर्यंत नक्कीच देश सोडला असेल; ती नक्कीच परदेशी असेल.”

फूच्या मनाचा थांग लावण्याचा प्रयत्न करत मी तिच्याकडे निरखून बघितले. परंतु तिला खरेच काही आठवत नसावे असे दिसले. प्रांजळपणे सांगायचे तर ती डायरी माझ्या वाचनात येईपर्यंत मला तरी कोठे यीनची आठवण झाली होती. परंतु फरक एवढाच होता की, हडेलहप्पी फूला त्यामुळे काहीच फरक पडत नव्हता आणि तिला त्याचे काहीच वाटायचे कारण नव्हते. कदाचित तिच्या आठवणींच्या कप्प्यामध्ये अशी अनेकांची कलेवरे दडलेली असतील; त्यामध्ये आणखी एकाची भर म्हणजे काहीच नाही. तिला कदाचित माझी मैत्रीण पीडी पण आठवत नसेल जिची तिने तुटलेली चप्पल (वेश्या) अशी संभावना केली होती. माओच्या काळामध्ये पाळत ठेवणे, खोट्यानाट्या बातम्या देणे वगैरे नेहमीचाच व्यवहाराचा भाग झाला होता, त्यामुळे त्यात मुद्दाम लक्षात ठेवण्यासारखे काही नव्हते. उदाहरणार्थ, वर्षात किती वेळा पाऊस पडला हे कोणी लक्षात ठेवत नाही.

पूर्व जर्मनीच्या गुप्तहेर यंत्रणेमध्ये (Stasi) ९१,००० जण नियमित नोकरीवर होते, तर त्याशिवाय १,७४,००० अनधिकृत खबरे होते. म्हणजे दर ६२ नागरिकांमागे १ हेर असे प्रमाण होते. त्यांनी अनेक नागरिकांवर- ज्यांना त्यांच्यावर

पाळत ठेवली जात आहे हे माहीत पण नव्हते अशांवर- पाळत ठेवून त्यांच्याबद्दल खोटीखरी, लहानसहान माहिती गोळा केली होती, रेकॉर्ड ठेवले होते; परंतु त्या सर्व माहितीवर त्यांनी काही कारवाई केली असेल असेही नाही. केवळ गरज पडल्यास माहिती असावी म्हणून त्यांनी माहिती गोळा केली होती. बर्लिन भिंत पडल्यानंतर गुप्तहेर यंत्रणेने जर ती गोळा केलेली माहिती एका बाजूला एका ओळीने ठेवली असती तर तिची लांबी १८० कि.मी. एवढी भरली असती. चीनने त्यांच्या १३० कोटी जनतेबद्दल गोळा केलेल्या माहितीच्या फाइल्सच्या लांबीचा विचार करायचा झाला तर अंदाजच करता येणार नाही. 'स्टासी' आणि 'केजीबी' (रशियन गुप्तहेर यंत्रणा) यांचा अर्थ 'मिनिस्ट्री ऑफ स्टेट सिक्युरिटी' जे नाव चीनच्या यंत्रणेसाठी वापरले जाते. पूर्वी जर्मनीमध्ये खबऱ्यांच्या संख्येबद्दल साधा अंदाज तरी होता; परंतु चीनमध्ये सर्वसाधारण नागरिकांमध्ये किती जण खबरे आहेत, हे कोणालाच सांगता येणार नाही. सांस्कृतिक क्रांतीच्या काळामध्ये लाखोंच्या संख्येने खबरे असावेत असे खात्रीने म्हणता येईल. कारण खबर पुरवणे, बातम्या देणे हे तेव्हा तत्त्वतः योग्य आणि राष्ट्रकार्याचे लक्षण समजले जायचे. उदाहरणार्थ, एखादा अमेरिकन ज्या जबाबदारीने मुलांवरील अत्याचाराबद्दल माहिती देईल. सुरुवातीची काही वर्षे माओला, हडेलहप्पी फूसारख्या सर्वसामान्य जनतेचा पाठिंबा होता. फूने चिनी गुप्तहेर यंत्रणेसाठी काम केले नाही. ती केवळ पक्षाची सक्रिय सभासद होती. बीजिंग विद्यापीठामध्ये मँडरिन भाषेची शिक्षिका होती. मला अंधूकसे आठवते की, ज्या वेळी मी फूला यीनबद्दल सांगितले तेव्हा तिची पहिली प्रतिक्रिया केवळ शांतपणे ऐकून घेण्याची होती, थोडीफार समजूतदारपणाचीसुद्धा. मी काही गंभीर गुन्ह्याबद्दल तिला सांगते आहे, असे तिने मला जाणवू दिले नाही. मी तिला माहिती दिली, तिने ती ऐकून घेतली आणि आम्ही चीन भाषेची शिकवणी पुढे चालू केली.

खूप वर्षांनी मी माझ्याच कृतीचा विचार करायला लागले, अर्थ शोधायला लागले की जे मी केले ते का केले. मी एका सुरक्षित, मध्यमवर्गीय मॉन्ट्रियल निवासी कुटुंबातून आले होते. विद्यापीठाच्या वसतिगृहातील एक वर्ष सोडले तर मी कधी घराबाहेर पडले नव्हते. घरी आम्ही कधीही राजकारणावर चर्चा केली नव्हती. मला असा एकही प्रसंग आठवत नाही की आम्ही घरी जेवणाच्या टेबलभोवती बसून या विषयावर काही महत्त्वपूर्ण चर्चा केली असेल. कँटोनीज भाषेमध्ये शिकवलेले 'आई भात खा' एवढे म्हणून झाल्यानंतर दोन भावांबरोबर चढाओढीने खाण्यापलीकडे विशेष काही आठवत नाही. आम्ही चर्चमध्ये जायचो कारण कॅनडामधील जीवनशैलीशी एकरूप दाखवण्यासाठी आपण गेले पाहिजे असे माझ्या आई-वडिलांचे मत होते. मी माझ्या चर्चची निवड पण ते किती जवळ आहे आणि पियानो शिक्षक कोण आहे, या निकषांवर केली. – प्रथम 'रोजडेल युनायटेड चर्च' (आमच्या पहिल्या घराजवळ होते), नंतर 'फर्स्ट बाप्टिस्ट

चर्च' (माझी पियानो शिक्षिका चर्चमधील सेवेकऱ्याची बायको होती) आणि शेवटी 'मॉन्ट्रियल वेस्ट प्रेसबायटेरिअन चर्च' (हे आमच्या दुसऱ्या घराजवळ होते). बाप्टिस्ट चर्चमध्ये दीक्षा देण्याच्या, नामकरणाच्या समारंभाच्या वेळी (बाप्टिजम) धर्मगुरू मांडीपर्यंत येणारे लांब बूट का घालतात आणि 'प्रेसबायटेरिअन' चर्चमध्ये कपाळावर पाणी का शिंपडतात, या दोन गोष्टींबद्दल माझ्या मनात कित्येक वर्षे कुतूहल होते. मला कोणीही सांगितले नाही की ते दोन पंथ एकमेकांविरोधी आहेत.

सन १९६०चे दशक संपता संपता आणि १९७०च्या दशकाच्या सुरुवातीला, पश्चिमेकडील बहुतेक पौगंडावस्थेतील तरुण-तरुणींप्रमाणे मला पण स्वतःच्या वेगळ्या अस्तित्वाची तीव्रतेने जाणीव करून द्यावीशी वाटे. त्या वेळी 'चेर' (जन्म २०/५/१९४६ अमेरिकन नटी आणि गायिका, स्त्रीस्वातंत्र्याची कडवी पुरस्कर्ती) खूप प्रसिद्ध होती म्हणून मी पण तिचे अनुकरण म्हणून माझे केस कमरेपर्यंत वाढवले, तर 'टविगी' (जन्म १९/०९/१९४९) ब्रिटिश मॉडेल, नटी, गायिका)च्या प्रेमात पडल्यामुळे मी प्रथमच कॉन्टॅक्ट लेन्सेस घेतल्या. विद्यापीठातील माझी मैत्रीण पट्टी वुल्फ आणि मी, आम्ही मुद्दाम एक – 'हे स्त्रियांचे शोषण आहे' असा रबर स्टँप करून घेतला आणि आम्ही रस्त्यांवरून अंतर्वस्त्रांच्या जाहिराती, आमच्या दृष्टीने आक्षेपार्ह वाटणारे सिनेमांच्या जाहिरातींचे फलक इत्यादींवर तो स्टँप मारत सुटलो. आम्ही जरा जास्तच आक्रमक झालो होतो, याची आम्हाला तेव्हा जाणीव नव्हती.

विद्यापीठामध्ये पण मी विविध आंदोलने, निदर्शने, इत्यादीमध्ये सहभागी झाले. काहीही कारण नसताना आणि जरी मला ते आवडत होते तरी प्राध्यापकांशी उर्मटपणे वागले. एका आंदोलनाच्या वेळी चामड्याचे जॅकेट घातलेल्या एका पोलिसाच्या खांद्यावर फटका मारून मी माझा शूरपणा सिद्ध केला होता; परंतु तो जेव्हा सर्रकन वळला तशी माझी बोबडी वळली होती आणि मी गोडपणे हसून 'ते चुकीने झाले, तो एक अपघात होता,' अशी सारवासारव केली आणि तेथून पळ काढला. मी माझी ब्रा मात्र कधी जाळली नाही. लैंगिक संबंधाबाबत मात्र मी स्वतःवर बंधने घातली होती. एकदाच मी ड्रग घेण्याचा (नाकाने ओढण्याचा) प्रयत्न केला; पण मला ते जमले नाही. माझ्या एका मित्राने स्ट्रॉच्या मदतीने त्याचा धूर ओढण्याचा सल्ला दिला. मी तसा प्रयत्न केला; परंतु ठिणग्यांमुळे स्ट्रॉनेच पेट घेतला आणि माझी जीभ भाजली. चरसी म्हणून ती माझी पहिली आणि शेवटची वेळ होती.

सन १९७२मध्ये वयाच्या एकोणिसाव्या वर्षी जेव्हा मी चीनमध्ये आले, तेव्हा मी एक मध्यमवर्गीय मॉन्ट्रियल माओवादी होते. बीजिंगमध्ये पण त्या वेळी पौगंडावस्थेतील तरुणाईचा हैदोस सुरू होता आणि मी पण त्या समूहाचा भाग होण्यासाठी उत्सुक होते. परंतु 'ग्लोरिया स्टाईनेम' (जन्म २५/०३/१९३४ - अमेरिकन स्त्रीस्वातंत्र्याची कट्टर पुरस्कर्ती)चा आदर्श ठेवण्याऐवजी इकडच्या तरुणाईचा

आदर्श होता चेअरमन माओ. एकूणच अविचारी तरुणाईप्रमाणेच माझ्या पण मतांमध्ये आमूलाग्र बदल होत होते. संपूर्ण तरुण पिढी भांडवलशाहीचा धिक्कार करत होती आणि अधिकारशाहीविरुद्ध आवाज उठवत होती. मी पण त्यात सामील झाले. जेव्हा कार्यकर्ता हुअँग 'रोलिंग स्टोन्स'चे संगीत ऐकण्याबद्दल मला रागवत होता, तेव्हा त्या संगीताकडे पाठ फिरवणे हा माझा त्यागच होता. इकडे गाण्याचा प्रकार म्हणजे 'पूर्व लाल आहे.' हे गाणे मी अजून गाऊ शकते. शनिवारी दुपारी उन्हामध्ये खड्डे खणायला जायची माझी तयारी नसायची; परंतु तरी पण मी निर्धाराने जायची; कारण काहीही करून मला त्यांच्यामध्ये सामील व्हायचे होते. मॉन्ट्रियल येथे माझ्याकडे एक चिनी म्हणून पाहिले गेल्याने मी तिकडे एक उपरी म्हणून वाढले. येथे, माझ्या आयुष्यात प्रथमच, माझ्या आजूबाजूचे जग माझ्यासारखेच होते. मी माझे केस कापले, डुकराच्या शेपटीसारखी केशरचना ठेवली; कारण येथे मुलींची तीच पद्धत होती. 'क्रांती म्हणजे जेवण नाही' हे म्हणायला जेवढा वेळ लागणार नाही त्यापेक्षा कमी वेळात मी माझा पाश्चिमात्य पेहराव- हिप्पीटाइप झब्बा आणि घट्ट जीन्स- गुंडाळून ठेवला.

सन १९७२मध्ये माओवादी होणे हे चिनी युवकाचे एकमेव ध्येय असायचे. झँग आणि गु वेमिंग आणि त्या वयोगटातील जवळजवळ सर्व जण रेडगार्ड्समध्ये सामील झाले आणि प्रस्थापितांवर हल्ले करू लागले; कारण त्यांच्या हातामध्ये सत्ता होती, अधिकार होते. मी बाहेरून आलेली असल्यामुळे – रेडगार्ड्समध्ये सामील होण्यास मी अपात्र होते– आणि मुख्य म्हणजे मँडरिन भाषा शिकावयास माझी फक्त सुरुवात झालेली होती, परंतु एकूणच त्या अविचारी वयाच्या परिणामामुळे मी आजूबाजूच्या परिस्थितीतून वागणुकीसंबंधीचे योग्य ते धडे घेत होते. एखादी गोष्ट मी का करते किंवा ती मला का करावीशी वाटते, हे मला नक्की समजत नव्हते; परंतु त्यांनी मला त्यांच्या गटात, कळपात सामील करून घेण्यासाठी मला हे करणे भाग आहे एवढे मला कळत होते.

हडेलहप्पी फू, दाईबाई आणि मी, आम्ही न बोलता जेवणाच्या हॉलमध्ये परतलो. झाऊ बाईंना आता हा खाना आवरता घेण्याची घाई झाली होती. ती उठून उभी राहिली, ही समारंभ/खाना संपल्याची खूण होती. हॉलच्या एका कोपऱ्यामध्ये तिने काही गिफ्ट्सच्या पिशव्या रचून ठेवल्या होत्या. त्यांमधील गिफ्ट्स म्हणजे विद्यापीठाचे चित्र असलेल्या की-चेन्स तिने बेन आणि सॅमना दिल्या. बेन आणि सॅमच्या आनंदाला पारावार उरला नाही. नॉर्मनला विद्यापीठाचा टाय मिळाला; परंतु त्याच्या चेहऱ्यावर काहीही भाव नव्हता. माझ्यासाठी सुबक कोरलेला आणि विद्यापीठाचे बोधचिन्ह असलेला लाकडी पेनस्टँड होता. मला खरेच तो आवडला. त्याच्या बाजूला, चिनी आणि इंग्रजी भाषेत विद्यापीठाच्या इतिहास कोरलेला होता : 'विद्यापीठाने

देशभक्ती, प्रगती, लोकशाही आणि विज्ञान, याचबरोबर शैक्षणिक गुणवत्ता, पूर्णत्वाचा ध्यास, सत्य आणि शोध यासारखी पारंपरिक मूल्ये एका पिढीकडून दुसऱ्या पिढीकडे संक्रमित केलेली आहेत.'

सत्याबद्दल आस्था? झाऊ बाईंना काय वाटेल याचा अजिबात विचार न करता मी कार्यकर्ता हुअँगला, त्याला यीनबद्दल काही आठवते आहे का असे सरळच विचारले. फूने तिच्याबद्दल विदेशी विद्यार्थी कार्यालयातच कळवलेले होते; म्हणजे त्यालाच सांगितले असणार. तो एकदम भांबावल्यासारखा झाला. काही क्षणांतच स्वतःला सावरून तो म्हणाला, "त्याला काहीही आठवत नाही." परंतु फूने जरी नाही तरी त्याने इतरत्र नक्की चौकशी करण्याचे आश्वासन दिले.

"सन १९७१मध्ये ज्यांनी प्रवेश घेतला त्या तुकडीमध्ये यीन होती का?" मी विचारले.

"सन १९७१मध्ये तुकडीच नव्हती," तो म्हणाला. "सन १९७०मध्ये फक्त एक तुकडी होती आणि तीच पहिली तुकडी होती. याचाच अर्थ असा की, सांस्कृतिक क्रांतीमुळे चीनमधील शाळा बंद पडल्या होत्या. ज्या काही थोड्या शैक्षणिक संस्थांनी आपल्या संस्था चालू केल्या, त्यांमध्ये बीजिंग विद्यापीठाचा समावेश होता आणि त्यांनी सन १९७०मध्ये पहिल्या तुकडीला प्रवेश दिला होता. परंतु सन १९७१मध्ये- चीन आणि बीजिंग विद्यापीठात- अजून गोंधळाचेच वातावरण होते आणि व्यवस्थापनाची घडी नीट बसली नव्हती म्हणून त्या वर्षी नवीन विद्यार्थ्यांना प्रवेश देण्यात आले नव्हते.

ही माहिती फार महत्त्वाची होती. मी ज्या वर्षी म्हणजे, सन १९७२मध्ये बीजिंग विद्यापीठात प्रवेश घेतला त्या वर्षी स्कार्लेट झँगने पण प्रवेश घेतला होता. परंतु झँग नेहमी म्हणायची की यीन त्यांच्या आधीच्या तुकडीतील आहे. म्हणजे मग यीन नक्कीच सन १९७०च्या तुकडीतील असली पाहिजे. त्याचाच असा पण अर्थ होता की ती दुर्गुणी पॅनच्या तुकडीमध्ये होती. आणि त्या वेळी इतिहास विषयांतर्गत फक्त दोन मुख्य विषय होते : 'जगाचा इतिहास' आणि 'चीनचा इतिहास' आणि दोन्ही विषयांसाठी विद्यार्थी पण अगदी कमी होते, म्हणजे प्रत्येकी अंदाजे पस्तीस-एक. माझा अंदाज आहे की पॅन यीनला चांगल्या प्रकारे ओळखत असणार.

चिनी बनावटीचे

बीजिंग विद्यापीठातील कार्यक्रमानंतर घरी परतत असताना मला एकदम उदास आणि दमल्यासारखे वाटले. हडेलहप्पी फू असो, कार्यकर्ता हुअँग असो नाहीतर दाईबाई असो- कोणालाच यीनबद्दल काही आठवत नव्हते आणि त्या सगळ्यांची परत भेट होणे माझ्या दृष्टीने तसे अवघडच होते आणि त्या सर्वांना पण मला भेटणे तितकेच कठीण होते. माओकाळातील माझ्या आठवणी मात्र त्या सगळ्यांनी परत ढवळून काढल्या होत्या.

चौथ्या चक्राकार महामार्गावरून जात असताना आमची टॅक्सी आयकेईएच्या शोरूमवरून जात होती. मुलांनी ती शोरूम बघायला जायचा हट्ट सुरू केला. म्हाताऱ्या माओवाद्यांबरोबरचा दोन तासांहून अधिक काळ चाललेला खान्याचा कार्यक्रम आणि त्यांना न समजणाऱ्या भाषेतील त्यांचे ते संभाषण यामुळे मुले अगदी कंटाळून गेली होती. उलट आयकेईए ते चांगल्या प्रकारे समजू शकत होते. ती सातमजली शोरूम दहा फुटबॉल मैदानांच्या आकाराची होती. स्वीडनबाहेरची ही जगातील सर्वांत मोठी शोरूम होती.

“जाऊ या ना आपण,” सॅम म्हणाला. आणि का नको? कारण हेच नवीन बीजिंग त्यांनी पाहावे असे मला पण वाटले. अशा मोठ्या शोरूम्ससाठी चीन ही खूप मोठी मागणी असलेली बाजारपेठ होती. गेल्या दोन दशकांमध्ये मालकी हक्काने निवासी घरे घेण्याकडे लोकांचा कल वाढला होता, इतका की ते प्रमाण आता सत्तर टक्क्यांवर होते. त्यामुळे फर्निशिंग आणि अंतर्गत सजावटीच्या वस्तूंच्या बाजारपेठेचा आवाकाच मुळी ५० BN (अंदाजे रु. ३ लाख कोटी) इतका होता आणि दर वर्षी त्यामध्ये १२ टक्क्यांनी वाढ होते आहे. याचे दुसरे पण एक कारण होते ते म्हणजे, चीनमध्ये निवासी इमारती म्हणजे निव्वळ सिमेंट-काँक्रीटचे सांगाडे उभे केले जातात आणि फ्लॅट म्हणजे अक्षरशः चार भिंतींनी बंदिस्त असलेली जागा

विकली जाते– त्याला दरवाजे/ खिडक्या नसतात, नळजोडणी नसते, वायरिंग नसते, स्वयंपाकघर, बाथरूम पण नसते. या सर्व गोष्टी तुम्हाला तुमच्या आवडीप्रमाणे करण्याचे स्वातंत्र्य असते.

आयकेईए कंपनीने त्यांची चीनमधील पहिली शोरूम सन १९९९मध्ये उघडली. परंतु चीनमधील मध्यम वर्गाच्या वाढीचा अंदाज करण्यात त्यांनी मोठीच चूक केली. मध्य बीजिंगमध्ये असलेली ती शोरूम खूपच लहान होती आणि पार्किंगसाठी पण पुरेशी जागा नव्हती. आयकेईएचा असा अंदाज की, बहुतेक गिऱ्हाइके बसने येतील.

दररोज हजारोंच्या संख्येने कार्स रस्त्यावर येतील याचा अंदाज कोणालाच आला नव्हता. सन २००३मध्ये कोकाकोला कंपनीमध्ये अधिकारी असलेल्या बेन मॉकबरोबर मी शोरूममध्ये गेले होते. पार्किंगच्या जागेमध्ये प्रवेश मिळण्यासाठीच एक तास रांगेत प्रतीक्षा करावी लागली होती. तोपर्यंत घरातील लाकडी खुर्च्यांवर बसण्याची सवय असलेली कुटुंबेच्या कुटुंबे गुबगुबीत कुशनच्या फर्निचरवर बसण्याचा आनंद घेण्यासाठी, तो अनुभव घेण्यासाठी तेथे आली होती. काहींनी स्प्रिंगच्या गाद्यांवर झोपण्याचे सुख पण अनुभवले. कंपनीचे विक्रेते आणि कर्मचारी वर्ग नक्कीच हुशार असला पाहिजे– कारण त्यांनी कोणालाही हुसकावून लावले नाही की त्यांचा विरस केला नाही. आयकेईए कंपनी तिच्या चिनी 'यी जीया' नावाला जागली. यी जीया म्हणजे 'आनंदी घर.'

बीजिंगमधील रस्ते गर्दीने एवढे ओसंडून वाहत असतात की, माझा अनुभव आहे, तुम्हाला कोणाचा धक्का लागला तरी बऱ्याच वेळा कोणी दिलगिरी वगैरे व्यक्त करण्याच्या भानगडीत पडत नाही. कारण पुरेशी जागाच नाही हे स्पष्ट आहे. किंवा कदाचित दिलगिरी व्यक्त न करण्यामागचे कारण दुसऱ्याची दखलच न घेणे, हेही असू शकते. किंवा हाच एक स्वतःचे अस्तित्व टिकवण्याचा मार्ग आहे असा समज असेल. आयकेईए कंपनीने खरेदीसाठी भरपूर मोकळी जागा आणि मोठ्या प्रमाणात 'शॉपिंग कार्ट' ठेवून स्वतःची अशी एक सांस्कृतिक ओळख प्रस्थापित केली होती. आलेल्या गिऱ्हाइकांना शांतपणे खरेदी करता यावी म्हणून त्यांच्याबरोबर असलेल्या लहान मुलांसाठी साठ मिनिटांपर्यंत फुकट पाळणा/खेळणी घराची सोय केली आहे. सात मजली शोरूममधील मांडलेल्या वस्तू बघून गिऱ्हाइके संमोहित झाल्याप्रमाणे होत असावीत. कारण ध्वनिक्षेपकावरून आपल्या मुलाला/मुलीला घेऊन जाण्याच्या उद्‌घोषणा वारंवार ऐकू येतात.

आयकेईएच्या स्कॅंडिनेव्हियन सौंदर्यशास्त्राच्या कल्पनेने चिनी घरांची, पर्यायाने बीजिंगचीच राहणीपद्धत बदलत होती. घराची जागा आणि घरातील सजावटीवर पाश्चिमात्य पगडा जाणवू लागला होता. आणि मुख्य म्हणजे सौंदर्य कल्पनेनुसार असणाऱ्या बाह्य / अंतर्गत सजावटींच्या वस्तू आता खुद्द चीनमध्येच तयार होत

होत्या. चिनी उपभोक्ता, चीनमध्येच तयार होणाऱ्या वस्तू, विदेशी मालकीच्या कंपनीच्या माध्यमातून खरेदी करत होता. बीजिंगवासीयांनी एका रात्रीत, स्टालीनकालीन ढगळ आणि कुरूप पोशाखाच्या कालखंडातून सोनेरी लाकडांच्या फर्निचरच्या आधुनिक जगात पदार्पण केले होते असे म्हटले तर अतिशयोक्ती होणार नाही. या स्वीडिश कंपनीने त्यांच्या उत्पादनात निवडीला खूप वाव ठेवला होता. शोरूममधील भिंतीवर लावलेल्या जाहिरातवजा काळ्या-पांढऱ्या फोटोंमध्ये कॉकेशियन नाही तर एशियन चेहरे दिसतात.

पहिल्या मजल्यावर जाण्यासाठी आम्ही तेथील मोठ्या स्वयंचलित जिन्याचा वापर केला. तेथे सोफासेट आणि गाद्यागिरद्या प्रदर्शित केल्या होत्या. एका गादीवरील प्लॅस्टिकच्या आच्छादनावर स्पष्ट लिहिले होते- 'येथे झोपून बघा'; तरी पण मला तेथे कोणी झोपलेले आढळले नाही. चिनी बागांमधील त्या मनाई करणाऱ्या नकारात्मक पाट्यांच्या तुलनेत येथील विनंतीवजा सूचना किती सुंदर होती. एका नमुना बाथरूममधील टॉयलेटवर असलेल्या पातळ काचेवर सूचना होती : 'गिऱ्हाइकांसाठी प्रसाधनगृह जेवणाच्या हॉलमध्ये आहे'.

आयकेईएच्या शोरूममधील उत्पादने त्यांच्या इतरत्र असलेल्या शोरूम्समध्ये असतात तशीच होती. माझ्या घरी जसे संगणकासाठी टेबल आहे तसेच मला येथे पाहायला मिळाले आणि सॅम त्याच्या सेलोवादनाची प्रॅक्टिस करताना जशा फिरत्या स्टूलवर बसतो, तसेच येथे पण होते. तसेच पाण्याचे ग्लासेस होते, तशाच निळ्या रंगाच्या प्लॅस्टिकच्या सुऱ्या होत्या आणि अगदी त्याच किमतीला. हा जागतिकीकरणाचा परिणाम होता. येथे चिनी वैशिष्ट्य असलेली गोष्ट म्हणजे काही वेगळ्याआगळ्या प्राण्यांची मऊ खेळणी. वटवाघूळ आणि उंदराचे मऊ खेळणे टोरांटोमध्ये विकले जाणार नाही; परंतु ते प्राणी पण येथे होते. कारण चीनमध्ये वटवाघळे ही श्रीमंती निदर्शक आहेत, तर उंदरांना चिनी राशिचक्रात स्थान आहे. बेनने ठरवून टाकले की त्याच्या टोरांटो येथील मैत्रिणीसाठी 'उंदीर' ही अगदी योग्य भेट होती.

आधीच म्हटल्याप्रमाणे नॉर्मनला खरेदीमध्ये अजिबात रस नाही, उत्साह नाही. त्याने कॉफीसाठी जवळच्याच रेस्टॉरंटकडे मोर्चा वळवला. संपूर्ण शोरूममधून एक चक्कर मारून आम्ही पण त्याच्या येथे येऊन बसलो. शोरूममधील हा चहा/कॉफीपानाचा विभाग पण अगदी टोरांटो येथील आयकेईएच्या शोरूममधील विभागासारखाच, तशाच चॉकलेटी रंगाच्या मेलामाइनच्या ट्रेसकट, होता. फरक एवढाच होता की येथे एका वेळी सातशे जण बसू शकतात. बीजिंग विद्यापीठातील त्या खान्याला फक्त एकच तास झाला होता; परंतु बेन आणि सॅम यांना परत भूक लागली होती. चिकन करी आणि राइस किंवा डुकराच्या मांसाचे तळलेले तुकडे ते घेऊ शकत होते; परंतु त्यांनी चीजकेक आणि स्वीडिश मटण पॅटिस यांनी त्यांचे ट्रे भरले.

एक सुंदर तरुण मुलगी पंधरा युआनला म्हणजे, दोन डॉलर (अंदाजे रु. १२०/-)ला व्होडकाची मिश्रपेये (कॉकटेल्स) विकत होती. तेथील इतर गिऱ्हाइकांना तिच्या पेयांमध्ये रस नव्हता; परंतु मला मात्र मोह आवरला नाही. (नॉर्मन म्हणतो- कोणी जाहिरात केली तर स्वस्त आहे म्हणून जेवणानंतर मी धोत्र्याचा रससुद्धा मागवीन.). त्या मुलीने मला 'सनराइज कॉकटेल' घेण्याचे सुचवले. हे कॉकटेल म्हणजे मँडरिन (पातळ सालीचे मोसंबीसारखे फळ) फळाचा एक पेग, संत्र्याच्या रसाचा एक पेग, रासबेरी फळाचा एक पेग एकत्र करून त्यात बारीक बर्फ घालून केलेले पेय. ती या सगळ्या गोष्टी एकत्र करते आणि वरवर हलवत, मोठ्या ग्लासात ओतून वरती लिंबाची एक चकती ठेवून आणि स्ट्रॉ घालून मला देते. चव खरेच मस्त होती.

एका गिऱ्हाइकाला बाजूच्या स्टूलवर बसून चॉपस्टिकच्या साहाय्याने स्पॅघेटी आणि सॅलड खाताना मी पाहिले. जरा दूर एक वाद्यवृंद- दोन इलेक्ट्रिक गिटार, एक सिंथेसायझर आणि ड्रम्स- एक इंग्रजी गाणे- 'अॅज टाइम गोज् बाय' वाजवत होता. तेवढ्यात बेनचे एका पाटीकडे लक्ष गेले. आयकेईएच्या येथे पाच युआनमध्ये अर्धा लिटर ड्राफ्ट बीअर मिळते. "मी घेऊ का?" त्याने विचारले. "मला एकदा बघायचंच आहे मी किती पिऊ शकतो ते." काय चालले होते हे? मी भर दुपारी व्होडका पित होते. आमची पेये अर्धी संपता-संपता आमचे चेहरे लालबुंद झाले होते.

आमच्या परतीच्या रस्त्यावर आम्ही परत संध्याकाळच्या रहदारीत अडकलो. अचानक माझे एका तरुणाकडे लक्ष गेले. तो चौथ्या चक्राकार महामार्गावरील गाड्यांच्या रहदारीत एका मार्गिकेतून दुसऱ्या मार्गिकेत वेगाने जात, गाड्यांच्या उघड्या खिडक्यांतून छोटी-छोटी कार्डे टाकत जात होता. कार थांबलेली असेल तर पुढच्या काचेच्या वायपरखाली ती कार्डे अडकवत होता. मला प्रथम वाटते तो वेडा असावा. नंतर तशाच प्रकारे कार्डे टाकताना मी अजून एका तरुणाला बघितले.

"ते काय करत आहेत?" मी टॅक्सी ड्रायव्हरला विचारले.

"जाहिरात,"– त्याने घशातून आवाज काढत सांगितले.

हा थेट विक्रीचा एक प्रकार होता. बीजिंगमध्ये प्रत्येक संधी ही विक्रीची संधी आहे, मग रहदारीत अडकलेली कार का असेना.

त्या संध्याकाळी कार्यकर्ता हुअँगने मला फोन केला आणि दुर्गुणी पॅनचा मोबाइल नंबर दिला. पॅन आणि हडेलहप्पी फू ही एकाच प्रकारात मोडणारी माणसे होती; अशी माणसे जी आधी त्रासदायक वाटावी इतकी कट्टर होती आणि आता ज्यांची तोंडे पण बघण्याची माझी इच्छा नव्हती. मला चांगले आठवते की पोस्टाचे

स्टॅंप जमा करण्याच्या साध्या कारणावरून, गु वेमिंग (फ्यूचर)चे भविष्य बिघडवण्याची त्याची तयारी होती. माझ्याबद्दल पण, पोस्टाचे स्टॅंप देणारी एक विदेशी विद्यार्थिनी म्हणून, त्याचे मत चांगले नसणारच. मला खात्री होती की पॅनला यीनची नक्कीच माहिती असणार. परंतु आत्ता मी जर पॅनला दुखावले तर यीनपर्यंत घेऊन जाणारे जे काही थोडेफार धागेदोरे माझ्याकडे होते, त्यांतील एक तुटेल. माझ्या मनाचा संभ्रम उडाला. काय करावे तेच कळत नव्हते म्हणून मग मी काहीच केले नाही.

दुसऱ्या दिवशी भल्या सकाळी फोन वाजला, त्या फोनमुळेच मी उठले. तो गु वेमिंगचा फोन होता. 'आधुनिक इतिहास संस्थे'मध्ये जाण्याच्या तयारीत तो होता आणि तेथे यीनबद्दल चौकशी करणार होता. ''तुला आत्तापर्यंत काय समजलं आहे?'' त्याने विचारले.

अर्धवट झोपेतच मी उत्तर दिले– ''फार काही नाही; परंतु ती किती सालच्या तुकडीमध्ये असावी याचा मला अंदाज आला आहे.'' दुर्गुणी पॅन ज्या वर्षी विद्यापीठात होता त्याच वर्षी ती असली पाहिजे, हे मी त्याला सांगितले.

''मला त्याचा मोबाइल नंबर मिळाला आहे,'' मी म्हणाले. ''परंतु त्याला फोन करायची मला भीती वाटते.''

''काळजी घे,'' गु वेमिंगने मला सावध केले. ''त्या वेळी काय झाले किंवा त्यामध्ये तुझा काय सहभाग होता, हे त्याला कळू देऊ नकोस. ते जर त्याला सांगितलेस तर तो तुला काहीच सांगणार नाही.''

''मग मी काय सांगू?'' हताश होऊन मी विचारले.

''तू त्याला असं सांग- 'माझी एक मैत्रीण होती. खूप वर्षांपूर्वी आमची चांगली मैत्री होती. बरेच दिवस माझ्या मनात तिच्याबद्दल विचार घोळत आहेत म्हणून मला तिला परत भेटायला आवडेल; परंतु मला तिचा नक्की पत्ता माहीत नाही. माझ्या अंदाजाप्रमाणे तिने सन १९७३मध्ये विद्यापीठ सोडले. तुला प्रत्यक्ष येऊन मी भेटू शकत नाही याचे मला मनापासून वाईट वाटते– या माझ्या चीनभेटीमध्ये खरोखरच वेळ खूप कमी आहे. परंतु तू मला काही मदत करू शकशील का?' गु वेमिंगने सांगितल्याप्रमाणे मी भराभरा शब्दन् शब्द लिहून घेतले. त्याने सुचवलेले हे संभाषण म्हणजे मुख्य मुद्दा धूसर ठेवून पण रीतभात पाळण्याचा एक उत्तम नमुना होता. जेव्हा मी त्याला पॅनचा फोन नंबर पाहिजे का म्हणून विचारले, तेव्हा त्याला बसलेला धक्का मला फोनवरून पण जाणवला.

''नको, नको अजिबात नको,'' तो ओरडला. दुर्गुणी पॅनने त्याला दिलेली वागणूक तो अजूनही विसरू शकला नव्हता. हे फारसे आशादायक चित्र नव्हते. सांस्कृतिक क्रांतीच्या काळातील सक्रिय कार्यकर्त्यांबरोबर संबंध ठेवण्यास आजही कोणी तयार नव्हते.

मी फोन ठेवला आणि दुर्गुणी पॅनचा मोबाइल नंबर लावला. त्याच्या बोलण्यात खूपच मोकळेपणा वाटला. ''मी खरंच दिलगीर आहे, काल तुमच्या खान्याला मी उपस्थित राहू शकलो नाही,'' तो म्हणाला. ''भेटीवर आलेल्या एका शिष्टमंडळाबरोबर मला डाटोंगला जावे लागले.''

माओवादी चीनमधील बऱ्याच वर्षांच्या अनुभवांमुळे माझे मन साशंक बनले होते. त्याचे मोकळेढाकळे बोलणे पण मला खोटे वाटत होते. थोड्या इकडल्यातिकडल्या गोष्टी बोलून झाल्यावर गु वेमिंगने पढवल्याप्रमाणे शब्दशः मी त्याच्याशी बोलले आणि ते बरोबर लागू पडले.

पॅनने ताबडतोब सांगितले – ''तिचे नाव 'यान लुयी' होते.'' माझा गोंधळ उडतो. जर तिचे नाव यीन नसून यान असेल तर मग माझ्या माहितीतील तिचे आडनाव चुकीचे होते. ''ती अजून आहे का रे?'' मी काळजीपूर्वक विचारले. हा शब्दप्रयोग इंग्रजीमध्ये जितका संभ्रमात टाकणारा होता, तितकाच तो चिनी भाषेमध्ये पण होता. परंतु इतर कसलाही सुगावा लागू न देता किंवा संशय येऊ न देता मला यीन/यान ही जिवंत आहे का एवढे जाणून घ्यायचे होते. परंतु पॅन अजून तिच्या भूतकाळाबद्दलच बोलत होता.

''तिने चीनचा इतिहास हा मुख्य विषय घेऊन पदवी घेतली. ती सन १९७३मध्ये विद्यापीठातून बाहेर पडली आणि ती 'जीलीन' प्रांतातील आपल्या 'बायचेंग' गावी परतली.''

प्रथमच मला तिच्या प्रांताचे आणि गावाचे नाव कळले होते. पाठीच्या कण्यातून एक शिरशिरी गेल्यासारखे मला जाणवले. बायचेंग हे गावाचे नाव कधी माझ्या कानावरून गेले नव्हते त्यामुळे ते तसे लहानसेच गाव असावे. कदाचित आता ती मला सापडेलसुद्धा.

''तिचा स्वतःचा काहीतरी व्यवसाय होता आणि त्यात तिने बऱ्यापैकी यश पण मिळवले.'' माझ्या हृदयाने एकदम उचल खाल्ली. मला एकदम मोकळे मोकळे वाटले. याचा अर्थ, ती कदाचित जिवंत होती.

''नंतर ती परदेशी गेली,'' तो पुढे सांगायला लागला. परदेशी? माझा अंदाज खरा होता आणि हडेलहप्पी फूचा पण. यीन/यान नक्की परदेशी गेली. माझ्या डोळ्यांसमोर मी तिला ऑस्ट्रेलिया किंवा सॅनफ्रान्सिस्को वगैरे जगभर शोधत हिंडते आहे, अशी दृश्ये तरळायला लागली.

''ती कोठे गेली?'' मी विचारले.

''मी साफ विसरलो,'' पॅन म्हणाला.

मला माझी निराशा लपवता आली नाही. माझा शोध परत थांबला होता. नंतर त्याने एक बॉम्बगोळा टाकला.

“नंतर ती परत आली. आता ती बीजिंगमध्येच आहे. आम्ही बऱ्याच वेळा एकमेकांना भेटतो.”

“तिचा फोन नंबर काय आहे?” मी जवळजवळ ओरडलेच.

“माझ्याकडे नाही,” तो म्हणाला. “अलीकडेच तिने तिचा फोन नंबर बदलला.”

परत माझ्या हृदयाचा ठोका चुकला. जवळजवळ १०० टक्के बीजिंगवासीय मोबाइलधारक आहेत. संपूर्ण चीनचा विचार केला तर दोन प्रमुख मोबाइल कंपन्यांचे मिळून ४५ कोटी ग्राहक आहेत आणि दर महिन्याला पन्नास लाख नवीन ग्राहक होत आहेत. यीन/यानच्या फोननंबरशिवाय परत माझा शोध थांबला होता.

“पण मी चौकशी करतो,” त्याने मला धीर दिला. “मी तिचा फोन नंबर मिळवण्याचा प्रयत्न करतो.”

मी त्याचे अगदी मनापासून अभार मानले. माझ्या मनातील त्याच्या प्रतिमेमध्ये एकदम बदल झाला होता. दुर्गुणी पॅन आता मला ‘गुणी’ पॅन वाटायला लागला होता.

इतरांपेक्षा दशांगुळे वर

फोन वाजला. अल्फ्रेड फोनवर होता. काय, कशी आहेस वगैरे प्रास्ताविक न करता तो म्हणाला, "कारच्या काचेवर चिकटवलेल्या त्या पासबद्दल मी फक्त तुझी गंमत करत होतो. मी काही तो खोटा बनवलेला नाही." तो फोन बंद करतो.

मी जेव्हा हे बेनला सांगितले तेव्हा त्याने मला उडवून लावले. "मी इतर कार्सवरचे पण पास पाहिले आहेत," तो म्हणाला. "पासच्या मागील बाजूला पण नेहमी काहीतरी छापलेले असते; त्याच्या पासची मागील बाजू कोरी होती. त्याने तो बनावटच तयार केला आहे."

काही तासांनी माझा मोबाइल वाजला. अल्फ्रेडचा एसएमएस आला होता. त्याने एक जोक पाठवला होता. तो संपूर्ण वाचण्यासाठी मला मोबाइलचे बटन वारंवार दाबावे लागले. मी तो वाचला नसता तरच बरे झाले असते.

> एक अमेरिकन चिनी माणसाकडे बढाई मारतो : "जेव्हा आम्हाला चुईंगम चघळायचा कंटाळा येतो तेव्हा आम्ही ते वाटेल तेथे थुंकत नाही. आम्ही त्याचा पुनर्वापर करतो. आम्ही त्या रबराचे कंडोम बनवतो आणि चीनला निर्यात करतो."
>
> चिनी माणूस त्यावर म्हणतो : "ते काहीच नाही, जेव्हा आम्ही ते कंडोम वापरतो, तेव्हा ते आम्ही तसेच फेकून देत नाही. आम्ही त्याचे चुईंगम बनवतो आणि अमेरिकेला निर्यात करतो."

आम्ही, अल्फ्रेडच्या मदतीशिवायच, चीनमधील ग्रेट मॉलचा अनुभव घेण्याचे ठरवले. अठ्ठावन लाख चौरस फुटांचा 'न्यू यांशा' मॉल सहा मजली आहे. त्यामध्ये एक हजार दुकाने, शंभर रेस्टॉरंट्स, वीस हजार कर्मचारी, २३० सरकते जिने, स्केटिंग रिंग आणि तरुणांना चढाईचे आव्हान देणारी उभी भिंत पण होती.

वातानुकूलित हॉल्समधून लोकांची सतत वर्दळ चालू होती; परंतु बहुतेक जणांचे US$ ५०० (अंदाजे रु. ३०,०००) किमतीचा काश्मिरी स्वेटर किंवा US$ १०,००० (अंदाजे रु. ६ लाख) किमतीच्या गोल्फ क्लबकडे लक्ष पण जात नव्हते. काही जण तर घरून खाण्याचे पदार्थ घेऊन आले होते. कोणाचाच, अगदी त्या उभ्या भिंतीचा पण, काहीच धंदा होताना दिसत नव्हता. बेन हाच सकाळचे एकमेव गिऱ्हाईक होता. जेव्हा त्याच्याभोवती बघ्यांची गर्दी जमली, तेव्हा मला तिकिटे विकून चार पैसे मिळवण्याची संधी आल्यासारखे वाटले; परंतु वंशपरंपरागत आलेली माझ्या रक्तातील वैश्यवृत्ती मी मोठ्या मुश्किलीने दाबली.

शंभर रेस्टॉरंटमधून एक निवडण्याच्या नादात आम्ही सहाव्या मजल्यापर्यंत जाऊन पोहोचलो– ब्राझिलियन तंदूर, कोरीयन तंदूर, पिझ्झा, स्पॅघेटी, जपानी, कँटोनीज पॅटिस, अमर्यादित थाळी आणि चीनचे विविध प्रांतीय खाद्य पदार्थ, निवडीला अमर्याद वाव होता. बेन आणि सॅम यांनी मुख्य मजल्यावरील मॅक्डोनाल्ड आधीच हेरून ठेवले होते. माझा गोंधळ उडाला. मी जर त्यांच्या हातातील व्होडकामिश्रित शीतपेय काढून घेऊ शकत नव्हते, तर कोणत्या तोंडाने त्यांना अरबटचरबट खाऊ नका म्हणून सांगणार होते? मला आणि नॉर्मनला मात्र खास चिनी खायचे होते. आम्ही मुलांना खालच्या मजल्यावरील मॅक्डोनाल्डमध्ये जाऊ द्यायचे ठरवले; परंतु आमचे खाण्याचे ठिकाण ठरेस्तोवर त्यांना थांबवून ठेवले. बऱ्याच विचारविनिमयानंतर मी आणि नॉर्मनने 'क्लासिक बीजिंग डम्प्लिग होम'मध्ये खाण्याचे ठरवले. त्या न्हाव्यांच्या दुकानातील वेश्यांप्रमाणे आम्ही खिडकीजवळच्या टेबलची निवड केली. तेथील लाल आणि सोनेरी खुणेकडे– जी त्यांना कळत नव्हती– निर्देश करून आम्ही या खुणेखाली या खिडकीजवळच्या टेबलवर थांबतो, असे त्यांना सांगितले.

मी तेथील वीस पानी चित्रांकित 'मेनू पुस्तक' चाळत असते तेव्हा वाइनचे ग्लास सतत भरलेले ठेवणाऱ्या वेट्रेसप्रमाणे एक वेट्रेस आमच्या अवतीभोवती रेंगाळते. मी सोयाबीनच्या तिखट सॉसबरोबर सोयाबीनच्या दुधाचे थंडगार दही, डुकराच्या यकृताचे पातळ तळलेले काप, कोबीची भजी आणि डुकराच्या मांसाचे तुकडे आणि नूडल्स अशी ऑर्डर दिली. माझ्या बाजूच्याच टेबलवर एक म्हातारे जोडपे, त्यांच्या भज्यांच्या प्लेटची वाट बघत, त्यांच्याबरोबर आलेल्या नातीला वेगवेगळे पदार्थ खाण्याचा आग्रह करत होते. त्यांच्या नातीने फळांचा स्वाद असलेले दही फस्त केले. नंतर गोड लस्सीचा ग्लास रिकामा केला. नंतर ती आइसक्रीमकडे वळली आणि व्हॅनिला आइसक्रीम खात-खात बटाटा वेफर्सवर ताव मारला. तिने अजून खावे म्हणून आजी-आजोबांचा आग्रह चालूच होता. काही शतकांच्या दुष्काळामुळे चिनी मानसिकतेमध्ये कोठेतरी प्रेम, आपुलकी आणि खाणे

या गोष्टी एकमेकांत गुंफल्या गेल्या आहेत. (आज मॅक्डोनाल्डकडे आम्ही पाठ फिरवण्याचे बहुधा हेच कारण असावे.) चीनच्या इतिहासात आता प्रथमच पाश्चिमात्य गोडधोड पदार्थांची देवाणघेवाण करून श्रीमंती किंवा सुखवस्तूपणा व्यक्त केला जातो. चिनी जनतेमध्ये लठ्ठपणाचे प्रमाण वाढते आहे. आजी-आजोबांची भज्यांची प्लेट येइस्तोवर नातीचे पोट भरले असले तर नवल नव्हते.

खाणे आटोपून नॉर्मन हात धुण्यासाठी वॉशरूमकडे गेला. परतल्यावर तो मला म्हणाला टॉयलेटमध्ये जाहिरातवजा चुटके असलेली पोस्टर्स लावली आहेत. एक मासला.

> एक माणूस पोलीस स्टेशनला फोन करतो. त्याची बायको हरवली आहे.
> माणूस : तुम्ही मला तिला शोधायला मदत कराल का?
> पोलीस : ती दिसायला कशी आहे?
> माणूस : ती बुटकी आहे, जरा लठ्ठ आहे, केस विरळ झाले आहेत आणि नाकाचं भजं आहे.
> पोलीस : मग तू तिला का शोधायचा प्रयत्न करतो आहेस?

मला हा विनोद अल्फ्रेडला पाठवायला हवा.

हळूहळू रेस्टॉरंटमधील गर्दी ओसरली. मुले अजून परतलेली नव्हती. मला काळजी वाटायला लागली. मी काही पर्यायी योजना तयार ठेवली नव्हती. नॉर्मन काचेच्या खिडकीपाशी उभा राहिला आणि मी त्यांना इकडेतिकडे शोधायला लागले. अनेक रेस्टॉरंट्स असलेला हा मजलाच मुळी सहा फुटबॉल मैदानांच्या आकाराचा होता. एका सरकत्या जिन्याच्या तोंडाशी मी घुटमळले. एका जिन्याने मी खाली जाईस्तोवर २३० सरकत्या जिन्यांपैकी कोणत्याही जिन्याने ते जर वर आले तर? आता माझा धीर सुटायला लागला होता आणि तेवढ्यात खूप दूरवर दोन ठिपके मला दिसले, धावत माझ्या दिशेने येताना. मी त्यांना हाका मारल्या आणि हात हालवले.

"आम्हाला रेस्टॉरंटच सापडेना!" धापा टाकत सॅम म्हणाला.

"आम्ही लाल खूण असलेले रेस्टॉरंट शोधत राहिलो; पण त्याचा काहीच उपयोग झाला नाही कारण सगळ्याच रेस्टॉरंट्सबाहेर तशा खुणा आहेत," बेन म्हणाला.

जगातील सर्वांत मोठ्या मॉलमध्ये माझी मुले हरवण्याची वेळ आल्यानंतर मला जाणवले की यीन/यानला, अगदी ती जरी याच शहरामध्ये असली तरी, एक कोटी साठ लाख लोकसंख्येच्या या दर घडी बदलणाऱ्या महानगरात शोधणे किती कर्मकठीण होते आणि तसा प्रयत्न करणारी मी किती वेडी होते. गुणी पॅनकडून

मिळालेल्या माहितीनंतर मनाला आलेली उभारी आता हळूहळू कमी होत होती. तो मला खरे सांगत होता हे कशावरून?कशावरून तो यीन/यानबद्दल रचलेली सुखान्त गोष्ट मला सांगत नसेल?

पॅन हा विश्वास ठेवण्यालायक माणूस नव्हता. त्याने फक्त गु वेमिंगला पोस्टाच्या स्टँपवरून छळले नव्हते, तर त्याने मला पण दगा दिला होता. सन १९७६मध्ये जेव्हा मी आणि नॉर्मनने लग्न करायचे ठरवले तेव्हा मी आमच्या वर्गाचा त्या वेळी साम्यवादी पक्षाचा सचिव आणि म्हणून वर्गप्रमुख शिक्षक असलेल्या पॅनला आमच्या लग्नाच्या पत्रिका सर्व वर्गमित्रांना, मैत्रिणींना देण्याची विनंती केली. एक विदेशी विद्यार्थी म्हणून रीतसर पक्षाच्या माध्यमातून सर्वांना आमंत्रण करणे ही माझी जबाबदारी आहे, अशी माझी भावना होती. परंतु पॅनने आमंत्रणाच्या पत्रिका कोणालाच दिल्या नव्हत्या. आमच्या लग्नाला कोणीच आले नव्हते, अगदी गु वेमिंगसुद्धा. मला फार वाईट वाटले. परंतु नंतर कळले की कोणालाच आमंत्रणे मिळाली नव्हती.

परंतु पॅन यीन/यानबद्दल खरेच सत्य सांगत असेल तर तिचा फोन नंबर मिळेपर्यंत त्याच्यावर विश्वास ठेवणे भाग होते. त्याला कदाचित तो मिळणारच नाही. किंवा आता त्याला माझ्या विनंतीवर विचार करायला वेळ मिळाला आहे तर कदाचित त्याला मी केलेल्या चुगलीच्या घटनेची आठवण होईल आणि त्याच्याकडे असलेली माहिती पण मला न देण्याचे ठरवेल. अर्थात, तो तसे बोलून दाखवणार नाही, पण तो परत फोनच करणार नाही. आणि अनेकांप्रमाणे तो नवीन फोन नंबर घेईल आणि मला तो कधी सापडणार पण नाही.

मला माझी मनःस्थिती ताळ्यावर आणण्याची गरज होती. माझे केस पण कापायला हवे आहेत. मी, नॉर्मन आणि मुलांना सांगते की मी त्यांना एका तासात स्केटिंग रिंगजवळ भेटेन आणि मी कटिंग सलून शोधायला निघते. मॉलमध्ये डझनाने सलून आहेत. मोठी आगाऊ रक्कम भरल्यास मोठ्यामोठ्या सूट देणाऱ्या योजनांच्या सलूनबाहेर जाहिराती लावल्या आहेत. मी जर ३००० युआन (यूएस$३१०/- किंवा अंदाजे रु. २३,४००/-) आगाऊ भरले तर तेथील सर्व सेवा अर्ध्या किमतीला होत्या. परंतु या पैशाची वसुली करायला मला कॅनडाला जायच्या आत, दोनशे वेळा केस कापून घ्यावे लागतील. एका वेळच्या कटिंगचा दर ३० युआन आहे. त्यामध्ये दोन वेळा शांपू, कटिंग, ब्लोड्राय इत्यादी सेवांचा अंतर्भाव होता. हे ठीक आहे. इकडे दोन वेळा केस धुतात– केस कापून झाल्यावर पण– त्यामुळे उरलेला दिवस तुम्हाला इकडेतिकडे केस पाडत फिरावे लागत नाही.

चीनची लोकसंख्या प्रचंड आहे आणि त्या मानाने पुरेसे काम नाही. सलूनच्या बाहेर एक प्रतिनिधी उभा होता. तो येणाऱ्या-जाणाऱ्यांना सलूनमध्ये येण्याचे आवाहन करत

होता. तेथील स्वागतिका माझी ऑर्डर घेते. तिसरा माणूस गुलाबी रंगाचा लॉरियालचा ढगळ झब्बा देतो. चौथा माझ्या केसांना शांपू लावतो, पाचवा माझे केस धुतो, सहावा माझे केस कापतो. माझी केशरचना करणाऱ्या वँग लीन याने घट्ट जीन्स आणि निळ्या रंगाचा अल्कपोने टी-शर्ट घातला होता. त्या पीच विकणाऱ्याप्रमाणे आणि मोजे विकणाऱ्या बाईप्रमाणे तो आणखी काही गोष्टी विकण्याचा प्रयत्न करतो. त्याने मला केसांना रंग लावण्याचे किंवा लाटालाटांचा आकार देण्याचे सुचवले.

"माझ्याकडे फक्त एक तास आहे," मी सांगितले.

"गरम तेलाने मालीश का करून घेत नाही? मी तुमच्या केसांना चकाकी आणीन."

"नको, धन्यवाद."

"भुवया कोरावयाच्या आहेत का?"

"नको, धन्यवाद."

"केसांना आणखी काही पोषक/औषधी तेले लावायची आहेत का?"

"नको धन्यवाद, फक्त केस कापायचे आहेत."

तो पंचवीस वर्षांचा होता आणि या व्यवसायामध्ये येऊन त्याला सात वर्षे झाली होती. मांचुरियातील कोळशाच्या खाणींसाठी प्रसिद्ध असलेल्या 'अन्शान' शहरामध्ये त्याचे उच्च माध्यमिक इयत्तेपर्यंत शिक्षण झाले होते. यीनप्रमाणेच त्याचे पण चीन सोडण्याचे स्वप्न होते. त्याने तसा एकदा प्रयत्नही करून पाहिला होता. तो दक्षिण कोरियापर्यंत गेला पण होता; परंतु पंधराच दिवसांत तो परत आला. तेथील आयुष्य आणखीनच कठीण होते. आता तो या मॉलमध्ये आठवड्याचे सहा दिवस रोज अकरा तास काम करतो. पूर्ण दमायला होते. तो सुस्कारा सोडतो. माझ्या कानांभोवतीचे केस कापता-कापता तो माझ्याबद्दल चौकशी करतो.

"मला कॅनडाला स्थलांतर करायचे आहे," तो मला सांगतो. "अमेरिकेला लागूनच कॅनडा आहे ना?"

"हो."

"आणि दुसऱ्या बाजूला फ्रान्स आहे, हो ना?"

"अगदी तसंच काही नाही"– मी म्हणाले.

वँग लीनने मला सांगितले तो इंग्रजी शिकण्याचा खूप प्रयत्न करत होता, पण काही प्रगती नव्हती. तो कॅनडासाठी एक प्रशिक्षित स्थलांतरित म्हणून अर्ज करण्याचा विचार करत होता. मी त्याला जितक्या समजूतदारपणे सांगता येईल तितक्या समजूतदारपणे सांगते की तिकडे केस कापण्याच्या व्यवसायातील प्रशिक्षणार्थींना मागणी नाही.

कॅनडाचे नागरिकत्व असलेल्यांच्या नातेवाइकांना स्थलांतर करणे सोपे जाते ना?

मी तुझा मानलेला मुलगा होऊ शकतो का? किंवा मी दत्तक घेतला जाऊ शकतो का? मी मानलेला किंवा दत्तक मुलगा नाही हे ते सिद्ध कसे करू शकतील?

आमचे संभाषण कोणत्या दिशेने जाते आहे याचा मला अंदाज आला. "तू माझ्यासाठी जामीन राहाशील का?" त्याने विचारले. "किंवा तू माझी नातेवाईक आहेस असे तरी सांगशील का?"

मी वँग लीनच्या प्रश्नांना थेट उत्तरे देण्याचे टाळते. त्याऐवजी मी त्याला विचारते, "तुला हा देश का सोडावासा वाटतो?"

"येथील लोकसंख्या प्रचंड आहे," तो म्हणतो. "येथे चार पैसे मिळवणे फार कठीण आहे."

आज १५ ऑगस्ट, माझा ५४ वा वाढदिवस. माझ्या एका महिन्याचा मोहिमेचा अर्धा काळ उलटला होता. अमेरिकेला जाणाऱ्या विमानामध्ये चढण्यासाठी आता दोनच आठवडे उरले होते. पॅनने दिलेली माहिती कदाचित चूक असेल, कदाचित ती बीजिंगमध्ये नसेलच. आता फार वेळ न उरल्यामुळे माझ्या आशा मावळायला लागल्या होत्या.

परंतु आता मला बीजिंग विद्यापीठाच्या वसतिगृहात माझ्याबरोबर माझ्या खोलीत राहाणाऱ्या मैत्रिणीला भेटण्याचे वेध लागले होते. गु वेमिंगप्रमाणे आणि सन १९६६च्या दरम्यानच्या जवळजवळ प्रत्येक पौगंडावस्थेतील चिनी तरुण-तरुणींप्रमाणे स्कार्लेट झँग पण उच्च माध्यमिक शाळेमध्ये असताना, सांस्कृतिक क्रांतीच्या काळामध्ये रेडगार्डच्या एका विभागामध्ये सामील झाली होती आणि शिक्षक, शाळा प्रशासन इत्यादींवर हल्ले करण्यात उत्साहाने भाग घेतला होता. परिणामी तेव्हा संपूर्ण शिक्षण व्यवस्थाच कोलमडली होती. बीजिंग विद्यापीठाच्या वसतिगृहात एक वर्ष एकत्र राहिल्यावर सन १९७३मध्ये जेव्हा आमचे मार्ग वेगळे झाले, तेव्हा तिने तिच्या हातातील रेडगार्डची निशाणी असलेली लाल फीत मला आठवण म्हणून दिली होती आणि मी, एक होतकरू रेडगार्ड, त्यामुळे अगदी भारावून गेले होते.

स्कार्लेटने मला आधीच सावध केले होते की इतरत्र सुरू असल्याप्रमाणे, तिच्या सोसायटीकडे जाणाऱ्या रस्त्याचे पण सध्या दुरुस्तीचे काम चाललेले होते. जशी माझी टॅक्सी उभी राहिली तशी मी तिला त्या अर्धवट बांधकाम झालेल्या रस्त्याच्या बाजूला माझी वाट बघत थांबलेली बघितली. ती तिच्या नातीला बालवाडीच्या वर्गात बसवून, मला रस्ता सापडेल का नाही या भीतीने घाईघाईने येऊन थांबलेली होती. पंचावन्न वर्षांची स्कार्लेट जरा जाडी झाली होती. आमच्या वेळी आमच्या वर्गातील ती सर्वांत उंच मुलगी होती. ती व्हॉलीबॉल उत्तम खेळायची. तिच्या

उंचीमुळे नेटजवळ जाऊन उंच उडी मारून बॉल स्मॅश करण्यात ती तरबेज होती. ती तिच्या उंचीमुळे मुद्दामच जरा ढगळ माओसूट घालायची. आत्ता पण तिने अंग लपवण्यासाठी, डेनिमचा ढगळ कोट घातला होता– आणि माझा विश्वास बसत नाही, पण त्या कोटवर अमेरिकन राष्ट्रध्वजाचे विणलेले चित्र होते. तिने मला चक्क मिठीच मारली आणि तिच्या जुन्या सवयीप्रमाणे माझे हात हातात घट्ट धरून ठेवले. ती राहत असलेल्या इमारतीच्या दिशेने जाताना, तिला शोधण्यासाठी मला काय-काय करावे लागले ते मी तिला सांगितले.

"मी आता बीजिंग वाचनालयात काम करत नाही," – ती म्हणाली. "मी आता अर्धनिवृत्तच आहे असे समज. कधीकधी मी सांस्कृतिक मंत्रालयात काम करते, परंतु ते तुला माहिती असण्याची शक्यताच नव्हती. तू ऑल चायना जर्नालिस्ट्स फेडरेशनची मदत घेतलीस हे चांगले केलेस. माझ्या अंदाजाप्रमाणे बीजिंग वाचनालयाने तुला माझा फोन नंबर दिला नसता."

"तुला शोधण्यासाठी मी बीजिंग विद्यापीठात पण गेले."

मान हलवत ती म्हणाली – "त्यांना माहिती असणे शक्यच नव्हते. आता माझा त्यांच्याबरोबर काहीही संबंध उरला नाही." सांस्कृतिक क्रांतीच्या काळातील अनेक विद्यार्थ्यांप्रमाणे, त्यात मी पण आले, तिच्या पण विद्यापीठाबद्दलच्या आठवणी तेवढ्या चांगल्या नव्हत्या. शेवटचे मी तिला सात वर्षांपूर्वी भेटले होते तेव्हा तिच्या नवऱ्याने त्याच्या वन मंत्रालयाच्या नोकरीतून मुदतपूर्व निवृत्ती घेतली होती आणि वन्य जीवनावर छोट्या-छोट्या डॉक्युमेंटरीज निर्मितीचा व्यवसाय सुरू केला होता. आणि जसा त्याला व्यवसायामध्ये पैसा मिळायला लागला तसे त्याने उपकरणे भाड्याने देणे, दूरदर्शनवर मालिका बनवणे, छोटे-छोटे माहितीपट बनवणे इत्यादी सुरू केले आणि स्कार्लेटने इकडे घरे बदलणे सुरू केले. "सात वर्षांत मी पाच घरं बदलली," हसत-हसत तिने सांगितले.

तिचे एक घर बेन मॉकच्या व्हिलाप्रमाणे ३,४०० चौ.फुटांचे होते आणि विमानतळापासून अगदी जवळ होते. तिचे सर्वांत मोठे- अवाढव्य मोठे ८,६०० चौ. फुटांचे घर उत्तर बीजिंगमध्ये होते. "नंतर 'माऊ माऊ'ला मुलगी झाली," तिच्या एकुलत्या एका मुलीचा उल्लेख करत ती म्हणाली. "मी आता आजी आहे म्हणून आम्ही शहरामध्ये परतलो." ती आणि तिचा नवरा आता त्यांची मुलगी, जावई आणि नातीबरोबर राहतात. माऊ माऊने फिल्म एडिटिंगमध्ये पदवी घेतली होती आणि ती घरच्या व्यवसायातच लक्ष घालते. स्कार्लेटचा जावई 'पीपल्स लिबरेशन आर्मी'मध्ये मध्यम हुद्द्याचा अधिकारी आहे. "गेल्या वेळी मी तुला बोलले नाही; कारण तेव्हा सैन्य दलाची प्रतिमा चांगली नव्हती. मला वाटते ही गोष्ट तुला आवडणार नाही."

माझ्या आधीच्या काही भेटींमध्ये माझे आणि स्कार्लेटचे तियानमेन चौकामधील

रक्तपातासंबंधी थोडक्यात बोलणे झाले होते. तो विषय फारच संवेदनशील होता. माझ्या माहितीतील बहुतेक चिनी लोकांना त्या विषयाची चर्चा टाळणेच सुरक्षित वाटते. सन १९९९मध्ये मंगोलियन 'हॉट पॉट' हॉटेलमध्ये तिने मला खाना दिला होता. तिच्या नवऱ्याच्या मित्राने मला घरी सोडले होते आणि स्कार्लेट मागील सीटवर बसलेली होती. चिनी राज्याच्या स्थापनेचा तो पन्नासावा वर्धापनदिन होता– आणि त्या रक्तरंजित घटनेचा दहावा. तियानमेन चौकातून जात असताना स्कार्लेटने माझे कारला बसलेल्या हलक्याशा धक्क्यांकडे आणि टायरच्या वाढलेल्या आवाजाकडे लक्ष वेधले. तियानमेन चौकातील रणगाड्यांच्या चाकांमुळे झालेल्या खडबडीत भागावरून आमची कार चालली होती. आता तेथे कारला धक्के बसत नाहीत कारण मित्र सांगतात, "आता तो भाग नव्याने बनवलेला आहे." त्या वेळी मी स्कार्लेटला विचारले होते की सरकार या रक्तरंजित आठवणी दाबून टाकण्यात यशस्वी होईल का. "अर्थात, जनता एवढ्या सहजपणे काय झाले हे विसरू शकणार नाही माझ्या मैत्रिणी," ती शांतपणे म्हणाली होती. "मी स्वतः काय झाले हे कधीच विसरू शकणार नाही. आमच्या हृदयात या आठवणी तेवत राहिल्या आहेत. चीनमध्ये बदल घडवून आणायला हिंसाचार हा मार्गच नाही. आम्हाला शांततेने बदल घडवत गेले पाहिजे."

स्कार्लेटची भविष्यवाणी खरी ठरली होती. सन १९८९ नंतर चीनमध्ये एकही दंगल झालेली नव्हती आणि या मधील काळामध्ये चीनने चांगली प्रगती केली होती आणि भरभराट पण झाली होती. आम्ही लिफ्टने तिच्या अकराव्या मजल्यावरील फ्लॅटमध्ये गेलो. हा फ्लॅट तिने तिचे नवीन घर तयार होईपर्यंत, भाड्याने घेतला होता. "आम्ही परत घर बदलतो आहोत. आम्ही अजून एक व्हिला घेतला आहे. बांधकामाला ऑक्टोबरमध्ये सुरुवात होईल."

"इतक्या वेळा घर बदलणे दमणूक करणारे आहे नाही?"

"हल्ली घर बदलण्यासाठी मदत करणाऱ्या एजन्सींची सोय आहे," ती खांदे उडवत म्हणाली. तुम्हाला स्वतःला इकडची काडी तिकडे करावी लागत नाही.

स्कार्लेटने तिच्याकडे काम करणाऱ्या बाईला आम्हाला शांतपणे बोलता यावे म्हणून सकाळी सुट्टी दिली होती. घरामध्ये कामवाली बाई! मला आठवते, आमच्या वसतिगृहातील आमच्या खोलीची कॉंक्रीटची जमीन उजाडण्यापूर्वी पुसण्याची तिच्यात आणि माझ्यात चढाओढ लागायची. आम्ही दोघी, काळ्या रंगाच्या चामड्याचे कव्हर असलेल्या मऊ सोफ्यावर, शेजारी-शेजारी बसलो. तिच्या घराचा हा बाहेरचा हॉल किमती वस्तूंनी सजवला होता. त्यामध्ये महोगनी लाकडाचे पुस्तकाचे कपाट होते, तसेच जमा केलेल्या विविध वस्तूंची शोकेस पण होती. बऱ्याचशा वस्तू बांधून ठेवल्या होत्या. तिने मला सांगितले, मला ग्रीन-टी आवडतो हे तिच्या लक्षात होते. बाजूलाच असलेल्या मशिनमधून तिने उकळते पाणी किटलीमध्ये घेतले आणि चहा बनवला. चहा

ओतता-ओतता तिने मला आठवण करून दिली की आता तिचे नाव स्कार्लेट नाही. तिने तिच्या नावातील 'Hong' शब्द बदलून, त्याचप्रमाणे उच्चारण होणारा शब्द वापरून नाव बदलले होते. आता तिच्या नावाचा अर्थ होतो 'स्वच्छ नितळ पाण्याचे तळे'. ''मला माझे क्रांतिकारी आक्रस्ताळे नाव आवडतच नव्हते,'' ती म्हणाली.

स्कार्लेट, स्वच्छ, नितळ पाण्याचे तळे, पत्ते, फोन नंबर, रस्ते, इमारती, अगदी लोकांची नावे पण – काहीच पूर्वीचे राहिले नव्हते. परंतु माझ्या मैत्रिणीबरोबर, त्या सांस्कृतिक क्रांतीच्या काळातून गेल्यानंतर मी तिचा 'स्वच्छ नितळ पाण्याचे तळे' असा संबंध जोडू शकत नव्हते. माझ्यासाठी ती स्कार्लेटच होती. यावरून मला आठवले, ज्या मुलीची मी चुगली केली होती तिचे अजून पण मला पूर्ण नाव माहीत नव्हते.

''मला वाटतं तिचे नाव लुयी असावे,'' स्कार्लेट म्हणाली. आता माझा खरोखरच गोंधळ उडाला होता. मला वाटते स्कार्लेटने प्रथम तिचे नाव 'लुओयी' असे मला सांगितले होते आणि त्यामुळे पॅनने मला तिचे नाव यान लुयी असे सांगितले होते.

स्कार्लेटने माझ्या हातातून माझी वही घेतली आणि चिनी लिपीप्रमाणे काहीतरी लिहिले : यीन लुयी. लुयी म्हणजे मैत्रीचा रस्ता आणि आडनावातील यीनचा अर्थ चांदी.

''मी तिला शोधायचा प्रयत्न करते आहे,'' मी तिला सांगितले. ''तो दुर्गुणी पॅन म्हणतो ती बीजिंगमध्येच आहे. मला तिला भेटून तिची माफी मागायची आहे.''

''तसं कोणी करत नाही,'' भुवया उंचावत स्कार्लेट म्हणाली. ''आता सांस्कृतिक क्रांतीबद्दल तर कोणी बोलत पण नाही.'' परंतु माझ्याबरोबर एक वर्ष एकत्र राहिल्यामुळे तिला माझ्या विचित्र स्वभावाची कल्पना होती. सन १९९४मध्ये स्कार्लेटला यीनबद्दल जेव्हा मी प्रथम विचारले होते तेव्हा तिने मला अगदी त्रोटक माहिती दिली होती. आता मी जेव्हा तिला यीन माझ्याकडे कशी आली आणि मग आमचे काय बोलणे झाले वगैरे सांगितले, तेव्हा तिने कपाळाला आठ्या घातल्या. जेव्हा काय बोलावे यावर तिचा गोंधळ उडतो, तेव्हा ती कपाळाला अशाच आठ्या घालते.

''ती तुला माझ्यामुळेच भेटली. यीन आणि मी, आम्ही दोघी विद्यापीठाच्या व्हॉलीबॉल टीममध्ये होतो. ती आपल्या आधी बीजिंग विद्यापीठात दाखल झाली होती. इतिहास हा मुख्य विषय घेतलेल्या आम्ही दोघीच त्या टीममध्ये होतो म्हणून आमची मैत्री झाली. ती दिसायला खूप सुंदर होती आणि खूप उत्साही होती.''

स्कार्लेट ही आमच्यामधील दुवा होती, हे मला माहीतच नव्हते. माझ्या आठवणीप्रमाणे यीन मला आणि एरिकाला अचानकच येऊन भेटली होती. याचा अर्थ, त्या काळाच्या संदर्भात घ्यायचा तर चीन सोडण्याच्या स्वप्नात यीनने स्कार्लेटला पण गुंतवून तिचे पण भवितव्य धोक्यात आणले होते. मला स्कार्लेटची मनःस्थिती जरा बिघडल्यासारखी वाटली. ''आता मागचा विचार करायचा तर मी इतकी साधी होते,'' कोठेतरी दुखावल्याची जाणीव होत ती म्हणाली. ''तिच्याबद्दल मला तशी

काहीच माहिती नव्हती. तिने माझा वापर केला. तुझ्यापर्यंत पोहोचण्यासाठी तिने मुद्दामच माझ्याशी मैत्री केली.''

तिने शून्यमनस्क स्थितीत माझा चहाचा कप भरला. मला जाणवले की मनाने ती आता आमच्या विद्यापीठातील विद्यार्थी दशेच्या काळात गेली होती. आम्ही सर्वांनी माओच्या शिकवणीबरहुकूम वागण्या/ राहण्याचा जिवापाड प्रयत्न केला होता. आता ती एका श्रीमंत माणसाची बायको होती, जेथे संपत्तीची पूजा होते अशा एका शहरामध्ये राहत होती. या नव्या चौकटीत, संदर्भात स्कार्लेट यीनच्या विनंतीचा परत एकदा विचार करत होती. ती स्वतःशीच म्हणत होती, ''खरं तर तिची मागणी काही फार मोठी नव्हती. तिला फक्त अमेरिकेला जायचं होतं. त्यात काय मोठंसं. फक्त ती तिच्या काळाच्या खूप पुढे होती. आपण तिला समजून घेऊ शकलो नाही.''

''पुढे काय झालं?'' मी माझे प्रश्न चालू ठेवले. त्या वेळी चीन हा एक बंदिस्त, गुपितांचा देश होता. स्कार्लेटवर माझ्यासारख्या विदेशी विद्यार्थिनीला मोकळेपणाने काही सांगण्यास अर्थातच बंधने असणार. ''मला आठवतं सन १९९४मध्ये तू मला सांगितलं होतंस की यीनची जाहीरपणे निर्भर्त्सना केली गेली होती,'' मी म्हणाले.

स्कार्लेटने मान हलवली. ''ती काही निर्भर्त्सना नव्हती, फक्त टीका होती.'' खास माओवाद्यांपणे शब्दच्छल करत ती म्हणाली. हडेलहप्पी फू आणि कार्यकर्ता हुअँग यांच्यामुळे एरिका आणि मला अशा टीकासत्रांना वारंवार तोंड द्यावे लागले होते. तो प्रकार म्हणजे शाळेच्या मुख्याध्यापकांनी त्यांच्या खोलीत बोलावून घेण्यासारखे होते- फारसे आनंददायी नाही; परंतु अगदी आकाश कोसळणारे पण नाही. निर्भर्त्सनासत्र त्यामानाने फार क्रूर आणि कठीण असायचे. यीनला फक्त टीकासत्रालाच तोंड द्यावे लागले, हे ऐकून मला पण थोडे हायसे वाटले.

''तिला आणखीही काही अवघड प्रसंगांना 'सिझाँग' तोंड द्यावे लागले,'' स्कार्लेट सांगत राहते. सिझाँग या शब्दाला अनेक अर्थ, छटा आहेत. त्याचे भाषांतर कठीण आहे. या शब्दामध्ये मतप्रणाली, विचारधारा, पुनर्विचार, भव्य कल्पना असे अर्थ समाविष्ट आहेत. यीनने धीटपणे तिचे स्वप्न सांगितले होते आणि त्याची किंमत पण तिला चुकवावी लागली. परंतु जर तिला फक्त टीकेचे धनी व्हावे लागले होते आणि तिची जर जाहीर निर्भर्त्सना झाली नव्हती तर मग तिला विद्यापीठातून काढून का टाकले? मी हे विचारण्याआधीच स्कार्लेट स्वप्नात असल्याप्रमाणे म्हणाली, ''मी तिच्यावर टीका करावी असे त्यांचे मत होते. मी स्पष्ट नकार दिला. अशा प्रसंगी काय बोलायचे असते ते मला माहीत नव्हते म्हणून कोणीतरी दुसऱ्याने माझे भाषण लिहिले होते.''

हे स्कार्लेटने मला, सन १९९४मध्ये, जेव्हा मी माझ्या डायरीतील नोंद तिला

सांगितली होती, तेव्हा सांगितले नव्हते. त्या वेळी तिने असे सूचित केले होते की त्या प्रसंगी ती गप्प राहिली होती. या नवीन खुलाशावर मी काही प्रतिवाद करत नाही. मला नाही वाटत बारा वर्षांपूर्वी तिने जे काही मला सांगितले ते तिला आता आठवत असेल. कदाचित माझ्याप्रमाणेच ती पण तिच्या भूतकाळात जे-जे घडले होते ते आता स्वीकारण्याच्या, मान्य करण्याच्या मानसिकतेला आली असेल. कदाचित यामधील काळामध्ये तिने शांतपणे वास्तव मान्य केले असेल.

"तुला 'हु गुओचेंग' आठवतो का?" माझ्या मनातील विचारांची साखळी तोडत ती म्हणाली.

मला आठवते, तो आमचा वर्गमित्र होता. अत्यंत टापटीप, व्यवस्थित राहणीचा आणि आकर्षक व्यक्तिमत्त्वाचा आणि साम्यवादी पक्षाचे सभासदत्व मिळवण्याचे ध्येय ठेवणारा.

"त्याने ते टीकात्मक भाषण लिहिले. मला ते मोठ्याने वाचायचे होते. नाही म्हणण्याची माझी हिंमत नव्हती. इतर पण काही जण बोलले," स्कार्लेटने मला सांगितले.

स्कार्लेट थोडी अस्वस्थ झाल्यासारखी वाटली. यात माझ्या मैत्रिणीचा काही दोष नव्हता. चीनमधील दडपशाहीच्या राजकीय वातावरणात एखाद्या व्यक्तीपुढे दुसरा पर्यायच काय असू शकतो? मला पर्याय होता. मी जर यीनच्या बोलण्यावर निष्कारण बडबड केली नसती, तर माझे काहीच बिघडत नव्हते. मी बाहेरून आलेली होते, विदेशी होते, माझ्याकडे पासपोर्ट होता. मला काहीच शिक्षा झाली नसती. त्याउलट स्कार्लेट किंवा दुसऱ्या कोणासाठीतरी अशा बाबतीत फार तत्त्वनिष्ठ भूमिका घेणे त्यांना महागात पडले असते. यीनवर टीका करण्याचा आदेश मानण्यावाचून तिला गत्यंतर नव्हते; नाहीतर तिला स्वतःलाच शिक्षा होण्याची भीती होती. यीनच्या शिक्षेमध्ये माझ्या मैत्रिणीचा पण सहभाग होता; परंतु तिच्यावर त्यासाठी खूपच दबाव पण होता. माझ्या हातून जे कृत्य घडले होते त्याच्या पार्श्वभूमीवर मी तिचा निवाडा कोणत्या तोंडाने करणार होते?

मला माहीत होते की, यीनवरील टीकासत्राचा कार्यक्रम तिच्याच वसतिगृहात, म्हणजे इमारत क्रमांक छत्तीसमध्ये घडला होता; परंतु मला त्याची इत्थंभूत माहिती नव्हती.

"ती रडली का?" मी तिला विचारले.

"नाही, अजिबात नाही. तिने तोंडातून शब्दही काढला नाही. ती फक्त गप्प उभी होती."

"मग तिला विद्यापीठातून काढून टाकले?" मी विचारते.

"तिला काढून नव्हते टाकले. त्याला काढून टाकणे म्हणत नाहीत, तिला डिप्लोमा नाकारण्यात आला, तिला घरी पाठवण्यात आले."

मलातरी हे काढून टाकल्यासारखेच वाटते. परंतु चिनी संस्कृती ही लेखी शब्दांमध्ये घट्ट रुतलेली आहे. 'किचू'- काढून टाकणे- हा योग्य आणि कायदेशीर शब्दप्रयोग होता. आम्ही क्षणभर गप्प राहिलो. थोड्या वेळाने स्कार्लेट म्हणाली, "तू 'वँग चुनमायी'ला शोधायचा प्रयत्न कर. तुला आठवते का ती?"

वँग ही सडपातळ, उत्साही आणि लोखंडाच्या कांबीसारखी होती. ती तिच्या माओसूटमध्ये पण छान दिसायची; अगदी माओच्या प्रचारकी पोस्टरमधील माओवचनांचे लाल पुस्तक हातामध्ये उंच धरणाऱ्या कट्टर रेडगार्डसारखी. माझ्या आठवणीप्रमाणे स्कार्लेटच्या पुढच्या वर्गाची ती पक्षाची प्रतिनिधी म्हणून होती.

"वँगला पण पदवी मिळाल्यावर विद्यापीठामध्ये शिक्षक म्हणून नोकरी मिळाली," स्कार्लेट सांगते. आता ती संपूर्ण इतिहास विभागाची साम्यवादी पक्षाची सचिव आहे. कदाचित तिला यीनबद्दल काही माहिती असेल.

दार उघडण्याचा आवाज आला. स्कार्लेटचा नवरा 'झँग काँगमी' आत आला. आज तो लवकर घरी आला आहे, खास मला भेटायला. (हो, त्याचे आणि स्कार्लेटचे आडनाव त्यांच्या जावयाप्रमाणेच सारखेच आहे. जेव्हा एका देशात दहा कोटी झँग असतात तेव्हा असेच होणार.)

स्कार्लेट यीनबद्दल बोलता-बोलता एकदम गप्प झाली. तिच्याकडील काम करणाऱ्या बाईने आमचे बोलणे ऐकू नये म्हणून स्कार्लेटने तिला आज सुट्टी दिली होती. आता असे दिसते आहे की तिच्या नवऱ्याने पण आमचे संभाषण ऐकू नये असे तिला वाटत असावे. चीनमधील प्रत्येक जण सांस्कृतिक क्रांतीच्या काळातील त्याचा सहभाग, त्या कटू आठवणी मनाच्या एका कोपऱ्यात खोल कोठेतरी गाडून टाकायला बघतो आहे. नवरा-बायको पण त्यांनी त्या काळामध्ये काय केले हे एकमेकांपासून लपवण्याचा प्रयत्न करतात. ते त्यांच्या मुलांना किंवा मित्रांना पण काही थांगपत्ता लागू देत नाहीत. तो काळ, त्या वेळच्या कटू आठवणी कोणालाच आठवायच्या नाहीत.

झँगचा चेहरा गोल होता आणि डोक्यावर दाट केस होते. त्याने ते काळ्या रंगात रंगवले होते. त्याने पांढरा स्वच्छ शर्ट आणि पांढरी पँट असा पोशाख केला होता. शारीरिक कष्टांचे, मेहनतीचे काम करणारी ही व्यक्ती नाही, हे त्यातून ध्वनित होत होते. स्कार्लेटने चटकन उठून त्याच्या चपला आणल्या आणि त्याच्या पायाशी ठेवल्या. नंतर तिने भल्या मोठ्या फ्रिजमधून कोकाकोलाचा कॅन काढला, उघडला आणि टीपॉयवर त्याच्यासमोर ठेवला. का कोणास ठाऊक, पण मला तिच्या अशा वागणुकीचे नवल वाटले; कोठेतरी खटकले. माओच्या प्रसिद्ध वचनांपैकी एक होते 'स्त्री ही अर्ध्या स्वर्गाची हक्कदार आहे,' आणि तरीही स्कार्लेट एका पारंपरिक चिनी नारीप्रमाणे वागत होती.

झँगने, त्याचा व्यवसाय गेल्या काही वर्षांत कसा वाढला ते मला सांगितले.

सिनेउपकरणे भाड्याने देणे, डॉक्युमेंटरीज बनवणे या त्याच्या उद्योगांबरोबरच त्याची 'डॉ. हेन्री ली' या चिनी-अमेरिकन फोरेन्सिक शास्त्रज्ञाला घेऊन दूरदर्शनवर एक मालिका चालू होती. डॉ. हेन्री ली या फोरेन्सिक शास्त्रज्ञाने जॉन बेनेट रामसे खून, ओ. जे. सिम्सन खटला, लासी पीटरसन खून खटला, ९/११ दहशतवादी हल्ल्याची चौकशी, वॉशिंग्टन डीसी येथील एका गोळीबाराची घटना आणि व्हाइट हाउसमधील सल्लागार व्हिन्सेंट फॉस्टर यांची आत्महत्या इत्यादी लक्षवेधी खटल्यांमध्ये/शोधांमध्ये भाग घेतला होता. झँग मला सांगतो की, त्याच दिवशी दुपारी सन १९४०च्या चिनी युद्धातील एका सैनिकाच्या अतुलनीय शौर्याबद्दलच्या चित्रपटाच्या चित्रीकरणासाठी तो एक महिना 'हेनान' प्रांतात जात आहे.

त्रेसष्ठाव्या वर्षी तो एक यशस्वी आणि श्रीमंत माणूस होता. त्याच्या कंपनीमध्ये पन्नास-एक जण काम करतात आणि त्याच्या कंपनीचे दरसाल काही दशलक्ष अमेरिकन डॉलर्स एवढे उत्पन्न आहे. स्कार्लेट अभिमानाने सांगते की माझ्या नवऱ्याला ('Chu rentoudi') नेहमीच इतरांपेक्षा दशांगुळे वर राहण्याची ईर्षा होती.

स्कार्लेटने जरी यीनचा विषय काढला नाही तरी माझ्या या शोधाच्या प्रयत्नाबद्दल झँगचे मत काय आहे हे मला जाणून घेण्याची उत्सुकता होती. त्याने कडवटपणे मान हलवली. ''माओ झेडाँग'च्या काळामध्ये आम्ही गाढवासारखे कष्ट करत होतो; परंतु तरी पण नेहमीच अर्धपोटी होतो.'' एक कोकचा मोठा घोट घेत तो म्हणाला, ''आता जोपर्यंत आम्ही राजकारणाची चर्चा करण्यात आमची शक्ती खर्च करत नाही तोपर्यंत आमची आर्थिक प्रगती वेगात होत राहील. माझा दावा आहे, पुढच्या पाच वर्षांत जागतिक बाजारपेठ आमचीच असेल. सरकारमधील अतिउच्च पदस्थांना राजकारण करू दे, त्याची चर्चा करू दे. आम्ही त्यात वेळ घालवणार नाही.''

झँग सांगतो, सन १९३०च्या शॅनडाँग प्रांतातील दुष्काळात त्याचे कुटुंब बाहेर पडले. ते मांचुरियाला पोहोचले. तेथे त्यांनी व्यवसाय चालू केला आणि त्यांची भरभराट झाली. जेव्हा साम्यवादी राजवट आली तेव्हा युद्धकालीन चलनफुगवट्यामुळे त्यांच्या व्यवसायाला फटका बसला; पण त्यामुळेच दैवाने आम्हाला हात दिला कारण सांस्कृतिक क्रांतीच्या काळातील छळापासून त्यांची सुटका झाली. झँगच्या भांडवलदार पार्श्वभूमीमुळे त्याला विद्यापीठातील शिक्षणासाठी अपात्र ठरवण्यात आले. तो 'बेजिंग पेट्रोकेमिकल जनरल फॅक्टरी'च्या जाहिरात/प्रचार विभागामध्ये छायाचित्रकार म्हणून नोकरी करत होता, जेथे एक दिवस स्कार्लेट आली. (इतिहास विषयातील पदवी, एक प्रचारकी काम सोडले तर इतरत्र कोठेही कामाची नव्हती.) ती कमनीय बांध्याची, लांब पायांची आणि देशातील एका प्रतिष्ठित विद्यापीठाची पदवीधर होती. तो तिच्यापेक्षा आठ वर्षांनी मोठा, स्वच्छंदी , रुबाबदार व्यक्तिमत्त्वाचा होता. जरी त्याची कौटुंबिक पार्श्वभूमी काही प्रश्न निर्माण करणारी होती तरी त्याने चीनच्या साम्यवादी पक्षामध्ये यशस्वीपणे

शिरकाव करून घेतला होता. स्कार्लेटचे ध्येय पण तेच होते. त्या दोघांनी लग्न केले आणि लगेचच त्यांना मुलगी झाली, 'माऊ माऊ'.

'तुम्ही सतत घरे का बदलता,' मी त्याला विचारले. तो मोठ्याने हसला आणि म्हणाला, "पार्किंगसाठी जागा मिळावी म्हणून." मी पण त्याच्या विनोदावर हसले तेव्हा तो म्हणाला, "खरंय ते. सन १९९९मध्ये जेव्हा मी सायन्स सेंटरजवळील इमारतीमध्ये आमच्या घरी खूप उशिरा यायचो, तेव्हा गाडी पार्क करण्यासाठी जागाच उरलेली नसायची. सन २००३मध्ये आमच्या दुसऱ्या घरी पण तीच परिस्थिती होती. मग आम्ही 'रोज गार्डन'मध्ये जागा घेतली; कारण तेथे आम्हाला दोन गॅरेजेस मिळाली."

बीजिंगपासून थोड्या अंतरावर असलेल्या या रोज गार्डनबद्दल मी ऐकले होते. अत्यंत महागडी आणि फक्त अतिश्रीमंतांसाठी तयार करण्यात आलेली 'निवासी घर योजना', अशी त्या रोज गार्डनची ख्याती होती. तेथील प्रत्येक व्हिलामध्ये पाच बेडरूम्स, सहा बाथरूम्स, त्याच्या आणि तिच्यासाठी वेगळे सॉना बाथ, टेबल टेनिससाठी खोली, पूल टेबलसाठी खोली, अभ्यासिका आणि तरण तलाव अशी सोय होती. एके दिवशी त्याच्या लक्षात आले की ती जागा खूपच मोठी आणि त्रासदायक आहे. "जेव्हा तुमच्याकडे एखादी गोष्ट नसते तेव्हा ती तुम्हाला हवीशी वाटते आणि जेव्हा ती गोष्ट मिळते तेव्हा तुमच्या लक्षात येते की एवढे सगळे असणे म्हणजे काय त्रास आहे. प्रत्येक वेळी तंदूर पेटवणे दमणूक करणारे होते, दर दोन दिवसांनी तरण तलाव स्वच्छ करण्याचे काम असायचे. सॉना बाथमध्ये आलेल्या पाहुण्यांबरोबर बसावे लागे. घरातील दिवे पेट्यांच्या हिशोबाने घ्यावे लागायचे.

आता तो भाड्याने घर घेणे पसंत करतो. "दर वर्षी घरं जास्तीत जास्त श्रीमंत आणि विलासी होत आहेत आणि मला माझं राहणीमान पण सतत उंचावायचं आहे. घर जर भाड्यानं घेतलं असेल तर ते तुम्ही कधीही सोडू शकता."

स्कार्लेट आमचे संभाषण तोडत म्हणाली, "मला मात्र मालकीहक्काचं घर हवं. मला दहा लाख युआन किमतीची मर्सिडीज-बेन्झ पण हवी आणि ती पण 'एसईएल ३००' मालिकेतील. आता ही मॉडेल्स चीनमध्ये तयार होऊ लागली आहेत आणि त्यासाठी आता प्रतीक्षा यादी पण झाली आहे."

मला काय बोलावे तेच कळत नाही. मला कधी स्वप्नात पण वाटले नव्हते की एके काळची माझी माओवादी मैत्रीण, $१३०,००० (अंदाजे रु. ७८,००,०००/-) किमतीच्या कारसाठी हट्ट धरून बसेल. माझ्या चेहऱ्यावरचे ते भाव बघून तिने लगेच नवऱ्याकडे निर्देश केला, "त्याने सुरक्षित कार घ्यावी असं मला वाटतं." स्कार्लेटने मला त्या गाण्याची आठवण करून दिली. 'जानीस जॉपलीन'प्रमाणे ती पण तिच्या मर्सिडीज-बेन्झची वाट बघते आहे. झँगकडे सध्या

दोन कार्स होत्या. त्यातील एक चामड्याच्या सीट्स, काळ्या काचा असलेली निस्सान सेडन होती. पुढच्या वेळी मी येईन तेव्हा स्कार्लेटकडे मर्सिडीज असेल याबद्दल माझ्या मनात संशय नव्हता.

"सन १९८०च्या दशकामध्ये वीस हजार युआन जवळ असतील तर श्रीमंत असल्यासारखे वाटायचे, सन १९९०च्या दशकामध्ये एक लाख युआन असतील तर श्रीमंत असल्यासारखे वाटायचे. आता लाखो युआन हवेत. पन्नास लाख म्हणजे काहीच नव्हते. आता दहा कोटी युआन ($१३ MN /अंदाजे रु. ७८ कोटी) म्हणजे थोडाफार पैसा आहे असे म्हणायचे." एवढा पैसा असून पण बीजिंगमधील सर्व बदलांशी जुळवून घ्यायचे म्हणजे सोपे नव्हते. स्कार्लेटला ड्रायव्हिंग येत नव्हते आणि ती मोटरसायकल वापरणे टाळते; कारण एकतर प्रचंड रहदारी आणि दुसरे म्हणजे प्रदूषण. दर आठवड्याच्या शेवटी शनिवार/रविवारी ते सर्व कुटुंबीय शहरापासून दूर निसर्गाच्या सान्निध्यात जरा बदल म्हणून जातात. "माझ्या नवऱ्याकडे ड्रायव्हिंगचा परवाना आहे; परंतु आता तो पण कार चालवायला घाबरतो. आता माऊ माऊ तरी ड्रायव्हिंग करते किंवा आमचे जावई तरी कार चालवतात. कधीकधी तर आम्ही ड्रायव्हरलाच घेऊन जातो."

झँगने त्याचा कोक संपवला आणि जाण्यासाठी उठला. नंतर स्कार्लेट मला सांगते, "गेल्या वसंतामध्ये तो घर बदलण्याचे म्हणत होता; पण मी दुर्लक्ष केले. माऊ माऊला बरोबर घेऊन तिने बीजिंगच्या उत्तरेला सतरा कि.मी. अंतरावर आकारास येत असलेल्या एका नव्या निवासी घरांच्या योजनेची पाहणी केली. त्याच्या मोठ्या घराबद्दलच्या नावडीकडे दुर्लक्ष करून तिने ३९०० चौ.फू.चा एक व्हिला २.७ MN युआन (US $३,५०,०००/- / अंदाजे रु. २.१० कोटी) एवढ्या किमतीला खरेदी केला. ती योजना विकसित करणारी कंपनी ही 'डेंग झिफँग' यांनी स्थापन केलेल्या मिलिटरी कंपनी समूहापैकी असलेल्या 'पॉली टेक्नॉलॉजिज' या कंपनीची उपकंपनी आहे. डेंग झिफँग हा डेंग झिया ओपिंग यांचा धाकटा मुलगा. मी सन १९८१मध्ये रोचेस्टर विद्यापीठाच्या लायब्ररीमधील 'क्युबिकल'मध्ये 'न्यू यॉर्क टाइम्स सन्डे मॅगझिन'साठी त्याची मुलाखत घेतली होती. त्या वेळी तो 'क्वांटम ऑप्टिक्स' या विषयाचा तेथे डॉक्टरेटचा विद्यार्थी होता. पदवी मिळाल्यानंतर त्याने वडिलांच्या राजकीय संबंधांचा आणि पदाचा फायदा घेऊन काही दशलक्ष डॉलर्सची गुंतवणूक असलेल्या शांघाय, हाँगकाँग येथील नौकानयन, गृहनिर्माण योजना इत्यादी व्यवसायांमध्ये आपले बस्तान बसवले. अलीकडच्या काळात आणि विशेष म्हणजे डेंग झिया ओपिंग यांच्या मृत्यूनंतर त्याचे अनेक व्यावसायिक घोटाळे उघडकीस आले आणि त्यामुळे झिफँगचे नाव बदनाम झाले आणि कायम चर्चेत राहिले.

"तुझे फारच कमी केस पिकलेले आहेत," या माझ्या विधानावर स्कार्लेटने

माझ्याकडे जणू मी वेडी होते अशा रीतीने पाहिले. "मी केसांना रंग लावते," ती म्हणाली आणि नंतर तिने असेही सांगितले की तिने तिच्या पापण्या पण शस्त्रक्रियेनी थोड्या बदलून घेतल्या होत्या. "तुझ्या लक्षात कसे नाही आले," काहीशा आश्चर्याने ती म्हणाली. तिने मला सांगितले, 'प्रामुख्याने एशियन वंशाच्या लोकांचे वैशिष्ट्य असलेल्या एकाच घडीच्या पापण्या मला आवडत नव्हत्या म्हणून मग मी शस्त्रक्रियेने दोन घड्या असलेल्या करून घेतल्या. दहाव्या शतकापासून चिनी लोकांमध्ये दुर्मीळ असल्यामुळे, दोन घड्यांच्या पापण्यांचे खास आकर्षण होते. त्यांच्या मते दोन घड्यांच्या पापण्या असलेला पुरुष किंवा स्त्री– पण खासकरून स्त्री– जास्त आकर्षक दिसते. हीच का माझी जुनी वर्गमैत्रीण असा मला प्रश्न पडला, जी त्या वेळी आरशामध्ये पण कधी बघायची नाही आणि माझ्या उपस्थितीत कपडे बदलायला पण लाजायची. माओ जॅकेट घातल्याशिवाय कधी खोलीबाहेर पण पडायची नाही. तिला अंगात घातलेला घट्ट स्वेटर पण उत्तान वाटायच. त्या वेळी ती म्हणायची, "शी, बघायलाच कसेतरी वाटते."

स्कार्लेटने साम्यवादी पक्षाचे सभासदत्व घेण्याचा खूप प्रयत्न केला; पण तिला यश आले नाही. पुरेशी तयारी नाही आणि योग्यता नाही म्हणून नेहमीच तिला नकार मिळाला. "नंतर मीच नाद सोडला," आता ती सांगते. "आता मी तो विचार पण करत नाही." तिचा नवरा म्हणजे नव-बीजिंग वादाच्या विरोधाभासाचा एक नमुना होता. श्रीमंत भांडवलदार आणि साम्यवादी पक्षाचा कार्डधारक सभासद. ती म्हणते निवृत्त सभासदांच्या सभांना त्याने हजेरी लावणे अपेक्षित होते. "तो गेल्या दहा वर्षांत गेला नाही." ते याला फोन करतात, हा त्यांना सांगतो 'मी कामात आहे.' परंतु त्याला अजून पक्षाची वर्गणी भरावी लागते आणि त्यासाठी तो जावयाबरोबर पैसे पाठवून देतो. पक्षाचे पदाधिकारी सांगतात, "असे दुसऱ्याबरोबर पैसे पाठवणे नियमात बसत नाही." ते त्याला पक्षाची कागदपत्रे, ठराव, इत्यादी वाचनासाठी/अभ्यासासाठी पाठवतात. ती आणायला पण तो आमच्या जावयालाच पाठवतो; परंतु नंतर ते सगळे वाचायचा हा कधी त्रास घेत नाही.

ती हसत सांगते – "कधीकधी पक्षाच्या तिजोरीमध्ये जास्त पैसे उरतात म्हणून ते सभासदांना काही वस्तू पाठवतात/वाटतात."

"कशा प्रकारच्या वस्तू?"

"अलीकडे त्यांनी सोया-सॉसच्या बाटल्या वाटल्या. ती आणायला पण याने जावयाला पाठवले."

अथांग समुद्रात तिला शोधण्यासारखं...

स्कार्लेटबरोबरच्या माझ्या भेटीतून काहीच नवीन धागेदोरे हाती आले नव्हते आणि नवीन निष्पन्नही झाले नव्हते. आणि यीनचा मोबाइल नंबर देण्यासाठी पॅनचा पण अजून काही फोन आला नव्हता. आता माझी खात्री झाली होती की त्याच्याकडून मिळालेल्या माहितीमुळे सुरुवातीला जी माझ्या मनाला एकदम उभारी आली होती ती खूपच अनाठायी होती. मनामध्ये कोठेतरी आता वाटायला लागले होते की यापुढे त्याच्याकडून काही मदतीची अपेक्षा करण्यात अर्थ नाही आणि त्यामुळे खचल्यासारखे झाले होते. यीन जिवंत आहे, असलीच तर; एवढी माहिती मला पुरेशी नव्हती. तिला कोणकोणत्या दिव्यातून जावे लागले ते सर्व मला माहिती करून घ्यायचे होते आणि मला तिची मनापासून माफी मागायची होती. पॅन मदतीसाठी येईल या आशेवर मला राहून चालणार नव्हते, तर मला स्वतःला तिचा शोध घेणे चालूच ठेवले पाहिजे.

द टाइम्स या वृत्तपत्राचा पत्रकार 'ऑलिव्हर ऑगस्ट' याने, मी खासगी गुप्तहेराची मदत घ्यावी असे मला सुचवले. मला एकदम आश्चर्याचा धक्काच बसला. सन १९९०मध्ये जेव्हा मी येथे आले होते तेव्हा असे कोणी येथे नव्हते; परंतु चौकशी केल्यावर मला कळले की, एकट्या बीजिंगमध्ये आज जवळजवळ तीन-एकशे खासगी गुप्तहेर एजन्सीज होत्या. पोलिसी राज्याच्या प्रस्थापितीकरणाचा हा एक फायदा होता- बीजिंगच्या पोलिसांनी नेहमीच जे-जे केले होते- उदाहरणार्थ, कागदपत्रे चोरणे, लोकांवर पाळत ठेवणे, फोनवरील संभाषण चोरून टेप करणे, खासगी पत्रव्यवहार उघडणे, वाचणे, पाठलाग करणे, सरकारी खात्यातील गुप्त माहिती काढणे इत्यादी, ते ते सर्व आता माजी पोलिसांकरवी पैसे देऊन, करून घेता येत होते.

स्कार्लेटच्या आधीच्या वर्गातील पक्षाची प्रतिनिधी असलेल्या वँगने एका 'बीजिंग मिंग हावो' (शब्दशः अर्थ चलाख/हुशार आणि सावध) नावाच्या गुप्तहेर

एजन्सीकडून फोनवरून त्यांच्या-त्यांच्या विविध प्रकारच्या कामांचे दर वगैरे माहिती काढली होती. हरवलेल्या व्यक्तीचा शोध घेण्याच्या कामाची त्यांनी ३००० युआन, (अंदाजे $४०० / अंदाजे रु.२४,०००/-) येवढी फी सांगितली होती. या 'चलाख आणि सावध गुप्तहेर एजन्सीचे कार्यालय, 'फु ली चेंग', ज्याचा शब्दशः अर्थ 'श्रीमंत आणि प्रभावशाली शहर' असा होतो, या श्रीमंतांसाठीच्या निवासी योजनेमध्ये होते. यीनला या श्रीमंत आणि प्रभावशाली शहरात शोधण्याच्या माझ्या प्रयत्नांना या चलाख आणि सावध गुप्तहेर एजन्सीमुळे जर बळ मिळणार असेल तर मला आनंदच होणार होता.

त्या निवासी संकुलाच्या आवारातील जमिनीच्या चढउतारांवरची हिरवळ इटालियन पद्धतीने बेतलेली होती. इटलीतील 'बोलोना'ची आठवण होईल अशा सावलीने आच्छादित मोकळ्या जागेतून मी आत शिरले. बाजूला कारंजी होती, मधोमध एक पंख असलेल्या देवदूताचा सिमेंटचा पुतळा होता आणि काहीसे आश्चर्यकारक म्हणजे जेमतेम पाच माणसे बसू शकतील एवढाच एक सिमेंटचा चौथरा बांधलेला होता. त्या गुप्तहेर एजन्सीचे ऑफिस ए२ टॉवरमध्ये तिसाव्या मजल्यावर होते. आमच्या सुंदर निवासातील लिफ्टप्रमाणेच या श्रीमंत आणि प्रभावशाली शहरांमध्ये लाकडी पॅनलिंग, ग्रॅनाइटचे फ्लोअरिंग आणि अवाढव्य आरसे (त्यांतील एकाला तडा गेला होता) सारख्या श्रीमंतीची उधळण / प्रदर्शन करणारी लिफ्ट होती.

मी फ्लॅट नं. ३०१२च्या दारावर टकटक केले. एका तिशीच्या माणसाने दार उघडले. तो माझी वाटच बघत होता. त्याने खाकी पँट, चामड्याचे बूट, नारिंगी रंगाचा पोलोचा टी-शर्ट असा वेष केला होता. त्याने मिलिटरी पद्धतीने केस कापले होते. त्याने दोन्ही हातांनी अत्यंत अदबीने मला त्याचे व्हिजिटिंग कार्ड दिले. (एका हाताने व्हिजिटिंग कार्ड देणे हे अपमानास्पद, तोंडदेखले समजले जाते.) मी पण ते घेण्यासाठी अदबीने दोन्ही हात पुढे केले. त्याच्या व्हिजिटिंग कार्डवर पुढून खालच्या बाजूला झुकलेली हॅट घातलेल्या 'डीक ट्रेसी'चे आकृती-चित्र होते. मी ते कार्ड पलटले. त्या कार्डच्या मागे ती गुप्तहेर एजन्सी कोणत्या प्रकारची कामे करते याची यादीच दिली होती. ही यादी म्हणजे एकविसाव्या शतकातील बीजिंगवासीयांच्या सामाजिक जीवनाचे अनवधानाने रेखाटलेले चित्रच होते.

चलाख, हुशार आणि सावध गुप्तहेर एजन्सी पुढील कामे हाती घेते.

– विवाहबाह्य संबंध
– देणेकऱ्यांचा माग काढणे
– व्यावसायिक बोधचिन्हांची चोरी
– स्थावर, जंगम मालमत्तेचा शोध

- दूरध्वनी संभाषणांचा माग काढणे
- बीजिंगवासीयांच्या मुलांना शाळा बदलासाठी मदत
- बीजिंगबाहेरील मुलांना बीजिंगमधील शाळेत प्रवेशासाठी मदत
- घरापासून लांब असलेल्या मुला/ मुलींवर लक्ष ठेवणे
- बौद्धिक संपत्तीच्या अधिकाराचे रक्षण
- औद्योगिक हेरगिरीचे पुरावे गोळा करणे
- हरवलेल्या व्यक्तींचा शोध

यादीमधील शेवटची गोष्ट माझ्या कामाची होती. अर्थात, यीन काही हरवलेली नव्हती. तिच्या घरच्यांना आणि परिचितांना ती नक्की कोठे आहे याची कल्पना होता; मला फक्त ती सापडत नव्हती. कार्ड देणाऱ्या गुप्तहेराचे नाव होते 'हान चेंग'. या शब्दाचा अर्थ आहे 'प्रामाणिक माणूस'. त्याने त्याचे वय बत्तीस वर्षांचे असल्याचे सांगितले. त्याच्या चेहऱ्यावरून तो एक मोकळाढाकळा, चांगल्या मनाचा माणूस असावा असे वाटले. त्याच्या व्यक्तिमत्त्वामध्ये बीजिंग पोलिसांप्रमाणे एक उर्मट झाक होती आणि तो दिसतो त्यापेक्षा जास्त बेरकी असावा असे मला वाटले.

प्रामाणिक हानने मला त्याच्या केबिनमध्ये नेले. केबिनमध्ये दोन टेबले, दोन कॉम्प्युटर्स आणि बरेचसे फोन होते. त्याच्या टेबलच्या मागे भिंतीवर चित्रलिपीमध्ये काही लिहिलेली फ्रेम होती. कोणीतरी त्या फ्रेममध्ये चेअरमन माओचे दोन फोटो खोचले होते. मी त्याला त्या फ्रेममधील चित्रलिपीचा अर्थ विचारते. तो मोठ्याने वाचतो 'मिंग चा क्वि हाओ' आणि सांगतो या सूत्रवाक्यावरूनच एजन्सीचे नाव ठेवलेले आहे. त्या चार शब्दांचा अर्थ आहे 'चतुराईने लहानसे बदल पण शोधा.'

चिनी गुप्तहेर एजन्सी म्हणजे साम्यवाद आणि भांडवलशाहीचा सुरेख संगम होता. कोणत्याही व्यवसायाप्रमाणे या व्यावसायिकांना पण सरकार-दरबारी नोंदणी करावी लागते; परंतु यांचे कार्यक्षेत्र मात्र कायदा-बेकायदा यामधील धूसर सीमारेषांमध्ये पडते. घरामध्ये जसे सुंदर पोर्सेलिनच्या वस्तूंचे प्रदर्शन असावे त्याप्रमाणे चतुर आणि सावध एजन्सीच्या ऑफिसमध्ये त्यांच्या धंद्यातील वस्तूंचे प्रदर्शन मांडले होते. उदाहरणार्थ, सैन्य दलातील हेल्मेटस्, पोलिसी बिल्ले, वॉकीटॉकी, दुर्बिणी, वेबकॅम, सॅटेलाइट फोन आणि कॉम्प्युटरचे भाग वगैरे.

''तुमचा या व्यवसायातील अनुभव काय, ओळख काय?'' मी प्रामाणिक हानला विचारले. ''मी आधी सैन्यात होतो, त्यानंतर मी सरकारी सार्वजनिक सुरक्षा खात्यामध्ये होतो,'' त्याने सांगितले. ''चार वर्षांपूर्वी मी पोलीस खात्यातून राजीनामा दिला आणि हा चतुर आणि सावध एजन्सीचा स्वतःचा व्यवसाय सुरू केला. आमच्या एजन्सीमध्ये चाळीसपेक्षा जास्त गुप्तहेर काम करतात आणि दिवसाचे

चोवीस तास आमचे काम चालू असते. आमच्या फोननंबरवर चोवीस तास तुम्हाला प्रतिसाद मिळेल.

अगदी त्याच क्षणी फोन वाजला. प्रामाणिक हानने फोन घेतला. "हो, हो मला आत्ताच फोन आला होता... लगेचच मी पोलिसांना तेथे पाठवण्याची आणि त्यांना थांबवण्याची व्यवस्था करतो." त्याने फोन ठेवला आणि तो माझ्याकडे वळला. "आमचे मुख्य काम आहे लोकांना शोधणे, देणेकऱ्यांचा माग काढणे," तो म्हणाला. "परंतु अलीकडे आमचे वैवाहिक नात्यांसंबंधातील तक्रारींचे काम वाढले आहे. आम्ही बाहेरख्याली नवऱ्यांवर लक्ष ठेवतो, त्यांच्यावर पाळत ठेवतो, पुरावे म्हणून त्यांचे फोटो घेतो. आम्ही मुख्य म्हणजे त्यांच्या बायकांसाठी काम करतो." तो माझ्याकडे बघून अशा प्रकारे हसतो की मला जरा अवघडल्यासारखे होते. "आम्ही स्त्रियांचे रक्षण करतो."

एके काळी चीनमध्ये घटस्फोट मिळणे ही अशक्यप्राय गोष्ट होती, तो काळ मला आठवतो. नॉर्मन बीजिंगमध्ये विदेशी भाषा विभागात, साम्यवादी पक्षाची सभासद असलेल्या एका वरिष्ठ संपादिकेबरोबर काम करायचा. तिच्या नवऱ्यावर दोन लग्न केल्याचा गुन्हा सिद्ध झाला आणि त्यानंतर तो तुरुंगामध्ये जाऊनही त्याच्या बायकोला घटस्फोट द्यायला पक्षाने नकार दिला होता. आज चीनमधील घटस्फोटांचे प्रमाण अमेरिकेतील घटस्फोटांच्या प्रमाणाबरोबरीने होते. विवाहबाह्य संबंध हे तर आता फार मोठे प्रकरण झाले होते; फक्त गुप्तहेर व्यावसायिकांसाठीच नाही, तर चित्रपट निर्मात्यांसाठी आणि लेखक/नाटककारांसाठी पण. सध्या 'क्विन फुचांग' हा चिनी लेखक विवाहबाह्य संबंधाचे कथानक असलेली एक कादंबरी एका वेळी सत्तर शब्दांच्या प्रकरणांमध्ये 'टेक्स्ट मेसेज'द्वारा वाचकांपर्यंत पोहोचवतो आहे. मला अल्फ्रेडचे नाव त्याच्या वाचकांच्या यादीमध्ये घातले पाहिजे.

"आम्ही फोन कॉल्सचा पण माग काढतो, त्यावरील संदेशांवर लक्ष ठेवतो," प्रामाणिक हानने सांगितले. "फोन कंपनीमध्ये आम्ही आमचे संबंध प्रस्थापित केले आहेत, ते आम्हाला माहिती पुरवतात."

"ही खरोखरच कमाल आहे," मी त्याला म्हणाले आणि मला तसे मनापासून वाटले पण. कोर्टाच्या परवानगीशिवाय टेलीफोनवरील संभाषणाची माहिती मिळवू शकणे हे प्रत्येक शोधपत्रकारिता करणाऱ्या किंवा साध्या अतिउत्साही पत्रकाराचे पण स्वप्न असते; दुर्दैवाने ते बेकायदा आहे.

मी प्रामाणिक हानला सांगितले की सन १९७३मध्ये बीजिंग विद्यापीठात असताना, मी एका व्यक्तीला फार थोड्या काळासाठी भेटले होते. त्या व्यक्तीचा मी शोध घेत आहे. त्या झाऊ शिक्षिकाबाईंप्रमाणेच याचा पण तेव्हा जन्म झाला नसावा असे मला वाटले. पुढे मी म्हणाले की, त्या व्यक्तीचे नक्की नाव पण मला सांगता

येणार नाही आणि ती विद्यापीठात इतिहास विषय शिकत होती. "काही जणांच्या मते तिची मांचुरियाला पाठवणी झाली." पुढे मी सांगितले, "परंतु एकाने मला अलीकडेच सांगितले की ती बीजिंगमध्ये आहे." हे सगळेच अगदी संदिग्ध आहे, ही वस्तुस्थिती होती.

प्रामाणिक हान मी बोलत असताना मुद्दे लिहून घेत होता. मी तिला शोधायचा का प्रयत्न करते आहे हे त्याने मला विचारले नाही आणि मी पण त्याला काही कारण सांगितले नाही. काही क्षणांनंतर त्याने डोके हालवले. "इतक्या काळानंतर कोणालातरी शोधणे फार कठीण आहे," तो म्हणाला. "या प्रकरणामध्ये शोध घेण्यासाठी फारच कमी धागेदोरे आहेत. जवळजवळ ९० टक्के प्रकरणांमध्ये आम्ही व्यक्ती शोधून काढतो; परंतु हे प्रकरण अवघड आहे," त्याने एक सुस्कारा सोडला. एकोणीसशे त्र्याहत्तर म्हणजे सांस्कृतिक क्रांतीचा काळ होता, ते सत्तरीचे दशक शोध घेण्याच्या दृष्टीने फारच अवघड होते. त्या वेळी संपूर्ण गोंधळाचे वातावरण होते. मला वाटते त्या वेळचे काही दस्तऐवज पण उपलब्ध नसतील."

खरे तर बीजिंग विद्यापीठातील माजी विद्यार्थी कार्यालयातून पण हेच सांगितले गेले होते; तेच हान पण सांगत होता. "ती वर्षेच मुळी 'डाँग डँग' म्हणजे अत्यंत वादळी होती. फक्त गोंधळ आणि उलथापालथीची वर्षे होती ती. तिला शोधणे म्हणजे अथांग समुद्रामध्ये शोध घेण्यासारखे आहे," त्याने निराशेने निष्कर्ष काढला.

मी जरा पुढे वाकले. मी प्रामाणिक हानला सांगितले मला या व्यक्तीला अगदी शोधायचेच होते आणि त्यासाठी जो काही खर्च येईल तो करण्याची माझी तयारी होती. या माझ्या वाक्यावर त्याचा चेहरा खुलला. त्याच्या बोलण्यात परत आशावाद दिसायला लागला. "ही व्यक्ती म्हणजे एक स्त्री आहे," तो मान हलवत म्हणाला. "आमची आरोग्य सेवा आता खूपच सुधारलेली आहे. ती नक्कीच जिवंत असायला पाहिजे."

माझ्या मनात एक विचार आला- एवढ्या वेळच्या संभाषणातून प्रामाणिक हानला यीन ही स्त्री आहे एवढाच जर साक्षात्कार झाला असेल तर माझा शोध संपलेलाच होता.

तो बोलत राहिला. "आपल्याला बीजिंग विद्यापीठापासून सुरुवात करावी लागेल. विद्यापीठातील जुन्या दस्तऐवजांमध्ये डोकावण्यासाठी आतील माणसाला पटवावे लागेल, नंतर तिची आणखी माहिती मिळवण्यासाठी पोलीस खात्याला अधिकृतपणे विनंती अर्ज द्यावा लागेल. त्यानंतर 'मिनिस्ट्री ऑफ स्टेट सिक्युरिटी'चे दस्तऐवज बघू शकेल असा आमचा एक माणूस पोलीस खात्यामध्ये आहे. त्यांच्याकडून आम्हाला फोटो मिळेल तो आम्ही तुम्हाला दाखवू. त्यावरून तुम्हाला ओळखता आले तर बघा. जर ती तीच असेल आणि बीजिंगमध्ये असेल तर काम सोपं आहे. नाहीतर मग तिला शोधण्यासाठी आम्हाला मांचुरियाला जावे लागेल."

जेव्हा मी त्याला विचारले की या सगळ्यासाठी काय खर्च येईल तेव्हा एकदम चमत्कार घडला आणि किंमत एकदम चौपट म्हणजे पंधरा हजार युआन – अंदाजे $२०००/-, (अंदाजे रु. १.२० लाख) झाली. "आम्ही जर तिला शोधण्यात अपयशी ठरलो तर आम्ही तुम्हाला काही रक्कम परत करू," प्रामाणिक हानने घाईघाईने मला सांगितले. हे सांगताना त्याला थोडा खोकला आला. "मांचुरियापर्यंतचा कार/टॅक्सी खर्च, आमच्या माणसांचा खाण्यापिण्याचा खर्च, त्याचप्रमाणे आम्हाला ठिकठिकाणी काम करून घेण्यासाठी द्यावी लागणारी लाच वगैरे सर्व धरून एकूण पंधरा हजार युआन खर्च येईलच."

मला कोठेतरी जाणवले की मी थोडी घासाघीस करावी असे त्याला वाटत असावे म्हणून मी म्हणाले, "काही कमी नाही का होणार?" बीजिंगमध्ये खासगी गुप्तहेराच्या मदतीबद्दल ठरवणे आणि रस्त्यावर राखाडी रंगाच्या मोज्यांची जोडी विकत घेणे, यात काही फार फरक नाही.

तो काहीशा तटस्थपणे म्हणाला, "मी काही फार मागणी केली नाही. आणि मी कशाचीही खात्री पण देणार नाही." आम्ही दोघेही काही काळ गप्प बसलो. शेवटी शांततेचा भंग करत प्रामणिक हान म्हणाला, "आम्ही जर सर्व ताकद या प्रकरणामागे लावली तर आम्ही तिला नक्की शोधू शकू. तुम्ही एवढ्या लांबून यासाठी आला आहात, आम्ही अगदी कसोशीने प्रयत्न करू.

"या कामासाठी किती वेळ लागेल असे तुम्हाला वाटते?" मी विचारले आणि लगेचच माझा बीजिंगमधील मुक्काम आता दोन आठवड्यांपेक्षाही कमी आहे, हे पण सांगितले.

"जर गोष्टी पटापट घडत गेल्या तर अगदी कमीत कमी सांगायचे तर कदाचित एक आठवडा. आणि जर अपेक्षेप्रमाणे गोष्टी घडल्या नाहीत तर एक महिना. त्यानंतर मात्र जर तपासाला दिशाच मिळत नसेल तर आम्ही आमचे प्रयत्न थांबवू."

प्रामाणिक हानच्या बोलण्यावर माझा विश्वास बसत नाही. त्याने दिलेले कार्ड माझ्या पर्समध्ये ठेवत मी त्याला म्हणाले,"जरा विचार करून नंतर मी संपर्क करेन."

‘बडा साब’ संस्कृती

मी विसरूनच गेले होते. माझ्याकडे अजून एक दुवा होता. स्कार्लेटने सुचवले होते की तिच्या आधीच्या वर्गात असलेली, पक्षाची प्रतिनिधी वँग हिच्याबरोबर मी संपर्क साधावा. तिच्यापर्यंत कसे पोहोचायचे ते कार्यकर्ता हुअँग सांगेल. दिनांक १७ ऑगस्ट रोजी मी त्याला फोन करण्याच्या बेतात असतानाच त्याचा फोन आला. ‘‘मला तिचे नाव समजले आहे,’’ अत्यंत उत्तेजित होऊन तो म्हणाला. ‘‘तुझेच बरोबर आहे. तिचे नाव यीन लुओयी. ती बीजिंग विद्यापीठात सन १९७०मध्ये दाखल झाली. तिने मध्येच विद्यापीठ सोडले हे खरे आहे; पण ते तुझ्यामुळे नाही. तुझा त्याच्याशी काहीही संबंध नव्हता.’’

माझा त्याच्यावर विश्वासच बसला नाही. कार्यकर्ता हुअँग याआधी पण अगदी उघडपणे, कधी चतुराईने आणि अगदी पटेल असे अनेक वेळा खोटे बोलला होता. सन १९७२मध्ये सुरुवातीला मी अगदी नवखी होते. माझ्या कटकटींना अर्धे कारण तो होता, तर अर्धे कारण हडेलहप्पी फू होती. उदाहरणच द्यायचे झाले तर त्यांनी मला सांगितले होते की चीनमध्ये प्रत्येकाला पुरेसे अन्न मिळते, त्यांनी मला सांगितले होते की प्रत्येक नागरिक अगदी सुखी आणि समाधानी होता. त्यांनी मला छातीठोकपणे सांगितले होते की चेअरमन माओला पर्याय नव्हता. आणि मी– मला विद्यापीठातून काढून टाकण्याची वेळ येईस्तोवर– त्यांच्या प्रत्येक सांगण्यावर आंधळेपणे विश्वास ठेवत गेले होते. त्यानंतर मात्र त्यांच्या बोलण्याची, सांगण्याची मी चिकित्सा करायला लागले आणि अर्थ लावायला शिकले. माओच्या दूरदर्शी नेतृत्वामुळे प्रत्येकाला खाण्यासाठी पुरेसे अन्न आहे; त्यामागचे वास्तव- अन्नधान्याचे रेशनिंग, अन्नधान्याचा नियंत्रित पुरवठा.

आता मला वाटले की कार्यकर्ता हुअँग मी जुन्या जखमांवरच्या खपल्या काढू नयेत म्हणून मला नाउमेद करण्याच्या दृष्टीने खोटे बोलत असावा. त्याचा असा

समज असावा की यीनला शोधण्याच्या माझ्या प्रयत्नांत, ध्येयात कदाचित विद्यापीठाची बदनामी होईल. आणि तसे पण आता त्याने मदत का करावी?

त्याने माझ्या विचारांची साखळी तोडली. "तुला वँग आठवते का?" त्याने विचारले.

"हो," आश्चर्याने चाचरत मी म्हणाले, "इतिहास विभागामध्ये ती पक्षाची सचिव आहे."

"मला वाटते मी तुला मदत करू शकेन," तो म्हणाला. "ती आणि मी एकाच कंपाउंडमध्ये राहतो, आम्ही शेजारी आहोत." त्याने मला वँगचा कार्यालयीन फोन नंबर दिला आणि तिला फोन करण्याचे सुचवले.

मी फोन ठेवला. स्कार्लेट आणि कार्यकर्ता हुअँग, दोघेही, माझे लक्ष वँगकडे का वेधत होते? मी ताबडतोब बीजिंग विद्यापीठामध्ये फोन लावला. पलीकडे एक स्त्री फोनवर आली. "वँग बाहेर गेली आहे," ती म्हणाली. 'मी या विद्यापीठाची सत्तरीच्या दशकाच्या सुरुवातीच्या काळातील, काही थोड्या पहिल्या विदेशी विद्यार्थ्यांपैकी एक आहे,' असे तिला सांगितले आणि विनंती केली की ती माझा निरोप घेऊन ठेवेल का. "मला वाटतं मी तुला ओळखते," पलीकडून ती स्त्री एकदम मैत्री असल्याचे दाखवत म्हणाली. "मी पण सन १९७३मध्ये बीजिंग विद्यापीठामध्ये शिकत होते."

तिने मला वँगच्या घरचा फोननंबर दिला. मी त्या नंबरवर फोन लावला; पण कोणी उचलला नाही आणि निरोप घेणारी, उत्तर देणारी यंत्रणा पण मध्येच टपकली नाही. बीजिंगवासी अशा यंत्रणेचा वापर करत नाहीत. त्यांना मशिनबरोबर बोलायला आवडत नसण्याची शक्यता असेल कदाचित. आणि अर्थातच आता सगळ्यांकडेच मोबाइल आहेत; हे पण एक कारण असेल. वँगच्या कार्यालयात ठेवलेला निरोप तिला मिळेल याची मला खात्री होती. आणि याची पण मला खात्री होती की तिला मी आठवत पण असेन. ती मला उलट फोन करेल अशी मला आशा होती. नक्की सांगता येणार नाही, पण माझी मनोदेवता मला सांगत होती की आता यीन सापडण्याची वेळ आली होती.

माझ्या शोधामध्ये, छोट्याशा का होईना, पण झालेल्या प्रगतीसाठी आम्ही आनंद साजरा करायचे ठरवले आणि मी नॉर्मनला मालीश करून घेण्याचा अनुभव घेण्याचे सुचवले. तो जरा साशंक होता; पण मी त्याला सुचवले की मसाज पार्लर हा एक गमतीदार अनुभव असण्याची पण शक्यता होती. आणि त्यात आणखी एक मोहात पाडणारी गोष्ट म्हणजे जरा फॅशनेबल आणि महागड्या पार्लर्समध्ये खाना फुकट दिला जातो. सुंदर निवासामध्ये मुलांना पदपथांवर घेतलेल्या पायरेटेड व्हीसीडी बघायला मोकळे सोडून आम्ही 'ओरिएन्टल ताईपान स्पा' या मसाज पार्लरच्या दिशेने निघालो. जेव्हा सन १९९०च्या सुरुवातीच्या काळात आम्ही येथे

होतो, तेव्हा नामोनिशाणी नसलेला हा प्रकार आता बीजिंगमध्ये चांगलाच फोफावला आहे. बीजिंगमध्ये आज शेकडोंनी नाही, तर हजारोंनी मसाज पार्लर्स होती. काही अर्थातच कुंटणखाने आहेत; तरी पण बहुतेक मसाज पार्लर्स कायदेशीर आहेत. ओरिएन्टल ताईपानची निवड मी काहीशा भावनिक कारणाने केली. मी ग्लोब या वर्तमानपत्राची जेव्हा बीजिंगमधील वार्ताहर होते, तेव्हा 'पॅगोडा गार्डन' नावाच्या राजनैतिक अधिकाऱ्यांसाठी असलेल्या सिमेंट-काँक्रीटच्या इमारतींच्या वसाहतीमध्ये मी राहत होते. हे मसाज पार्लर त्या वसाहतीजवळच होते. त्या जुन्या वसाहतीचे जुनाट आणि अनाकर्षक प्रवेशद्वार पार्लरच्या नावाच्या उघडझाप करणाऱ्या निऑन दिव्यांनी उजळून टाकले होते.

पार्लरची ही इमारत सामुद्री खाद्य हे वैशिष्ट्य असलेल्या एखाद्या रेस्टॉरंटसारखी झकपक होती; परंतु आतील वातावरण मात्र एखाद्या चिनी प्रार्थनागृहासारखे शांत होते. एका कृत्रिम झऱ्यावरील लाकडी पुलावरून आम्ही पलीकडे गेलो आणि ग्रॅनाइटच्या पायऱ्यांवरून खाली उतरलो. (जिकडेतिकडे ग्रॅनाइट हा काय प्रकार आहे?)

ताईपान या कॅन्टॉनीज शब्दाचा अर्थ आहे अधिकारी माणूस किंवा 'बडा साब' आणि येथे तुम्हाला तशीच वागणूक मिळते. अगदी प्रथम गुलाबी रंगाच्या युनिफॉर्म घातलेल्या तरुणीने स्वागतकक्षामध्ये तेथे कोणकोणत्या प्रकारचे मसाज करण्याची सोय आहे, हे सविस्तर सांगितले. त्यामध्ये फक्त स्त्रियांसाठी म्हणून एक लीम्फॅटिक (रक्तवाहिन्यांचे मर्दन) पद्धतीचा उपचार होता. त्यामध्ये कान स्वच्छ करणे आणि खरवडणे असे दोन भीतिदायक पर्याय पण होते. शेवटच्या प्रकारामध्ये तेल लावून पाठ मर्दन करणे, तसेच पाठीच्या कण्याला मालीश करणे हा पण प्रकार होता. नॉर्मनला तो सर्व प्रकारच भयंकर वाटला. मी क्लासिक चायनीज फूट मसाज करायचे ठरवले, जो मी आधी एकदा करून घेतला होता. या प्रकारात प्रथम जडीबुट्टी आणि गुलाबाच्या पाकळ्या घातलेल्या गरम पाण्यात पाय बुडवून ठेवतात, थोड्या वेळाने कोणीतरी येतो आणि पायांवर चापट्या मारतो, नंतर पायांची आणि बोटांची हाडे निखळतील की काय अशी भीती वाटावी अशी त्यांची ओढाताण करतो. हा सर्व प्रकार चाळीस-एक मिनिटे चालतो, पण याने खूप बरे वाटते हे खर-एकदा दुखणे थांबल्यावर.

''क्षमा करा, पण पायांना मालीश करणाऱ्या सर्व खोल्या भरलेल्या आहेत,'' एका तरुणीने येऊन सांगितले. शेवटी आम्ही एका तासाचा मसाज करून घेण्याचे ठरवतो. रबरी चपला घातलेल्या एक सेविकेने, मेणबत्त्यांच्या उजेडाने प्रकाशमान झालेल्या दगडी मार्गावरून तिच्या मागे येण्यास आम्हाला सांगितले. रंगीबेरंगी मासे असलेल्या छोट्या पुष्करणींमधून, गोंधळात टाकणाऱ्या वाटांवरून आम्ही खासगी खोल्यांच्या दिशेने गेलो. 'खासगी' म्हणजे केवळ तुमच्यासाठी स्वतंत्र नाही तर

तुमच्या गटासाठी वेगळी. बहुतेक खोल्यांमध्ये एका वेळी चार ते सहा जणांचे मसाज चालू असतात. बीजिंगमध्ये जेवायला, गाण्याला, मसाज पार्लरमध्ये मित्रांबरोबर गटाने एकत्र जाण्याची पद्धत आहे. बीजिंगवासीयांना गोष्टी सामुदायिक पद्धतीने केलेल्या आवडतात. जनतेमध्ये एकी किंवा एकोपा इतका काळ टिकण्याचे हे पण एक कारण असू शकेल. ती सेविका आम्हाला तीन जणांसाठी असलेल्या एका खोलीत घेऊन गेली. खोलीच्या मधोमध असलेला पडदा तिने ओढण्याच्या आत एका क्षणात पलीकडचे दृश्य मी टिपले. एका टेबलवर एक माणूस मसाज करून घेण्याच्या तयारीत आडवा झालेला होता आणि त्याच्या पलीकडच्या बाजूला दोघे जण, संपूर्ण कपड्यांमध्ये, बाकावर बसलेले होते.

"आमच्याकडे या घडीला खासगी खोल्या रिकाम्या नाहीत," ती सेविका दिलगिरी व्यक्त करत म्हणते. खोलीतील आमच्या बाजूला एक छोटे कपाट, दोन पांढऱ्या रंगाच्या कृत्रिम चामड्यांची मसाज टेबले आणि स्वच्छ पांढऱ्या टॉवेल्समध्ये गुंडाळलेल्या मऊ उशा होत्या. आम्हा दोघांना वापरून फेकून देण्यायोग्य रबरी चपला आणि परीटघडीचे लाल पायजमे अशा वस्तू एका प्लॅस्टिकच्या पिशवीतून मिळाल्या. (मसाज क्रियेच्या दरम्यान चिनीमाणूस एकूणच थोड्याफार वस्त्रांमध्ये राहणे पसंत करतो.)

'खायला काय आवडेल?' दुसऱ्या एका सेवकाने मेनूकार्ड हातामध्ये देत विचारले. आम्ही थंड लिंबू सरबत, ताज्या फळांच्या फोडी आणि टोस्ट बटर (बीजिंगमध्ये अलीकडेच शिरकाव झालेला पाश्चिमात्य पदार्थ)इत्यादी पदार्थ मागवले, त्यानंतर आम्ही आम्हाला मसाज देणाऱ्यांची चौकशी केली. तुम्हाला मसाज देण्यासाठी स्त्री हवी की पुरुष? चीनमध्ये प्रचलित असलेल्या यीन/यांग समजुतीप्रमाणे स्त्रीला पुरुषाने आणि पुरुषाला स्त्रीने मालीश करणे योग्य ठरते. परंतु आम्ही दोघांनीही पुरुषांची निवड केली. पाचच मिनिटांमध्ये आम्ही मागवलेले खाद्य पदार्थ घेऊन सेवक आला. आम्ही दोघेही तेथील टेबल्सवर चढलो आणि रोमन पद्धतीने आरामात रेलून त्या पदार्थांचा आस्वाद घ्यायला लागलो.

खाता-खाता माझे कान पडद्यापलीकडे चाललेल्या संभाषणावर होते, बाजूच्या बाकड्यावर बसलेली दोन माणसे त्या मालीश करून घ्यायला आलेल्या माणसाचे नोकर/चमचे असावेत. कारण तो जे काही बरळत होता त्याच्या हो ला हो करणे, एवढेच त्यांचे काम होते. आणि हे करताना त्यांना फक्त थंड पाण्यावरच समाधान मानावे लागत होते; कारण मालीश करून घेणाऱ्यालाच खाण्यासाठी (फुकट) मिळते. साहेबाने मसाज करण्यासाठी येताना त्यांच्या नोकरांना/चमच्यांना बरोबर घेऊन यावे याचे मला आश्चर्य वाटले. परंतु याला पण खूप मोठी परंपरा होती. चौदाव्या लुईच्या प्रसाधनगृहातील कार्यक्रमाच्या वेळीच त्याचे दरबारी कामकाज पण

चालू असायचे. 'कॅच२२' या कादंबरीमध्ये 'कर्नल कॅथकार्ट' हा टॅपमन या चर्चच्या अधिकाऱ्यासमोर नैसर्गिक विधी करतो, तसेच अमेरिकेचे भूतपूर्व अध्यक्ष लिंडन जॉन्सन यांना पण स्वच्छतागृहातून त्यांच्या मदतनिसांना सूचना द्यायची, त्यांच्याशी संभाषण करण्याची सवय होती. माझी एकदा एका वरिष्ठ संपादिकेबरोबर, एका शोधलेखासंदर्भात चर्चा करण्यासाठी भेट झाली होती. त्या भेटीच्या दरम्यान माझ्याशी बोलता बोलता ती वरिष्ठ संपादक स्तनांतील दूध काढत होती. सार्वजनिक ठिकाणी बाळाला पाजणे ही एक मला वाटते सहज क्रिया आहे; परंतु 'तो' प्रकार मला विकृत वाटला.

तेवढ्यात फोन वाजला. मसाज करून घेणारा फोनवर बोलतो, "हॅलो बॉस," (हे मी नक्की सांगू शकते कारण मसाज करताना त्याच्या पाठीवर पडणाऱ्या थपडांगणीक त्याचा आवाज कंप पावत होता.) "आता मी मसाज पार्लरमध्ये आहे, पण ठीक आहे." मसाज करण्यासाठी पण चमच्यांना बरोबर आणणाऱ्या आणि मसाज चालू असताना फोनवरून बोलणाऱ्याबरोबर खोली विभागावी लागण्याची बऱ्याच जणांना कटकटच वाटेल. एक पत्रकार म्हणून मात्र मला हा प्रकार विचलित करणारा वाटला. त्या माणसाच्या संभाषणामध्ये अधूनमधून इंग्रजी शब्दांची पेरणी होती – 'गुंतवणूकदार केंद्र,' कोलंबिया एमबीए इंटेल'– बहुधा अलीकडेच कोणीतरी आयकर/कर विभागाच्या जाळ्यात सापडला असावा. त्याच्यासंबंधी तो बोलत होता.

"त्याने एका विदेशी कंपनीबरोबर भागीदारीमध्ये बोगस प्रकल्प सुरू केला," त्याने सांगितले. "त्याचा हा सर्व करचुकवण्याचा प्रयत्न होता. या एकत्रित प्रकल्पामध्ये त्याला कमीत कमीत यूएस **$** ८ Mn (अंदाजे रु. ४८ कोटी) इतक्या भांडवलाची गरज होती. त्याच्याकडे फक्त यूस **$** ५ Mn (अंदाजे रु. ३० कोटी) होते." त्याने फोन ठेवला आणि फोन करून ड्रायव्हरला बोलावून घेतले.

आमचे खाणे चालू असतानाच, पांढऱ्या शुभ्र युनिफॉर्ममधील सेवक आम्हाला मसाज करण्यासाठी आले. त्यांपैकी एक जण होता 'हेबी' प्रांतातील, तर दुसरा होता 'जियांगसु' प्रांतातील. मला मसाज करणारा माझ्या माने आणि खांद्यापासून सुरुवात करतो. त्याच्या जोर देऊन मसाज करण्याने मला खूप वेदना होत होत्या, पण कण्हणे टाळण्यासाठी, वेदना विसरण्यासाठी मी मनातल्या मनात एक खेळ सुरू केला. मी स्वतःशीच समजूत करून घेतली की माझ्याकडील गुप्त माहिती काढून घेण्यासाठी अफगाणिस्तानच्या तुरुंगामध्ये माझा छळ चालला आहे. मसाज करत-करत तो हळूहळू पाठीवरून खाली-खाली येतो. मसाज करत तो पायाच्या पोटऱ्या चोळायला लागतो. तोपर्यंत मी रडण्याच्या बेतात आलेली होते. तोंड दाबून मी कशीबशी किंकाळी फुटू देत नव्हते. तो माझ्या पायाची मागची बाजू इतक्या जोरात चोळत होता की ती जागा घर्षणाने गरम झाली होती.

नॉर्मनच्या सफाईदार आणि कोणतीही लकबविरहित चिनी भाषा बोलण्याचे त्या मसाजोपचार करणाऱ्यांना खूप आश्चर्य वाटले. नॉर्मन त्यांना सांगतो की तो चीनमध्ये, सन १९६६मध्ये म्हणजे सांस्कृतिक क्रांतीच्या सुरुवातीला आला. "मी येथे वीस एक वर्षे वास्तव्य केले," तो सांगतो.

"परंतु त्याने कधी मसाज करून घेतला नव्हता," मी मध्येच सांगितले.

"म्हणजे तुम्ही येथे गेल्या वीस वर्षांत कधी आला नाहीत," मला मसाज करणाऱ्याने विचारले.

"त्या वेळी मसाज पार्लर ही कल्पनाच नव्हती."

"त्या वेळी फक्त 'माओ झेडाँग' मसाज करून घेत असे," नॉर्मनला मसाज करणारा म्हणतो. तो म्हणतो ते बरोबर होते. चेअरमन माओने कधी अंघोळ केली नाही. त्याऐवजी गरम पाण्यात ओल्या केलेल्या टॉवेलने कोणीतरी दररोज रात्री त्याचे अंग पुसत असे. आणि उद्दीपक सुखाविषयी, आनंदाविषयी बोलायचे तर माओचा हा कार्यक्रम चालू असताना सुंदर तरुणींचा ताफा गाणी, नाच– आणि त्या पलीकडे पण काही करून कदाचित– त्याचे मनोरंजन करायचा. मी बीजिंग विद्यापीठामध्ये जेव्हा इतिहासाची विद्यार्थी होते, तेव्हा अगदी नाजूक आवाजामध्ये गाणाऱ्या आणि विणेसारखे एक वाद्य (Zither) वाजवणाऱ्या दोन सुंदर व्यावसायिक कलावंत असलेल्या माझ्या वर्गमैत्रिणी अधूनमधून काही दिवसांसाठी नियमितपणे गायब व्हायच्या. त्या कोठे जायच्या हे त्या वेळचे खास गुपित होते. खूप वर्षांनंतर गु वेमिंग मला म्हणाली की त्या दोघींना माओच्या मनोरंजनासाठीच्या खास कार्यक्रमात सहभागी होण्यासाठी झाँगनान हे ला बोलवले जायचे.

त्या काळी चिनी जनता माओचा, 'चेअरमन माओ', 'अद्वितीय नेता', 'पुढारी', 'जनतेच्या हृदयातील लाल सूर्य' वगैरे विशेषणांनी उल्लेख करायची. माओच्या विचारांचा पगडा किंवा त्याच्याविषयीची भक्ती, निष्ठा अजून जरी लयाला गेलेली नसली तरी पण त्यानंतरच्या आत्ताच्या पिढ्यांना त्याच्याभोवती दिवे ओवाळायला वेळ नाही. माझ्या लक्षात आले की हा मसाज करणारा पण एखाद्या इतर कोणी सामान्य माणसाचा उल्लेख करावा तसाच माओचा, माओ झेडाँग असा संपूर्ण नावाने उल्लेख करत होता. हे म्हणजे लंडनमधील कॉकनी वंशाच्या मसाज करणाऱ्याने इंग्लंडच्या राणीचा 'लीझ' म्हणून अपमानास्पद उल्लेख करण्यासारखे होते.

नव्वद मिनिटांच्या मसाजसाठी 'बडा साब'मध्ये १३८ युआन (US $१८ किंवा अंदाजे रु. १,१००/-) मोजावे लागले. मसाज करणारे आठवड्याचे सातही दिवस आणि दिवसाचे अकरा ते तेरा तास काम करतात. या कामाचे दर दिवशी त्यांना ७५ युआन मिळतात. अशा प्रकारची सेवा देणारे काम हे 'कष्टकरी काम' या प्रकारात मोडते. अशा कामांसाठी योग्य बीजिंगवासी म्हणजे अंध व्यक्तीच.

ओरिएन्टल बिगबॉस स्पामध्ये नोकरी/ मसाज करणारे – त्यात कोणी अंध नव्हते – सगळे खेड्यांमधून, गरीब घरातून आलेले आणि जेमतेम माध्यमिक शिक्षण घेतलेले होते. या स्थलांतरित तरुणांना सहा महिन्यांचे प्रशिक्षण दिले जाते, राहण्यासाठी तात्पुरत्या परवान्याची आणि तेथेच राहण्याची सोय केली जाते. या मसाज करणाऱ्या मुलांना जेव्हा कोणी गिऱ्हाईक नसेल तेव्हाच खाण्यापिण्यासाठी आणि विश्रांतीसाठी वेळ मिळतो.

आम्ही तेथून निघेपर्यंत मध्यरात्र होत आली होती. स्वागतकक्षामध्ये तेथील एक जण श्रमाने थकलेल्या मसाज करणाऱ्या मुलाला काही कारणासाठी फैलावर घेत होता. "तुला नेहमी याच वेळी सुट्टी पाहिजे असते," तो माणूस किंचाळला.

तो भेदरलेला मुलगा रडक्या आवाजात म्हणाला, "नाही हे खरं नाही. मी प्रथमच परवानगी मागतो आहे, गला बरं वाटत नाही आहे."

जाता-जाता मी तेथील एक माहितीपत्रक उचलले. तेथे दिल्या जाणाऱ्या सेवांच्या यादीबरोबरच त्या माहितीपत्रकात एक प्रश्न-उत्तरांचा भाग पण होता :

> प्रश्न : 'बडा साब' स्पा आणि मसाज साखळीचे आगळेवेगळेपण असे काय आहे?
>
> उत्तर : 'बडा साब'स्पाने समाजाच्या तळागाळातील तरुणांना नोकऱ्यांची संधी उपलब्ध करून देऊन, त्यांच्या राहण्याची सोय करून, त्यांच्यातील आत्मविश्वास जागा करून, उज्ज्वल भविष्याच्या दृष्टीने त्यांना पथदर्शनाचे काम केले आहे. 'बडा साब'चे आणखी एक वैशिष्ट्य म्हणजे आमच्या मसाज करणाऱ्यांनी जे स्वतः त्यांच्या कामात आनंदी आणि समाधानी आहेत, तुम्हाला दिलेला आनंद आणि समाधान हीच आमची कमाई आहे हीच 'बडा साब'ची संस्कृती आहे!

कॅनडा आणि अमेरिकेमध्ये राहून आलेल्यांबरोबर आता सॅमच्या ओळखी झाल्या होत्या, ती मुले आता रस्त्यावर हॉकी खेळतात. एका रविवारी अतिउन्हामुळे, खेळण्याचा कार्यक्रम रद्द झाल्यामुळे मी परत एकदा त्यांना मसाजचा अनुभव घेण्याबद्दल सुचवले. नॉर्मनने परत यायला साफ नकार दिला; परंतु फुकट खाण्याच्या ओढीने बेन आणि सॅम तयार झाले. या वेळी आम्ही तिघे असल्यामुळे आम्हाला स्वतंत्र स्वच्छतागृह आणि दूरचित्रवाणी संच असलेली डिलक्स रूम मिळाली. आम्ही लाल पायजमे घातले आणि पांढऱ्या रंगाच्या कृत्रिम चामड्यांच्या बेडवर रेलून बसलो. सॅमचे खाणे आधीच झाले होते म्हणून त्याने फक्त कलिंगडाचा रस मागवला, तर बेन उपाशीच होता आणि त्याला आईचे पैसावसुली तत्त्वज्ञान मान्य

होते. त्याने गरम लेमन-टी, थंड लिंबू सरबत, कोक, पपईचा रस, कलिंगडाचा रस, टोस्ट बटर, चिनी नूडल्स सूप, भात आणि अंड्याची भुर्जी आणि फळांची डिश इत्यादी पदार्थ मागवले.

तेथील सेविका, मला तिचे कौतुक वाटले, डोळ्याची पापणी पण हालवत नव्हती. जसा आमच्या रिकाम्या बशांचा ढीग लागला तशी तिने आम्हाला मालीश करण्यासाठी स्त्री/पुरुष कोण पाहिजे म्हणून विचारणा केली. मी पुरुष मसाज करणाऱ्याची निवड केली तर मुलांनी स्त्रियांची निवड केली; परंतु त्यांच्या डोक्यात यीन/यांगचे चिनी तत्त्वच असेल असे मात्र मला वाटले नाही. मसाज करणाऱ्या स्त्रीने त्याच्यावर काम सुरू केल्यावर त्याने विचारले 'मी हसलं तर चालेल का?' संपूर्ण मसाजभर त्याचे खिदळणे चालू होते, तर बेन अवघडल्यासारखा झाला होता.

मला मसाज करणारा मांचुरिया प्रांतातील एका खेड्यामधून आलेला होता. तो माझ्या पाठीच्या कण्याला मसाज करत-करत खाली माझ्या ढुंगणांच्या स्नायूपर्यंत, जे मला आहेत हे मला माहीतच नव्हते, आला. त्याने माझ्या पोटऱ्यांवर आवाज करत एका लयीमध्ये जोरात चापट्या मारल्या. बरे वाटण्यापेक्षा खरे तर त्यामुळे वेदना होत होत्या. त्याचे वय सव्वीस वर्षांचे आहे असे त्याने मला सांगितले. बेन आणि सॅमना मसाज करणाऱ्या मुली एकोणीस आणि तेवीस वर्षांच्या होत्या. मला मसाज करणाऱ्याला जेव्हा कळले की मी कॅनडाहून आलेली आहे, तेव्हा तो भौगोलिक राजकारणावर बोलायला लागला. "चीन हे एक समर्थ आणि ताकदवान राष्ट्र व्हावे असे मला वाटते," तो म्हणाला. "इराकमध्ये घुसखोरी केल्याबद्दल आम्ही अमेरिकेचा द्वेष करतो. कदाचित पुढच्या वीस-एक वर्षांत आम्ही अमेरिकेला मागे टाकू, तेव्हाच जगाला स्थैर्य येईल आणि शांतता नांदेल."

"उद्या चीनने एक महासत्ता म्हणून अमेरिकेची जागा घेतली," मसाज चालू असताना मधील वेळात दम खात-खात मी म्हणाले, "तरी काही फरक पडणार नाही; कारण चीनला पण तेलाची आणि खनिजाची तितकीच गरज आहे."

"तुम्ही म्हणता तेही कदाचित बरोबर असेल," माझे खांदे चोळत तो म्हणाला, "परंतु कॅनडा ज्याप्रकारे स्थलांतर करू इच्छिणाऱ्यांकडून खूप पैसे उकळते, ते मला अजिबात आवडत नाही. मला चीन हा शक्तिशाली देश व्हायला हवा आहे. मग परदेशी नागरिक जेव्हा येथे येतील तेव्हा आम्ही पण त्यांना खूप पैसे देण्यासाठी भाग पाडू."

बोलता-बोलता मी त्याला सांगितले, मी पण येथेच पॅगोडा गार्डनमध्ये राहत होते. जेव्हा त्याने मला विचारले की मी येथे काय काम करत होते, तेव्हा मी म्हणाले – "मी येथे वार्ताहर म्हणून काम करत होते." "तियानमेनच्या घटनेमध्ये नक्की काय झाले?" त्याने अगदी काळजीपूर्वक शब्दप्रयोग करत मला विचारले. "त्या घटनेमध्ये हजारो माणसे मारली गेली हे खरं आहे का?"

"परदेशी वार्ताहरांच्या अंदाजाप्रमाणे एक ते तीन हजार माणसं मारली गेली," मी सांगितले."सगळ्यात कमी आकडा न्यू यॉर्क टाइम्सने दिला होता, त्यापेक्षा जास्त मृतांची संख्या चीनच्याच रेडक्रॉसने दिलेली होती."

"त्या वेळी मी फक्त दहा वर्षांचा होतो," तो म्हणाला. "मला ते सगळं अगदी स्पष्टपणे आठवतं. आमच्या खेड्यामध्ये एकच कृष्णधवल दूरचित्रवाणी संच होता आणि आम्ही संपूर्ण रात्रभर तो प्रकार बघत होतो. फारच भयंकर होतं ते सगळं."

"तू कशाबद्दल बोलतो आहेस हे सगळं," सॅमला मसाज करणाऱ्या मुलीने त्याला विचारले. त्या वेळी ती फक्त तीन वर्षांची होती. बेनला मसाज करणारी मुलगी मान वर करून विचारते, "ही तियानमेन घटना काय आहे?"

मला मसाज करणारा त्या दोघींना काय उत्तर देतो याची मी वाट बघते. तो काहीच बोलला नाही, गप्प बसला. मी पण काही बोलले नाही. राजकीय राजवटीला अशा अप्रिय घटना विस्मृतीत घालवणे इतके सोपे आहे. ज्या देशांमध्ये बोलण्याचे स्वातंत्र्य आहे, वृत्तपत्र स्वातंत्र्य आहे अशा देशांमध्ये पण इतिहास जसाच्या तसा पुढील पिढ्यांपर्यंत शिकवणे, नेणे अवघड आहे; तर जेथे या प्रकारची स्वातंत्र्येच नाहीत तेथे तर हे अशक्यच होते. बेन आणि सॅमचा मसाज झाल्यावर त्यांनी परत खाण्यासाठी नूडल्स मागवली. मुलांचे ताव मारणे चालू असताना मला एक जाणवले की ज्या देशाला सर्वांत प्रदीर्घ आणि सलग ऐतिहासिक दस्तऐवज जतनाची परंपरा असल्याचा अभिमान आहे, तोच देश स्वतःच्या इतिहासाला सामोरे जाण्याचे धैर्य मात्र दाखवू शकत नाही. सांस्कृतिक क्रांतीचा काळ पुसला गेला होता. त्याचप्रमाणे सन १९८९मध्ये पीएलएमधील निःशस्त्र सैनिकांनी केलेल्या, लोकशाही आणि मानवाधिकाराची बूज राखणाऱ्या आणि भ्रष्टाचारमुक्त सरकारच्या स्थापनेसाठी, आंदोलनादरम्यान झालेले रक्तरंजित शिरकाण विसरले गेले होते.

जेव्हा अँटनी थॉमस त्या 'टँकमॅन'वर डॉक्युमेंटरी तयार करत होता, त्या वेळी त्याने त्या प्रसिद्ध फोटोच्या अनेक प्रती बीजिंग विद्यापीठातील पदवी अभ्यासक्रमाच्या विद्यार्थ्यांमध्ये, जेथे सन १९८९ मध्ये आंदोलनाची ठिणगी पडली होती, वाटल्या होत्या. सन २००६मध्ये माझ्या विद्यापीठातील विद्यार्थी, त्या फोटोवरून, अगदी खरोखरच गोंधळलेले होते. त्या फोटोमध्ये काय दिसते आहे, या प्रश्नावर एक जण म्हणाला, "मला माहीत नाही, बहुधा कसलीतरी कवायत किंवा तसेच काहीतरी असावे." दुसऱ्याने अत्यंत नम्रपणे विचारले, "तू हे चित्र तुझ्या कल्पनेतून काढले आहेस का?"

स्कार्लेटसारख्या व्यक्ती, ज्या त्या प्रसंगास गेल्या आहेत, ती घटना कधीच विसरणार नाहीत; परंतु ती पण त्यावर भाष्य न करणेच पसंत करते. चीनमधील विविध माध्यमे या विषयाला हात घालणार नाहीत, घालू शकणार नाहीत. तरी पण

हळूहळू बदल होत होता. सन १९९९मध्ये बीजिंगमधील एका इंटरनेट कॅफेमध्ये जेव्हा तियानमेन स्क्वेअर असे कॉम्प्युटरवर टाइप केले, तेव्हा इंटरनेट सुरक्षा चाळण्यांमधून तावूनसुलाखून मला अगदी सपक, पर्यटकांसाठी जशी माहिती असते तशी मिळाली. जेव्हा मी 'चीनमधील लोकशाही' असे टाइप केले, तेव्हा खूप वेळ कॉम्प्युटरच्या पडद्यावर काही आले नाही आणि काही वेळाने मला असा प्रतिसाद मिळाला : इंटरनेट शोधक याबद्दलची माहिती देऊ शकत नाही; कारण सर्व्हरबरोबर आमचा संपर्क प्रस्थापित होऊ शकला नाही. मी 'जून ४, १९८९' असे टाइप केले होते. तसाच प्रतिसाद. मी 'चीनमधील मानवाधिकार' असे टाइप केले, त्याला पण तसाच प्रतिसाद.

चीनमध्ये इंटरनेट वापरावर लक्ष ठेवून असणाऱ्या पोलिसांची संख्या तीस हजार आहे. ब्लॉग्जवरून जे लोकशाहीचा प्रसार, प्रचार करण्याचा प्रयत्न करतात, त्यांना अटक केली जाते. पोलिसांचे इंटरनेट गटांवर तसेच चॅट गटांवर बारीक लक्ष असते आणि काही मिनिटांतच टीकात्मक मजकूर काढून टाकला जातो. पाश्चिमात्य देशांत स्पॅमला बळी पडलेल्यांना माहीत आहे की सुरक्षा चाळण्यांना चुकवण्याचे पण मार्ग आहेत. एसएआरएसच्या (सार्स) काळामध्ये चीनमध्ये खूप मोठ्या विषाणूंमुळे होणाऱ्या आजाराची साथ पसरली आणि चीनने हे वास्तव प्रथम नाकारण्याचा प्रयत्न केला; परंतु ही बातमी मोबाइल फोन्सद्वारा संदेशांच्या देवाणघेवाणीने पसरली, फुटली. जेव्हा मी या विषाणूंचा चीनमध्ये कसा आणि किती मोठ्या प्रमाणात प्रादुर्भाव झाला होता आणि आजार तेथून हाँगकाँग आणि नंतर कॅनडापर्यंत कसा पसरला आहे याबद्दल सविस्तर माहिती देणारा एक लेख प्रथम ग्लोब या वर्तमानपत्रात लिहिला, तेव्हा माझा तो इंग्रजीमधील लेख संपूर्ण चीनमध्ये ई-मेल केला गेला होता, आणि ताबडतोब मला चिनी वाचकांकडून प्रतिक्रिया यायला सुरुवात झाली होती.

सन २००६मध्ये सुंदर निवासातील आमच्या फ्लॅटमधून बेन याने 'गूगल इमेज सर्च' करायचे ठरवले. त्याने टँकमॅन असे टाइप केले. कॉम्प्युटरच्या पडद्यावर एकदम एकाकी उभ्या असलेल्या माणसाची डझनाने चित्रे अवतरली. कॅनडाला आमच्या घरी असलेल्या इंटरनेट जोडणीच्या तिपटीने जलद इंटरनेट जोडणी येथे मिळते.

टोरांटो येथील माझी पत्रकार मैत्रीण 'तालीन व्हार्टानीन' चीनच्या इंटरनेट सुरक्षा यंत्रणेची चाचणी घेण्यासाठी मला मदत करत होती. चीनमधील मानवाधिकार उल्लंघनांच्या संबंधीचे लेख, बातम्या तसेच 'फालुन गाँग' या धार्मिक संघटनेसंबंधीच्या बातम्या व लेख तिने मला नियमितपणे ई-मेलवरून पाठवले आणि आश्चर्य म्हणजे माझ्यापर्यंत ते सगळे जसेच्या तसे पोहोचले. मी गूगलवर 'मानवाधिकार' असा शोध घेतला आणि ताबडतोब मला त्यासंबंधीच्या सर्व वेबसाइट्सची- अगदी अम्नेस्टी

इंटरनॅशनलसह- माहिती मिळाली. टोरांटो येथे घेतलेल्या माझ्या ॲपलच्या लॅपटॉपवर तियानमेन स्क्वेअर असे टाइप केले आणि काय आश्चर्य, त्या १९८९च्या नरसंहारासंबंधीच्या वेबसाइट्स, बीबीसी विकिपीडिया आणि इपॉक टाइम्स वगैरे क्षणात मिळाले. 'इपॉक टाइम्स'ची साइट मिळणे ही खरोखरच विशेष गोष्ट होती; कारण हे वृत्तपत्र फालुन गाँग या धार्मिक गटातर्फे चालवले जाते आणि या गटावर चिनी सरकारने एक 'विघातक शक्ती' म्हणून शिक्का मारला होता. चिनी नियंत्रणाच्या बंदीचा, जेव्हा मी इपॉक टाइम्स टाइप केले आणि क्लिक केले, तेव्हाच मला अनुभव आला. ती साइट उघडली नाहीच; परंतु त्याऐवजी मला कोकाकोला, खाण्याचे पदार्थ आणि फुटबॉल इत्यादीच्या जाहिराती बघायला मिळाल्या, आणि जेव्हा मी एका लेखातील फालुन गाँगच्या साइटच्या पत्त्यावर क्लिक केले तेव्हा मला : हे पान उघडू शकत नाही... कारण सर्व्हरकडून प्रतिसाद नाही – असा खुलासा वाचायला मिळाला.

शहरातली लैंगिकता

बीजिंगचा चेहरामोहरा अशा काही प्रकारे बदलला जातो आहे की त्यामुळे त्या शहराचा इतिहास पुसला जात आहे. आणि माझ्या यीनचा शोध घेण्याच्या धडपडीशी हे अगदी विसंगत होते. ज्या शहराची ओळखच पुसली जात होती, अशा शहरात मी माझ्या भूतकाळातील घटनेला कशी सामोरी जाऊ? एक दिवस मुलांची मँडरिनची शिकवणी संपल्यानंतर वँग बाईंनी सुचवले की शहरातील जे काही थोडेफार भाग अजून पूर्वीप्रमाणे टिकून आहेत, त्यांपैकी एक दाखवण्यासाठी त्यांना मुलांना घेऊन जायला आवडेल. 'डॉंग सी' हा तो भाग. या शब्दाचे इंग्रजी भाषांतर 'इस्ट-फोर' असे काहीसे करता येईल. या भागाला हे नाव मिळण्याचे कारण म्हणजे येथे चार बाजू असलेली, नक्षीकाम केलेली आणि मढवलेली लाकडी कमान होती. ती फार पूर्वीच पडली; परंतु बीजिंगमधील इतर अनेक गोष्टींप्रमाणे फक्त नाव राहिले.

"ते या भागाचे जसेच्या तसे जतन करणार आहेत," आम्हाला तिसऱ्या गल्लीत नेत वँग बाई सांगत होत्या. ही गल्ली अत्यंत स्वच्छ आणि सुंदर ठेवलेली होती. आमच्या सुंदर निवासामागे असलेल्या गल्लीसारखी घाणेरडी नव्हती. येथे दुतर्फा शंभर वर्षांची जुनी राखाडी-करड्या रंगाच्या विटांची घरे होती. घरांच्या परिसरामध्ये पिवळ्या/पांढऱ्या सुवासिक छोट्या फुलांचे गुच्छ येणारी झाडे होती. ती झाडे तीनशे वर्षांची जुनी आहेत हे सांगणाऱ्या धातूंच्या पट्ट्या प्रत्येक झाडाच्या खोडावर लावलेल्या होत्या. आम्ही पांढऱ्या रंगाच्या टाइल्स लावलेल्या एका स्वच्छतागृहाजवळून गेलो. घरांमध्ये स्वतंत्र नळयोजना नसल्याचा हा पुरावाच होता. सॅमने लगेचच संधी घेतली आणि तो स्वच्छतागृहात पळाला आणि परत येऊन स्वच्छतागृह स्वच्छ असल्याचे सर्टिफिकेट दिले. स्वच्छतागृहामध्ये स्वयंचलित फ्लश होता. पातळ साबण आणि पाणी पण नळातून स्वयंचलितरीत्या येत होते. अपंगांसाठी वेगळे स्वच्छतागृह असल्याचे पण दिसले.

जरा पुढे गेल्यावर व्यायामांची, चकचकीत रंगवलेली, वेगवेगळी उपकरणे दिसली. सन २००१मध्ये बीजिंगभर एकदम वल्हवण्याचे उपकरण, एका जागी स्थिर असलेल्या सायकली, चालण्याचे मार्ग इत्यादींसारख्या व्यायामाच्या साधनांचे पेव फुटले. त्या वर्षी सन २००८मध्ये भरवण्यात येणाऱ्या ऑलिम्पिक स्पर्धांसाठी चीन नामांकनासाठी बोली लावण्याच्या शर्यतीत सहभागी होणार होता, म्हणून अशा व्यायामांच्या उपकरणांद्वारा जनतेमध्ये खेळांसंबंधी, व्यायामासंबंधी वातावरणनिर्मिती करण्याचा हा प्रयत्न होता. बीजिंगवासीयांना खेळांविषयी खूप आस्था आहे, आवड आहे असा संदेश देण्याचा हा प्रयत्न होता. त्यामागचा उद्देश काही का असेना; पण या व्यायामाच्या उपकरणांमुळे बीजिंगवासीयांना खूप फायदा झाला. औषधोपचारावरचा खर्च कमी झाला, शेजाऱ्यापाजाऱ्यांशी ओळखी झाल्या, गुन्हेगारीमध्ये घट झाली वगैरे. टोरांटोमध्ये पण सार्वजनिक बागांमध्ये अशी सोय केली तर लहानग्यांना खेळायला सोडून स्वस्थ बसून राहणारे पालक पण स्वतः थोडा व्यायाम करू शकतील.

सहा-सात बेवारशी कुत्र्या-मांजरांकडे माझे लक्ष गेले. वँग बाईंच्या म्हणण्याप्रमाणे त्यांच्या निर्दय मालकांनी त्यांना वाऱ्यावर सोडून दिले होते. "दुसरे कोणीतरी त्यांना घेऊन जातील आणि त्यांची काळजी घेतील," वँग बाई म्हणाल्या. माओने पाळीव प्राण्यांवर, त्या वेळी अन्नधान्याची टंचाई असल्यामुळे, प्रस्थापितांची थेरं म्हणून बंदी घातली होती. त्याचा खासकरून कुत्र्यांवर राग होता. कारण रात्रीच्या वेळी कुत्रे छुप्या क्रांतिकारकांवर भुंकायचे, त्यांच्या अंगावर धावून जायचे म्हणून त्याने त्याच्या सर्वांत कट्टर शत्रूंची 'अमेरिकन साम्राज्यवादाचे पाळलेले कुत्रे' अशी संभावना केली होती. माओच्या मृत्यूनंतर बरेच जण, जरी सन १९९०पर्यंत ते बेकायदा होते तरी, चोरून कुत्रे पाळायला लागले. शहरातील मध्यमवर्गीयांसाठी बागेमध्ये १० मिनिटे फिरवण्यासाठी कुत्रे भाड्याने मिळण्याची अर्थातच सोय होती आणि त्यावरच त्यांना समाधान मानावे लागे. अधूनमधून गल्लीबोळांतून बेवारशी कुत्री पकडण्याच्या मोहिमांवर पोलिसांचे विशेष पथक निघायचे आणि पकडलेली कुत्री खेड्यांमध्ये नेऊन सोडली जायची किंवा लोखंडी तारेच्या फासाने त्यांचे गळे आवळून मारली जायची. (बीजिंग पोलीस पथकाची मी एक मुलाखत घेतली होती आणि कुत्र्याचा गळा कसा आवळला जायचा याचे प्रात्यक्षिक त्यांनी मला दाखवले होते.)

गल्लीमध्ये जरा पुढे गेल्यावर एका क्लबवर उघडमीट करणारे नाव दिसले : 'स्वयंचलित माहजाँग (चौघांनी खेळण्याचा रमीसारखा चिनी खेळ. यामध्ये १३६ किंवा १४४ सोंगट्या असतात, त्यांना टाइल्स म्हणतात.) टेबल्स'. 'पाच युआन. २४ तास खुले, चहा मोफत'. मी बीजिंगमधील माहजाँग क्लब अजून पाहिलेले नव्हते. पाळीव कुत्रे आणि मसाज याप्रमाणेच ही पण एक प्रस्थापितांची खूण

समजली जायची. सांस्कृतिक क्रांतीच्या काळामध्ये स्कार्लेट आणि गु वेमिंग यांच्यासारख्या रेडगार्ड्सकडून छळ होऊ नये म्हणून कित्येक लोकांनी त्यांच्या मनाविरुद्ध त्यांच्याकडील पिढ्या न् पिढ्या चालत आलेले मौल्यवान हस्तिदंती सोंगट्यांचे संच नष्ट केले होते. आम्ही दरवाजातून आत डोकावून बघितले. या, या, आता या, एका मध्यमवयीन माणसाने आमचे स्वागत केले. त्याचे कोळशासारखे काळे केस आणि खडूच्या रंगासारखी पांढरी धोप कातडी अनैसर्गिक वाटत होती. तो अगदी 'बोरीस कारलॉफ' (खरे नाव विल्यम हेन्री प्राट (१८८७-१९६९) इंग्लिश नट, हॉरर सिनेमे, फ्रँकेन्स्टाईनच्या भूमिकेमुळे प्रसिद्धी)सारखा दिसत होता. त्याने त्याचे नाव सांगितले 'झँग हॅनहुआ'– चिनी भरभराट.

तेथे असलेली चार माहजाँग टेबल्स सोडली तर तो एकूण प्रकार संशयास्पद वाटावा असाच होता. ती जागा साधारणपणे राहण्याच्या खोलीसारखी दिसत होती. तेथे एक काळपट सोफा होता, कॉफी टेबल होते आणि जमिनीला पांढऱ्या रंगाच्या सिरॅमिक टाइल्स होत्या. आतमधील दोन स्त्रिया अदबीने मान हलवतात. एक 'हु झीयोजु' (उमललेले फूल) ही हॅनहुआची बायको होती. दुसरी होती ती तिची मैत्रीण होती. ती फक्त गप्पा मारायला आलेली होती. हिरव्या रंगाच्या कापडाने आच्छादित टेबलकडे हु झीयोजु मुलांचे लक्ष वेधले आणि म्हणाली, ''बसा तेथे.''

''माहजाँग कसे खेळायचे ते आम्हाला माहीत नाही,'' – मी म्हणाले. टेबलला असलेले एक बटण दाबत ती म्हणाली, ''ते फारच सोपे आहे.'' टेबल थरथरायला लागले आणि काही क्षणांतच एक सोंगटी बाहेर पडली. परत टेबल थरथरले, टेबलच्या मधोमध असलेली झडप उघडली आणि प्रत्येक खेळाडूसमोर उभ्या सोंगट्यांची रांग तयार झाली आपोआप. झीयोजु खेळ समजावून सांगत म्हणाली या खेळामध्ये चातुर्य, डावपेच, हिशोबीपणा आणि नशीब लागते. प्रत्येक सोंगटीवर चित्र किंवा चिनी चिन्हे होती. जो खेळाडू या सर्व सोंगट्यांचे तीन-तीनचे गट प्रथम बनवेल तो जिंकतो. ''मुलांना एक डाव खेळून बघू दे,'' तिने आग्रह केला, ''काही पैसे नाहीत, अगदी फुकट.'' मुले खेळण्यासाठी उत्सुक होती. हॅनहुआने त्याच्या बायकोच्या मैत्रिणीला, बेन आणि सॅमला खेळ शिकवण्याचे काम दिले. वँग बाईंना चौथा खेळाडू व्हावे लागले आणि पुस्तकी व्यक्तिमत्त्वाची वाटणारी वँग बाई माहजाँग खेळण्यात चांगली तरबेज निघाली.

हॅनहुआने बेन आणि सॅमच्या हातात ऑरेंज सोड्याच्या बाटल्या दिल्या. मी त्याचे पैसे देऊ केले आणि त्याने पण ते तत्परतेने घेतले. पारंपरिक शिष्टाचार आणि आधुनिक व्यवहार यांचा विचित्र मिलाप. तो म्हणाला ते घर त्याच्या कै. आईचे होते. पाचच महिन्यांपूर्वी त्याने आणि त्याच्या बायकोने घराची थोडी डागडुजी केली, ही चार स्वयंचलित माहजाँग टेबल्स जपानहून आयात केली आणि हा व्यवसाय सुरू

केला. आम्ही प्रत्येक टेबलला दर तासाला २० युआन इतकी फी आकारतो. बाजूच्याच भिंतीवरील एक भित्तिपत्रक सांगत होते, 'छोट्या रकमा लावून खेळणे म्हणजे काही जुगार नाही; तर ते एक मनोरंजन आहे, गंमत आहे.'

"जुगार खेळणे हे बेकायदा नाही का?" मी हॅनहुआला विचारले. "जोपर्यंत मारामाऱ्या होत नाहीत, पोलिसांना बोलावण्याची वेळ येत नाही तोपर्यंत आम्हाला काही प्रश्न नाही," त्याने सिगारेट पेटवत सांगितले. "तुम्हाला काहीतरी रक्कम लावावी लागेल, नाहीतर मग माहजाँग खेळण्यात काही मजा नाही. काही जण तर एका वेळी फक्त एक किंवा दोन युआन पण लावतात. काही जण पाचशे युआन घेऊन येतात आणि संपूर्ण रक्कम हरल्याशिवाय उठत नाहीत."

ज्याने मला सांगितले त्याचे वय एकोणपन्नास वर्षांचे होते. स्कार्लेटच्या नवऱ्याप्रमाणेच तो पण वन खात्यात नोकरीला होता; परंतु त्याने मुदतीआधीच निवृत्ती घेतली. विद्यापीठामध्ये शिकणारी त्याची मुलगी जवळच एका फ्लॅटमध्ये राहते. तो आणि त्याची बायको येथेच झोपतात; कारण माहजाँग पार्लर चोवीस तास उघडे असते. जुगार खेळायला येणारे बरेच जण संध्याकाळी येतात आणि सकाळपर्यंत येथेच असतात. झीयोजु येथेच मागच्या बाजूला गिऱ्हाइकांच्या मागणीनुसार पदार्थ बनवते आणि देते, त्यामुळे गिऱ्हाइकांच्या खेळण्यात व्यत्यय येत नाही.

तेवढ्यात एक पांढराशुभ्र सयामी बोका शेपटी उंचावून आमच्याजवळ येतो. झीयोजु त्याला उचलून घेते आणि त्याच्या लांब केसातून बोटे फिरवत त्याला थोपटते. त्याच्या गळ्यामध्ये चमकदार गारगोटीचे दगड बसवलेला चामड्याचा पट्टा होता. "आम्ही आमच्या या 'अनमोल'ला कधी नजरेआड होऊ देत नाही. त्याला कोणीतरी चोरून नेईल याची आम्हाला भीती वाटते." त्याचे चुंबन घेत तिने सांगितले, "तो अगदी पिल्लू होता तेव्हा आम्ही त्याला आठशे युआनला घेतला. आता त्याची किंमत दोन हजार युआन तरी असेल." जमीनजुमल्याप्रमाणेच मांजर ही पण एक चांगली गुंतवणूक असावी. झीयोजुने जांभळ्या रंगाची पिशवी उघडली आणि वाळवलेली कोळंबी त्याला हाताने भरवली. "त्याच्या खाण्यावर आम्ही दरमहा तीनशे युआन खर्च करतो," तिने सांगितले. माझ्या जुनाट माओवादी मनात एक विचार चमकून गेला, 'स्थलांतरित कामगाराचा हा दोन आठवड्यांचा पगार आहे.'

दुपारची जेवणाची वेळ उलटून गेली होती. आम्हाला आता निघायला पाहिजे; पण अचानक पावसाला सुरुवात झाली. अगदी मुसळधार पावसाचा जोर एवढा होता की गल्लीबोळांतून मार्ग काढत धावणाऱ्या टॅक्सीज थांबल्या. आता आम्ही अडकलो होतो. झीयोजु मागच्या बाजूला गेली आणि थोडा जास्त भात टाकला. हॅनहुआने गोल टेबलची घडी मोडली आणि टेबल मांडले. ते आम्हाला त्यांच्याबरोबर खाण्याचा आग्रह करतात : गोड्या पाण्यातले मासे आणि सोया सॉस, तेलावर

परतलेली फ्लॉवर आणि टोमॅटोची भाजी, हिरव्या मिरचीची चटणी, ऑयस्टर आणि साखरेचे सॉस असा बेत असतो. खाता-खाता त्यांनी आमची पूर्ण माहिती विचारून घेतली. मी सांगितले की नॉर्मन माझा नवरा आहे, बेन आणि सॅम आमची मुले आहेत आणि वँग बाई त्यांच्या मँडरिन शिक्षिका आहेत.

"तू तुझ्या मुलांना चिनी भाषा शिकवण्यासाठी कोणालातरी पैसे देतेस?" वँग बाई शेजारीच असल्याची दखल पण न घेता, हॅनहुआने आश्चर्याने मला विचारले. तिला पण त्याचे काही वाटल्याचे दिसले नाही. हॅनहुआने तोंडातून सिगारेटच्या धुराचा लोट सोडला. "तुझी मुलं आमच्याबरोबर फक्त राहिली तरी आमच्या संभाषणातून ती चिनी भाषा शिकतील. मी तुझ्यासाठी तीन हजार युआन भाड्याचा ब्लॉक शोधून देतो आणि एक हजार युआन पगारावर एक मोलकरीण ठेव. ती तुमचे कपडे धुवेल, जेवण बनवेल."

माझ्या मनात विचार आला, या मुलांना संपूर्ण उन्हाळा या धुराने भरलेल्या जुगारी अड्ड्यावर ठेवायचे आणि वर त्यांच्यासाठी एक नोकर ठेवायची म्हणजे खरोखरच धन्य आहे. "आम्ही यावर विचार करतो," मी हॅनहुआला सांगितले. पाऊस शेवटी थांबला होता. आम्ही आदरातिथ्याबद्दल त्यांचे आभार मानले आणि बाहेर पाणी साठलेल्या रस्त्यावर आलो.

"आई, बघ माणसं जुगार खेळत आहेत, ते बारच्या काउंटरवर सोंगट्या फेकत आहेत," सॅमने उत्तेजित होऊन मला सांगितले.

आम्ही 'हाऊ है' भागातील 'सेक्स इन दी सिटी' या बारमध्ये होतो. अर्थातच मी माझ्यासाठी ड्रिंक्सची ऑर्डर दिली, नॉर्मनने त्याच्यासाठी 'Erdinger Weissbier'ची ऑर्डर दिली. सॅमकडे बोट दाखवत मी सांगितले, "त्याच्यासाठी 'Tsingtao beer', आणि बेनकडे बोट दाखवत, "तो पण तीच घेईल." वेटरने डोळ्याची पापणी पण हलवली नाही. माहजाँग पार्लर्स आणि बार ही खरे तर संस्कारक्षम वयातील मुलांना नेण्याची ठिकाणे नाहीत; परंतु माझे नेहमीच कसले ना कसले तरी संशोधन चालू असते, प्रयोग चालू असतात हे सॅमला माहीत होते आणि म्हणून तो मला अशा गोष्टी मुद्दाम दाखवतो.

मानवाधिकाराच्या अंमलबजावणीत अत्यंत वाईट स्थिती असून पण- किंबहुना त्यामुळेसुद्धा- चीनमध्ये पिण्याच्या बाबतीत बंधने नाहीत. ज्याप्रमाणे दारू विकत घेण्यासाठी वयाचे बंधन नाही, त्याचप्रमाणे बारमध्ये जाण्यासाठी पण वयाचे बंधन नाही. विदेशी मुले येथे जरा जास्तच अनिर्बंध होतात. विदेशी दूतावासातील अधिकाऱ्यांची मुले किंवा प्रतिष्ठितांची, श्रीमंतांची मुले पिऊन इतकी तर्र होतात

की बाहेर फूटपाथवर ओकतात, स्थानिकांशी भांडणे करून चाकूंनी मारामाऱ्या करण्यापर्यंत त्यांची मजल जाते. जेव्हा मी बेन आणि सॅमना एका महिन्यासाठी चीनमध्ये आणण्याचे ठरवले तेव्हा मी ही अपेक्षा केली नव्हती. सन १९७२मध्ये सूर्यास्ताला शहर झोपी जायचे. तेव्हा दारू मिळण्याची एकच जागा म्हणजे– थांबा, त्या वेळी दारू मिळण्याची जागाच नव्हती. काही अनैतिक व्यवसायांची ठिकाणे नक्कीच होती, ते वाढत्या लोकसंख्येवरून कळूनच येते. परंतु ते उघडपणे चालायचे नाही. अंतर्वस्त्रासारखे कपडे अत्यंत साधे होते, दिखाऊ नव्हते. स्त्रियांचे ब्रा पण साधे घरी शिवलेले असायचे. स्त्रिया त्यांच्या चड्ड्या स्वतःच शिवायच्या. आज मात्र बीजिंगमधील स्त्रियांच्या अंतर्वस्त्रांची विक्री करणारी दुकाने हॉलिवूडमधील फ्रेड्रिकच्या दुकानांच्या शाखा वाटतात.

हाऊ है हा भाग सतत जागता भाग होता. एके काळी हा भाग 'डॉवगर' (हे एक पद किंवा पदवी आहे. जेव्हा राजघराण्याचा वारस लहान असतो तेव्हा त्याच्या वतीने राज्याची देखभाल करणारी राजघराण्यातील वरिष्ठ स्त्री.) राणीचे फिरण्याचे आवडते ठिकाण होते. दक्षिणोत्तर पसरलेला हा सहा तळ्यांच्या मालिकेचा प्रदेश बीजिंगच्या काहीशा पूर्वेला आहे. एसएआरएसपर्यंत हा भाग दारूचे गुत्ते, क्लब वगैरेचा भाग म्हणून अस्तित्वातच आला नव्हता. सन २००३च्या दंगलीमध्ये जेव्हा सरकारने 'सानलिटन' हा बीजिंगचा मूळ गुत्ते आणि क्लब असलेला भाग बंद केला, तेव्हा एका रात्रीत बफेलो, बेड, सिल्क रोड, ब्ल्यू लोटस वगैरे आकर्षक नावे असलेल्या गुत्त्यांचा आणि क्लबचा नवीन प्रदेश अस्तित्वात आला.

'सेक्स इन दी सिटी' ही बाहेर निऑन दिव्यांनी प्रकाशमान केलेली दोन मजली क्लबची इमारत होती. आम्ही वरच्या मजल्यावर बाहेरील तळ्याचे दृश्य दिसेल अशा बेताने मोठ्या खिडकीजवळचे कडेचे टेबल पकडले आणि आम्ही बसतो न बसतो तोच वेटरने येऊन सांगितले या टेबलसाठी जास्त पैसे मोजावे लागतील. आम्ही ताबडतोब त्या टेबलवरून उठलो आणि आतल्या बाजूचे टेबल बसण्यासाठी निवडले. या चिनी बारची अंतर्गत सजावट करणाऱ्यांनी पाश्चात्त्य बारची हुबेहूब नक्कल केली होती- लाल रंगाचे पडदे, स्टेनलेस स्टीलचा बार (काउंटर), अतीच गुबगुबीत सोफा, नकली लोकरीचे वॉल पेपर आणि मरलीन मन्रोचा तो कमरेपर्यंत फ्रॉक वर उडालेला फोटो. बारमध्ये वीस-एक माणसे होती. एका टेबलवरील गिऱ्हाइकांनी 'अ‍ॅब्सोल्यूट सिट्रॉन'ची एक बाटली मागवली होती. 'ल्युसी लीऊ' (अमेरिकन नटी, खलनायकी भूमिकांसाठी प्रसिद्ध)सारख्या दिसणाऱ्या मुलीवर आता ड्रिंक्सचा अंमल चढायला लागला होता. त्या हॉलमध्ये नॉर्मन सोडला तर माझ्या वयाची आणखी एकच व्यक्ती

होती, ती म्हणजे स्वच्छतागृहाबाहेर उभी असलेली सेविका. ती स्वच्छतागृहाच्या, आरसा लावलेल्या दरवाजाबाहेर उभी होती. आमची नजरानजर झाली. मनात उगीचच विचार आला की तिला जाऊन सांगावे की मी पण नोकरी करते.

सॅमने तेथील संगीताच्या तालावर नाच सुरू केला. "मला बार आवडतात," तो म्हणाला. "आपण येथे परत येऊ या?"

"या गाण्याचे शीर्षक काय आहे?" मी विचारले.

"हे '५० सेंट 'आहे (अमेरिकन रॅपर, नाव कर्टीस जेम्स जॅक्सन III) तो 'जस्ट अ लिटल् बिट' म्हणत होता. आता तो 'डोन्ट फंक विथ माय हार्ट' म्हणतो आहे. हे 'ब्लॅक आइड पीज'चे (अमेरिकन हिपहॉप ग्रुप, रॅपर ग्रुप.) गाणे आहे."

"याची 'रॅप संगीत' म्हणून वर्गवारी करता येईल काय?" मी हातामध्ये पेन आणि वही घेऊन विचारले.

"होय आई," बेन जरा तिरकसपणे म्हणाला.

"आई, तू म्हणजे अगदी," सॅमने सुरात सूर मिसळला.

"ठीक आहे," बेन समजावणीच्या सुरामध्ये सॅमला म्हणतो. "हे गेल्या पंधरा एक वर्षांतील गाणे आहे, कदाचित वीस झाली असतील." त्या दोघांनी माझ्या अज्ञानावर डोळे फिरवून खेद व्यक्त केला. मी लिहून घेत असताना सॅमने पाहिले. "आई," तो मला समजावत म्हणाला, "तू असे लिही की क्लबमध्ये '५० सेंट' हे गाणे चालू होते किंवा डिजे (डिस्क जॉकी) हे गाणे वाजवत होते."

सॅम एकदम किंचाळला आणि काउंटरकडे बोट दाखवले. एक गोरा नर्तक बारच्या कांउटरवर उडी मारून आला आणि त्यावर असलेला चकचकीत खांब धरून 'ब्रिटनी स्पीअर'च्या 'टॉक्झिक' (इति सॅम) गाण्यावर कमरेखालचा भाग उत्तानपणे आणि प्रक्षोभक रीतीने हलवत नाचायला लागला. बेन मॉक म्हणाला होता तेच बरोबर होते- विदेशी व्यक्तींना कामावर ठेवणे ही बीजिंगवासीयांसाठी मोठेपणाची अंतिम खूण होती. पूर्वीच्या सोव्हिएत संघराज्यातील देशांमधील अनेक जण आज चीनमध्ये- या राजधानीत काम करत होते. बार काउंटरवर नाचणारा तो नर्तक पोलिश असावा; पण कदाचित रशियन पण असेल. त्याची छाती आणि हात केसाळ होते आणि डोक्यावर दाट काळ्या, कुरळ्या केसांचे जाळे होते. त्याने पांढऱ्या रंगाच्या चामड्याची अतिघट्ट पँट घातली होती, डोक्यावर काळ्या रंगाची सॅटिनची काऊबॉय हॅट होती आणि अंगात काळा जाळीदार शर्ट होता. कमरेखालील भाग उत्तानपणे हलवत त्याचा नाच चालू होता. त्याचा नाच आटोपल्यावर थोड्याफार टाळ्या पडल्या. "आजकाल मुलींना हे आवडते आई," सॅमने मला सांगितले.

नंतर एक हडकुळीशी सोनेरी केसांची मुलगी बार काउंटरवर चढली. तिने उंच टाचांचे आणि चामडी वाद्यांचे बंद असलेले आणि ते वर पोटऱ्यापर्यंत बांधलेले

सँडल्स घातले होते. तिने काळ्या-पांढऱ्या पट्ट्यांची बिकिनी आणि सोनेरी रंगाचा जाळीदार ब्लाउज घातला होता. तिने तिचे सोनेरी केस जोरजोरात इकडून तिकडे हलवले. तिने पण काउंटरवर चढून नाचाच्या नावाखाली शरीराच्या उत्तान हालचाली केल्या. प्रेक्षकांकडून जोरदार प्रतिसाद मिळाला. त्यामध्ये सॅमच्या पण उत्साहाने वाजवलेल्या टाळ्या होत्या. तिचा नाच आटोपल्यावर प्रेक्षकांमधील एक चिनी स्त्री बार काउंटरवर चढली, पोल डान्स करण्याची असफल नक्कल केली. गुलाबी रंगाचा जाळीदार बुरखा घातलेली ती, अगदी विनोदी दिसत होती. आणखी दोन चिनी जोडपी पण नाचायला उठली, तेव्हा मात्र वेटर्सनी ड्रिंक्स देण्याचे बंद केले. एक जोडपे, जणूकाही संभोग करत असल्याप्रमाणे आपापल्या कमरेखालचे भाग हलवत होते. सॅमचे आरामात बिअर पिणे चालले होते, त्याच्या चेहऱ्यावर अतीव समाधानाचे भाव होते.

सेक्स इन दी सिटी हा प्रकार जर तीस वर्षांपूर्वी असता, तर कदाचित यीनने कॉस्मोपॉलिटन ड्रिंक मागवले असते आणि तिने पण बार काउंटरवरच्या नाचामध्ये भाग घेतला असता; किंवा कदाचित नाही पण. सन १९७९मध्ये मी बीजिंगमध्ये प्रथमच एका नाचाच्या कार्यक्रमाला हजेरी लावली होती. तो कार्यक्रम अगदी लपूनछपून सैन्याच्या एका भूमिगत खंदकामध्ये करण्यात आला होता. उपस्थितांमध्ये परदेशी अशी मी एकटीच होते. पाश्चात्त्य नृत्य प्रकारातील स्टेप्सची माहिती करून घेण्यासाठी मला आमंत्रित केले होते. दुर्दैवाने माझे त्या बाबतीत ज्ञान 'ट्विस्ट, द मंकी आणि द मॅश्ड पोटॅटो' या नाचांपुरतेच मर्यादित होते. आणि दुसरे म्हणजे त्यांच्याकडे जी एकमेव पाश्चात्त्य संगीताची रेकॉर्ड होती 'रेड रिव्हर व्हॅली' तिच्याबरोबर ते प्रकार अजिबात जुळणारे नव्हते.

शेवटी जेव्हा सॅम जांभया द्यायला लागला तेव्हा मला पण जाणवले की आता निघायची वेळ झाली होती. तो पहिला नर्तक आता परत आला होता आणि त्याने बार काउंटरवर नाचायला सुरुवात केली होती. नाचता-नाचता त्याने त्याचा जाळीदार टी-शर्ट ओरबाडून फाडून काढला. तेथील डीजेने गिऱ्हाइकांना नाचात सामील होण्याचे आवाहन केले. "कोणी सुंदर चिनी स्त्री या गोऱ्या माणसाबरोबर नाच करू इच्छिते का?" त्याने चिनी भाषेत विचारले. आणि वर इंग्रजी पाजळले, "ओके"!

"मी जाऊ का वरती नाचायला?" मी नॉर्मनला विचारले.

"हो, अगदी जरूर जा हं," तो उपहासाने म्हणाला.

बेनने माझ्याकडे जळजळीत नजरेने कटाक्ष टाकला. आम्ही बिल मागवले आणि जिना उतरायला लागलो. तेवढ्यात ती सोनेरी केसांची तरुणी परत बाहेर आली. आता तिने लेस लावलेला मिनी स्कर्ट आणि लाल रंगाचा ब्लाउज घातला होता.

त्या तरुणाप्रमाणे आता ही पण तिचा ब्लाउज ओरबाडून काढणार काय या विचाराने माझे पाय घुटमळतात. मी मुलांना आणि नॉर्मनला जरा थांबायला सांगितले.

"कोणी निधड्या छातीचा चिनी पुरुष या सुंदर तरुणीबरोबर नाचायला तयार आहे का?" चिनी भाषेत डीजेने परत विचारले आणि परत इंग्रजीमध्ये ओके म्हणाला.

कोणाकडूनही प्रतिसाद मिळला नाही. अचानक त्या नर्तिकेचे गोल जिन्यावर उभ्या असलेल्या आमच्याकडे लक्ष गेले. तिने आम्हाला बोलावले. खरे तर ती बेनला बोलावत होती. गोड हसत तिने त्याला बार काउंटरवर नाचासाठी येण्याचे खुणावले. "जा, जा, हो पुढे," मी माझ्या सोळा वर्षांच्या मुलाला आग्रह केला. "माझ्या संशोधनाच्या दृष्टीने तेवढेच चांगले."

त्याने माझ्याकडे चिडून बघितले. "यासाठी मी तुझा स्पष्टपणे उल्लेख करणार आहे," तो गुरगुरला. अरे माझ्या राजा, असे वाटते की त्याचा पण एक वेगळे पुस्तक लिहायचा विचार असावा.

जेंव्हा लक्षात यायला वेळ लागतो

वँगसाठी तिच्या कार्यालयामध्ये निरोप ठेवून आता एक दिवस उलटून गेला होता. तिचा अजूनतरी काही फोन आलेला नव्हता. आता दोन आठवड्यांपेक्षाही कमी मुक्काम उरलेला होता. हातातून वेळ निघून चालला होता. पॅनवर विश्वास ठेवायचा तर त्याच्या सांगण्याप्रमाणे यीनला काहीही झाले नव्हते; परंतु कोणीही तिच्याबद्दल तिला विद्यापीठातून काढून टाकल्यानंतर तिचे नक्की काय झाले हे सांगू शकत नव्हते. प्रत्येकाला भूतकाळ विसरण्याची घाई झाली होती; परंतु मला मात्र यीनच्या भवितव्याबाबतच्या भीतीला सामोरे गेलेच पाहिजे. मला प्रत्यक्ष डोळ्यांनी तिला पाहिलेच पाहिजे.

ऑगस्ट महिन्यातील उकाडा अगदी अस्वस्थ करणारा होता. 'द चायना डेली'मधील बातमीप्रमाणे दिवसाचे कमाल तपमान ३१° से (८८°फॅ) इतके होते. पण मला खात्री आहे का, त्यापेक्षा जास्त उकाडा होता. 'नॅशनल जिऑग्राफिक'च्या सर्वेक्षणाप्रमाणे चीनच्या उत्तरेकडील भागातील तापमान, १९९०च्या दशकातील सरासरी तापमानाच्या तुलनेत वाढलेलेच होते. अमेरिकन उपग्रहांनी पाठवलेल्या फोटोंवरून असे निदर्शनास आले आहे की, चीनच्या उत्तरेकडील भागात असलेल्या तळ्यांपैकी हजारोंच्या संख्येनी तळी सुकून गेली होती, गायब झाली होती. बीजिंग शहरावर एके काळी असलेले झाडांचे आच्छादन नाहीसे झाले होते. अत्यंत अवैज्ञानिक पद्धतीने (म्हणजे जेव्हा माझ्या लक्षात येईल तेव्हा) मी निवासी वातानुकूलित यंत्रणांचा शोध घेत होते. जवळजवळ नव्वद टक्के बीजिंगवासीयांच्या घरांमध्ये वातानुकूलित यंत्रणा बसवलेली होती. केवळ एका दशकाआधी हेच प्रमाण जवळजवळ शून्य होते.

चीनमधील एका प्रसिद्ध पर्यावरणतज्ज्ञ महिलेला ग्रॅन्ड हॉटेलमध्ये ड्रिंक्स घेण्यासाठी मी भेटणार होते. दाई क्विंग येथे जनतेमध्ये 'लाल साम्राज्ञी' म्हणून

ओळखली जाते. ती साम्यवादी पक्षातील अतिमहत्त्वाची व्यक्ती होती. माओ यांचा एके काळी उजवा हात म्हणून ओळखल्या गेलेल्या आणि चीनमधील वजनदार व्यक्तिमत्त्व म्हणून समजल्या गेलेल्या कै. मार्शल यी जीयानयींग याची दाई क्विंग ही दत्तक मुलगी. परंतु यातील गोम अशी की दाई क्विंग तिच्या पर्यावरणवादी कामामुळे आणि मानवाधिकार हक्कासाठीच्या चळवळीमुळे आत्ताच्या साम्यवादी राजवटीची विरोधक, टीकाकार म्हणून ओळखली जाते.

मी अंदाज केला की तिला भेटण्यासाठी एखाद्या गगनचुंबी इमारतीच्या गच्चीवरील बार- जेथून बीजिंग शहरावर होणाऱ्या सूर्यास्ताचे आणि पर्यायाने धूळ आणि धुराने भरलेल्या आसमंताचे दृश्य दिसेल, असेच ठिकाण योग्य होईल. हॉटेलच्या लॉबीमध्ये तिची वाट बघत थांबलेली असताना मी तेथे लावलेले सीसीटीव्ही कॅमेरे मोजले. पियानोवरून बोटे फिरवल्याचा कोठूनतरी आवाज आला. चीनमध्ये अक्षरशः लक्षावधींच्या संख्येने पियानो आणि व्हायोलिन शिकणारे असल्यामुळे वादक इतके उदंड झाले आहेत की प्रत्येक चारतारांकित हॉटेलमध्ये स्वतःचा वाद्यवृंद आहे. स्वागत कक्षामध्ये एका गोऱ्या माणसाची रेस्टॉरंटमध्ये जेवणासाठी टेबल आरक्षित करण्याची धडपड चालली होती. त्यांचे आपापसातील संभाषण, मी बाजूलाच बसलेली असल्यामुळे, माझ्या कानावर पडत होते.

"आम्ही फक्त सहापर्यंत तुमचे टेबल आरक्षित ठेवू," फॅशनेबल घट्ट टोपी घातलेली एक महिला सेविका इंग्रजीमध्ये त्याला सांगत होती.

"परंतु मला इतक्या लवकरचे आरक्षण नको आहे," तो परदेशी माणूस हुज्जत घालत होता, "मला नंतरचे, जरा उशिराचे आरक्षण पाहिजे."

"तुम्हाला सहानंतरचे आरक्षण पाहिजे असेल तर मग तुम्हाला इतरांप्रमाणे वाट बघावी लागेल."

"तर मग आरक्षण करण्याला अर्थच काय उरला?"

"आम्ही तुमचे टेबल फक्त सहा वाजेपर्यंतच आरक्षित ठेवू," तिने परत तेच सांगितले.

तेवढ्यात एक चिनी व्यावसायिक घाईघाईने तेथे आला. "विमानतळावर कमीत कमी वेळात पोहोचण्यासाठी कोणता मार्ग आहे?" त्याच्या विचारण्यात एवढी अधीरता होती की "या गच्चीवरील हेलिपॅडवरून उडणे सर" अशा काहीशा उत्तराची त्याची अपेक्षा असावी. त्याऐवजी त्या सेविकेच्या चेहऱ्यावर गोंधळलेले भाव उमटले. "जलदगतीने विमानतळाकडे जाण्याचा काहीच मार्ग नाही," ती उत्तरली. माझ्या डोक्यात प्रकाश पडला की बीजिंगमध्ये अजून वाहतूक करणारी हेलिकॉप्टर्स डोक्यावरून उडत जाताना दिसत नव्हती. सुरक्षिततेच्या कारणासाठी या राजधानीच्या शहरावरून सर्व प्रकारच्या हवाई वाहतुकीस बंदी घातलेली होती.

मला आठवते की आमचे नेवार्कहून आलेले विमान धावपट्टी मिळण्यासाठी वाट बघत बीजिंगवर घिरट्या घालत राहिले नव्हते, तर ते हेबै प्रांताकडे वळवण्यात आले होते. बीजिंग शहरावरच्या आकाशामध्ये हेलिकॉप्टर उडताना पाहिल्याचे मला आठवते ते म्हणजे तियानमेन चौकातील नरसंहाराच्या आधी काही दिवस.

कधीकधी एखादी नसलेली गोष्ट लक्षात यायला पण काही वेळ लागतो. या खेपेला बीजिंगच्या रस्त्यांवर दिवसा एकही ट्रक किंवा अवजड वाहन दिसत नसल्याचे लक्षात यायला मला एक आठवडा लागला. ग्लोब वर्तमानपत्रातील माझ्या सहकाऱ्याने- 'जॉफ यॉर्क' याने- बीजिंग शहरामध्ये रहदारीचे प्रश्न उभे राहू नयेत म्हणून दिवसा ट्रक्सच्या वाहतुकीवर बंदी घातली असल्याचे मला सांगितले होते. आणखी एक आश्चर्यकारक गोष्ट पण माझ्या लक्षात आली की चतुरांच्या उडण्याचे आवाज ऐकू येत नव्हते. हे पण आत्तापर्यंत माझ्या लक्षात आले नव्हते. पारदर्शक पंखांच्या या किड्यांच्या आवाजाने शहराचा सारा आसमंत भरून जायचा. प्रत्येक शाळेमध्ये, फॅक्टरीमध्ये आणि कार्यालयामध्ये न चुकता अनुभवल्या जाणाऱ्या दुपारच्या वामकुक्षीच्या वेळेला या चतुरांच्या पंखांच्या कंपनाने निर्माण होणाऱ्या गुणगुणण्याची साथ असायची. परंतु रस्तारुंदीसाठी झाडे पाडली गेली आणि चतुरांचे निवारे उद्‌ध्वस्त झाले; आणि हो, आता दुपारची वामकुक्षी पण इतिहासजमा झाली होती, कारण प्रत्येक जण श्रीमंत होण्यासाठी धावत होता.

लहानसर चणीची पण उत्साहाने सळसळणारी, समुद्री फेसासारख्या फिकट हिरव्या रंगाचा, गुडघ्यापर्यंत येणारा पेहराव घातलेली दाई क्विंग एकदम हॉटेलच्या लॉबीमध्ये अवतरली. "उशीर झाल्याबद्दल खरंच मी दिलगिरी व्यक्त करते," ती म्हणाली आणि बीजिंगमध्ये उशीर होण्याबद्दल कधीही कोणालाही देण्यात येणारे कारणच तिने दिले – "अगं, भयंकरच रहदारी आहे." आम्ही मिठी मारली आणि गच्चीवरील बारकडे जाण्यासाठी लिफ्टमध्ये शिरलो.

संध्याकाळची अजून चाहूलच लागत होती. आकाशामध्ये नारिंगी, गुलाबी रंगांची उधळण झालेली होती. शहरामधील घरांच्या सोनेरी रंगाच्या कौलांवरून प्रकाश परावर्तित झाल्यामुळे ठिणग्या उडाल्याचा भास होत होता. पलीकडे झाँगनानहैचा दुर्गम परिसर दिसत होता. तीन मोठी हॉटेल्स असलेल्या एका भव्य संकुलाशेजारीच हे ग्रॅन्ड हॉटेल आहे. या हॉटेलांचा एकत्रितपणे 'बीजिंग हॉटेल' असाच उल्लेख केला जातो. त्याआधी ही हॉटेल्स 'हॉटेल द पेकिंग' आणि नंतर 'पेकिंग हॉटेल्स' या नावाने ओळखली जायची. सन १९७९मध्ये, म्हणजे या ग्रॅन्ड हॉटेलची इमारत उभी राहण्याआधी न्यू यॉर्क टाइम्स ब्यूरोचे कार्यालय बीजिंग हॉटेलमध्ये होते आणि तेथे मी वार्ताहर म्हणून काम करत होते. मला आठवते की, गोल जिन्यांवरून मी चेअरमन माओ राहत असलेल्या कंपाउंडमध्ये डोकावण्याचा व्यर्थ प्रयत्न करत

असे. परंतु चिनी नेत्यांची जनमानसात दहशतच एवढी होती की झाँगनान हैच्या दिशेने उघडणाऱ्या सर्व खिडक्यांच्या काचा दुधी रंगाच्या ठेवण्यात आल्या होत्या आणि दरवाजे सतत कुलूपबंद असायचे. आता बीजिंगच्या आसमंतातील धूळ आणि धुराने भरलेल्या प्रदूषित हवेचा थरच साम्यवादी पक्षाच्या मुख्यालयाला सुरक्षेचे आवरण पुरवण्याचे काम करतो. (आता सुरक्षेचे पूर्वीइतके अवडंबर माजवले जात नाही. सुंदर निवासात परतल्यावर उत्सुकता म्हणून गूगल अर्थवर क्लिक केले तर- माझ्या लॅपटॉपवर- एके काळी अतिसंवेदनशील समजल्या जाणाऱ्या साम्यवादी पक्षाच्या मुख्यालयाच्या प्रत्येक इमारतीचा आराखडा, आतील रस्ते, कारंजी इत्यादी बघून मला आश्चर्याचा धक्का बसला.)

दाई क्विंग ही पत्रकार आणि लेखिका आहे. तिने विद्यापीठामध्ये रॉकेट सायन्सचे शिक्षण घेतले. त्यानंतर तिने चिनी 'केजीबी' (रशियाची गुप्तहेर संघटना)मध्ये म्हणजे गुप्तहेर खात्यात, 'मिनिस्ट्री ऑफ स्टेट सिक्युरिटी' प्रशिक्षण घेतले. आम्ही आता मिनिस्ट्री ऑफ स्टेट सिक्युरिटीच्या अतिभव्य इमारतीसमोरच बसलो होतो. मी तिला विचारले, "गुप्तहेर खात्याचे ते खरोखरच मुख्यालय आहे का?"

ती मोठ्याने हसली. तिच्या रेशमी केसांचा अंबाडा हलवत ती म्हणाली, "त्या इमारतीमध्ये स्टेट सिक्युरिटीचे कार्यालय नाही."

"तू हे एवढ्या खात्रीने कसे सांगू शकतेस?"

"तुला बेलग्रेडमध्ये झालेल्या चिनी राजदूतावासांवरील अमेरिकी बॉम्ब हल्ल्याची घटना आठवते का? तो हल्ला काही चुकीने झाला नव्हता. अमेरिकेने बॉम्बहल्ला करण्यामागे काही कारण होते." तिने आवाजात अजिबात कटुता न दाखवता सांगितले. "तुला त्यामागचे कारण माहीत आहे का? कारण चीनने युगोस्लाव्हियाला पाठिंबा दिला होता. त्या बॉम्बहल्ल्यामध्ये मारले गेलेले तिघे, चिनी वार्ताहर / पत्रकार नव्हते. तो फक्त वरवरचा मुखवटा होता. ते तिघेही मिनिस्ट्री ऑफ स्टेट सिक्युरिटीसाठी काम करणारे होते."

तिने एक सुस्कारा सोडला. "त्यांच्या स्मरणार्थ केले गेलेले शिल्प कोणी उभारले असेल सांग बरं?" तिने विचारले. "चायना जर्नालिस्ट फेडरेशनने नाही, तर मिनिस्ट्री ऑफ स्टेट सिक्युरिटीने ते उभारले आहे." ते शिल्प बीजिंग विद्यापीठाच्या जवळच असलेल्या मिनिस्ट्री ऑफ स्टेट सिक्युरिटीच्या इमारतीच्या प्रमुख प्रवेशद्वाराबाहेरच उभारले गेले होते. "त्या प्रमुख प्रवेशद्वारावर यासंबंधी काहीही उल्लेख नाही," तिने मला सांगितले.

"का, काही उल्लेख, नावनिशाणी का नाही?" मी विचारले.

लिंबू सरबताचा घोट घेत ती परत हसली. "येथे पोलीस राज आहे, कळलं!"

खरेच, बीजिंगमधील काही महत्त्वाच्या इमारतींवर त्यांच्यासंबंधी खाणाखुणा,

नामोल्लेख इत्यादी काही नाही. त्या इमारतींबद्दल जर तुम्हाला आधीच काही माहिती नसेल तर मग तुम्हाला त्या इमारतींबद्दल माहिती असण्याची गरज पण नाही. झाँगनान है उदाहरणार्थ, काहीही नावनिशाणी नाही. तेथील भिंतीवरील मोठ्या-मोठ्या घोषणांवरूनच आला तर काही अंदाज करता येतो. 'चिनी साम्यवादी पक्ष चिरायू होवो' ही तरी एक खूण नाही तर दुसरी खूण म्हणजे प्रवेशद्वारांवर सुरक्षारक्षक म्हणून गस्त घालणारे बंदूकधारी सैनिक.

दाई क्विंगने सन १९८०च्या दशकात गुआंगमिंग या वर्तमानपत्रामध्ये पत्रकार म्हणून काम करण्यासाठी गुप्तहेर खात्यातील नोकरीचा राजीनामा दिला. पर्यावरणासंबंधी अभ्यासपूर्ण लेख लिहून तिने वृत्तपत्र जगतात आपले बस्तान बसवले, नाव मिळवले. तिने तिच्या 'यांगत्सी यांगत्सी' या पुस्तकामध्ये चीनमधील, US$ ३०BN (अंदाजे रु. १ लाख ऐंशी हजार कोटी) एवढ्या गुंतवणुकीच्या 'थ्री गॉर्जेस डॅम' या प्रकल्पामुळे होणाऱ्या पर्यावरणाच्या नाशाबद्दल आणि त्याच्या होणाऱ्या सामाजिक परिणामांबद्दल टीकेची झोड उठवली होती. तियानमेन चौकातील नरसंहारानंतर तेथील जमावाला चिथावणी दिल्याचा दोषारोप तिच्यावर ठेवण्यात आला. दाई क्विंगला अटक केली गेली आणि तिला तुरुंगामध्ये एकांतवासाची शिक्षा देण्यात आली. त्या घटनाक्रमामध्ये एका ठरावीक वळणावर तिचे नाव मृत्युदंडाच्या शिक्षेच्या कैद्यांच्या यादीमध्ये समाविष्ट केले गेले होते; परंतु त्यामागची कारणे अजून गूढ आहेत. आणि नंतर एका वर्षाच्या आतच, तितक्याच गूढ कारणांनी तिची मुक्तता पण करण्यात आली. तिचे टीकाकार मात्र म्हणतात की, तिने सरकारशी तडजोड केली आणि आपली भूमिका मवाळ केली, आणि सैन्य दलाच्या हस्तक्षेपाला पाठिंबा दिला; तर तिचे समर्थक म्हणतात की, ती तिच्या मतांशी ठाम होती. एकांतवासाच्या शिक्षेतून सुटका झाल्यावर दाई क्विंग'ने 'माझा तुरुंगवास' या शीर्षकाचा एक लेख लिहिला. त्यात तिने लिहिले, ''मी निर्दोष आहे याची इतरांना जाणीव करून देण्यासाठी मी लढू शकते, माझ्या व्यक्तिमत्त्वामध्येच बंडखोरी आहे.''

तिच्या सुटकेनंतर चीनने परदेशगमनावर घातलेल्या बंधनांना यशस्वीपणे आव्हान देणारी, तोंड देणारी दाई क्विंग ही पहिलीच व्यक्ती. सन १९९०मध्ये हार्वर्ड विद्यापीठाने तिला 'नाईमन फेलोशिप' पत्रकारितेमधील व्यक्तीला देण्यात येणारी एक प्रतिष्ठित स्कॉलरशिप देऊ केली. ''मी पारपत्रासाठी अर्ज केला; परंतु ते मला देईनात. पारपत्रासाठी त्यांनी दोन अटी घातल्या. एक म्हणजे मला माझा निवास परवाना परत करावा लागेल आणि दुसरे म्हणजे मला माझी मतं सरकारी धोरणांशी मिळतीजुळती ठेवावी लागतील.'' तोपर्यंत विरोधकांना बाहेर जाऊ देण्यापासून थांबवण्यासाठी सरकारने नियमितपणे ही कारणे पुढे केली होती.

त्या वर्षीच्या हिवाळ्यामध्ये हार्वर्डचे वर्ग दाई क्विंगच्या अनुपस्थितीतच सुरू झाले. त्यानंतर अमेरिकेचे सेक्रेटरी ऑफ स्टेट 'जेम्स बेकर' हे चीन भेटीवर मानवाधिकारांची चर्चा करण्यासाठी आले. "पोलिसांनी परत मला पकडले आणि 'एनलाईटनमेंट डेली' या वर्तमानपत्राच्या विश्रामगृहात नजरकैदेत ठेवले," ती म्हणाली. यूएस न्यूज अॅन्ड वल्ड रिपोर्टची वरिष्ठ आणि अनुभवी पत्रकार एमिली मॅक् फर्गूहार ही पण बेकर यांच्या दौऱ्यानिमित्ताने चीनमध्ये होती. तिचा नवरा रॉड्रिक मॅक् फर्गूहार हा हार्वर्ड विद्यापीठामध्ये चिनी इतिहासाचा प्राध्यापक होता. पत्रकार परिषदेच्या वेळी तेथे उपस्थित असलेल्या पत्रकारांना तिने या घडामोडींची माहिती दिली. कित्येक पत्रकारांनी दाई क्विंग कोठे आहे अशी विचारणा केली आणि अवघडलेल्या बेकरना हा प्रश्न चीन सरकारकडे उपस्थित करणे भाग पडले.

"त्यांना माघार घ्यावी लागली," दाई क्विंग म्हणाली, "त्यानंतर चित्र पालटलं. त्यानंतर फक्त गुन्हेगारी स्वरूपाची पार्श्वभूमी किंवा खटले नसतील तर चीनबाहेर जाणं सोपं झालं. तर एकूण माझा लढा फुकट गेला नाही."

"चीनने आता पर्यावरणवाद्यांची मुस्कटदाबी काही प्रमाणात कमी केली आहे," ती म्हणाली. ती आता भाषणे देते, देऊ शकते आणि लेख किंवा पुस्तके पण, काहीसे नवल म्हणजे, ती परदेशात प्रसिद्ध करू शकते. वृत्तपत्रस्वातंत्र्य नसल्यामुळे चीनमध्ये पर्यावरण चळवळीची आणि पर्यायाने पर्यावरणाची खूप हानी झालेली होती. पर्यावरणवाद्यांचा आवाज दाबून टाकल्यामुळे दाई क्विंगच्या मते बीजिंगला भेडसावणाऱ्या पाण्याच्या प्रश्नाबाबत जनतेमध्ये संपूर्ण अज्ञान होते. माझी वर्गमैत्रीण 'गुवेमिंग' हीच काय ती माझ्या माहितीप्रमाणे बीजिंगमध्ये पाणी वाचवण्याचा प्रश्नावर काहीतरी काम करत होती.

माओच्या काळामध्ये लोकांवर, त्यांच्या कामाच्या जागी, आठवड्यातून एकदाच अंघोळ करण्याचे बंधन होते. आज बीजिंगची लोकवस्ती दुपटीहून पण जास्त झालेली होती आणि पाण्याचा वापर पण बेसुमार वाढला होता. आजसुद्धा अजून जवळजवळ एक चतुर्थांश जनतेपर्यंत नळयोजना पोहोचलेली नव्हती, तरी पण बऱ्याच बीजिंगवासीयांकडे घरी अंघोळीसाठी टब आहेत, शॉवर आहेत आणि वॉशिंग मशिन्स पण आहेत. शहरामध्ये बागा आहेत, ठिकठिकाणी हिरवळीचे पट्टे राखले आहेत, फुलांचे ताटवे आहेत आणि बहुतेक ठिकाणी पाण्याचा शिडकावा करण्यासाठी स्प्रिंकलर्स बसवलेले आहेत आणि जेथे नाहीत तेथे निळ्या युनिफॉर्ममधील पांढरे हातमोजे घाललेले कामगार नेमलेले आहेत. बीजिंगमध्ये चोवीस गोल्फ मैदाने आहेत, हजारोंच्या संख्येने स्पा, रेस्टॉरंट्स आणि हेल्थ क्लब्ज आहेत. शहरामधील तीस लाख वाहने दररोज धुतली जातात. मध्यंतरी हवेमध्ये तरंगणारी धूळ कमी करण्यासाठी, हवेतील प्रदूषण कमी करण्यासाठी बीजिंगमध्ये चालू असलेल्या आठ

हजार बांधकामांच्या ठिकाणी बांधकामाच्या साहित्यावर दिवसातून अनेकवेळा पाणी मारण्याचा फतवा काढण्यात आला होता.

काही तज्ज्ञांच्या मते परिस्थिती इतकी गंभीर होती की त्यांनी पाण्याचे नियंत्रित वाटप (रेशनिंग) करण्याचे सुचवले आहे. आज गेली कित्येक वर्षे शहरातील जमिनीच्या खालील पाण्याची पातळी खाली-खाली जात आहे. बेजिंगमधील दोन प्रमुख पाणीसाठ्यांपैकी 'गुयानटिंग' तलाव आधीच कोरडा पडला आहे. "उत्तर चीनच्या पठारी प्रदेशाखालच्या ६० टक्के भागामध्ये कोरडे क्षेत्र निर्माण होते आहे," दाई क्विंग सांगते. "लोकांना कल्पना नाही, पण दर वर्षी भूगर्भातील पाण्याची पातळी कित्येक मीटरनी खाली जात आहे. त्यांना वास्तवाची जाणीव नसल्यामुळे अजून जनतेमध्ये या प्रश्नाविषया पुरेसे गांभीर्य नाही. शहरातील श्रीमंत, उच्चभ्रू वस्तीमधून अजून तरण तलाव बांधले जात आहेत. आम्ही बोअरवेल्स खणून गोल्फ मैदानांसाठी पाणी वापरतो आहोत."

जेव्हा २००८मध्ये बीजिंगमध्ये ऑलिम्पिक स्पर्धा भरवल्या जातील तेव्हा सर्वसाधारण बीजिंगवासीयांना हजारो कि.मी.अंतरावरून आणलेले यांगत्सी नदीचे पाणी प्यावे लागेल. ती इशारा देते, चीनमध्ये ११०० कि.मी. लांबीच्या तीन कालव्यांचे काम चाललेले आहे आणि त्यामुळे ४५ लाख कोटी लीटर्स पाणी दर वर्षी दक्षिणेकडे वळवले जाईल. आतापर्यंतच्या मानवी इतिहासातील सर्वांत मोठा पाणी प्रकल्प तो असेल.

"आणि तोपर्यंत आमच्या थोर आणि लाडक्या नेत्यांनी, त्यांच्या बगलबच्च्यांनी, तसेच सत्ता, संपत्ती असलेल्यांनी खोल भूगर्भातील लाखो वर्षांपासून साठलेले पाण्याचे स्त्रोत वापरायला सुरुवात पण केली आहे." तिच्या आवाजात खेद आणि उपहास पण होता.

सन १९७०च्या दशकात आकाश निळ्या स्फटिकासारखे असायचे. आज या ऑगस्टमध्ये माझ्या येथील संपूर्ण वास्तव्यात मला फक्त दोन वेळा आकाश निळे दिसले. म्हणून एके सकाळी जेव्हा दूरदर्शनवरून सांगितले गेले की आज निळ्या आकाशाचा दिवस आहे, तेव्हा मी खिडकीकडे धावले. आकाशाचा रंग धुरकट करडाच होता. निळ्या आकाशाचा दिवस म्हणजे त्या दिवशी आकाश निळे असलेच पाहिजे असे नव्हते, तर तो एक हवेतील प्रदूषणाची पातळी ठरवण्याचा प्रकार आहे. निळ्या आकाशाचा दिवस घोषित होण्यासाठी, त्या ठरावीक दिवशी हवा प्रदूषित करणारे तीन प्राथमिक घटक ठरावीक प्रमाणाच्या आत असणे गरजेचे होते, उदा SO_2 १५० एमजी प्रती घन मीटर (SO_2 - सल्फर डाय ऑक्साइड), NO_2 १०० एमजी प्रती घनमीटर (NO_2- नायट्रोजन डाय ऑक्साइड) किंवा ३०० एमजी इतर घटक जे १० मायक्रॉनपेक्षा कमी आकारामानाचे आहेत. हे सर्व अत्यंत

काटेकोरपणे बघितले जातेच असेही नाही, तरी पण बीजिंगमध्ये संपूर्ण एप्रिलमध्ये फक्त ९ निळ्या आकाशाचे दिवस घोषित केले गेले. जुलैमध्ये सत्तावीस दिवस पाऊस पडला, आकाश जरी ढगाळ होते तरी पावसामुळे हवेतील बरेचसे प्रदूषण कमी झाले म्हणून त्या महिन्यात राजधानीत एकोणतीस निळ्या आकाशाचे दिवस घोषित केले गेले. गेल्या आठ वर्षांतले हे एक रेकॉर्ड होते.

बीजिंगमधील हवेच्या प्रदूषणाचा प्रश्न ही काही साम्यवादी राजवटीची देणगी नव्हती. चीनची ती जगप्रसिद्ध भिंत बांधली गेली तेव्हा शत्रुसैन्याला लपता येऊ नये म्हणून भिंतीच्या दोन्ही बाजूंकडील दहा कि.मी.च्या पट्ट्यातील जंगल तोडले गेले आणि बरोबर त्याच कारणासाठी म्हणजे सुरक्षिततेच्या कारणासाठी, उंच वाढणारी झाडे बीजिंगमध्ये आणि सभोवतालच्या परिसरात लावण्यात आली नाहीत. ख्रिस्तपूर्व चौथ्या शतकातील 'मेनसियस' या तत्त्ववेत्त्याने पण झाडे तोडण्यावर, कुरणे नष्ट करण्यावर आणि एकूणच वनसंपत्तीचा नाश करण्याबद्दल चिंता व्यक्त केली होती. नंतरच्या शतकांमध्ये तर वाढत्या लोकसंख्येमुळे इंधनासाठी आणि बांधकाम साहित्यासाठी वनसंपत्तीच्या नाशाला आणखीनच वेग आला. एकोणिसाव्या शतकापर्यंत गोबीच्या वाळवंटातील धूळ बीजिंगच्या वातावरणात / आसमंतात दिसू लागली. 'इम्पेरिअल कस्टम सर्व्हिस'मध्ये त्या वेळी नोकरीला असणाऱ्या 'बरट्राम लेनॉक्स सिंपसन' या बावीस वर्षांच्या इंग्रजाने 'बॉक्सर उठावाच्या (१८९९, शॅगडाँग प्रांतामध्ये बंडाला सुरुवात, नंतर हेबाई, शांकसी, हेनान प्रातांमध्ये हे बंड पसरले. हे बंड ख्रिश्चन मिशनरी आणि चिनी ख्रिश्चनांच्या विरुद्ध होते.) निमित्ताने 'इनडिस्क्रीट लेटर्स फ्रॉम पेकिंग' 'स्वैरपत्रे– पेकिंगहून' या शीर्षकाचे एक पुस्तक लिहिले, त्यामध्ये त्याने लिहिले होते, ''जगातील सर्व प्रकारच्या धुळींमुळे पेकिंगची धूळ ही तिच्या काळ्या रंगामुळे आणि तिच्या कपड्याला, केसांना आणि पापण्यांनासुद्धा चिकटून राहण्याच्या गुणधर्मामुळे (वैशिष्ट्यामुळे). .....आणि हे इतक्या मोठ्या प्रमाणात होते की त्या धुळीचे चिकट थर साध्या डोळ्यांना पण दिसतात. याचा निषेध, निंदा करावी तेवढी थोडीच आहे आणि अशा परिस्थितीत माणूस निरोगी राहणे शक्यच नाही. या पेकिंग धुळीचे लोटच्या लोट उठतात आणि कधीकधी तर सूर्यपण झाकोळला जातो.

आज न्यू चायना न्यूज एजन्सीच्या अंदाजाप्रमाणे दर वर्षी गोबीच्या वाळवंटातील लाखो टन धूळ बीजिंगमध्ये येते. शास्त्रज्ञांच्या मते या धूलिकणांमध्ये ॲल्युमिनिअम, झिंक, लोखंड इ. खनिजे आढळतात, ज्यामुळे श्वसन संस्थेची भरून न येणारी हानी होते आहे. या धुळीचे परिणाम सर्वदूर म्हणजे दक्षिण कोरिया, अगदी पार हवाई बेटांपर्यंत जाणवत असल्याचे लक्षात आले आहे. उत्तर कोरिया, दक्षिण कोरिया आणि जपान या देशांनी आधीच आपापल्या तक्रारी चीनकडे नोंदवल्या आहेत. वाळवंटाच्या आक्रमणामुळे बीजिंगच्या उत्तरेकडील १५० कि. मी. अंतरावरील पठारी

प्रदेशातील कुरणे नष्ट झाली आहेत. धुळीच्या वादळांमुळे कधीकधी अनेक दिवसांसाठी पण बीजिंग विमानतळ बंद करण्याची वेळ येते. एका युरोपीयन उपग्रहाच्या निरीक्षणाप्रमाणे, जगाच्या तुलनेत बीजिंगच्या हवेमध्ये वाहनांच्या धुरांतून निघणाऱ्या नायट्रोजन डायऑक्साइडचे (NO_2) प्रमाण सर्वांत जास्त होते. एका दशकापूर्वीच्या तुलनेत हे प्रमाण ५० टक्क्यांनी वाढले आहे आणि आणखी वाढतेच आहे.

गेल्या काही वर्षांत जेव्हा जेव्हा मी येथे दोन आठवड्यांपेक्षा जास्त काळ राहिले होते, तेव्हा तेव्हा मला सर्दी-खोकल्याचा त्रास सुरू झाला होता. या खेपेला पण अगदी ठरल्याप्रमाणे सर्दी-खोकल्याचा त्रास मला सुरू झाला होता. बेनला पण सर्दी-खोकला झाला होता. सॅमचे म्हणणे असे आहे की प्रदूषित हवेमुळे बरेच जण फूटपाथवर सतत थुंकत असतात. आता तो पण इतरांप्रमाणे बिनदिक्कत रस्त्यावर थुंकायला लागला होता. मला खरोखरच प्रश्न पडला आहे की २००८मध्ये ऑलिम्पिक स्पर्धांसाठी येणारे खेळाडू हे सगळे कितपत सहन करू शकतील. कदाचित त्यांची प्रतिक्रिया नॉर्मनसारखीच असेल, संपूर्ण दुर्लक्ष करण्याची.

जेव्हा मी कॅथी विल्हेल्म या माझ्या मैत्रिणीला जेवणासाठी भेटले तेव्हा ती म्हणाली, "अशा अतिप्रदूषित वातावरणात राहणे म्हणजे एखाद्या संवेदना बधिर करणाऱ्या बंदिस्त पेटीत राहण्यासारखे आहे. दोन-दोन, तीन-तीन आठवडे जरी निळे आकाश दिसले नाही तरी काही वाटेनासे होते, त्याची सवय होते." ती म्हणाली. "धुरामुळे आणि धुळीमुळे चार ऋतूंच्या बदलांची जाणीव पण होत नाही, सगळीकडे सतत करड्या रंगाचेच वातावरण असते. उन्हाळा, हिवाळा काही जाणवतच नाही आणि सतत दमट हवामान."

आम्ही दोघी जणी सन १९८९मधील तियानमेन चौकातील त्या रक्तरंजित नाट्याच्या साक्षीदार होतो. ती असोसिएटेड प्रेससाठी काम करायची. पत्रकार म्हणून ती अत्यंत कामसू आणि व्यवसायाशी एकनिष्ठ होती, इतकी की एकदा तिला कामावर असताना चक्कर आल्यामुळे हॉस्पिटलमध्ये ठेवावे लागले होते. आम्ही एकमेकींच्या संपर्कात राहिलो. तिने मला बीजिंगच्या व्यावसायिक कार्यालये असलेल्या नव्या कोऱ्या उत्तुंग इमारतीतील कॉफीशॉपमध्ये ट्युना फिश सॅन्डविच खाण्यासाठी भेटण्याचे वचन दिले आहे. ती आता जरी कायद्याच्या क्षेत्रात काम करत असली तरी बातमीचा माग काढण्याची तिची वार्ताहरी खोड गेलेली नव्हती.

स्वतः अनुभवलेली एक घटना मी तिला सांगितली. काही दिवसांपूर्वी मी तीन पीच फळे विकत घेतली. त्यांपैकी दोन आम्ही लगेचच खाल्ली. एक फळ आम्ही सुंदर निवासातील आमच्या खोलीतील शेल्फवर ठेवले. जेमतेम चोवीस तासांत ते फळ मऊ पडले होते आणि काळे पडायला लागले होते. एवढ्या लवकर एखादी खायची वस्तू खराब झाल्याचे मी कधीच पाहिले नव्हते. सन १९७०च्या दशकात

कोणाकडेच फ्रिज नव्हते, तरी पण अन्न इतक्या लवकर खराब व्हायचे नाही. "मला भास तर होत नाही आहेत ना?" मी कॅथीला विचारले.

"नाही तुला वेड लागलेले नाही, हवामानच विचित्र झाले आहे," ती म्हणाली, "प्रदूषणामुळे हवा भयंकर झाली आहे. इतकी खराब हवा कधीच नव्हती. पूर्वी फक्त थंडीच्या दिवसांमध्ये हवेचे प्रदूषण व्हायचे आणि वाढायचे; कारण सगळे जण कोळसा जाळायचे. आता वर्षभरच हवा प्रदूषित असते. परंतु कोणीही कार्सच्या वाढत्या संख्येबद्दल बोलत नाही; कारण त्यांच्या मते तो प्रश्नच नाही. चिनी जनता अजूनही कार्सकडे एक प्रगतीची खूण म्हणून बघते आहे. त्यांची विचार करण्याची पद्धत आहे, आपण जास्त रस्ते बांधले की प्रश्न सुटेल. पाश्चिमात्य देशांमध्ये आम्ही जी चूक केली तीच चूक ते करत आहेत." आम्ही सॅन्डविचेस संपवली. निळा युनिफॉर्म घातलेली एक मध्यमवयीन स्त्री जवळच फरशी पुसत होती. इतक्या खालच्या स्तराचे काम करणारी असूनसुद्धा तिने एक फॅशन केली होती, तिने तिचे केस नारिंगी रंगाचे केलेले होते. एके काळी चीनची 'निळ्या मुंग्यांचा' देश म्हणून हेटाळणी केली जायची. पोलिश नोबेल पारितोषिक विजेते 'झेस लॉ मिलॉझ' (३०/६/१९११-१४/०८/२००४ एक पोलिश कवी, लेखक. सन १९८० मध्ये साहित्याचे नोबेल पारितोषिक मिळाले. 'द कॅपेटिव्ह माइंड' हे पुस्तक त्यांनी १९५३मध्ये लिहिले.) यांनी माणसांच्या सामूहिकीकरणामुळे त्यांच्या सौंदर्यकल्पनेवर होणाऱ्या परिणामांवर भाष्य केले आहे. त्यांनी त्यांच्या 'द कॅपटिव्ह माइंड' या पुस्तकामध्ये स्टालीन राजवटीतील पूर्व युरोपीय देशांतील सामाजिक अवस्थेचे वर्णन केले आहे, ते माओवादी चीनला पण तंतोतंत लागू पडते. "छोट्या-छोट्या खासगी उद्योगधंद्यावरील आणि व्यवसायांवरील बंदीमुळे रस्त्यांना उदास एकसारखेपणा येतो. उत्पादनांमध्ये वैविध्य नसल्यामुळे गर्दीच्या चेहऱ्यावर पण गरजू आणि गरीब भाव येतात.... भीतीमुळे माणसांमधले वेगळेपण, त्यांची ओळख लोप पावते, एकसारखेपणा येतो. सर्वसामान्यांच्या गर्दीचा भाग होण्यासाठी त्यांना त्यांच्या हावभावात, पेहरावामध्ये, भावभावनांमध्ये तडजोड करण्याची सवय लागते. राज्यकर्त्यांच्या मतांशी जुळवून घेणाऱ्या स्वत्वहीन माणसांनी शहरेच्या शहरे भरून जातात; बुटके, मजबूत शरीरयष्टीचे, लहान पायांचे आणि रुंद कटिबंधाचे स्त्री-पुरुष, हाच तो मजूर वर्ग."

आता माओनंतरच्या काळामध्ये पिझ्झाची भूक वाढलेली होती. पुरुष आणि स्त्रिया नारिंगी, पिवळा, लाल इ. रंगांनी केस रंगवायला लागले होते. सत्ताधारी पॉलिट ब्यूरोमध्ये पण सत्तरीच्या घरात असलेल्या चोवीस सदस्यांपैकी फक्त दोघांनी आपले केस पांढरे ठेवलेले होते. 'वयाबरोबर शहाणपण येते' हा कन्फ्युशियसचा विचार, त्या केस रंगवायला लावलेल्या डायपेक्षा पण लवकर उडून गेला होता.

दहा आज्ञा इंग्रजीत, देवाची प्रार्थना चिनीत

वँग चुनमयीकडून अजून काही फोन नव्हता, खबरबात नव्हती. तिला मी आठवत असलेच पाहिजे. आणि तसे पण इतिहास विभागाची साम्यवादी पक्षाची सचिव म्हणून आणि शिष्टाचाराचा एक भाग म्हणून, माझ्यासारख्या एका माजी विद्यार्थिनीबरोबर संपर्क साधणे हे तिचे कर्तव्यच होते. मी तिला परत फोन करू शकते– पत्रकार असेच करतात– परंतु मला वाटते की तिच्या मौनामध्ये काहीतरी अर्थ दडलेला असावा. नक्की काय ते अजून माझ्या लक्षात आलेले नाही.

इतिहास विषयाची एक पदवीधर म्हणून मधील काळात शहरापासून जरा लांब पश्चिमेला नव्यानेच स्थापन झालेले 'राजधानी वस्तुसंग्रहालय' बघण्याची मला इच्छा होती. आकारमानाचा विचार करता, तियानमेन चौकातील नॅशनल म्युझियम ऑफ चायनाच्या खालोखाल याचाच नंबर लागेल. माझ्या एका जुन्या मैत्रिणीने, 'क्सी जियान पिंग' हिने, माझ्याबरोबर येण्याचे एक कारण म्हणजे ते संग्रहालय तिच्या घराजवळच होते. जियान पिंगने मला आमच्या सुंदर निवासापासून भुयारी रेल्वेने येण्याचे सुचवले; कारण शहरामध्ये एकीकडून दुसरीकडे कमी वेळात जाण्याचा आणि सोयीचा तोच एक मार्ग होता. परंतु तो प्रवास पण फार काही सुखकर नव्हता.

गाडीच्या डब्यामध्ये प्रचंड उकडत होते आणि हवा पण शिळी झालेली जाणवत होती. थोडीफार जी काही वातानुकूलित यंत्रणा होती ती पण गर्दीच्या उष्णतेमुळे जाणवत नव्हती. आश्चर्याची गोष्ट म्हणजे माझ्यासमोर काही अंतरावर बसलेल्या एका म्हाताऱ्या बाईने तेवढ्या दमट हवेमध्ये पण लायक्राचे हातमोजे घातले होते. तिच्या बाजूलाच बसलेल्या एका मध्यमवयीन माणसाकडे माझी नजर गेली. त्याने फिकट पिवळ्या रंगाचा पोलो शर्ट घातला होता आणि व्यवस्थित पँट घातली होती. तो शांतपणे नाक कोरण्यात तल्लीन झाला होता. उजव्या हाताच्या तर्जनीने नाकातून तो एक मोठे मेकूड काढतो आणि खाली जमिनीवर झटकतो. नंतर

तो दुसऱ्या नाकपुडीत बोट घालतो आणि तेच काम चालू करतो. एक पत्रकार म्हणून माणसांच्या विचित्र तऱ्हा बघण्याची, अनुभवण्याची मला सवय आहे; परंतु हा प्रकार बघणे मला पण असह्य होते आणि मी माझी नजर फिरवली.

एक लंगडा भिकारी त्याच्या कुबड्या आपटत आमच्या डब्यात शिरला. वेगवेगळ्या प्रवाशांसमोर त्याने त्याची कॅनव्हासची पिशवी पुढे केली; परंतु प्रवाशांच्या नजरेला तो अदृश्य होता. फक्त एकाने त्याला काही पैसे दिले.

भुयारी स्टेशनमधून जेव्हा मी बाहेर आले तेव्हा जियान पिंग वाट बघत थांबलेलीच होती. तिच्या स्वतःच्याच तब्येतीच्या तक्रारी सुरू झाल्या होत्या. तिच्या पाठीचा कणा एका बाजूने वाकला आहे. मी तिला नाक कोरणाऱ्या माणसाबद्दल, भिकाऱ्याबद्दल आणि त्या म्हाताऱ्या बाईबद्दल सांगितले. आता त्या म्हाताऱ्या बाईच्या हातमोजे घालण्याचा मला अर्थ लागला. ''शहर फार गलिच्छ आहे,'' जियान पिंग म्हणाली, ''घरी परतल्यावर पहिली जर कोणती गोष्ट आम्ही करत असू तर ती म्हणजे हात स्वच्छ धुणे. भिकारी पण आता अगदी व्यावसायिक झाले आहेत. त्यांच्या पण टोळ्या आहेत. एकदा तर मी भिकाऱ्यांच्या एका गटाला अगदी व्हॅनमधून एका ठरावीक भागामध्ये आणून सोडलेले पाहिले. त्या भिकाऱ्यांनी सार्वजनिक स्वच्छतागृहामध्ये कपडे बदलले आणि त्यांच्या धंद्याचा पोशाख घातला. आता त्यांना फारसे कोणी पैसे देत नाही.''

जियान पिंग या नावाचा अर्थ आहे 'शांततेसाठी प्रयास'. माझी आणि तिची भेट सन १९७०मध्ये बीजिंगमधील काही अमेरिकन मित्रांमार्फत झाली. माझे ते अमेरिकन मित्र वरिष्ठ साम्यवादी अधिकारी असलेल्या तिच्या वडिलांचे सहकारी होते. तिचे आई-वडील तिला शांतीच म्हणायचे; कारण माओच्या यशस्वी क्रांतीनंतर तिचा जन्म झाला होता आणि चीनपण अर्धशतकाच्या युद्धपरिस्थितीनंतर प्रथमच शांततेचा काळ अनुभवत होता. ती हुशार आहे, विचारी आहे, मनाने खूप चांगली आहे आणि हाडाची साम्यवादी आहे. ती नीतिमत्तेला महत्त्व देणारी आहे, खूप संवेदनशील पण आहे.

वस्तुसंग्रहालयाच्या दाराशी तिने तिचा अपंगत्वाचा दाखला दाखवला. अपंग असल्यामुळे तिला विनामूल्य प्रवेश आहे. ती मला सांगते.

''तुला आणखी कोणकोणते फायदे मिळतात?'' मी विचारले.

''एवढा एकच फायदा.''

हे राजधानी वस्तुसंग्रहालय पाच मजली इमारतीमध्ये होते आणि त्या इमारतीने रस्त्याची संपूर्ण एक बाजू व्यापली होती. माझ्याकडून चीन भेटीवर येण्याआधीच कबूल करून घेतल्यामुळे बेन आणि सॅम अर्थातच वस्तुसंग्रहालय बघायला आलेले नव्हते. (नॉर्मनला पण वस्तुसंग्रहालये बघणे आवडत नाही म्हणून त्याने मुलांवर लक्ष ठेवण्याची जबाबदारी ताबडतोब स्वीकारली.) ही वस्तुसंग्रहालयाची इमारत

उभी राहायला चार वर्षे लागली आणि त्यासाठी १.०० BN युआन ($१३०MN, अंदाजे रु. ७८० कोटी) इतका खर्च आला. जियान पिंगच्या मते ही उधळपट्टी होती. खर्च योग्य आहे की अयोग्य हा प्रश्न जरी बाजूला ठेवला तरी एक गोष्ट नक्की की, सांस्कृतिक क्रांतीच्या काळात मी बघितलेल्या, धुळीने भरलेल्या वास्तूंपेक्षा हे संग्रहालय नक्कीच चांगले होते. पेकिंग ऑपेरा, विवाह सोहळ्यातील रीतीभाती, कर्मकांडे आणि युआन राजवटीतील जल नियोजनाची पद्धती इत्यादी संबंधातील माहिती / प्रतिकृती कल्पकतेने मांडलेल्या होत्या. एका दरबारी परीक्षेमध्ये एका परीक्षार्थीने केलेल्या कॉपीच्या प्रयत्नाचा पुरावा असलेले एक कागदाचे चिटोरे पण ठेवलेले पाहिले. तसेच इतिहासामध्ये सर्वांत प्रभावशाली म्हणून ओळखल्या गेलेल्या 'ली लीयानयिंग' या तृतीयपंथीयाची, हिरव्या रंगाचा किमती खडा असलेली आणि अंगठ्यामध्ये घालण्याची अंगठी पण ठेवलेली बघितली.

वस्तुसंग्रहालयातील भेटवस्तू विक्रीचे दुकान म्हणजे एक नमुनेदार प्रकार होता. बीजिंग किंवा त्या शहराच्या इतिहासाशी त्यांना काहीही देणे-घेणे नव्हते. लहान-लहान ठिपक्यांनी काढलेले, मागे प्रभावळ असलेले येशूचे चित्र, त्याचप्रमाणे ठिपक्यांनी काढलेली मेरी, जोसेफ आणि गोठ्यातील बालयेशू यांची चित्रे होती. इंग्रजीमध्ये लिहिलेल्या, फ्रेम केलेल्या दहा आज्ञा आणि चिनी भाषेतील ईश्वराची प्रार्थना. माशाची, जीझसची आणि हृदयाची चित्रे असलेले टाय होते. प्लॅस्टर ऑफ पॅरिसच्या देवदूतांच्या जोडीची किंमत होती पंचवीस युआन. बऱ्यापैकी प्रमाणात बौद्धधर्मीयांची सूत्रे आणि जपाच्या माळा पण होत्या. परंतु माओचे चित्र असलेले बिल्ले मात्र कोठेही दिसत नव्हते. या भेटवस्तूंच्या दुकानातील धार्मिक प्रतिकात्मकतेच्या संदर्भात मला 'व्हॅटिकन'मधील भेटवस्तूंचे दुकान आठवले. अधिकृतपणे निरीश्वरवाद अंगीकारलेल्या या देशात पैशासाठी / फायद्यासाठी आता काहीही केले जाते. आणि तरीही याला तुम्ही काय म्हणाल? दाई क्विंगच्या म्हणण्याप्रमाणे पर्यावरणवाद्यांमागचा सरकारी यंत्रणेचा ससेमिरा आता जरी कमी झाला असला तरी 'फालुन गाँग', लोकशाहीचा पुरस्कार, प्रचार करणारे प्रवक्ते, भूमिगत ख्रिश्चन चर्चेस इत्यादीवर त्यांची अजून करडी नजर होती. अर्थात, साम्यवादी पक्षाच्या नियंत्रणाखालील अधिकृत मान्यता असलेल्या चर्चना मात्र हे लागू नव्हते.

"खूप जण बौद्ध धर्म आणि ख्रिश्चन धर्म मानणारे आहेत," जियान पिंग मला म्हणाली. "आता हे अगदी सर्रास झाले आहे. कदाचित यामागे आध्यात्मिक ओढ असेल किंवा आध्यात्मिक भूक असेल आणि आता आम्हाला धार्मिक बाबतीत खूपच स्वातंत्र्य आहे."

आम्ही निरनिराळ्या प्रकारच्या दरवाज्यांच्या दालनामध्ये थांबलो. या दालनात निरनिराळ्या दरवाज्यांचे प्रदर्शन मांडले होते. काही दरवाजे अगदी डोळ्यांत भरण्यासारखे

होते. चीनमध्ये पूर्वी सरंजामशाहीच्या काळात एखाद्या घराण्याचे, व्यक्तीचे समाजातील स्थान, प्रतिष्ठा त्याच्या घराच्या दरवाज्याच्या भपक्यावरून किंवा साधेपणावरून ओळखली जायची. सरकार दरबारातील अतिवरिष्ठ अधिकारीच त्यांच्या घरांच्या दरवाज्यांवर सोन्याच्या कड्या / कोयंडे लावू शकत होते. त्याउलट एखादा धनिक व्यापारी, मग तो कितीही श्रीमंत असला तरी, सोन्याच्या कड्या / कोयंडे घराच्या दरवाजावर लावू शकत नसे. बहुसंख्येने सोनेरी कड्या / कोयंडे असलेले प्रचंड दरवाजे अर्थातच शहराच्या प्रवेशद्वाराला असायचे.

काही तासांच्या भटकंतीनंतर, शांती आणि मी, आम्ही दोघीही दमलो होतो. इकडेतिकडे जरा शोध घेतल्यावर कळले की तेथे खाण्यासाठी फक्त दोनच पर्याय होते- एक म्हणजे मायक्रावेव्हमध्ये गरम केलेले हॅमबर्गर घेऊन बाहेर बाकड्यांवर बसून खाणे किंवा जास्त पैसे खर्च करून वस्तुसंग्रहालयाच्या इमारतीच्या तळघरातील रेस्टॉरंटमध्ये जाणे. तेथे असलेला मेक्सिकन आणि रशियन अमर्याद बुफे प्रकार पण यथातथाच दिसला. "आपण आता बाहेर पडू या आणि जवळपास काही सोय आहे का ते बघू या," मी सुचवले. शांतीला पण ते पटले. "खरं तर मी तुला जेवणासाठी आमंत्रित करायला पाहिजे; परंतु आज माझ्याजवळ काहीच पैसे नाहीत," जराशी ओशाळी होऊन ती म्हणाली. कालच तिने एका विस्थापिताच्या मुलाची शाळेची फी भरण्यासाठी तिच्याजवळचे पैसे खर्च केले. "काळजी करू नकोस; पैसे मी देईन," मी तिला सांगितले. वस्तुसंग्रहालय बघण्यासाठी तिची सोबत मिळाल्याचाच आनंद मोठा होता.

तिच्या अगदी साध्या राहणीवरून किंवा एकूण अवतारावरून एखाद्याला तिच्याबद्दल अंदाज येणार नाही; परंतु शांती पण दाई क्विंगप्रमाणेच उच्चभ्रू वर्गातील होती. तिचे वडील 'शानकसी' प्रांताचे गव्हर्नर होते. शांती सहा भावंडांपैकी एक– नऊ, जर तिच्या वडिलांनी सांस्कृतिक क्रांतीच्या काळातील हुतात्म्यांची दत्तक घेतलेली तीन मुले धरली तर. जेव्हा तिच्या वडिलांना सन १९६४मध्ये राजधानीत बोलावून घेण्यात आले, तेव्हा त्यांनी सर्व नऊ मुलांना निवासी शाळांमध्ये पाठवून दिले. परंतु शांतीच्या आईला मुलांशिवाय राहणे अशक्य होते, म्हणून मग सरकारने त्यांना बीजिंगमध्ये तीन फ्लॅट्स दिले.

सांस्कृतिक क्रांतीच्या झळा शांतीच्या वडिलांना पण लागल्या. त्यांना पण टीकेचे धनी व्हावे लागले; परंतु ते कसेबसे वाचले. त्यांच्या राजकीय प्रश्नांमुळे, समस्यांमुळे तिला विद्यापीठात प्रवेश मिळण्यात अडथळे निर्माण झाले. परंतु तसेही तिच्या अपंगत्वामुळे तिला विद्यापीठात प्रवेश मिळणे कठीणच होते. चिनी राज्यकर्त्यांच्या समजुतीप्रमाणे अपंगांना उच्च शिक्षण देणे म्हणजे एक प्रकारचा अपव्ययच होता. शांतीने लग्न पण केले नाही. कुबड असलेली मुलगी कोणता मुलगा पसंत करेल? माध्यमिक शिक्षण पूर्ण झाल्यावर तिने रेडिओ तयार करणाऱ्या फॅक्टरीमध्ये काम

केले. आता निवृत्त झाल्यावर ती तिच्या ९०० युआन ($११५/- अंदाजे रु. ६९००/-) एवढ्या निवृत्तिवेतनावर जगत होता. एवढेच निवृत्तिवेतन पांडासर्कलजवळ रस्ता ओलांडायला मदत करणाऱ्या त्या निवृत्त स्टील फॅक्टरी कामगाराला पण मिळत होते. वारसा हक्काने वडिलांच्या तीन फ्लॅट्सपैकी एक फ्लॅट तिला मिळाला होता. अधिक उत्पन्नासाठी तो ती भाड्याने देते. ''नाहीतर मला माझं निवृत्तिवेतन पुरणारच नाही.''

जवळच्याच रेस्टॉरंटमध्ये जेवण झाल्यावर शांतीने मला तिच्या घरी येण्याचे आमंत्रण दिले. आत्तापर्यंत पक्षातील उच्चभ्रूंच्या घरी जाण्याची मला ना कधी संधी मिळाली होता, ना कधी मी गेले होते; परंतु आता मी त्या भागातच असल्यामुळे पार्टीतील उच्चभ्रू एके काळी कसे राहायचे हे बघण्याची मला संधी आली होती. सन १९८४ पासून शांती, तिची विधवा आई, भाऊ आणि त्याची बायको यांच्यासोबत बीजिंगमधील अत्यंत प्रसिद्ध पत्त्यावर, ज्याची तुलना वॉशिंग्टन डीसी येथील 'वॉटरगेट अपार्टमेंट्स'बरोबरच करता येईल, अतिप्रशस्त फ्लॅटमध्ये राहते. 'बुझांग लोऊ' म्हणजे 'मंत्री निवास' ही इमारत वरिष्ठ चिनी अधिकारी आणि मंत्री यांच्यासाठी १९८०मध्ये बांधण्यात आली होती. 'ली पेंग' पंतप्रधान होण्याआधी जेव्हा 'मिनिस्टरी ऑफ हायड्रोइलेक्ट्रिक पॉवर'चे प्रमुख होते, तेव्हा दोन फ्लॅट सोडूनच त्यांचा येथे फ्लॅट होता. 'ली झेमींग' साम्यवादी पक्षाचे बीजिंगमधील सचिव शांतीच्या फ्लॅटच्या पश्चिमेला असलेल्या फ्लॅटमध्ये राहायचे. एके काळी या इमारतींचा परिसर म्हणजे बीजिंगमधील सर्वांत प्रभावशाली केंद्र होते. काचांच्या उंच विभाजकांनी बंदिस्त केलेल्या मोकळ्या जागा, दगडांच्या फरशांच्या कपच्या बसवलेली सिमेंटची जमीन आणि पायवाटा, फ्लॅट्समध्ये पुस्तकांसाठी मोठी-मोठी कपाटे आणि एकापेक्षा जास्त स्वच्छतागृहे असा एकूण थाट होता. आज मात्र जियानवी सोहो गृहयोजनांतील घरांशी यांची तुलनाच करता येणार नाही.

''आज खेड्यातला एखादा सरपंच अशा घरामध्ये राहणे पसंत करणार नाही,'' शांती म्हणते. ''आता कोणतेही अधिकार नसलेले निवृत्त सरकारी अधिकारी किंवा मृत अधिकाऱ्यांचे कुटुंबीय हेच काय ते येथे राहणे पसंत करतात.''

आता जरी तेथे कोणी महत्त्वाच्या व्यक्ती राहत नाहीत, तरी पण तेथील सुरक्षा व्यवस्था पूर्वीप्रमाणेच कडक होती. इमारतीभोवती गस्त घालणाऱ्या सुरक्षारक्षकांची पहिली फळी आम्ही ओलांडली. प्रमुख प्रवेशद्वाराजवळ एका तरतरीत सुरक्षारक्षकाने मला अडवले; परंतु शांतीने माझ्या वतीने खात्री दिल्यावरच त्याने मला आत प्रवेश दिला. इमारतीमधील लिफ्ट स्वयंचलित होती, तरीही परत सुरक्षिततेच्या कारणासाठीच लिफ्टमध्ये एक नियंत्रक होता. जेव्हा येथे साम्यवादी पक्षाचे वरिष्ठ अधिकारी राहायच, तेव्हा पीडित जनतेकडून हल्ले होण्याचे त्यांना सतत भय असे, म्हणून

हा सुरक्षेचा जामानिमा केला गेला होता. आता, तसे काही कारण उरले नसले तरी, तो सवयीचा भाग म्हणून तसाच चालू होता. आता कोणाला त्याचे कौतुक आहे?

आम्ही घरी परतलो तेव्हा शांतीच्या म्हाताऱ्या आईची झोप झालेली होती. फ्लॅटमधील वातावरण थेट माओच्या काळात घेऊन जाणारे होते; रंगरंगोटी, सजावट वगैरे नसलेल्या अगदी साध्या चौकोनी खोल्या. खोल्या मात्र- एक दिवाणखाना आणि तीन बेडरूम्स- अतिप्रशस्त होत्या. बीजिंगमध्ये बेंटली कार्सची शोरूम उघडण्याआधी आणि प्रशस्त व्हिलांमध्ये नवरा-बायकोंच्या स्वतंत्र 'सॉनाबाथ'चे खूळ येण्याआधी श्रीमंती आणि सरंजामी वृत्ती व्यक्त करण्याची हीच एक पद्धत होती. सन १९८०च्या दशकात त्या वेळी कल्पना पण न केली गेलेली चैन म्हणजे दोन मोठ्या खोल्यांच्या आकाराची स्वच्छतागृहे होती. परंतु दोन दशकांपूर्वी जे चैन म्हणून, श्रीमंती म्हणून समजले गेले होते, ते आता अगदीच साधे वाटत होते. ज्या इमारतीमध्ये एके काळी साम्यवादी पक्षाचा बीजिंग शहराचा सर्व शक्तिमान सचिव राहत होता, त्या इमारतीपेक्षा स्कार्लेटचे भाड्याचे घर कितीतरी सुंदर होते, आरामदायी होते. माझ्या वर्गमैत्रिणीचे नवे घर त्यापेक्षाही चांगले असेल आणि त्यात नक्कीच जास्त स्वच्छतागृहे असतील. बीजिंगवासीयांनी इतक्या कमी वेळात किती मोठा पल्ला गाठला आहे, याचाच हा पुरावा होता.

मंत्री निवासाच्या या इमारती बघण्यामागे माझा आणखी एक उद्देश होता- सन १९८९, विद्यापीठ परिसरातून तियानमेन चौकाकडे जाणाऱ्या विद्यार्थ्यांच्या मोर्चांना याच मुक्सिडी भागात वळून पूर्वेकडे शाश्वत शांती मार्गाने जावे लागे. "पहिला मोर्चा त्या वर्षीच्या वसंतात निघाला," शांती म्हणाली. "एके दिवशी भल्या पहाटेच मला जाग आली. मोर्चातील विद्यार्थी गाणी म्हणत होते. मला वाटलं की मी स्वप्नच बघते आहे."

जेव्हा ३ जून १९८९ रोजी सैन्याने शहरात प्रवेश केला तेव्हा मुक्सिडी हेच त्यांच्यासाठी पण प्रवेश करण्याचे प्रमुख ठिकाण होते. बऱ्याच निदर्शकांना येथे मारले गेले. "आम्हाला सैन्याच्या हालचाली स्पष्टपणे दिसत होत्या," शांतीने सांगितले. जवळचा, चार रस्त्यांवरून जाणारा उड्डाणपूल तेव्हा बांधला गेला नव्हता त्यामुळे सर्व गोष्टी आम्हाला स्पष्टपणे दिसत होत्या. आम्ही सैन्याला निदर्शकांवर गोळीबार करताना पाहिले. वरच्या मजल्यावर, बरोबर हिच्याच फ्लॅटच्या वर, सुप्रीम कोर्टाचे एक न्यायाधीश राहायचे. जेव्हा खालून गोळीबाराचे आवाज येऊ लागले तेव्हा न्यायाधीशांच्या जावयाचे डोके फिरले. तो खिडकीतून वाकून खालच्या लष्करी सैनिकांवर चहाचे कप फेकायला लागला. अचानक खाली निशाणा साधणाऱ्या शार्पशूटरकडे शांतीचे लक्ष गेले.

"त्याने आपल्यावर नेम धरला आहे," ती भावाकडे बघत किंचाळली, "खाली वाक." बंदुकीतून गोळी सुटली होती. शांती अंगाचे मुटकुळे करून तशीच थरथरत

बसून राहिली आणि नंतर एकदम हॉलमध्ये किंकाळ्यांचे आवाज ऐकू आले. त्या गोळीने न्यायाधीशांच्या जावयाचा वेध घेतला होता. त्या अचूक नेम साधणाऱ्याने जावयाच्या कपाळाचा वेध घेतला होता. बंदुकीची गोळी डोक्यातून आरपार गेली होती. सर्व कुटुंबच शोकाकुल झाले. हॉस्पिटलमध्ये उपचारासाठी नेण्याकरता लिफ्टपर्यंत त्याला ओढत आणले; परंतु तो आधीच मृत झाला होता.

रस्त्यावर उसळलेला तो आगडोंब तिने संपूर्ण रात्रभर स्वयंपाकघराच्या खिडकीतून पाहिला. रस्त्याच्या दोन्ही बाजूंची जनता पीपल लिबरेशन आर्मीच्या निषेधाच्या, धिक्काराच्या घोषणा देत होती. साम्यवादी पक्षाचे बीजिंग शहराचे सचिव ली झेमिंग त्या रात्री घरीच होते. शांतीच्या अंदाजाप्रमाणे त्यांनी ती संध्याकाळ त्यांच्या स्वयंपाकघराच्या खिडकीतून त्या घटनेचे चित्रीकरण करण्यात, फोटो घेण्यात घालवली असावी. ''त्यांनी पुलावरील सैनिकांचे उत्तम फोटो काढले होते,'' शांती सांगते, ''नंतर ते निरनिराळ्या मासिकांमधून छापून पण आले.''

निम्मं आकाश पेलणाऱ्या स्त्रिया...

यीनला एका महिन्यात शोधून काढणे हे बहुतेक माझे दिवास्वप्नच ठरणार होते. कारण दिवसेन्‌दिवस ते मला कठीणच वाटायला लागले होते. यीन / यानच्या शोधामध्ये काहीच प्रगती होत नव्हती. तियानमेन चौकातील त्या घटनेनंतर आता कॅथी विल्हेल्मचा कोणाशीही संपर्क राहिलेला नव्हता, तर मग माझ्यासारखीला भर सांस्कृतिक क्रांतीच्या काळातील- त्या धामधुमीच्या काळातील- कोणीतरी सापडणे कसे शक्य होते? माझी आता खात्री पटली होती की त्या गुप्तहेरावर किंवा प्रामाणिक हॅनवर विश्वास ठेवण्यात अर्थ नाही. मी आता गुणी पॅनकडून, जो मला यीनचा मोबाइल नंबर मिळवून देणार होता, काही खबरबात मिळण्याची वाट बघत होते. माझ्या आवाजामध्ये फारशी अधिरता जाणवू न देण्याचा प्रयत्न करत मी पॅनला आधीच फोन करून, मला पुढच्या दहा-बारा दिवसांत, मी जाण्याआधी, यीन / यानला शोधून काढलेच पाहिजे, याची आठवण करून दिलेली होती. कमीत कमी त्याने तरी अजून माझ्याशी बोलण्याचा त्याचा मोबाइल नंबर बदललेला नव्हता.

या मधील काळात मी मात्र थोडीशी चिडचिडी झाली होते. माझा हाताने वारा घेण्याचा चिनी पंखा तुटला होता. बांबूच्या पट्ट्यांना खालच्या बाजूला एकत्र जोडणारी पीन तुटलेली होती. या प्रदूषित हवेमध्ये त्याचा जरी फारसा उपयोग होत नव्हता तरी जेव्हा जेव्हा मी, आता वेळ कमी उरला आहे याची जाणीव होऊन बेचैन होत होते, तेव्हा-तेव्हा तो उगीचच जोरजोराने हलवल्याने मला बरे वाटायचे. मी नवीन पंखा विकत घेण्याचे ठरवले. नॉर्मनची प्रतिक्रिया- 'म्हणजे ५० सेंट वाया!' त्याला एक अनुभव घेऊन बघायचा होता. माओच्या काळामध्ये बीजिंगवासीयांना काटकसरीने राहण्याची एवढी सवय होती की त्या वेळचे कारागीर काहीही आणि कोणतीही वस्तू दुरुस्त करून देत. शर्टाची फाटकी कॉलर शिंपी ती उलटी करून परत शिवत. एनॅमलचे गंजलेले, फाटलेले भांडे पण जोडून मिळे. आत्ताच्या

चंगळवादी, उपभोगवादी काळामध्ये तुटलेला कागदाचा पंखा दुरुस्त करून मिळतो का ते नॉर्मनला बघण्याची उत्सुकता होती.

मला वाटते, त्याला वेड लागले आहे; परंतु अर्ध्याच तासानंतर नॉर्मन विजयी मुद्रेने परतला. त्याने सांगितले की तो सरळ सुंदर निवासाच्या शेजारीच असलेल्या स्थलांतरित कामगारांच्या वस्तीमध्ये गेला आणि रस्त्याच्या कडेलाच बसलेल्या एका चांभाराला त्याने पकडले. नॉर्मनने जेव्हा त्याला तुटलेला पंखा दाखवला तेव्हा त्याने तेथेच असलेल्या एका छोट्या स्टुलाकडे बोट दाखवत त्याला बसायला सांगितले.

"मी त्याला विचारले किती होतील," माझा नवरा सांगत होता, "तो प्रथम काहीही बोलला नाही, त्याने फक्त पंखा उघडून बघितला."

मोठ्या कात्रीने त्याने पत्र्याच्या डब्याची एक छोटी चकती फाडून घेतली आणि खिळ्याने भोक पाडून त्याचा एक वॉशर तयार केला. पंख्याच्या बांबूच्या पट्ट्यांच्या खालच्या भागातून एक नवीन पीन घालून त्या वॉशरच्या साहाय्याने त्याने त्या पट्ट्या एकत्र जोडल्या.

"किती झाले?" नॉर्मनने परत त्याला विचारले.

"तुम्ही कोठून आलात?" त्या चांभाराने विचारले.

"कॅनडा," पंख्याच्या दुरुस्तीची कॅनेडियन किंमत ऐकण्याच्या तयारीने नॉर्मनने सांगितले.

परंतु काय आश्चर्य, त्या चांभाराने नॉर्मनच्या उत्तम चिनी बोलण्याचे कौतुक केले आणि म्हणाला "काही मजुरी नाही." "मला वाटतं, त्याला माझी दया आली असावी. एकतर माझे कपडे हे असे साधे आणि त्यातून माझ्यासारखा एक म्हातारा माणूस जुना पंखा दुरुस्त करण्यासाठी फिरतो आहे."

"मी खाली आले आहे! उशीर झाल्याबद्दल मी खरंच दिलगीर आहे!" 'लूना ली' म्हणत होती. तिने तिच्या कारमधूनच फोन केला होता. तिच्या वडिलांनी आम्हाला रात्रीच्या जेवणासाठी आमंत्रण दिले होते आणि आम्हाला आणण्यासाठी तिला पाठवण्याचा त्यांनी आग्रहच धरला होता. ते बीजिंग विद्यापीठाच्या उत्तरेकडे असलेल्या एका उपनगरात राहतात. दुपारच्या रहदारीत उपनगरातून शहरात येणे तिच्यासाठी एक तासाचे दिव्यच ठरले होते. मुलांनी आमच्याबरोबर न येण्याचेच ठरवले, त्याऐवजी ७/११ दुकानातून चिकन मसाला आणून खाण्याचा बेत आखला. मी आणि नॉर्मन त्यांना बाय करून धावतच खाली गेलो. रस्त्याच्या दुसऱ्या बाजूने लूनाने जोरजोराने हात हालवत आमचे लक्ष वेधले. फूटपाथमुळे रस्ता अडला गेलेल्या सुंदर निवासाच्या पुढे कार कशी आणायची, हे तिला कळले नव्हते.

गोल चेहऱ्याची, पोनीटेल बांधणारी, चश्मा घालणारी लूना खरे तर बत्तीस वर्षांची होती, परंतु वयाच्या मानाने ती खूपच लहान दिसते. तिचे वडील ली शुयी हे नॉर्मनचे 'इन्स्टिटयूट ऑफ कॉम्प्युटिंग टेक्नॉलॉजी'मधील एके काळचे सहकारी; ते आता निवृत्त झाले होते. अत्यंत हुशार इलेक्ट्रॉनिक अभियंता म्हणून त्यांचे नाव होते. ते लिनोव्हा ग्रुपचे संस्थापक होते. त्यांच्या कंपनीने सन २००५मध्ये आयबीएमचा वैयक्तिक संगणक व्यवसाय विकत घेतला आणि त्यांची कंपनी जगातील तिसऱ्या क्रमांकाची वैयक्तिक संगणक कंपनी झाली.

एक गोष्ट अगदी उघडच होती की एक्काहत्तर वर्षांच्या लींची गणना चीनमधील काही अतिश्रीमंत व्यक्तींमध्ये होत होती. ते आणि त्यांची बायको त्यांचा वेळ बीजिंग आणि ऑस्ट्रेलियातील गोल्ड कोस्ट यामध्ये व्यतीत करतात. लूनाला ऑस्ट्रेलियामध्ये स्थलांतरित म्हणून दर्जा होता आणि ती वर्षातून अनेक वेळा तिकडे जाते. तिच्या मोठ्या बहिणीने तेथे कॉफी शॉप सुरू केले होते आणि तिचे मेव्हणे तेथे घरबांधणीच्या व्यवसायात होते. बीजिंगमध्ये लूना, तिचा नवरा आणि बहिणीची मुले असे तिच्या आई-वडिलांबरोबर पारंपरिक एकत्र कुटुंब पद्धतीने राहातात. परंतु ते पुढे व मागे मोकळी जागा असलेल्या 'फोर हार्मनीज' घरामध्ये राहत नाहीत. ते तिच्या नवऱ्याच्या कार्यालयापासून पाचच मिनिटांच्या अंतरावर असलेल्या बीजिंगची नवीन सिलिकॉन व्हॅली म्हणून ओळखल्या जाणाऱ्या शांगडी भागात मॅन्शनवजा घरामध्ये राहतात.

लूनाचा जन्म सांस्कृतिक क्रांतीच्या काळातला. माझी आणि तिची जेव्हा प्रथम भेट झाली तेव्हा ती पाच वर्षांची होती आणि त्याच वेळी त्यांचे कुटुंब इतर वीस कुटुंबांबरोबर बीजिंगजवळ मागच्या बाजूला मोकळी जागा असलेल्या एका पडक्या घरात राहत होते. लहान लूना, तिची मोठी बहीण, तिचे आई-वडील आणि तिला सांभाळणारी बाई असे सर्व जण एका लहान खोलीत राहायचे. गुवेमींगच्या घराप्रमाणे यांचे माजघर पण पडवीवजा जागेत होते. गल्लीच्या शेवटी असलेले सार्वजनिक स्वच्छतागृह त्यांना वापरावे लागे.

चीनच्या प्रगतीचा आलेख आणि या कुटुंबाच्या उत्कर्षाचा आलेख समांतरच होता. त्या वेळी त्यांना ती एक छोटी खोली तरी मिळाली होती; कारण ज्या हॉस्पिटलमध्ये तिची आई डॉक्टर म्हणून काम करत होती, त्या हॉस्पिटलने ती त्यांना दिली होती. सांस्कृतिक क्रांतीच्या समाप्तीनंतर दहा वर्षांनी म्हणजे सन १९८६मध्ये सरकारने घरबांधणी / गृहनिर्माण यांना प्राधान्य देण्याचे ठरवले आणि त्या दिशेने धोरणे आखण्यात आली. लूनाचे कुटुंबीय नंतर स्वतंत्र स्वच्छतागृह असलेल्या दोन खोल्यांच्या घरामध्ये राहायला गेले. त्यांना त्या घराचे एवढे अप्रूप होते की, एका रविवारी ली शुयी यांनी आम्हाला घरी पार्टीसाठी आमंत्रित केले होते.

परंतु आम्ही पोहोचू शकलो नव्हतो. तो दिवस होता ४ जून १९८९. सैनिकांना

आणणाऱ्या मिलिटरी ट्रक्स आणि रणगाड्यांच्या मुक्त संचाराने बीजिंग शहराची युद्धभूमी झाली होती. रणगाड्यांच्या रांगेसमोर धैर्याने उभ्या राहणाऱ्या टॅंकमॅनचे नाट्य दुसऱ्या दिवशी घडणार होते. सैनिक AK ४७ रायफलने स्वैरपणे हवेत गोळीबार करत होते; परंतु नॉर्मनने शहरातून सायकलवरून जेवायला जाण्याचा निर्धारच केला होता. त्याने मला आश्वस्त केले होते की सुरक्षिततेच्या दृष्टीने तो हेल्मेट घालूनच जाईल. मी त्याला 'ली'ला फोन करायला भाग पाडले. लीने अलीकडेच घरात त्याचा पहिलाच फोन घेतला होता. "एका नऊ वर्षांच्या मुलीचा मृत्यू झाला होता आणि काही वेळापूर्वीच तिचे शव आणले गेले होते," लीने त्याला सांगितले, "मला नाही वाटत आत्ता तुझे येथे येणे शहाणपणाचे ठरेल."

लूना चीनमध्येच तयार केली गेलेली फोक्स वॅगनची 'जेट्टा' कार चालवत होती. तिच्याकडे एक 'ब्यूक' कार पण आहे. शांतीला एका महिन्याला जेवढे पेन्शन मिळते, त्याच्या दुप्पट रक्कम ती ब्यूकच्या पेट्रोलसाठी महिन्याला खर्च करते. "कित्येक वर्षांपूर्वी जेव्हा आपण भेटलो तेव्हा मला वाटले पण नव्हते की कधी काळी मी कार चालवीन आणि तुला आमच्या घरी घेऊन जाण्यासाठी कार घेऊन येईन," लूना हसत म्हणाली. "माझ्या नवऱ्याचे सगळे मित्र दहा-दहा लाख युआन ($१३००००/-, अंदाजे रु. ७८,००,०००/-) किमतीच्या बीएमडब्ल्यू आणि ऑडीज बाळगणारे आहेत. आता आम्हाला ऑडी कार म्हणजे फार काही विशेष वाटत नाही. पोर्शे ही जरा नाव सांगण्यासारखी गाडी आहे. तिची किंमत वीस लाख युआन आहे."

तिला बघितल्यावर मला स्कार्लेटची आठवण आली; परंतु ती एक गोष्ट सोडली तर लूना ड्रायव्हिंग करण्यात बिनधास्त होती. उजवीकडे वळता ती म्हणाली, "खरं तर मी बीजिंगमध्येच ड्रायव्हिंग करण्यायोग्य आहे. पहिली ड्रायव्हिंग टेस्ट मी दिली ती ऑस्ट्रेलियामध्ये आणि नापास झाले. मी वळताना योग्य तो निर्देश करायला विसरले; पुढील कारला मागे टाकल्यावर लगेचच त्या कारच्या पुढे माझी कार घेतली, माझी मार्गिका बदलताना परत निर्देश करायला मी विसरले."

तिचा मोबाइल फोन वाजला. तिच्या नव्या घरासाठी फर्निचर बनवणारा सुतार फोनवर होता. कार चालवत असताना मोबइलवर बोलण्याची बंदी असतानाही तिने फोन घेतला- हा पण फक्त दुसऱ्यासाठी असलेला नियम होता. बीजिंगमधील प्रचलित पद्धतीप्रमाणे तिने पण तिचे घर म्हणजे फक्त चार भिंतींनी बंदिस्त केलेली जागा घेतली होती. आत्तापर्यंत दारे-खिडक्या, प्लंबिंगसाठी पाइप्स, बाथरूम, स्वयंपाकघर, जमिनीसाठी टाइल्स वगैरेसाठी तिने तीन लाख युआन खर्च केला

होता. काही दिवसांपूर्वीच तिने भिंतभर, स्वयंबर्फ तयार करणारे मशिन असलेला मोठ्ठा फ्रिज विकत घेतला होता. आत्तापर्यंत मला भेटलेल्या प्रत्येक व्यक्तीप्रमाणे लूनाला पण फ्लॅट्स, प्लॉट्स विकत घेण्यामध्ये, व्यवहार करण्यामध्ये विशेष रुची होती, ''कायमस्वरूपी घर विकत घेण्यामध्ये अर्थ नाही,'' ती म्हणाली, ''जमिनींच्या, घरांच्या किमती वरवरच जात आहेत.'' तिच्या घराची किंमत केवळ चारच महिन्यांत १५ टक्क्यांनी वाढली होती आणि ती अजून तेथे राहायला पण गेलेली नव्हती.

''घरं कितीही महाग असली तरी पटापट विकली जातात. शांकसी प्रांतातील कोळशाच्या खाणींचे मालक आणि वेंगझाऊ प्रांतातील श्रीमंत व्यापारी गुंतवणूक म्हणून घरं विकत घेतात आणि अडवून ठेवतात आणि मोकळीच ठेवतात.'' त्या दिवशी तिचा एकदम गोंधळ उडाला होता. ती राहत असलेल्या सोसायटीने एका पत्राद्वारा पार्किंगसाठी जागा उपलब्ध असल्याचे आणि विक्रीला काढल्याचे तिला कळवले होते. आणि ९००००/- युआन भरण्यासाठी तिला एकाच दिवसाची मुदत देण्यात आली होती. ''मी सगळ्यांकडून पैसे उसने घेत फिरले, माझे क्रेडिट कार्ड वापरले आणि पैसे भरले. आता पुढच्या महिन्यात ते पैसे परत करण्याची चिंता मी करीन. दुसरा काही उपायच नव्हता. पार्किंगसाठी जागा मिळणे महाकठीण आहे.'' तिने आणि तिच्या लिनोव्हो कंपनीत अधिकारी असलेल्या नवऱ्याने त्या घरासाठी तीस वर्षे मुदतीचे ५.८ टक्के व्याजाने गहाणकर्ज घेतले होते. चीनमध्ये हा प्रकार नव्यानेच सुरू झाला होता. त्याच्या पगाराचा एक तृतीयांश हिस्सा, म्हणजे १०,००० युआन ($१३००, अंदाजे रु. ७८,०००/-) बँकेच्या मासिक हप्त्यामध्ये जातो. आता गहाणकर्जाचे व्याजदर ६.२ टक्क्यांवर गेले आहेत. बँका पण ३५ वर्षे किंवा त्या खालील वयाच्या व्यक्तींनाच कर्ज देतात. लूना सांगते, 'गहाण कर्जाच्या मुदतीची आणि तुमच्या वयाची बेरीज ही तुमच्या निवृत्तीच्या वयापेक्षा म्हणजे ६५ वर्षांपेक्षा जास्त असून चालत नाही.'

कंपनीने तिच्या नवऱ्याकडे हेनान प्रांतातील कार्यालयाची, म्हणजे जवळजवळ १० कोटी लोकसंख्या असलेल्या प्रांतातील व्यवसायाची संपूर्ण जबाबदारी सोपवली होती. तिच्या नवऱ्याकडे बीजिंग शहराचा निवासी परवाना असल्यामुळे लिनोव्हो कंपनीने त्याच्यापुढे दोन पर्याय ठेवले होते. एक म्हणजे हेनानमध्ये राहण्यासाठी घर किंवा लूनासाठी वर्षातून येण्या-जाण्यासाठी मोफत विमान प्रवासाची तिकिटे. तिने विमानाच्या तिकिटांचा पर्याय स्वीकारला आणि आता ती नवऱ्याबरोबर हेनानला जात-येत असते.

कॉम्प्युटर कंपनी लूनाला घरी राहण्यासाठी पण पगार देते. 'लिनोव्हा मला बाहेर काम न करण्यासाठी दरमहा तीन हजार युआन पगार देते,'' तिने सांगितले,

"ही त्यांचीच सूचना होती, माझी नाही." मला वाटते हा स्पर्धा/स्पर्धक कमी करण्याचा एक प्रकार आह. लूना 'फँग झँग कॉर्पोरेशन' या बीजिंग विद्यापीठाशी निगडित असलेल्या एका उच्च तांत्रिक कंपनीच्या विक्री विभागात काम करायची. कदाचित लिनोव्हा कंपनीला कर्मचाऱ्यांच्या बायकांनी प्रतिस्पर्धी कंपन्यांमध्ये काम केलेले आवडत नसावे.

लूना माझा गैरसमज दूर करण्याचा प्रयत्न करते. "त्यामागचे खरे कारण असे की, माझ्या नवऱ्याने त्याच्या कामावर लक्ष केंद्रित करावे, त्याचबरोबर आमच्यातील वैवाहिक नात्याला स्थैर्य यावे, हे आहे." दुसऱ्या शब्दांत सांगायचे तर लिनोव्हा कंपनी लूनाला घरी राहून तिच्या नवऱ्याला सुखी ठेवण्यासाठी पगार देते. मी थक्कच झाले. माझ्या मनाचा गोंधळ उडाला होता. हे एक निःसंशय प्रतिगामी पाऊल- घरी राहण्यासाठी स्त्रीला पैसे देणे आहे की- घर सुखी ठेवण्याची किंमत ठरवण्याची चतुर खेळी आहे. स्कार्लेटनंतर माझ्या माहितीप्रमाणे लूना ही दुसरी व्यक्ती जिला गृहिणी राहणेच पसंत होते.

"तुझ्या आई-वडिलांचे काय मत होते?" मी विचारते.

"माझ्या आई-वडिलांची मते जुनाट नाहीत. त्यांना नाही वाटत की मी काम करायला हवे आणि स्वतंत्र व्हायला हवे."

माओनंतरच्या काळात जुनाट मतांची केली गेलेली व्याख्या ऐकून मला गंमत वाटली.

"तुझ्या मित्र-मैत्रिणींचे काय मत होते?" मी माझा मुद्दा रेटला.

त्यांना माझ्या रिकामपणाचे आश्चर्य वाटले. त्यांनी विचारले, "तू रिकामी का बसतेस?" जेव्हा मी नोकरी सोडली तेव्हा मी दररोज सकाळी दहा-दहा वाजेपर्यंत झोपायची, मला काम असे काहीच नव्हते. मी काय करते म्हणून जेव्हा इतरेजन विचारायचे तेव्हा प्रथम प्रथम माझ्या नवऱ्याला अवघडल्यासारखे व्हायचे. आता त्याला माझा अभिमान वाटतो. याचा अर्थ म्हणजे तो पुरुष आहे आणि माझी काळजी घ्यायला समर्थ आहे. माझ्या दृष्टीने स्त्रीने स्वातंत्र्यवादी असण्याचा अर्थ नेहमीच तिला स्वतःचे करिअर असणे आणि तिने आर्थिकदृष्ट्या स्वतंत्र असणे असाच राहिला होता; परंतु आता मला कळते आहे की स्त्रीमुक्तीची संकल्पना पण पर्यायाचे स्वातंत्र्य असल्याशिवाय आकर्षक वाटणार नाही, ठरणार नाही. माओच्या राजवटीमध्ये लूनाच्या आईच्या पिढीतील सर्व बायकांना, त्यांना आवडो ना आवडो, सक्तीने काम करावे लागे.

"मला वाटतं चीनमध्ये सध्या स्त्रियांनी घरी राहण्याचे परत चूलमूल करण्याचे दिवस येत आहेत," लूना म्हणते, "माझ्या मैत्रिणींपैकी जवळजवळ एक तृतीयांश मैत्रिणी काही काम करत नाहीत." एक तृतीयांश? मला धक्काच बसतो. तर मग

माओ युग हे काळाच्या पटावर केवळ एक ठिपकाच ठरले. उशिरा का होईना पण आता चीन औद्योगिक क्रांतीच्या काळातून जात होता, पाश्चिमात्य देशांनी अनुभवलेले– प्रदूषण, शोषण, कामाचे वाढलेले तास वगैरे- सर्व प्रश्न दोन दशकांच्या उलथापालथीतून निर्माण झाले होते. सन १७८० ते १८३० या काळातील युरोप आणि अमेरिकेतील औद्योगिक क्रांत्यांच्या वेळी पण स्त्रिया कामासाठी घराबाहेर पडल्याच नव्हत्या.

लूना मला सांगते, तिला आता मूल हवे होते. तिच्या नवऱ्याची आणि घराची काळजी घेण्याबरोबरच ती तिच्या भाच्याला आणि भाचीला कारने शहरामध्ये असलेल्या शाळेत सोडण्याचे काम करते. "मी माझ्या नवऱ्याला गंमत म्हणून मालक असे संबोधते. तो घरामध्ये इकडची काडी तिकडे करत नाही, त्याला एटीएममधून पैसे कसे काढायचे, हे पण समजत नाही."

मी तिला माझ्या गुप्तहेर एजन्सीला दिलेल्या भेटीबद्दल सांगितले. "तेथील हेराने दिलेल्या माहितीप्रमाणे संशयी बायकांच्या वतीने त्यांच्या नवऱ्यांवर लक्ष ठेवणे, हेच हल्ली त्यांचे प्रमुख काम झाले आहे," मी तिला सांगते.

"विवाहबाह्य संबंध हा प्रकार आता अगदी सर्रास झाला आहे," ती म्हणाली. "बायको पण आता त्या गोष्टीचे फार अवडंबर माजवत नाही; हां अगदी फारच हाताबाहेर गेल्याशिवाय. कित्येक पुरुष आता अगदी सहजपणे बायका ठेवून आहेत. हवाई सुंदऱ्या पण कोणाची तरी रखेल होण्याची संधीच शोधत असतात. तिशीनंतर त्या नोकरीमध्ये राहू शकत नाहीत."

"त्या हेराच्या सांगण्याप्रमाणे ते फोनचे रेकार्ड पण मिळवतात," मी म्हणाले. माझे म्हणणे उडवून लावल्यासारखा तोंडातून आवाज काढत लूना म्हणाली, "जर कोणी तुमच्या मोबाइल फोनवरील संभाषणांवर पाळत ठेवून असेल, लक्ष ठेवून असेल तर कंपनी स्वतःच तुम्हाला त्याबाबत एसएमएस पाठवून कळवते. विवाहबाह्य संबंधावर एक 'सेलफोन' नावाचा सिनेमा आला होता. त्या सिनेमामध्ये एक नवरा त्याच्या मैत्रिणीला बाथरूममधून चोरून फोन करतो. जेव्हा तिला भेटण्यासाठी तो घरातून सटकतो, तेव्हा तो त्याचा मोबाइल बंद करत नाही; कारण ते खूपच संशयास्पद वाटले असते आणि जीपीएस (ग्लोबल पोझिशनिंग सॅटेलाइट)च्या साहाय्याने तरीही त्याचा ठावठिकाणा कळू शकला असता. तो फक्त फोनची बॅटरी काढतो. त्यामुळे तो सेवा क्षेत्राच्या बाहेर असल्याचाच संदेश मिळत राहतो.

शांगडी हा भाग बीजिंग विद्यापीठाच्या जरासाच उत्तरेला होता, तरीही लूनाच्या घरी कारने पोहोचायला आम्हाला जवळजवळ दोन तास लागले. महामार्ग सोडून

आम्ही जसे छोट्या रस्त्याला वळलो, मला मान्य करावेच लागले की, पूर्वीचे बीजिंग आता राहिलेले नव्हते, ओळखीच्या खुणा अशा काही दिसतच नव्हत्या. मला तर चुकल्यासारखेच वाटले.

"माझ्या वडिलांनासुद्धा जेथे बीजिंग ओळखणे अवघड जाते," लूना म्हणाली, "मीच त्यांना कारमधून इकडेतिकडे घेऊन जाते आणि दर वेळी त्यांचा प्रश्न असतो, "आता आपण कोठे आहोत?" ते म्हणतात, "ऑस्ट्रेलियामध्ये नकाशा कधी बदलत नाही आणि बीजिंगमध्ये नकाशा कायम बदलतच असतो."

बाहेरून पांढऱ्या सिमेंटचा गिलावा असलेल्या एका घरासमोर डौलदार वळण घेऊन तिने कार थांबवली. कारमधून उतरल्यावर आता खूपच मोकळे वाटत होते. हवेतील बदल जाणवण्यासारखा होता. हवा थंड होती. लूनाने माझ्या मनातलाच विचार बोलून दाखवला – "सिमेंटच्या जंगलामुळे, कार्सच्या धुरामुळे, शहरातील हवेचे तापमान जरा जास्तच असते. उपनगरांमध्ये तापमान नेहमीच तीन ते चार अंशांनी कमी असते," ती म्हणाली. शोभेच्या फुलझाडांनी, झुडपांनी बहरलेल्या आखीवरेखीव बागेमध्ये ली शुयी आमची वाटच बघत होते. त्यांच्या गोल चेहऱ्यावर आनंद स्पष्टपणे दिसत होता. त्यांनी अगदी सहजपणे, आम्ही जणू काही कॅलिफोर्नियात असल्याप्रमाणे, आमच्यासाठी गॅरेजचे दार उघडले.

"तू कुत्र्यांना घाबरत नाहीस ना?" त्यांनी मला विचारले. पण हे त्यांनी विचारण्याआधीच त्यांच्या दोन छोट्या कुत्र्यांनी आणि एका केसाळ आयरिश कुत्र्याने आमच्या अंगावर येऊन, आमच्याभोवती उड्या मारून, आम्हाला चाटून लडिवाळपणा व्यक्त करून झाला होता. दोन जातिवंत पॉमेरियन कुत्र्यांपैकी एक पांढराशुभ्र तर दुसरा सोनेरी रंगाचा, दोघेही फार सुंदर होते. परंतु दुसरा,बीजिंगमध्ये प्रथमच पैदास केलेला लांब केसांचा जातिवंत आयरिश कुत्राच सगळ्यांचे आकर्षण ठरला. "सीसीटीव्हीवाले याच्यावर फिल्म करायला आले होते," लूनाने सांगितले, "त्यामुळे मला पण दूरदर्शनवर चमकायची संधी मिळाली."

त्यांच्या घराच्या प्रशस्त दिवाणखान्यात लीनी त्या मोठ्या कुत्र्याला जवळ घेऊन कुरवाळले आणि मोठ्या अभिमानाने आम्हाला सांगितले, तो 'पुरीना' या कुत्र्यांच्या खाद्यावर दरमहा एक हजार युआन खर्च करतो. ती रक्कम त्याच्याकडे घरकामाला आणि स्वयंपाकाला असणाऱ्या स्थलांतरित कामवालीच्या दरमहा पगारापेक्षा शंभर युआनने जास्तच होते. "गेल्या हिवाळ्यामध्ये," ली सांगतात, 'एका पॉमेरियनला न्यूमोनिया झाला तेव्हा त्यांनी त्याच्यावर उपचारासाठी दोन हजार युआन खर्च केले.

त्यांनी तो आयरिश केसाळ कुत्रा सहा महिन्यांपूर्वीच विकत घेतला होता.' "आम्ही त्याच्यासाठी चार हजार युआन मोजले, आता त्याची किंमत पंधरा हजार

युआन आहे.'' त्या महाजाँग जुगारी अड्ड्याच्या मालकानंतर त्यांनी त्यांचा पाळीव प्राणी केवढ्याला विकत घेतला आणि आता त्याची किंमत किती पटींनी वाढली आहे हे सांगणारी ही दुसरी व्यक्ती होती. प्रत्येकाला एखादा पाळीव प्राणी त्याने केवढ्याला विकत घेतला आणि आता त्याची किती पटींनी किंमत वाढली आहे हे सांगण्यात मोठेपणा वाटतो.

जेव्हा मी, सन १९७० मध्ये- माओवादी राजवटीचा भर अंमल असलेल्या काळात- येथे राहिले, तेव्हा त्या महान नेत्याच्या प्रभावापासून मुक्त झालेला चीन कसा असेल याची कल्पना पण करणे मला त्या वेळी शक्य नव्हते. त्या वेळी तो म्हणाला होता की निम्मे आकाश स्त्रियांनी पेलले आहे. तेव्हा मला वाटले नव्हते की त्यांचे पण हात कधी भरून येतील. जेव्हा त्याने कुत्र्यांवर बंदी घातली त्या वेळी मला वाटले, आता यापुढे चिनी जनतेकडे कधीच पाळीव प्राणी दिसणार नाहीत. परंतु क्विन राजवटीतील पहिल्या सम्राटाप्रमाणेच माओचा वारसा, प्रभाव पण फार काळ टिकला नव्हता. क्विन सम्राटाच्या मृत्यूनंतर चारच वर्षांनी त्याच्या राजघराण्याची अखेर झाली. आणि माओचा वारसा तर त्याच्या मृत्यूनंतर, त्याच्या विधवेच्या- जियांग क्विंगच्या अटकेनंतर, एकाच महिन्यात संपुष्टात आला. दहाच महिन्यांत माओचा कट्टर वैरी डेंग झिया ओपिंग सत्तेत परत आला होता. आज श्रीमंत होणे ही अभिमानाची गोष्ट होती. आज चिनी नागरिक हवे तेव्हा परदेशी जाऊ शकतो आणि कोणीही कुत्रा पाळू शकतो.

परंतु अधूनमधून सरकारची मूळ वृत्ती उफाळून येते. तरुण पिढीला इंटरनेटच्या मायाजालापासून काही प्रमाणात तरी परावृत्त करण्यासाठी अगदी जुन्या पद्धतीने माओवादी मोहीम लवकरच सुरू करण्याचे ठरले होते. अनेक पालक इंटरनेटच्या व्यसनाधीन झालेल्या आपल्या पाल्यांना सैनिकी शिक्षण देणाऱ्या काही संस्थांमध्ये गुंतवून ठेवत आहेत. परिस्थिती एवढी भयंकर होती की त्या संस्थांमध्ये पण त्यांच्यावर उपचारासाठी ड्रग्ज, संमोहन, इलेक्ट्रिक शॉक इत्यादीसारख्या उपायांचा अवलंब करावा लागत होता. याच मोहिमेचा एक भाग म्हणून देशभरात आठ सुधारकेंद्रे उभारण्यात आली होती. त्यांतील एक तर बीजिंगच्या दक्षिणेला- जेथे एके काळी मी आणि गुवेमिंग भातशेती करायचो- तेथेच उघडण्यात आले होते.

बीजिंगमधील ऑगस्ट महिना म्हणजे पीच फळांचा भर बहराचा काळ. आणि लींनी आमच्यासाठी काही उत्तम दर्जाची फळे आणली होती. लूनाने त्यांतील एका फळाचे तुकडे केले आणि कुत्र्यांना खायला दिले. ''तुम्ही पण घ्या काही फोडी,'' लींची बायको हुआंग झिया ओमाओने आम्हाला आग्रह केला. डॉ. हुआंग आता निवृत्त झाल्या आहेत. त्यांची आणि त्यांच्या नवऱ्याची प्रथम भेट ज्या वेळी ते बीजिंग येथील लँग्वेज इन्स्टिट्यूटमध्ये रशियन भाषा शिकत होते तेव्हा झाली होती. काही

काळ रशियामध्ये शिक्षण घेतल्यावर ली सन १९६६मध्ये परत लँग्वेज इन्स्टिट्यूटमध्ये आले, या वेळी केंब्रिज विद्यापीठात जाण्याच्या दृष्टीने इंग्रजी भाषेची तयारी करण्यासाठी. त्या वेळी चीनमध्ये काहीच दिवसांपूर्वी आलेला नॉर्मन पण मँडरिन भाषा शिकण्यासाठी लँग्वेज इन्स्टिट्यूटमध्ये दाखल झाला होता. ते दोघेही स्वेच्छेने (?) श्रमदानाचे करायचे काम म्हणून तरण तलाव खोदण्याचे काम करत असताना लीचे नॉर्मनकडे लक्ष गेले. ''मला इंग्रजी शिकायचे होते आणि आपली ओळख झाली,'' ते दिवस आठवत ली म्हणाले.

नॉर्मनचे क्षेत्र पण संगणकासंबंधीच असल्यामुळे लवकरच दोघांची मैत्री झाली. दुर्दैवाने सांस्कृतिक क्रांतीमुळे लींचे केंब्रिजला जाणे स्वप्नच राहिले. पुढील चार वर्षे त्यांनी एका चिनी खेड्यात डुकराचे शेणखत वाहण्यात घालवली. बऱ्याच वर्षांनंतर ते आणि नॉर्मन दोघेही कधीतरी चिनी विज्ञान संस्थेच्या इन्स्टिट्यूट ऑफ कॉम्प्युटिंग टेक्नॉलॉजीमध्ये पोहोचले. लिनोव्हा कंपनीचे त्या वेळी नाव होते 'लिजंड'. त्या कंपनीच्या वतीने ली हे त्या संस्थेच्या संगणकांची देखभाल करणाऱ्या टीममध्ये होते. कंपनीने त्यांचा पहिला लॅपटॉप सन १९९६मध्ये बाजारात आणला आणि सन २००० पर्यंत त्या कंपनीच्या समभागांची हाँगकाँगच्या हँगसेंग निर्देशाकांत नोंदणी झाली होती.

''त्यानंतर माझी आर्थिक परिस्थिती एकदम बदलली. लिजंडचे नाव लिनोव्हा झाले; मला वागणूक चांगली मिळायला लागली,'' ली सांगत होते. ते कंपनीतून सन २००० मध्ये मोठ्या अधिकाराच्या पदावरून निवृत्त झाले. त्याच वर्षी त्यांनी हे घर विकत घेतले. जवळजवळ तीन हजार स्क्वे. फू. क्षेत्रफळ असलेल्या या घरामध्ये पाच बेडरूम्स, तीन बाथरूम्स, दिवाणखाना, मनोरंजनाची खोली, माजघर, जेवणाची वेगळी खोली, अडगळीची खोली इत्यादी होते. ''माझे काही शेजारी त्यांचे घर फक्त शनिवार/रविवारची सुट्टी घालवण्यासाठी वापरतात,'' ते म्हणाले, ''ऑलिम्पिक खेळांची सुरुवात होईपर्यंत आमच्या घराजवळून भुयारी मार्ग गेलेला असेल.''

ली आणि सत्तरीकडे झुकलेली त्यांची पत्नी डॉ. हुआंग मे ते ऑक्टोबर हा काळ बीजिंगमध्ये घालवतात, तर नोव्हेंबर ते एप्रिल हा काळ ते ऑस्ट्रेलियात असतात. त्यांनी हवाई, रशिया, स्कँडिनेव्हिया इत्यादी देशांमध्ये आणि चीनच्या बहुतेक भागांत प्रवास केलेला होता. आता त्यांचा आफ्रिकेला जाण्याचा बेत होता. लूना आणि तिचा नवरा पण त्याच्या रजेमध्ये चीनभर फिरतात. काही दिवसांपूर्वीच त्यांनी टर्की, इजिप्त, ग्रीस इत्यादी देशांचा दौरा केला. काळ हा सर्वशक्तिमान आहे. दाई क्विंग हिला एके काळी केवळ हार्वर्ड विद्यापीठात शिकण्यासाठी 'निमेन शिष्यवृत्ती' मिळाली म्हणून अटक झाली आणि आता लूना आणि तिचे आई-वडील मनात येईल तेव्हा देश सोडू शकतात. लूनाला ऑस्ट्रेलियामध्ये जरी स्थलांतरित म्हणून दर्जा असला तरी तिचा ऑस्ट्रेलियामध्ये स्थायिक होण्याचा विचार नव्हता.

तिचा नवरा- ज्याला इंग्रजी येत नाही; परंतु जो एका कंपनीसाठी अमेरिकेच्या एक तृतीयांश लोकसंख्या असलेल्या चिनी प्रांताचा कार्यभार सांभाळत होता तो- लिनोव्हा कंपनी सोडण्याचा विचार पण करू शकणार नव्हता. त्याला ऑस्ट्रेलियामध्ये काम करायचे नव्हते. त्याला तिकडे चांगली नोकरी पण मिळणार नाही.''

आमची जुनी मैत्री असल्यामुळे आमच्या संभाषणात जुन्या आठवणी, जुने संदर्भ येणे स्वाभाविकच होते. लींना सांस्कृतिक क्रांतीच्या काळात, अगदी नॉर्मन धरून, सगळ्यांना किती पगार मिळायचे ते चांगले आठवते. डॉ. हुआंगना दरमहा ५६ युआन मिळायचे, लींना ६२ युआन मिळायचे आणि नॉर्मनकडे बघत ली म्हणाले, ''आणि तुला शंभर युआनपेक्षा थोडे जास्त मिळायचे.''

युआनला त्या काळात चांगली किंमत होती; परंतु पैसा मिळणेच कठीण होते. ''ही जेव्हा लहान होती, मी ट्राममधून २ फेन (तीनशंतांश सेंट) वाचवण्यासाठी एक थांबा आधीच उतरायचो. मी तिला कडेवर घेऊन फिरायचो,'' लूनाकडे बोट दाखवत हसत ली म्हणाले.

''आईने एकदा कोकाकोलाच्या बाटलीसाठी २५ फेन दिल्याचे मला चांगले आठवते,'' लूना ते दिवस आठवत म्हणाली, ''तेव्हा तो कोक इतका महाग वाटला होता आणि मला काही तो आवडला पण नव्हता; उलट मला त्याची चव चिनी औषधासारखी वाटली होती.''

डॉ. हुआंग हसत म्हणाले, ''आता जनता कोकाकोला पाण्यासारखा पिते.''

लिनोव्हा म्हणजे त्यांच्यासाठी लॉटरी लागण्याचाच प्रकार होता. परंतु कंपनीशिवाय पण लींना आणि त्यांच्या डॉक्टरीण पत्नीला वाटते की ते त्यांच्या निवृत्तिवेतनावर आरामात राहू तर शकतीलच, शिवाय त्यांचा जगभर फिरण्याचा छंद पण जोपासू शकतील. आम्ही जर थोडं काटकसरीनं राहिलो तर काही प्रश्नच येणार नाही,'' ली म्हणाले. ''आम्ही जर नावाजलेल्या कंपन्यांचे कपडे वापरले नाहीत तर एरवी साधे कपडे खूप स्वस्त आहेत. आम्ही जर आमचा खाण्यापिण्यावरचा खर्च दोन हजार युआनपर्यंतच करायचा ठरवला तर आम्ही दर साल तीन हजार युआन शिल्लक ठेवू शकतो आणि तेवढे युरोप किंवा ऑस्ट्रेलियाच्या सफरीसाठी पुरेसे आहेत.''

''आता श्रीमंत आणि गरीब यांच्यामधील दरी ही दोनच्या पाढ्यातील उरलेली नाही,'' नॉर्मनच्या पगाराचा संदर्भ देत ली म्हणाले. ''ती दरी आता खूप रुंदावली आहे. समाजामध्ये सुसंवाद राखणे आता कठीण झाले आहे. सर्वसाधारण जनता आता श्रीमंतांचा द्वेष करते. ते संपत्ती-संपत्तीतील फरक लक्षात घेत नाहीत, काही जणांनी पैसा मिळवण्यासाठी नक्कीच कष्ट केलेले असतात, परिश्रम घेतलेले असतात. काहींनी वाममार्गाने मिळवलेले असतात.'' त्यांच्या मते ऑस्ट्रेलियातील

समाजामध्ये स्थैर्य आहे; कारण उत्पन्नातील फरक फार नाही. एक गवंडीही, ते दावा करतात, एखाद्या डॉक्टएवढेच कमावू शकतो.

"सांस्कृतिक क्रांतीतील काळाप्रमाणेच," नॉर्मनने मध्येच पिल्लू सोडले.

बहुतेक चिनी जनतेप्रमाणेच ली पण त्या अवघड दशकातील घटनांविषयी मोकळेपणाने बोलू इच्छित नाहीत. त्यांनी उद्वेगाने डोके हलवले. "प्रत्येकाला टीकेचे लक्ष्य बनवण्यात, सर्वसामान्यांना छळण्यात किंवा रक्तपात घडवण्यात काहीच अर्थ नव्हता, कारण नव्हते. केवळ तुम्ही परदेशी जायची इच्छा व्यक्त केली म्हणून तुमच्यावर देशद्रोहाचा शिक्का बसत होता. त्या गुन्ह्याला नाव दिले होते 'मातृभूमीचा विश्वासघात (पान बिअन झुगो)."

यीनचा तोच गुन्हा होता. सीमारेषेपलीकडील जगाचा अनुभव घेण्याची इच्छा व्यक्त केल्याबद्दल, स्वतःच्या इच्छा, आकांक्षासाठी, स्वप्नांसाठी मोठे अवकाश शोधण्याचा प्रयत्न केल्याबद्दल तिच्यावर देशद्रोहाचा शिक्का मारला गेला होता आणि या गुन्ह्याची शिक्षा होती मृत्युदंड. तरी पण गुणी पॅनच्या म्हणण्याप्रमाणे यीन या दिव्यातून वाचली होती. तो त्याच्या निवेदनामध्ये, सार्वजनिक विस्मृतीच्या कथेमध्ये आणखी एका खोट्या गोष्टीची गुंफण तर करत नव्हता ना? मला अजून पण वाटत होते की यीनचा नवीन फोन नंबर मिळाला नसावा, हे खरेपणाने सांगणे खरे तर त्याला किती सोपे होते.

लींना पण त्या काळामध्ये, त्यांच्या विदेशी शिक्षणामुळे थोडाफार त्रास नक्कीच सहन करावा लागला असला पाहिजे. पण त्यांना त्या कटू आठवणी उगाळण्यात स्वारस्य नव्हते. तरी पण त्यांची विचारसरणी काहीशी समाजवादाकडे झुकणारी होती किंवा कमीत कमी उदारमतवादी लोकशाहीकडे तर नक्कीच. "मी थोड्याफार सुधारणा, प्रगतींचा पुरस्कर्ता आहे," ते म्हणाले, "आपण कर वाढवले पाहिजेत आणि जास्तीत जास्त समाजोपयोगी, समाजाभिमुख सेवा सुरू केल्या पाहिजेत."

आम्ही जवळच्याच एका पॉश रेस्टॉरंटमध्ये तब्येतीत जेवणासाठी गेलो. नंतर लूने आम्हाला आमच्या घरी सोडायला येण्याचा आग्रह धरला. म्हणजेच त्या पूर्ण दिवसात तिला जवळजवळ सात-एक तास ड्रायव्हिंग करावे लागणार होते. या वेळी ली पण आमच्याबरोबर फिरायला म्हणून बाहेर पडले. शाश्वत शांती मार्गावरून जाताना आम्ही अर्थातच सरकारी निवासांच्या इमारतीवरून गेलो. "आता येथे कोणीही मंत्री राहत नाहीत, आता हे फ्लॅट्स अगदीच सर्वसामान्य वाटतात." शांतीने सांगितलेलेच लूने सांगितले. "एखाद्या खेडेगावचा सरपंच पण येथे राहणार नाही." आम्ही तियानमेन चौकातून जात असताना लींना सन १९७६मधील तेथील पहिल्या घटनेची आठवण होते. पंतप्रधान 'चौ एन लाय' यांच्या मृत्यूनंतर दुखवटा व्यक्त करण्यासाठी प्रचंड मोठा जमाव स्वयंप्रेरणेने येथे जमला होता- याचा दुसराही एक अर्थ होतो तो म्हणज- चौ

एन लाय यांना त्यांच्या आयुष्यातील शेवटच्या काही महिन्यांत अनावश्यक टीकेचे धनी व्हावे लागले होते, त्यांची मुद्दाम मानहानी करण्यात आली होती त्याबद्दल तो माओचा निषेध पण होता. "मला लाठ्याकाठ्या घेतलेली कामगारांची जमलेली फौज आठवते. त्यांनी लोकांना मारझोड करायला सुरुवात केली," ली सांगत होते, "मी तेथून धूम पळालो आणि सायकलवरून सटकलो."

४ जून १९८९ रोजी लींना संकटाचा अंदाज आलेला होता. त्या वेळी लूना सोळा वर्षांची होती. 'कोणीही घराबाहेर पडायचे नाही' त्या रात्री त्यांनी हुकूमच सोडला होता. नशिबाने लूनाने त्यांचे ऐकले. ती म्हणाली, "तिचा एक जवळचा मित्र त्या दिवशी संध्याकाळी बाहेर पडला आणि अटक होता होता वाचला होता. जेव्हा सैन्य आले तेव्हा तो दक्षिणेकडील दर्शनी द्वाराकडे पळाला, त्या बाजूला खूप गल्ल्याबोळ आहेत. उत्तरेकडून पळणारे सर्व जण पकडले गेले."

लूनाच्या पिढीच्या तियानमेन चौकासंबंधीच्या काही सकारात्मक, चांगल्या आठवणी पण आहेत. "मला तो दिवस चांगला आठवतो, ज्या दिवशी बीजिंगमध्ये ऑलिम्पिक खेळ आयोजित करण्यासंबंधीची घोषणा झाली," ती म्हणाली, "त्या दिवशी सर्व रस्ते तियानमेन चौकाच्या दिशेनेच जात होते. कार्सचे कर्णकर्कश हॉर्न वाजवले जात होते, हात हलवून आनंद व्यक्त केला जात होता, प्रत्येकातील राष्ट्राभिमान, राष्ट्रप्रेम उफाळून आले होते. दोन कार्स विरुद्ध दिशेने वेगाने आलेल्या मी पाहिल्या. ब्रेक्स दाबले गेले आणि त्या कार्स जेमतेम समोरासमोर थांबल्या. आता सर्वसाधारणपणे वादावादी, मारामारीचाच हा प्रसंग होता. परंतु दोन्ही कार्समधून दारू पिऊन तर्र झालेले ड्रायव्हर उतरले, त्यांनी हस्तांदोलन केले आणि आपापल्या वाटेने निघून गेले." ही ऑलिम्पिकची नशा होती.

आपली स्वप्नं वेळीच ओळखा

वँग चुनमईकडून अजून काही फोन नव्हता. तिच्या थंड प्रतिसादावरून माझी खात्री झाली की तिला आत्ताच नाही, तर नंतर पण कधीच तेथे जायचे नाही. कार्यकर्ता हुअँगचा फोन आला. तो म्हणाला, त्याने आणि वँगने यीनबाबत चर्चा केली आणि आता तिच्या प्रकरणाबद्दल त्याला संपूर्ण कल्पना आली होती. तो मला म्हणाला, तिच्यावरचा आरोप अगदीच साधा होता.

"यीन परदेशी वर्तमानपत्रे वाचायची," कार्यकर्ता हुअँगने हसत हसत सांगितले. "आम्ही सगळे तेव्हा कट्टर डाव्या विचारसरणीचे होतो" तो म्हणाला. "तिने त्या वेळी जे काही केले त्याचे आज काहीच वाटत नाही." नंतर त्याने मला एक अनाहूत सल्ला दिला. "यीनबद्दल अजिबात काळजी करू नकोस. वँगच्या सांगण्यावरून तिला जे काही तेव्हा झाले त्याच्याशी तुझा काहीही संबंध नव्हता. तो इतिहास विभागाचा अंतर्गत प्रश्न होता."

"माझ्याशी काहीही संबंध नव्हता? काहीही देणं-घेणं नव्हतं? अशक्य आहे. मी काय केलं ते मला माहीत होतं. माझ्या कृत्यामुळे काही प्रतिक्रिया उमटल्या होत्या, परिणाम भोगावे लागले होते. तो जे म्हणतो आहे की, तो इतिहास विभागाचा अंतर्गत प्रश्न होता,' याचा अर्थ काय? मला वाटतं, या प्रकरणात फार खोलात जाण्यापासून तो मला परावृत्त करू पाहत होता. आणि तरीही कार्यकर्ता हुअँग आणि स्कार्लेट या दोघांनीही मला वँगचुनमईशी संपर्क साधण्याचे सुचवावे का? मी त्याला याचे स्पष्टीकरण विचारणार तेवढ्यात त्याने फोनवर अजून थोडे हसून फोन ठेवला.

एवढ्या सगळ्यांच्या जुन्या आठवणी मी ढवळून काढल्यामुळे कदाचित त्यांपैकी कोणीतरी यीनला सावध केले असावे आणि तिलाच पुढे यावेसे वाटत नसावे. आता चीनमध्ये आमचे दहा-बारा दिवसच उरले होते, त्यामुळे मी पण माझा शोध आवरता घेण्याच्या बेतात होते. आता आणखी कोणाशी तरी संपर्क साधावा

असे कोणी माझ्या डोळ्यांसमोर येतही नव्हते, आहे आणि असे कोणते ठिकाण पण लक्षात येत नव्हते.

मुलांच्या मँडरिनच्या शिकवणीनंतर नॉर्मन आणि मी मुलांना बीजिंगमधील 'बॉम्ब निवारे' दाखवण्यासाठी घेऊन जातो. नाटो फौजांकडून हल्ला होण्याची आता शक्यता नव्हता; परंतु आता मला या प्रदूषित महामार्गावरील प्रवासाचा कंटाळा आला होता आणि मला माझ्या जुन्या आठवणींना पण उजाळा द्यायचा होता. हे बॉम्ब निवारे म्हणजे बीजिंगच्या विस्मृतीत गेलेल्या भूतकाळाचा एक भाग होता. सन १९६०चे दशक संपता संपता जेव्हा माओच्या मनात रशियाविरुद्धच्या सर्वंकष युद्धाचे विचार खेळत होते, तेव्हा त्याने चिनी जनतेला प्रत्येक मोठ्या शहाराखाली भुयारे खणण्याचा हुकूम सोडला होता. त्या संदर्भात हडेलहप्पी फूने मला माओची एक प्रचारकी पण बकवास घोषणा पढवली होती. "भुयारे खणा खोल, धान्य साठवा सर्वत्र, एकाधिकारशाही काढा मोडून." (चिनी भाषेत लयदार असणारी ही घोषणा कानाला खूप आकर्षक वाटायची.)

परिणामी बीजिंग शहराखाली जमिनीत भुयारी बॉम्ब निवाऱ्यांचे जाळेच तयार झाले. या भुयारी मार्गांमुळे वरिष्ठ चिनी नेत्यांच्या सुरक्षेमध्ये पण आपोआपच वाढ झाली; कारण त्यांची घरे या भुयारी मार्गांनी जोडली गेली. त्यांच्या लाल झेंडे लावलेल्या कार्सचा प्रवास विनाअडथळा आणि गुप्तपणे होऊ लागला, उपपंतप्रधान कै. गुओ मोरुओ ज्यांच्या घराचे आता म्युझियममध्ये रूपांतर केले गेले होते, वाहनांच्या भुयारी मार्गामध्ये शिरण्याच्या प्रवेशद्वारावर निदर्शक पाटी दिसली. या भुयारी मार्गांच्या जाळ्यांमुळे नेत्यांवर खुनी हल्ले होण्याच्या शक्यतांवर पण खूप परिणाम झाला. सन १९४९मध्ये साम्यवादी राजवट सत्तेत आल्यापासून अनेक चिनी नेत्यांना देहदंडाच्या शिक्षा ठोठावल्या गेल्या; परंतु एकही नेत्याची हत्या किंवा खून झाला नाही. असे म्हणतात की पॉलिट ब्यूरोमध्ये माओनंतर ज्येष्ठतेमध्ये ज्यांचा दुसरा नंबर होता, त्या लिन बाओ यांनी माओंना मारण्याचे खूप प्रयत्न केले. अखेर सन १९७१मध्ये लिन यांनी त्यांच्या परिवारातील काही सदस्यांबरोबर सैन्य दलाच्या एक छोट्या विमानातून पळ काढला; परंतु त्यांचे विमान मंगोलिया येथे कोसळले आणि जळाले.

सांस्कृतिक क्रांतीच्या काळामध्ये प्रत्येक धडधाकट बीजिंगवासीयाने भुयारे खणण्यासाठी हातभार लावला. नॉर्मनने पण 'फॉरेन लँग्वेज ब्यूरो'च्या खाली असलेली भुयारे खणण्यात हातभार लावला होता. मी जेव्हा सन १९७२मध्ये बीजिंगमध्ये आले, तोपर्यंत जमिनीखालील भुयारांचे जाळे- ज्याला भूमिगत शहर म्हणून ओळखले जाते- तयार झाले होते. विद्यापीठात असताना जेव्हा आमच्या सहली निघायच्या, तेव्हा मी या भूमिगत शहरातून फेरफटका मारल्याचे मला चांगले

आठवते आणि बीजिंगच्या 'क्विआनमेन' या भर बाजार असलेल्या भागात भ्रमिष्टासारखे डोळे चोळत एका गुप्त दरवाजातून बाहेर पडल्याचे पण आठवते. पुढील खेपेला जेव्हा मी येईन तेव्हा या भुयारांचे अस्तित्व पुसले गेले असेल. ती जागा नवीन राहणाऱ्या निवासी संकुलांच्या गॅरेजेससाठी वापरली गेलेली असेल. खूप उशीर होण्याआधी बेन आणि सॅम यांनी हा माओ काळातील वेडेपणा बघावा असे मला वाटते. क्विआनमेन या भर बाजारातील एका गल्लीच्या तोंडाशी आम्ही टॅक्सीतून उतरलो. तो भाग वादळाने उद्‌ध्वस्त झाल्यासारखा दिसत होता. तेथील दगड-विटांच्या एका ढिगाऱ्यावर एक सूचना लावली होती, 'ही जागा रस्ता बांधण्यासाठी स्थानिक नगरपालिकेच्या ताब्यात आहे'.

बीजिंगमधील क्विआनमेन हा भाग म्हणजे जुन्या बीजिंगची शिल्लक असलेली शेवटची ओळख. 'क्विआनमेन'चा अर्थ होता दर्शनी दरवाजा आणि एके काळी खरोखरच येथे शहराचा प्रमुख दरवाजा होता. क्विंग राजवटीच्या काळामध्ये वेगवेगळ्या प्रांतांतून मुलकी परीक्षा देण्यासाठी आलेले हुशार आणि अभ्यासू तरुण परीक्षेची तयारी करण्यासाठी या भागातील, जेथे आता सिटी बँकेची गगनचुंबी इमारत उभी होती, वसतिगृहांमध्ये येऊन राहायचे. शहराचा हा भाग सिनेमागृहे, ऑपेरा हॉल्स आणि कुंटणखाने यासाठी प्रसिद्ध होता. तसेच या भागात, शहराच्या इतर कोणत्याही भागापेक्षा, पुस्तकांची जास्त दुकाने होती. येथील पंधराव्या शतकातील दरवाजा असलेला एक मनोरा अजून उभा होता. सर्वांत मोठे आणि महत्त्वाचे दरवाजे असलेल्या तीन मनोऱ्यांपैकी हा एक होता. हे मनोरे तार्तार शहर आणि चिनी शहर यांच्यामधील सीमादर्शक मनोरे होते. हा मनोरा पाडता येऊ नये म्हणून संरक्षण देण्यात आले आहे; परंतु सभोवतालचा भाग मोकळा करण्याचा पालिकेचा विचार होता.

बीजिंगमध्ये नवीन संकुलांसाठी जुन्या वस्त्या पाडण्याचे काम ज्या काही थोड्या भागांमध्ये शिल्लक होते, त्यांपैकी हा एक भाग होता आणि क्विआनमेन भागातील रहिवाशांनी इतरांच्या कटू अनुभवांवरून योग्य तो धडा घेतला होता. गेल्या दशकात जवळजवळ तीन लाख बीजिंगवासीयांना बेघर व्हावे लागले होते. सुरुवाती-सुरुवातीला फारसा प्रतिकार झाला नव्हता. झोपडपट्टीवासीयांना वाटले की, त्यांना सर्व सुविधांनी युक्त अशी नवीन घरे मिळणार आहेत, सर्व कसे जाहीरनाम्याप्रमाणे होणार आहे, म्हणून ते पण उत्सुक होते. परंतु सरकारने दूर उपनगरांमध्ये जागा घेऊ शकण्याएवढी जेमतेम मोबदल्याची रक्कम त्यांना देऊ केली. नंतर लक्षात आले की यांना बेघर करून मोकळ्या केलेल्या यांच्या जागांवर सरकारी विकसकांनी मोठमोठे घरबांधणी प्रकल्प बांधायला घेतले आणि स्वतःचा फायदा करून घेतला. विकसकांनी उपनगरांमध्ये बांधलेली घरे अगदीच निकृष्ट दर्जाची होती. त्याचप्रमाणे स्थानिक

शाळा आणि इस्पितळे पण अगदीच सुमार दर्जाची असल्याचे बीजिंगवासीयांच्या लक्षात आले. नोकरीसाठी, कामधंद्यासाठी शहरामध्ये येण्याकरता त्यांचा तास-तास प्रवासात जायला लागला. त्यानंतर वस्त्यांमधील नागरिकांनी विरोध दर्शवायला, कोर्ट-कचेऱ्यांना सुरुवात केली, काहींनी तर आत्महत्या केल्या; परंतु तेव्हा उशीर झाला होता. सामाजिक भान असलेल्या काही निधड्या छातीच्या वकिलांनी शहर आस्थापनाला कोर्टात खेचले; परंतु त्यातून काहीही निष्पन्न झाले नाही.

आता क्विआन मेन भागातील बरेचसे रहिवासी जागा सोडायला तयार नव्हते. मानवाधिकार चळवळीतील कार्यकर्ते, ऐतिहासिक वारसा रक्षण चळवळीतील कार्यकर्ते, पुरातन वाडे, इमारती इत्यादींना बीजिंगच्या स्थापत्यशैलीचा वारसा मानणारे काही जागरूक विदेशी इत्यादींचे बळ त्यांच्या चळवळीला मिळाले होते. एक विरोधाभास म्हणजे बऱ्यचशा विनाशाला कारणीभूत ठरणाऱ्या ऑलिम्पिक खेळांमुळे ही वस्ती वाचण्याची शक्यता निर्माण झाली होती. या ऑलिम्पिक स्पर्धांआधी शासनाला आंतरराष्ट्रीय स्तरावर कोणत्याही प्रकारे वाईट प्रसिद्धी नको होती. सन २००६मध्ये ऑलिम्पिक स्पर्धांच्या संदर्भातील बांधकामे आणि विस्थापितांचे पुनर्वसन ही जबाबदारी सांभाळणाऱ्या आणि उपमहापौर असणाऱ्या लियु झीहुआ यांना डच्चू देण्यात आला. आता शहरामध्ये इमारत खाली करण्यासाठी बळाचा किंवा बुलडोझरचा वापर करण्यात येत नाही, तर फक्त पालिकेचा एक अधिकारी येऊन त्या इमारतीवर 'धोकादायक' असल्याचे पत्रक चिकटवतो.

अलीकडेच काही दिवसांपूर्वी हे भुयारी शहर एक प्रेक्षणीय पर्यटन स्थळ म्हणून जनतेसाठी खुले करण्यात आले. दुपारी भेट देणारे असे आम्हीच असल्यामुळे आम्ही गाइडची मदत घेण्याचे ठरवले. त्या वीस-एक वर्षांच्या तरुणाने निळसर रंगाचे फॅशनेबल जॅकेट आणि नाइकेची सेलमधील जॉगिंग पँट घातली होती. जसे आम्ही रुंद पायऱ्यांच्या जिन्यावर चाळीस-एक फूट गेलो तसे तपमानात एकदम घट झाल्याचे जाणवले. तेथील कमी तापमानात दव तयार झाल्याने भुयारामध्ये पाणी ठिबकत होते. पायाखाली असलेल्या लाल रंगाच्या प्लॅस्टिकच्या मॅट्स पाण्याने थबथबल्या होत्या. माओचे फ्रेम केलेले आतमध्ये लावलेले फोटो भिजले होते. आणि जुने झाल्याने त्यांचा रंग उडाला होता. निळ्या डोळ्यांच्या आणि लालचुटूक ओठांच्या स्त्री सैनिकांच्या पुतळ्यांवरच्या सैनिकी गणवेशाच्या, 'द ग्रेट एक्स्पेक्टेशन'मधील कु. हॅवरशामच्या गणवेशाप्रमाणे, चिंध्या झाल्या होत्या. तेथील प्रत्येक गोष्टीवर जुनाटपणाची कळा आली होती. माओकालीन उरल्यासुरल्या अस्तित्वाचे वास्तवच त्यातून प्रतिबिंबित होत होते. आमचा गाइड, ज्याला थोडेफार इंग्रजी येत होते, म्हणाला की ही भुयारे सांस्कृतिक क्रांतीच्या काळामध्ये बांधली गेली. नॉर्मन नकळत बोलून गेला की ती खणायला त्याचा पण हातभार लागला होता.

"खरंच?" त्या गाइडने आश्चर्यचकित होऊन विचारले. माओच्या राजवटीत हा देश कसा होता याची काहीही कल्पना नसणारे अजून पण मला भेटतच होते. सन १९७०मध्ये दोन पिढ्यांमधील अंतर म्हणजे काय याची कोणालाच कल्पना नव्हती कारण ती संकल्पनाच अस्तित्वात नव्हती. मी माझ्या नवऱ्याकडे त्या गाइडच्या नजरेने बघायचा प्रयत्न करते. नॉर्मनचे वय बासष्ट वर्षांचे होते; परंतु त्याच्या टकलामुळे आणि पांढऱ्या दाढीमुळे- चीनमध्ये वृद्धत्वाच्या म्हणून समजल्या जाणाऱ्या खुणांमुळे- गाइडला तो कमीत कमी अठ्ठ्याण्णव वर्षांचा वाटत असावा. त्या भुयारी मार्गात बाजूने काही छोट्या रिकाम्या खोल्या होत्या. त्यावर हातांनी रंगवलेल्या पाट्या लावल्या होत्या : वाचनालय, थिएटर किंवा हॉस्पिटल इत्यादी. शेवटच्या खोलीमध्ये नावाला म्हणून भिंतीला टेकून एक कुबड्यांची जोडी ठेवलेली दिसली. वृद्धांसाठी कार्यशाळा म्हणून असलेल्या खोलीत कहर म्हणजे ख्रिसमसच्या सजावटीसारखी सजावट केली होती आणि आतमध्ये साच्यामध्ये एक चरखा बांधून ठेवला होता. त्या भुयारी मार्गामध्येच एक भेटवस्तूंचे दुकान पण होते. त्यामध्ये सिल्कचे ब्लाउज, माओ बिल्ल्यांच्या प्रतिकृती इत्यादी वस्तू विक्रीला ठेवल्या होत्या. दुकानामधील गिऱ्हाईक-कर्मचारी प्रमाण मात्र खास माओकालीन होते. आम्ही चौघे संभाव्य गिऱ्हाइके– आणि काउंटरमागे शांतपणे घोरत पडलेली मुलगी धरून पाच विक्रेत्या मुली.

त्या ओल्या गच्च भुयारी मार्गातून पाण्याची डबकी चुकवत जात असताना मी गाइडला विचारले, "येथे उंदीर आहेत का?"

"येथे जर उंदीर असते तर ते उपाशी मेले असते, येथे खाली काहीच नाही," त्याने सांगितले.

त्या ओल्या भुयारी मार्गातून बाहेर पडता-पडता काही सूचना देणारी भित्तिपत्रके दिसली. रासायनिक हल्ला झाल्यास- 'अंघोळ करा', जैविक हल्ला झाल्यास- 'तोंडावर मुखवटा घाला', 'नाका-तोंडावर रुमाल धरा'. तीच सूचना अण्वस्त्र हल्ल्यासाठी पण. बेन आणि सॅमना हसू आवरत नव्हते. नॉर्मनने सांगितले, "न्यू यॉर्कमध्ये चौथ्या इयत्तेत असताना त्याने हवाई हल्ल्याच्या प्रात्यक्षिकामध्ये भाग घेतला होता."

"त्यांनी तुम्हाला काय करायला सांगितले," सॅमने औत्सुक्याने विचारले.

"टेबलखाली आसरा घ्या," नॉर्मन शांतपणे म्हणाला.

मुले परत हसली. जेव्हा हे मी त्या चिनी वाटाड्याला त्याच्या भाषेत सांगितले तेव्हा तोपण त्यांच्या हसण्यात सामील झाला.

त्या जनसामान्यांना एके काळी दृष्टिआड असलेल्या शहराची सफर करण्यासाठी मी माझ्या मुलांचे मन वळवले. खरे तर त्या दृष्टिआड असलेल्या शहराला आम्ही आधीच्या आमच्या बीजिंगभेटीत एकदा भेट दिली होती. तांत्रिकदृष्ट्या पाहिले तर ते पण आता एक वस्तुसंग्रहालयच होते, म्हणून खरे तर त्यांना दिलेल्या वचनाशी, कबूल केल्याप्रमाणे मी प्रामाणिक राहायला हवे. परंतु तो भाग माझ्या पूर्वीच्या ड्रायव्हरच्या घराजवळच होता, ज्याकडे आम्ही जेवायला जाणार होतो. कदाचित आमच्या आधीच्या बीजिंगभेटीतली काही घटनांमुळे त्यांच्या मनात वस्तुसंग्रहालयाबद्दल भीती, तिरस्कार निर्माण झाला असावा. त्या वेळी मी त्यांना अगदी सहजपणे सांगितले होते की त्या दृष्टिआडच्या शहरामध्ये दहा हजार खोल्या आहेत. त्या २५० एकराच्या परिसरात एक तासभर तंगडतोड केल्यावर त्या वेळी दहा वर्षांच्या सॅमने केविलवाण्या चेहऱ्याने विचारले होते, ''आई आणखी किती खोल्या आहेत?''

मिंग राजवाड्यात खरे तर फक्त ८,७०० खोल्या असल्याचे सांगतात. आम्ही जसे त्या दृष्टिआड असलेल्या शहराजवळ आलो, सॅमने एक भला मोठा सुस्कारा सोडला. पावसाळी कुंद हवा होती. एक विक्रेता शिकागोच्या विनिमय केंद्रातील सट्टे व्यापाऱ्याच्या सहजतेने, संधीचा फायदा घेत तेथे छत्र्या आणि रेनकोट विकत होता. ''दोन युआनला एक रेनकोट,'' पाऊस पडायला लागल्यावर मात्र 'पाच युआनला एक रेनकोट'- तो ओरडत होता.

मी संभाव्य धोका ओळखून तोटा कमी करण्याच्या दृष्टीने दोन रेनकोट घेतले. आम्ही दृष्टिआड असलेल्या शहराजवळ पोहोचतो न पोहोचतो तोच पाऊस पडायला लागला. बघता बघता विक्रेत्याभोवती गर्दी जमली. माझं असं निरीक्षण आहे की चिनी लोकं भिजायला घाबरत असावीत. आणि माझ्या मते शतकानुशतके कापडी बूट वापरण्यामागे या भीतीचा उगम असावा. तियानमेन चौकातील नरसंहारानंतर दुसऱ्या दिवशी निदर्शने करण्यासाठी आणि सैनिकांचा धिक्कार करण्यासाठी परत जमाव जमला. दर वेळी गोळीबारानंतर काही काळ जमाव पांगायचा; पण परत जमायचा. परंतु दुपानंतर पाऊस सुरू झाला आणि सर्व जण घरी गेले. त्यांना मरणाची भीती नव्हती; परंतु त्यांना पावसात भिजायचे नव्हते.

'लियू क्सिनयाँग' दृष्टिआडच्या शहराजवळच राहतो. हा जाड्याभरड्या आवाजाचा, बारीक केस कापलेला आणि चौकोनी चेहऱ्याचा इसम पूर्वी माझा ड्रायव्हर होता. तो अत्यंत विश्वासू आणि हुशार होता. तो साम्यवादी पक्षाचा सदस्य होता. पूर्वी माझ्याकडे साम्यवादी पक्षाचा असलेला एक स्वयंपाकी होता, तो पैशाच्या व्यवहारात

मला फसवायचा. लियूने त्याला चांगला धडा शिकवला होता. मला त्याच्या लहानसहान चोऱ्यांची कल्पना होती; परंतु मी गप्प राहिले. कारण मला स्वयंपाकी मूच्या हातच्या, तोंडाला पाणी सुटणाऱ्या लिंबाच्या आंबटगोड जॅमची चटक लागली होती आणि मी हे लियूला पण सांगितले होते.

मी जेव्हा चीनमध्ये ग्लोब वर्तमानपत्राची वार्ताहर म्हणून काम करत होते, तेव्हा लियूची मला खूप मदत झाली. तियानमेन चौकातील नरसंहारानंतर एका वर्षाने, चोरट्या पोलिसांच्या तावडीतून माझी जुनी टोयाटो कार परत मिळवण्यासाठी त्यानेच मला मदत केली होती. "तुझी कार चोरल्याचा त्यांच्यावर आरोप करू नकोस, चोरणे हा शब्द पण वापरू नकोस," "मला माफ करा, पण मला वाटतं माझी कार तुमच्याकडे आहे," एवढेच म्हण. त्याने सांगितल्याप्रमाणे मी केले आणि खरोखरच याचा जादूसारखा उपयोग झाला. नंतर जेव्हा जेव्हा मी बीजिंगला यायची, तेव्हा कधीकधी त्याच्याबरोबर संपर्क साधायची. ज्याने आपला फोन नंबर आणि घर बदलले नव्हते, असा माझ्या माहितीपैकी हाच एकमेव असावा.

साधारणपणे मी त्याला बाहेरच रेस्टॉरंटमध्ये जेवणासाठी जाण्याचे सुचवायची, परंतु त्याचा त्याच्या घरीच जेवणासाठी मला बोलावण्याचा आग्रह असायचा. त्याला बाहेर जेवायला जाणे आवडायचे नाही. त्याने ठरवून टाकले होते की, बीजिंगमधील हॉटेल्स भेसळयुक्त पदार्थच देतात आणि त्याच्या सांगण्यात थोडेफार तथ्य पण होते. एका पाहणीच्या आधारे चिनी भेसळ करणारे, स्वस्तात मिळणारे आणि गोठणप्रतिबंधक म्हणून वापरले जाणारे डायइथालिन ग्लायकॉल हे औद्योगिक द्रावण महागड्या ग्लिसरीनऐवजी वापरतात, ज्याचा खोकल्यावर औषध म्हणून वापरल्या जाणाऱ्या वेगवेगळ्या सिरपमध्ये उपयोग केला जातो. अशा भेसळींमुळे, न्यू यॉर्क टाइम्सच्या बातमीप्रमाणे, चीनमध्ये गेल्या दोन दशकांत कमीत कमी आठ गोठी विषबाधेची प्रकरणे घडली होती. अशाच आणखी एका मोठ्या प्रमाणातील भेसळीचा ठपका चीनवर ठेवण्यात आला. ते प्रकरण म्हणजे, चीनने मेलामाइन हे केमिकल मिसळलेले व्हीट ग्लुटेन, जे मांजरांचे खाद्य बनवण्यासाठी वापरले जाते, निर्यात केले. परिणामी कॅनडा आणि अमेरिकेत कित्येक पाळीव प्राण्यांचा मृत्यू झाला.

मला 'लियूच्या' घरी जायला आवडते; कारण तो बीजिंग शहराच्या केंद्रस्थानी असलेल्या 'ब्रोकेड वेअरहाउस' गल्ली आणि 'बो ॲन्ड क्विर वर्कशॉप' गल्ली सोडल्यानंतर येणाऱ्या अरुंद अशा 'पोर्सेलीन वेअरहाउस' गल्लीमध्ये असलेल्या जुन्या राजधानीच्या ऐतिहासिक भागामध्ये राहतो. एक सर्वसाधारण ड्रायव्हर बीजिंगमधील सर्वांत महागड्या आणि हेवा वाटाव्या अशा भागामध्ये कसे काय घर करू शकतो, ही एक नशिबाची आणि दुसऱ्या कोणाच्या तरी अधिकाराच्या दुरुपयोगाची, दोन्हीची सुरस कहाणी होती. सन १९८८मध्ये तो आणि त्याचे कुटुंब, म्हणजे बायको आणि

मुलगा, पूर्वीच्य बीजिंग शहरातील तिसऱ्या चक्राकार महामार्गाच्या जवळ असलेल्या रस्त्यावरील दोन खोल्यांच्या नवीन घरात राहत होते. त्याचे घर पश्चिमाभिमुख होते आणि उन्हाळ्यात खूप तापायचे आणि गरम व्हायचे. रात्रीच्या वेळी सततच्या रहदारीच्या आवाजामुळे झोप लागणे कठीण व्हायचे, तरीपण तोपर्यंत तो राहिलेल्या घरांपैकी ते घर त्याच्या दृष्टीने खूप चांगले होते. शहराच्या पश्चिमेला आधी राहत असलेल्या खुराडेवजा घराच्या चौपट मोठे, ५५० स्क्वे. फू.चे हे घर होते.

तो ज्या सरकारी खात्यामध्ये काम करायचा, त्या खात्यातर्फे त्याला हे घर मिळालेले होते आणि या घराच्या अंतर्गत सजावटीवर त्याने आयुष्यभराची साठवलेली त्याची पुंजी खर्च केली होती. त्याने घरामध्ये लाकडी फ्लोअरिंग करून घेतले, इलेक्ट्रिकचे महागडे फिटिंग करून घेतले आणि बाथरूममध्ये टाइल्स बसवून घेतल्या होत्या. जवळजवळ दोन वर्षे त्याने घराचे काम करून घेतल्यावर त्याच्या खातेप्रमुखाचे त्याच्या घराकडे लक्ष गेले आणि ते त्याच्या मनात भरले. चीनमध्ये खासगी मालकीची संकल्पना रूढ होण्याआधी सरकारी घरांची अदलाबदली केवळ व्यापारी तत्त्वावरच होत असे. लियूच्या खातेप्रमुखांनी त्यांच्या अंधाऱ्या, पडक्या तीन खोल्यांच्या घराच्या बदल्यात, त्याने नव्याने अंतर्गत सजावट केलेले त्याचे दोन खोल्यांचे घर बदली करण्यासाठी त्याच्यावर दबाव आणायला सुरुवात केली आणि त्याशिवाय अंतर्गत सजावटीवर त्याने जो खर्च केला होता त्याच्या केवळ दोन टक्के रक्कम देऊ केली.

तो म्हणाला, "ती अंतर्गत सजावट तू तुझ्यासाठी करून घेतली होतीस, माझ्यासाठी नाही. तर मग त्याची भरपाई मी का द्यावी?" लियू खरे तर नकार देऊ शकला असता; परंतु शेवटी तो दबावाला बळी पडला. कारण बोलून-चालून तो एक सर्वसाधारण ड्रायव्हर होता. खरे तर त्याच्यासाठी आयुष्य आता कठीण झाले होते; परंतु त्यात पण त्याने फक्त सकारात्मक बाजूच पाहायचे ठरवले. खातेप्रमुखाचे घर लियूच्या आधीच्या घराच्या जवळजवळ ६० टक्क्यांनी मोठे होते. जुन्या राजधानीच्या ऐतिहासिक भागातील या घराच्या जवळ अनेक उत्तम शिक्षण संस्था, शाळा होत्या. आणि त्याच्या एकुलत्या एक लहानग्याला सांभाळण्याच्या दृष्टीने त्याची सासुरवाडी पण पंधरा मिनिटांच्या अंतरावरच होती, म्हणून लियू घरांच्या अदलाबदलीला तयार झाला. या जागेला कमी असणाऱ्या नैसर्गिक सूर्यप्रकाशाच्या कमतरतेबाबत जरी तो फारसे काही करू शकत नव्हता तरी त्याने या घरात पण नव्याने अंतर्गत सजावट करून घेतली. घरातील काळोखे वातावरण कमी करण्यासाठी त्याने जमिनीवर चकचकीत टाइल्स बसवून घेतल्या आणि जरा जास्त दिवे घरात लावले.

परंतु लवकरच चीनमध्ये खासगी मालकी हक्काच्या जागांची संकल्पना रूढ होऊन बीजिंग शहर हे स्थावर मालमत्तेसाठी मागणी असणारे जगातील सर्वांत मोठे

शहर बनेल याची कल्पना तेव्हा ना लियूला आली ना त्याच्या खातेप्रमुखांना. निरनिराळी आस्थापने त्यांच्या-त्यांच्या कर्मचाऱ्यांना राहण्यासाठी दिलेल्या जागा त्यांनाच खास किमतींना, मालकी हक्काने देऊ करण्याच्या बेतात होती. स्थावर मालमत्तेच्या जगात स्थानमाहात्म्य वाढले आणि जागेचे ठिकाण हा परवलीचा शब्द बनला. राहण्याच्या ठिकाणाच्या दृष्टीने जुन्या राजधानीमधील जागेचे मोल हे नवचीन, मधील चक्राकार महामार्गाच्या जवळ असलेल्या जागेपेक्षा कैकपटींनी वाढले.

❖

लियू आणि त्याच्या मुलाची आतमध्ये जेवणाची तयारी चालली होती. नॉर्मन, बेन, सॅम आणि मी आम्ही जेवणाच्या खोलीत बसलो. स्वयंपाघरातून ओरडून लियूने आम्हाला सांगितले, "हॉटेल्स खूपच घाणेरडी आहेत, अस्वच्छ आहेत. तुमच्या समोर काय दर्जाचे अन्न येईल याची खात्री देता येत नाही. काही दिवसांपूर्वीच मी पीपल्स डेलीमध्ये वाचले की कलिंगडामध्ये लाल रंगाचे इंजेक्शन देताना काही विक्रेत्यांना पकडण्यात आले." (मग कदाचित ते पीच एका दिवसात खराब होण्यास हवामानाला पूर्णतः दोष देण्यात अर्थ नाही.)

आम्हाला एका गोष्टीची नेहमीच खात्री होती की लियूकडचे जेवण म्हणजे पॅटिस, भाजी इत्यादीसारखे साधेच असणार. तो नेहमीच पॅटिस बनवतो, शिवाय छोटे-मोठे पदार्थ असतातच. या वेळी त्याच्याबरोबर त्याचा विद्यापीठात शिकणारा, पोनीटेल बांधलेला मुलगा मोठ्या आकाराची कोळंबी एकेक करून तळत होता आहे. लियुने दाणे उकडले होते, कणसे भाजली होती, छोट्या माशांचे कालवण, सोयाबीन सॉस, वांग्याची भाजी, भोपळ्याचे भरीत, फळांच्या फोडी इत्यादीची जय्यत तयारी केली होती. काचेच्या डायनिंग टेबलवर आम्ही सगळे जेवायला बसतो. हातातील लाल वाइनचे ग्लास उंचावत आम्ही एकमेकांना शुभ चिंतले आणि सुरुवात केली. जेवता जेवता तो म्हणाला की शिक्षिका असलेली त्याची बायको शनिवार / रविवारच्या सुट्टीमध्ये जरा बाहेर गेली आहे. हॉंगकॉंगच्या सीमारेषेजवळ असलेल्या शेनझेन येथे ती तिच्या मैत्रिणींबरोबर विमानाने शॉपिंगसाठी गेली होती. काही वर्षांपूर्वी तीन तासांच्या विमानप्रवासाच्या अंतरावरील ठिकाणी, दोन दिवसांच्या सुट्टीमध्ये, केवळ शॉपिंगसाठी जाणे ही गोष्ट कल्पनेपलीकडली होती.

दर वेळी जेव्हा मी **लियूला** भेटते, तेव्हा तो मला काहीतरी आश्चर्याचा धक्का देतो. या वेळी तर त्याने माझ्यावर बॉम्बच टाकला. याची सुरुवात त्याच्या एका छोट्या वाक्याने झाली. तो म्हणाला, त्याने अलीकडेच 'हुईलॉंगुन' येथे मोठे घर विकत घेतले आहे. शहरापासून काहीशा दूर असलेल्या त्या भागात विकासकामांचा धडाका उडाला आहे. "तुला हे परवडले कसे?" मी बोलून गेले. (चीनमध्ये

एकमेकांच्या आर्थिक बाबींबद्दल खुलेपणाने विचारण्यात काही गैर मानत नाहीत.)

"माझे वडील आणि मोठे काका हे भांडवलदार होते," तो जरासे लाजतच म्हणाला. आणि तो लियू कुटुंबाच्या पडद्यामागचा इतिहास मला सांगायला लागला, ज्याला बऱ्याच अंशी आधुनिक चीनच्या प्रातिनिधिक इतिहासाचा सारांश म्हणता येईल.

सन १९४०च्या काळात व्यापारउदिमासाठी प्रसिद्ध असलेल्या क्विआनमेन भागात- जेथे आम्ही बॉम्ब निवारे, भुयारे बघायला गेलो होतो- लियू कुटुंबाची अनेक छोटी-छोटी किराणामालाची आणि मटण विक्रीची दुकाने होती. माओची साम्यवादी राजवट आल्यानंतर, जवळच असलेल्या टोप्या तयार करण्याच्या कारखान्यातील कामगारांच्या निवासाची सोय करण्यासाठी ही सर्व दुकाने ताब्यात घेण्यात आली. सन १९६६च्या सांस्कृतिक काळापर्यंत लियू कुटुंबीयांना त्या जागांचे भाडे वसूल करण्याचे अधिकार देण्यात आले होते. त्याच सुमाराला माओच्या रेडगार्ड्सनी लियूच्या वडिलांना त्यांच्या सर्व जागांची मालकी हक्काची कागदपत्रे त्यांना देण्यास भाग पाडले. सन १९८३मध्ये जेव्हा डेंग झियाओपिंग यांची सत्ता आली तेव्हा ती मालकी हक्काची कागदपत्रे त्यांच्या कुटुंबीयांना परत करण्यात आली; परंतु मालमत्तेचा ताबा मात्र देण्यात आला नाही. निवासी घरांची खूपच टंचाई असल्यामुळे सरकारने एका आदेशान्वये कामगारांना तेथेच राहण्याची परवानगी दिली; परंतु लियूच्या कुटुंबीयांना पण भाडेवसुलीची परवानगी दिली; पण सन १९५०च्याच दराने. पुढील वीस वर्षे लियूच्या वडिलांनी दरमहा ३ युआन (३९पैसे अंदाजे) या हिशोबाने सहा छोट्या इमारतींची भाडेवसुली केली.

"आमच्याकडे इमारतीच्या डागडुजीसाठी पैसे उरायचे नाहीत आणि पोपडे उडालेल्या भिंतीबद्दल भाडेकरूंच्या सतत तक्रारी चालू असायच्या," लियू म्हणाला.

मात्र सन २००८च्या ऑलिम्पिक खेळासाठी चीनची निवड झाल्याची घोषणा झाली आणि सर्व चित्रच पालटले. बीजिंग प्रशासनाने 'क्विआनमेन' हा भाग प्रशस्त रस्ते, गगनचुंबी इमारती आणि मोकळ्या जागा, बागा, मैदाने इत्यादींसाठी राखीव करण्याचे ठरवले आणि या कामासाठी जागा ताब्यामध्ये घेताना जनतेमध्ये रोष पसरू नये, कामात अडथळे येऊ नयेत म्हणून शहराच्या व्यवस्थापनाने चर्चेचे, तडजोडीचे धोरण अवलंबण्याचे ठरवले. तोपर्यंत लियूच्या वडिलांचा मृत्यू झाला होता. सन १९५०च्या दराने भाडे वसूल करत बसण्यापेक्षा लियूच्या कुटुंबीयांनी संधीचा फायदा घेत जागा विकण्याचे ठरवले. शहर व्यवस्थापनाने लियूच्या कुटुंबातील सहा सदस्यांना- लियू, त्याची चार भावंडे आणि त्यांची आई- यांना अशी रक्कम देऊ केली की ती त्यांनी नाकारणे शक्यच नव्हते : बारा लाख युआन, अधिक पाच लाख युआन वरखर्चासाठी बोनस. हा बोनस त्यांनी ५व्या चक्राकार मार्गापलीकडे जागा घ्यावी, तसेच त्यांच्याकडे नसलेली वातानुकूलित यंत्रणा काढण्या / जोडण्यासाठी, तसेच टेलीफोन, दूरदर्शन

अँटेना वगैरे काढण्या / बसवण्यासाठीच्या खर्चापोटी दिला होता. एकूण रक्कम होती US$ २.२५ लाख (अंदाजे रु. १.३५ कोटी), त्यामध्ये एकषष्ठांश लियूचा वाटा, ३ लाख युआन (अंदाजे रु. २२.५० लाख) एवढा होता.

किंवा कदाचित हा व्यवहार इतका फायदेशीर नसावा पण. "कारण जागा विकून असा व्यवहार करणारे फक्त आम्हीच होतो," वाइनचा घोट घेत लियू म्हणाला, "इतर सर्व जण अधिक मोबदल्याच्या आशेने अजून जागा धरून आहेत."

जेवणानंतर त्याने त्याच्या कुटुंबीयांच्या, लवकरच बुलडोझरखाली सपाट होऊ घातलेल्या, जुन्या जागा / इमारती मला दाखवण्याचे मान्य केले. आम्ही गल्लीतून बाहेर पडलो आणि दूतावासांमध्ये काम करणाऱ्या अधिकारी / कर्मचाऱ्यांच्या वसाहतीतून दक्षिणेकडे वळलो. एके काळी या भागात अकरा देशांचे दूतावास होते : इंग्लड, अमेरिका, फ्रान्स, जर्मनी, स्पेन, जपान, रशिया, इटली, ऑस्ट्रिया, बेल्जियम आणि हॉलंड. येथील दूतावासांच्या इमारतींच्या बांधणीतील स्थापत्य कलेचा विचार करता, गॉथिक, ट्युडॉर, ब्रिटिश स्थापत्य शैलींच्या नकलाच होत्या त्या; जणू त्या शैलींचे विद्रूपीकरण येथे एकटवले होते. माओने जेव्हा बीजिंगच्या सार्वजनिक इमारतींच्या स्थापत्याचे स्टालीनीकरण सुरू केले, तेव्हा त्या इमारती अगदीच कळाहीन झाल्या.

सन १९००च्या उन्हाळ्यामध्ये 'यी ही ट्युआन - देशभक्तीची मूठ' हे जन आंदोलन उभे राहिले. निदर्शकांनी या दूतावासांच्या परिसराची दोन महिने कोंडी केली. चीनमधील सामाजिक, राजकीय जीवनात उलथापालथ घडवून आणणारी ही चळवळ येणाऱ्या पुढील काळात, विसाव्या शतकाच्या सुरुवातीलाच एकूणच चीनच्या विदेशी शक्तींबरोबरच्या संबंधांची दिशा निर्देशक ठरणार होती. थोड्या अंतरावर असलेल्या दृष्टिआडच्या शहरात 'डॉवगर' राणी घाबरलेल्या अवस्थेत असतानाच बॉक्सर बंडाचा पाडाव झाला. दोस्त फौजांनी राजधानीच्या शहरात लुटालुट करत, अत्याचार करून थैमान घातले. राजवाडे लुटले, किमती जडजवाहीर लुटले आणि एकूणच हैदोस घातला. ज्या ठिकाणी सर्वसाधारण चिनी नागरिकांना जाण्यास पण मज्जाव होता, अशा दृष्टिआडच्या शहरात पण विदेशी फौजांनी प्रवेश करून तेथे तळ ठोकला, ज्याप्रमाणे एका शतकानंतर अमेरिकी नौदल सैनिक बगदादमध्ये सद्दाम हुसेनच्या राजवाड्यात तळ ठोकणार होते. बीजिंगमध्ये खुद्द दृष्टिआड असलेल्या शहरात, अमेरिकन, जपानी, रशियन, फ्रेंच आणि ब्रिटिश फौजांनी विजयी मिरवणूक काढली. जर्मन आणि अमेरिकन राजदूतांनी राजवाड्यातील अनेक किमती वस्तू, अगदी मौल्यवान रत्नजडित राजदंड पण, आठवणी म्हणून नेल्या. डॉवगर राणीच्या सिल्कच्या बिछान्यावर सैनिक नाचले, राणीच्या लघवी करण्याच्या भांड्यात लघवी केली, राणीच्या खोलीमधील गुलाबाच्या सुकवलेल्या पाकळ्या खाल्ल्या.

राजदूतावासांचा हा परिसर राजकीयदृष्ट्या खूपच संवेदनशील होता. जेथे आधी फ्रेंच दूतावास होता, त्या इमारतीमध्ये कंबोडियाचे राजे सिंहनूक सन १९४९ नंतर राहिले. न्यूझीलंडचे एक लेखक आणि चिनी राज्यक्रांतीचे कडवे समर्थक 'रेवी ॲली' आणि डाव्या विचारसरणीची अमेरिकन पत्रकार 'ॲना लुईस स्ट्रॉंग' हे इटालियन राजदूतावासाच्या आवारात राहत होते. सांस्कृतिक क्रांतीच्या काळामध्ये कधीकधी नॉर्मन आणि मी सायकलवरून रेवीबरोबर नेसकॅफे प्यायला यायचो. त्याच्याकडे त्याचा स्वतःचा चिनी चित्रांचा आणि पोर्सेलीनचा प्रचंड संग्रह होता.

आज ब्रिटिश राजदूतावासाच्या आवारामध्ये 'मिनिस्ट्रीज् ऑफ पब्लिक सिक्युरिटी ॲन्ड स्टेट सिक्युरिटी'चे संयुक्त मुख्यालय आहे.

आम्ही त्या इमारतीवरून जात असताना लियूने सहजपणे बोलता बोलता दाई क्विंगने जे मला सांगितले होते, त्याचीच पुष्टी केली. तो म्हणाला, "द मिनिस्ट्री ऑफ स्टेट सिक्युरिटी खरं तर येथे नाहीच आहे." ते फक्त लोकांची दिशाभूल करण्यासाठी होते. एकदा मला द मिनिस्ट्री ऑफ स्टेट सिक्युरिटीमध्ये एक पत्र द्यायचे होते; परंतु दारावरचा सुरक्षारक्षक मला आतच सोडेना आणि माझ्याकडून पत्र पण घेईना. शेवटी त्याने सांगितले, 'ते कार्यालय येथे नाही.' आणि मी जेव्हा त्याचा ठावठिकाणा विचारला, तेव्हा त्याने सांगायला नकार दिला.

पावसाच्या सरीमुळे हवेतील धूळ, धूर खाली बसून हवा स्वच्छ झाली होती. दोन्ही बाजूला ओळीने गुलाबी, सुगंधी फुलांनी बहरलेल्या 'मिमोसा'चे वृक्ष असलेल्या रस्त्यावरून फेरफटका मारला. सन १९२५पर्यंत म्हणजे त्यात भराव टाकला जाण्यापर्यंत, येथे एक 'छिनाल नाला' होता. नाल्याचे असे नामकरण एखाद्या उच्च दर्जाची विनोदबुद्धी असलेल्यानेच केले असावे. हा नाला म्हणजे दृष्टिआड शहरातील सर्व प्रकारची घाण वाहून नेणारे ते एक उघडे गटार होते. बॉक्सर उठावाच्या काळातील वृत्तांकनांमध्ये या नाल्यामध्ये (गटारामध्ये) फुगलेली प्रेते तरंगत असल्याचे उल्लेख होते. लियूला मला त्या गटाराचा आधुनिक अवतार- सौर ऊर्जेवर चालणाऱ्या सार्वजनिक स्वच्छतागृहाच्या तीन केबिन्स, ज्या बांधण्यासाठी ५ लाख युआन खर्च आला – दाखवायचा होता.

"हे फार प्रसिद्ध ठिकाण आहे," मान हलवत माझा पूर्वीचा ड्रायव्हर मला म्हणाला. त्याचा सांगण्याचा अर्थ एवढाच की, सार्वजनिक बांधकाम खात्याचा हा एक पांढरा हत्ती आहे. स्वच्छतागृह बांधण्यासाठी ती जागा अगदीच चुकीची होती कारण तो रस्ता निर्जन होता. याचे मुख्य कारण म्हणजे द मिनिस्ट्री ऑफ स्टेट सिक्युरिटीच्या आसपास सहज फिरायला येण्याइतके बीजिंगवासी मूर्ख नक्कीच नव्हते.

अर्थातच त्या स्वच्छतागृहाची व्यवस्था बघण्यासाठी एक सेवक होता- गंजीफ्रॉक

आणि अर्धी चड्डी अशा वेषात. आम्ही त्या जागी पोहोचलो, तेव्हा रात्र होण्याच्या बेतात होती आणि तो स्वच्छतागृह बंद करण्याच्या घाईत होता. तो सेवक अन्हुई प्रांतातून आलेला एक विस्थापित होता. तो तक्रारीच्या सुरात म्हणाला,"लोकं नीटपणे सूचना वाचत नाहीत, ते दारांच्या कड्या तोडतात."

"या जागी स्वच्छतागृह असण्याचे कारण काय? अगदी स्टेट सिक्युरिटीच्याच बाजूला?" मी विचारले.

खांदे उडवत तो म्हणाला, "शहराच्या प्रशासनाला किंवा द मिनिस्ट्री ऑफ स्टेट सिक्युरिटीलाच विचार ना!" "मला वाटतं या ठिकाणी जवळपास स्वच्छतागृह नसणं योग्य दिसलं नसतं, खासकरून बीजिंग शहराच्या प्रतिमेचा विचार करता." आम्हाला ते स्वच्छतागृह वापरू देण्यासाठी लियूने त्याला जरा मस्का मारला. स्वच्छतागृहात खाली अर्थातच ग्रॅनाईट होता, बाजूलाच एक वजनाचा काटा होता. दोन शौचालये देशी पद्धतीची होती, एक मुत्री होती. सर्व सोय विनामूल्य होती. तेथे पूर्ण वेळ सेवक असूनही ती सर्व अत्यंत गलिच्छ होती.

काही मिनिटांतच आम्ही 'क्विनमीन' या भागात पोहोचलो. लियूने आम्हाला गल्ल्याबोळांच्या चक्रव्यूहातून मार्गदर्शन केले. एक गल्ली तर एके ठिकाणी एवढी अरुंद होती की, बेन आणि सॅम मधोमध उभे राहून हात पसरून दोन्ही बाजूंना असलेल्या भिंतीनी स्पर्श करू शकत होते. अचानक एके ठिकाणी थांबत सहा खोल्या असलेल्या पडक्या इमारतीकडे बोट दाखवत लियू म्हणाला, "ती आमची दुकानं होती." पुढचे दार गायब होते; छप्पर कोसळले होते. "आम्ही त्यांच्या कागदपत्रांवर सह्या केल्या केल्या सरकारी यंत्रणा हलली, अधिकारी आले, दारं तोडली, छप्पर पाडले, नाहीतर आजूबाजूचे कब्जा घेतील ही भीती होती."

जवळच्याच भिंतीवर काही हस्तलिखित पत्रके चिकटवलेली मला दिसली. 'संधीचा फायदा घ्या, लवकरात लवकर जागा खाली करून आपले स्वप्न साकार करा.' दुसऱ्या एका पत्रकामध्ये लिहिले आहे, 'सरकारवर विश्वास ठेवा, अफवांवर विश्वास ठेऊ नका' आणि शेवटची वापरलेली युक्ती : 'सरकारला जनतेबद्दल आस्था आहे आणि म्हणून सरकार मदत करत आहे. धोकादायक घरांपासून सावधान'.

लियू म्हणाला की स्थानिक लोकांना सरकारच्या या चालीचा अंदाज आला होता. नाहीतर जवळजवळ शतकभराच्या दुर्लक्षित अवस्थेनंतर सरकारला जनतेच्या सुरक्षिततेचा एवढा उमाळा का यावा? स्थानिक म्हणतात, 'मला या घराचे सहा लाख युआन हवेत. नाहीतर मी जागा देणार नाही.' एवढी रक्कम द्यायला कोणीच तयार होणार नाही, आम्हाला आमच्या घराचा दहा लाख युआनपेक्षा थोडा जास्त मोबदला मिळाला. प्रत्येकाला तेवढे देणे सरकारला शक्य नाही, नाहीतर ही एक गल्ली खाली करण्यासाठीच शंभर-शंभर कोटी युआन लागतील."

आधीच्या योजनेप्रमाणे या वर्षाअखेरपर्यंत सर्वांना जागा खाली करायला लावण्याचा विचार होता; परंतु कोणीही हलले नाही. एके काळी पोलीस आले असते, आतले सामान रस्त्यावर काढले असते आणि घरावरून बुलडोझर फिरवला असता. त्या स्वच्छतागृहात काम करणारा विस्थापित ज्या अत्यंत मागासलेल्या अन्हुई प्रांतातून आला आहे, त्याच प्रांतातील बेंगबू या छोट्या गावात अशीच एक घटना मी सन १९९३मध्ये पाहिली होती. तेथील प्रशासनाला एक कार्यालयीन इमारत बांधायची होती आणि त्यासाठी काही निवासी जागा खाली करण्याचा त्यांचा प्रयत्न चालला होता. जेव्हा लोकांनी विरोध करायला सुरुवात केली, तेव्हा प्रशासनाने बिनदिक्कत बळाचा वापर केला. लोकं रडली भेकली; परंतु काही उपयोग झाला नव्हता.

"आता कोणी बळाचा वापर करू शकत नाही," लियू म्हणाला, "आता जर तुम्हाला एखादी गोष्ट मान्य नसेल तर तुम्ही कोर्टात जाऊ शकता; वकिलाची मदत घेऊ शकता. अर्थात, न्यायपालिकेवर सरकारी दबाव असतो, नियंत्रण असते, म्हणून काहीस वेळा वकिलांना अटक पण केली जाते."

जरा पुढे भर रस्त्यामध्ये मधोमध मला एक काठी रोवलेली दिसली. त्या काठीला लावलेली प्लॅस्टिकची फाटकी पिशवी फडफडत होती. तो एकूण प्रकार ग्रिन्चच्या (डॉ. **Seuss** यांनी सन १९५७मध्ये तयार केलेले एक काल्पनिक पात्र. हे पात्र हावरट, महास्वार्थी असे निर्मिले आहे.) ख्रिसमस झाडासारखा दिसत होता. नक्की काय प्रकार आहे ते बघण्यासाठी मी पुढे झाले. कोणीतरी मॅनहोलचे झाकण चोरी करून नेले होते आणि सामाजिक जाणीव जागृत असलेल्या कोणा एका सद्गृहस्थाने त्यामध्ये अपघाताने माणूस पडू नये म्हणून हे निशाण रोवले होते. अर्ध्या शतकापूर्वी त्यांच्या कुटुंबीयांच्या दुकानांच्या जवळच असलेल्या करड्या विटांच्या घराच्या अंगणामध्ये लियू फुटबॉल खेळला होता. लियू कुटुंबीयांच्या एका दुकानात दळलेली पीठे विकायला ठेवलेली असायची. दुसऱ्या दुकानात त्या भागात असलेल्या बहुसंख्य मुस्लिमांसाठी कच्चे आणि शिजवलेले मांस विकायला ठेवलेले असायचे. प्राऊस्ट (मार्सेल प्राऊस्ट (१०/७/१८७१- १८/११/१९२२) फ्रेंच टीकाकार, कादंबरीकार, निबंधकार)प्रमाणेच माझ्या जुन्या ड्रायव्हरच्या पण त्यांच्या शेजारीच असलेल्या दुकानामध्ये मिळणाऱ्या ताज्या भाजलेल्या पावाच्या आठवणी होत्या. आणखी एका दुकानात तेल आणि मीठ विकले जायचे, हे पण त्याला आठवत होते. रस्त्याच्या दुसऱ्या बाजूला उत्तम दर्जाच्या सोन्याच्या अंगठ्या विकणाऱ्या प्रसिद्ध जवाहिऱ्याचे दुकान होते. "ही एक चांगली व्यापारी पेठ होती," लियू ते जुने दिवस आठवत म्हणाला, "आता ते या सगळ्या वास्तू जमीनदोस्त करणार आहेत, लवकरच येथे एक मॉल उभा राहील."

एका अन्यायाबद्दल माफी याचना

दिनांक १७ ऑगस्टची ती कार्यालयीन गर्दीची वेळ होती. आता आमचे बीजिंगमधले फक्त अकरा दिवसच उरले होते. बाराव्या दिवशी आम्हाला विमानाने परतावेच लागणार होते. आज रात्रीचे जेवण 'क्वि है'बरोबर घेण्याचे आमचे ठरले होते. परंतु टॅक्सी मिळणे कठीण झाले होते. सूर्य जरी धूर आणि धुळीने झाकोळला गेला होता तरी उन्हाची तीव्रता जाणवत होती. रहदारीच्या आवाजाने कानात दडे बसले होते. अचानक माझा फोन वाजला. माझा फोन नॉर्मनजवळ होता, त्याने फोन घेतला आणि माझ्याकडे दिला.

"कोण आहे?" मी विचारले.

"जिला तू शोधत आहेस तीच व्यक्ती फोनवर आहे."

मी अवाक् होऊन त्याच्याकडे बघतच राहिले. तो परत म्हणाला, "जिला तू शोधते आहेस तीच व्यक्ती आहे."

मी त्याच्या हातातून फोन हिसकावून घेतला आणि रहदारीच्या आवाजावर आवाज चढवून म्हणाले– "हॅलो, हॅलो!"

"माझ्या प्रिय मैत्रिणी! मी यीन लुयी बोलत आहे." दुसऱ्या बाजूने अत्यंत मृदू मुलायम आवाजात एक स्त्री बोलत होती.

माझे हृदय बंद पडायच्या बेतात होते. मला भीती वाटली की मी काहीबाही बोलले तर ती फोन ठेवेल.

"मी तुला कधीच विसरले नाही," ती बोलत होती. तिच्या बोलण्यात उपरोधाचा लवलेश पण नव्हता; उलट तिला आनंद झाल्याचे जाणवत होते. ती बोलत होती, "मला तुझी नेहमीच आठवण होते. आत्ता पण मला तुझे ते मोठे चमकदार, पाणीदार डोळे आठवतात."

मी दिलगिरी व्यक्त केली. माझ्या तोंडून शब्द घरंगळले. "माझ्यामुळे तुला जे

काही सहन करावे लागले त्याबद्दल मी खरंच मनापासून दिलगिरी व्यक्त करते.''

आणि मला आश्चर्याचा धक्का बसेल असे विधान तिने केले. ती म्हणाली, ''नाही, नाही, तुझ्यामुळे मला काही त्रास नाही. जे काही घडले त्याच्याशी तुझा काहीही संबंध नव्हता.''

माझ्यामुळे तिला काही त्रास झाला नव्हता? हे कसे शक्य होते? परंतु यीनचे पलीकडून बोलणे चालू होते. ती मला सांगत होती, आमच्या पॅन गुरुजींनी तिचा ठावठिकाणा शोधला होता आणि तिला माझा फोन नंबर दिला होता. ''मला शोधणे कठीणच आहे,'' ती हसत हसत म्हणाली. ''मी माझं आडनावं बदललं. ते आता 'लू' आहे, यीन नाही.''

माझी अवस्था अगदी वंडरलॅडमधील ॲलिससारखी झाली होती. स्कार्लेट - संथ पाण्याचे तळे होती आणि यीन यान नाही, यीन पण नाही तर आता लू होती. चाचरतच मी तिला विचारले, तिला मला भेटायला आवडेल का?

नाजूकपणे हसत ती म्हणाली,''अर्थात! का नाही? मला तुला भेटायला नक्कीच आवडेल.'' मी गुडघ्यावर बसत माझ्या नकली प्राडा पर्समधून तिचा फोन नंबर लिहून घेण्यासाठी पेन आणि छोटी वही काढली. माझी धांदल उडालेली बघून सॅम माझ्या मदतीला धावून आला आणि माझ्या हातातून फोन घेऊन माझ्या कानाशी धरला. मला खरे तर यीन / यान / लू हिला त्या क्षणीच भेटायचे होते आणि मला तिला अजिबात आणखी दुखवायचे नव्हते. आणि एकीकडे आमचे माझ्या चुलत चुलत भावाबरोबर जेवणासाठी भेटायचे ठरले होते.

उद्या दुपारी ३.३० वाजता आपण भेटलो तर तुला चालेल? मी सुचवले. ''चालेल,'' ती म्हणाली, ''बीजिंग विद्यापीठाच्या पश्चिमी दरवाजाजवळ मी तुझी वाट बघीन.''

त्या रात्री अंघोळ करताना माझी मनःस्थिती गोंधळलेली होती. मला आश्चर्य वाटत होते, मनाला उभारी पण आली होती, तर दुसरीकडे मनात भीती, हुरहुर पण होती. मला यीन सापडली आहे यावर माझा विश्वासच बसत नव्हता. खरे तर तिने मला शोधले होते. एवढे सगळे झाल्यावर आता मला तिच्यासमोर जायची भीती वाटत होती. तिच्या आवाजात कडवटपणा किंवा राग जाणवला नाही; परंतु असे तिला काहीच न वाटणे कसे शक्य होते? आणि जेथे माझ्या हातून तो गुन्हा घडला होता नेमके त्याच ठिकाणी ती मला का भेटणार होती? त्या रात्रीला मला शांत झोप लागली नाही. सकाळी सकाळी स्कार्लेटला फोन करून मी ही बातमी दिली. मला यीनचा पत्ता लागला आहे हे कळल्यावर तिला धक्काच बसला. आमच्या भेटीचा इत्थंभूत वृत्तान्त तिला सांगण्याबद्दल तिने माझ्याकडून वचन घेतले. मी आमच्या सुंदर निवासातून निघण्याच्या तयारीत

असतानाच सॅमने मला सावध राहण्याचा इशारा दिला "आई, मी तुला आपलं सांगून ठेवतो. कदाचित त्या बाईने तुला मारण्यासाठी गुंडांची गँग तयार ठेवली असेल; कारण तू तिचं आयुष्य बरबाद केलं आहेस."

❖

विदेशी राहाणारे चिनी बहुतेक करून दिलेली वेळ पाळत नाहीत; परंतु स्वतःच्या देशात मात्र त्याच्या बरोब्बर विरुद्ध त्यांची वागणूक असते. कदाचित सरकारच्या, मुसोलिनीप्रमाणे रेल्वे काटेकोरपणे वेळेवर चालवण्याच्या आग्रहाचा हा परिणाम असेल. मला पूर्ण जाणीव होती की, यीनला भेटायला जाताना उशीर होण्याचा धोका मला पत्करून चालणार नव्हते. (गेली कित्येक वर्षे यीन हेच नाव डोक्यात बसल्यामुळे अजून पटकन लू म्हणून तिची ओळख होण्यास वेळ लागेल.)

ठरवलेल्या ठिकाणी मी पंधरा मिनिटे आधीच पोहोचले आणि पश्चिमी दरवाज्याच्या आतील बाजूच्या सावलीत उभी राहिले. त्या दरवाज्यातून विद्यार्थ्यांची, पर्यटकांची ये-जा चालू होती. दाराजवळच प्लॅस्टिकची बटणे असलेला चुरगळलेल्या गणवेशातील विस्थापित सुरक्षरक्षक निर्विकारपणे उभा होता. एक इटालियन विद्यार्थी विद्यापीठाच्या परिसराचा नकाशा बघण्यासाठी त्याच्या मोटरसायकलवरून उतरला. "तू इंग्रजी बोलतोस का?" त्याने एका चिनी विद्यार्थ्याला विचारले. त्याला इंग्रजी बोलता येत नव्हते. तेवढ्यात एक विद्यार्थिनी थांबली. "मला इंग्रजी बोलता येतं," मदत करण्याच्या दृष्टीने ती म्हणाली. त्या इटालियन विद्यार्थ्याला दक्षिणेकडील दरवाजाकडे कसे जायचे याचे मार्गदर्शन हवे होते. त्या मुलीने त्याला चुकीचे मार्गदर्शन केले. दक्षिण-पूर्व दिशेला हात दाखवत, त्यांच्या संभाषणात अडथळा आणत, मी म्हणाले, "तो त्या बाजूला आहे." माझे आभार मानून तो मोटरसायकलवरून निघून गेला. या ताज्या घटनेमुळे माझ्या मनात संमिश्र भावना उफाळून आल्या आणि त्यातील विरोधाभास प्रकर्षाने जाणवला. मी चिनी विद्यार्थ्यांना विदेशी विद्यार्थ्यांशी मोकळेपणाने बोलताना, त्यांच्यात मिसळताना बघत यीनची वाट बघत होते. माओच्या काळात यीनने हाच प्रयत्न केला होता आणि तिला काय भोगावे लागले होते.

मी घड्याळात बघितले तीन वाजून वीस मिनिटे झाली होती. मी येणाऱ्या-जाणाऱ्यांचे चेहरे न्याहाळत होते आणि ती कशी दिसायची हे आठवण्याचा प्रयत्न करत होते. माझ्या आठवणीतील यीन म्हणजे एक उत्साही, बडबडी आणि चमकदार केसांची जाड वेणी घातलेली मुलगी. तिचा चेहरा मात्र तितकासा आठवत नव्हता. मी परत घड्याळात बघितले. हवेत इतकी आर्द्रता होती की हातातील पंख्याने वारा घेतल्यावर मला जास्तच उकडायला लागले. एक-एक मिनिट चालले

होते. साडेतीन वाजता माझा धीर सुटला. ती खरंतर उशिरा येणारी नव्हती. तिचा विचार तर बदलला नसेल?

तीन वाजून बत्तीस मिनिटांनी माझा फोन वाजला. "तू कोठे आहेस?" फोनवर ती ओरडून विचारत होती. आजूबाजूच्या रहदारीचा आवाज फोनवर ऐकू येत होता.

"मी पश्चिमी दरवाजाजवळ आहे, थोडीशी आतल्या बाजूला," थोडेसे हायसे वाटून मी पण ओरडून उत्तर दिले.

"मी पण आतमध्येच आहे," ती म्हणाली, "मी प्रवेशद्वाराच्या आतल्या पुलावर उभी आहे." उत्सुकतेने मी माझ्यासमोर असलेल्या संगमरवरी पादचारी पुलावर नजर टाकली. तेथे कोणीही माझ्या वयाची स्त्री फोनवर बोलताना मला आढळली नाही. "मला तर तू दिसत नाहीस, आहेस कोठे तू?" मी वेड्यासारखी ओरडले.

"तेथे दरवाजाबाहेर तुला दोन 'शिझी' दिसत आहेत का?" तिने विचारले. शिझी...माझी नजर भिरभिरते, शिझी काय प्रकार आहे? आणि क्षणात मला आठवले शिझी म्हणजे चिनी पुराणकथांतील सिंह. दगडात कोरलेले किंवा ब्राँन्झमधील ओतीव, रुबाबदार आयाळ असलेले, तिरका दृष्टिक्षेप टाकणारे, पारंपरिक पद्धतीने दरवाजांवर बसवले जाणारे सिंह. मी दरवाजाबाहेर धावते. "हो, तेथे दोन सिंह आहेत."

तू चुकीच्या पश्चिमी दरवाजापाशी उभी आहेस," ती म्हणाली. "मी छोट्या पश्चिमी दरवाजापाशी आहे आणि तू मोठ्या पश्चिमी दरवाजापाशी आहेस."

मी साफ विसरले होते की बीजिंग विद्यापीठाच्या परिसराभोवती भिंतीचे कंपाउंड आहे आणि त्याला दोन पश्चिमी दरवाजे होते– मोठा होता तो पादचाऱ्यांसाठी आणि छोटा होता तो वाहनांसाठी. आम्ही कंपाउंडच्या भिंतीला लागून असलेल्या फूटपाथवरून चालायला सुरुवात करायचे ठरवून मध्येच भेटायचे ठरवले. मनातल्या मनात मी चिनी भांडवलदारांच्या देवाचे आभार मानले. मधील काळात आर्थिक सुबत्ता आली नसती तर यीनकडे पण मोबाइल आला नसता, ना माझ्याकडे आला असता. आमच्या दोघींची परत एकदा चुकामूक झाली असती आणि कदाचित दुसऱ्या खेपेला तिने माझ्यावर विश्वास ठेवला नसता आणि न भेटण्याचे ठरवले असते.

वीस-एक सेकंदांनंतर मला ती दिसली. उत्तेजित होऊन मी हात हलवले, तिने पण हात हलवले. आपसूकच आमचे पाय उचलले गेले, काळ थांबल्यासारखा वाटला. त्या हॉलिवूड सिनेमांमधील गोड-गोड स्लो मोशन दृश्यांची आठवण झाली. मी तिच्याजवळ गेले; पण जरा अडखळले. परंतु यीनने मात्र मला घट्ट मिठी मारली. मी समाधानाने डोळे मिटले आणि तिला घट्ट मिठी मारली. माझ्या चेहऱ्याकडे निरखून बघत ती हसली. "मी तुला कधीच विसरले नाही," ती म्हणाली. "तुझ्यात काहीही बदल नाही. गोरीपान, मोठे सुंदर डोळे." बदामाकृती चेहऱ्याची, खांद्यापर्यंत रुळणाऱ्या काळ्या कुरळ्या केसांची यीन खूप सुंदर दिसत

होती. मधूनच नाकावर घसरणाऱ्या चंदेरी फ्रेमच्या चश्म्याच्या काचेमागचे तिचे डोळे पाणीदार होते. तिने भुवया कोरल्या होत्या, पापण्या रंगवल्या होत्या. गुलाबी रंगाचे चमकदार लिपस्टिक लावले होते. "ही सगळी वर्षे माझ्या मनात तुझाच विचार होता," ती म्हणाली. तिच्या बोलण्यात कोठेही दोषारोप केल्याची छटा नव्हती. तिच्या चेहऱ्यावर कोठेही रागावल्याची खूण दिसते का, हे मी शोधत होते.

"मी खरंच, अगदी मनापासून दिलगीर आहे," मी म्हणाले. जितक्या साध्या सरळ चिनी भाषेत मला बोलता येईल तेवढे मी बोलले, "Hen bao qian.wo duibugi ni" (मी अगदी मनापासून तुझी माफी मागते. मी तुझ्यावर अन्याय केला.) यीनने काहीशा आश्चर्याने माझ्याकडे बघितले. "दिलगिरी व्यक्त करायचे काहीही कारण नाही," ती म्हणाली, "माझ्या बाबतीत जे काही घडले ते काही तुझ्यामुळे नाही."

माझ्याप्रमाणेच आमच्या भेटीसाठी ती पण खूप लवकर निघाली होती. मी जेव्हा तिला दिसले नाही तेव्हा तिला वाटले, बहुधा मी पण रहदारीत अडकले असावे. ती पण मिनिटे मोजत होती. तीन वाजून बत्तीस मिनिटे झाल्यावर मात्र तिला राहवले नाही आणि तिने फोन केला.

माझा हात हातात घेत तिने विचारले, "आपल्याला मोकळेपणाने बोलत कोठे चालता येईल?" "आपण त्या 'अनाम' तळ्याकडे जाऊ या," मी सुचवले. "कदाचित तेथे जरा थंड हवा असेल." यीनने हसून संमती दर्शवली. तिचे दात एकसारखे आणि पांढरेशुभ्र होते. चीनसारख्या देशात, जेथे दातांची फारशी काळजी घेतली जात नाही, तेथे ही दुर्मीळच गोष्ट होती.

"आपली भेट झाली, मला इतका आनंद झाला आहे," ती म्हणाली. मला अजून खरे वाटत नव्हते की तिला माझ्या बोलण्याचा नक्की अर्थ, संदर्भ समजला होता की नाही ते. मग मी स्पष्टच बोलायचे ठरवले. "मी माझ्या कृत्याबद्दल खरंच खूप दिलगीर आहे," परत मी तेच म्हणाले. "तू परदेशी जाण्याची इच्छा माझ्यापाशी व्यक्त केल्याची शिक्षकांकडे चुगली केल्याबद्दल खरंच मनापासून दिलगिरी व्यक्त करते."

आश्चर्याची गोष्ट म्हणजे तिने फक्त खांदे उडवले. "त्यात तुझी काहीच चूक नव्हती," ती म्हणाली, "मी तुला अजिबात दोष देत नाही. तुला खरंच कळत नाही आहे."

नंतर थोड्याशा साशंकतेने जणूकाही ही गोष्ट तिने आधी कोणालाच सांगितली नसल्याप्रमाणे, ती सांस्कृतिक क्रांतीबद्दल बोलायला लागली. "माझ्यावर अनेक गुन्ह्यांचे आरोप ठेवण्यात आले होते. पंचवीस... कदाचित तीस असतील. तू फक्त त्यामध्ये एकाची भर घातलीस. परंतु केवळ मी तुझ्याकडे परदेशी जाण्यासाठी तुझी मदत मागितली, एवढ्या एका गोष्टीने काही मला फार मोठा त्रास होणार नव्हता."

पंचवीस, तीस गुन्हे? ती नक्की काय बोलते आहे हे माझ्या समजुतीपलीकडचे होते. मी परत एकदा तिची क्षमा मागितली. "ठीक आहे, विसरून जा," ती म्हणाली, "त्या काळात आपल्या सगळ्यांची डोकी फिरली होती. मी तुला अजिबात दोष देत नाही. तुला कळत नाही आहे."

मला नाही वाटत तिला खरे काही कळले होते. तिचा नक्कीच गोंधळ उडालेला असावा. मी जरा विचारात पडले. खरे तर आता जास्त काही बोलण्याची गरज नव्हती. परंतु स्कार्लेटप्रमाणे माझ्यावर, तिच्यावर टीका करण्यासाठी काही दबाव नव्हता. त्या वेळी मी केवळ एक बाहेरून आलेली विद्यार्थिनी होते आणि माझी त्यांच्यामध्ये, म्हणजे सांस्कृतिक क्रांतीच्या काळातील माओवाद्यांमध्ये सामावून घेतले जाण्यासाठी एक तारुण्यसुलभ अविचारी धडपड होती. माझ्या कृत्याचे परिणाम मला वाटले होते तितके जरी गंभीर नसले आणि ती जरी आज तेहतीस वर्षांनंतर मला त्याबद्दल जबाबदार धरत नसली तरी एक गोष्ट खरीच होती की, जेव्हा माझ्यापुढे पर्याय होता तेव्हा मी तो चुकीचाच निवडला होता. मला तिच्याबद्दल चुगली करण्याचे काहीच कारण नव्हते; कोणीही मला सांगितले पण नव्हते. तिच्या मातृभूमी सोडून जाण्याच्या इच्छेबद्दल कोणालाही काहीही कळले पण नसते. आणि तरीही मी तिचा अगदी सहज, अविचाराने, निष्काळजीपणे विश्वासघात केला होता आणि ती माझ्या आयुष्यातील एक इतकी क्षुल्लक घटना होती की मी ती विसरून पण गेले होते. आणि एकवीस वर्षांनंतर अडगळीत पडलेली डायरी वाचल्यानंतर मला ती आठवली. म्हणून मी तिला जितक्या स्पष्टपणे सांगता येईल तेवढ्या स्पष्टपणे सांगितले.

"मी आपणहून तुझी चुगली केली," मी म्हणाले.

लुयी चालता चालता थांबली. आश्चर्य वाटल्यासारखे दर्शवत ती म्हणाली, "हे मला माहीत नव्हते." ती क्षणभर माझ्याकडे टक लावून बघत उभी राहिली. तिची नजर स्थिर होती, तिच्या चेहऱ्यावरचे भाव गूढ होते. मी तिच्या उत्तराची, चिडण्याची, काहीतरी प्रतिक्रियेची वाट बघत होते. ती परत चालायला लागली, "मी तुला थोडक्यात दुसऱ्या शब्दांत सांगते. अशा प्रकारे काही सांगून माझे आयुष्य उद्ध्वस्त करण्याइतकी तू कोणी मोठी नव्हतीस, तुला तेवढे महत्त्व नव्हते." माझ्या मनावरचे ओझे उचलल्यासारखे मला वाटले; परंतु तरीही माझा गोंधळ उडालेला होता. जर मी तिचे आयुष्य उद्ध्वस्त केले नव्हते तर मग ते कशाने झाले? माझा उडालेला गोंधळ बघून ती थांबली आणि माझा हात हातात घेतला.

"मी तुला कधीच विसरले नाही," ती अगदी मनापासून म्हणाली. "आपण परत एकत्र भेटण्यामागे नशिबाचाच भाग आहे." तिने पायात सॅडल्स घातले होते, तिने बिनबाह्यांचा, विणलेला, गळ्याजवळ बारीक मणी लावलेला काळ्या रंगाचा

कुडता आणि पांढऱ्या रंगाची पँट घातली होती. तिच्या मनगटावर नाजूक घड्याळ होते, हातामध्ये सेलमध्ये घेतलेली बॅग होती. शंभर-एक वर्षे जुन्या वाटणाऱ्या, सरंजामी बांधणीच्या बंगलीजवळून, कमळे फुललेल्या छोट्या तळ्याजवळून आम्ही चाललो होतो. खरी गोष्ट अशी आहे की, त्या इमारती सन १९२३मध्ये 'हेन्री किलम मर्फी' या येल येथील स्थापत्यविशारदाने, ज्याने येनचिंग विद्यापीठाच्या परिसराचा आराखडा तयार केला, त्याने बांधल्या होत्या. अमेरिकन मिशनरी शाळा म्हणून येनचिंगमध्ये अल्प संख्येने असलेल्या चिनी उच्चभ्रूंना आणि ख्रिश्चनांना, इंग्रजी माध्यमातून शिक्षण दिले जायचे. साम्यवादी राजवट आल्यावर अर्थातच मिशनरी शाळा बंद करण्यात आली. सन १९५२मध्ये बीजिंग विद्यापीठाने तो परिसर ताब्यात घेतला.

मी आता दमले होते. त्या घाम काढणाऱ्या उन्हामध्ये आमच्या चालण्याचा वेग मंदावला होता. तेथे असलेल्या दगडी बाकांवर पर्यटकांनी आधीच ठाण मांडले होते. एखादे चहा-कॉफीचे दुकान जवळ असते तर बरे झाले असते असे वाटले; परंतु अध्येमध्ये असलेली भेटवस्तूंची छोटी-छोटी दुकाने सोडली तर माओ राजवटीतील शिकवणुकीनुसार बीजिंग विद्यापीठाने काटकसरीचा वसा अजून सोडलेला नव्हता. येथे जवळपास आपल्याला कोठे थंड पेये मिळू शकतील का म्हणून मी यीनला विचारले.

"तू माझ्या घरी येतेस का?" तिने एकदम विचारले. "माझं घर विद्यापीठ परिसरातच आहे." यीन बीजिंग विद्यापीठात परतली आहे? तिला शोधण्यासाठी माझी एवढी धावपळ चालली होती आणि ती मात्र सर्वकाळ येथेच होती? माझ्या मनात प्रश्नांचे काहूर माजले होते; परंतु आम्ही न बोलता चालत राहिलो. आम्ही 'शाहो युआन'वरून जेथे कार्यकर्ता हुअँगने माझ्या येण्याबद्दल खाना दिला होता, चालत गेलो. आम्ही टेनिस कोर्टजवळून, बास्केटबॉलच्या मैदानाजवळून चालत राहिलो. ती मला भिंतीने बंदिस्त केलेल्या एका कंपाउंडमधून आत घेऊन गेली. ती जागा मला ओळखीची वाटली. ही दुहेरी खिडक्या असलेली, उतरत्या छतांची, विटांची घरं पाश्चिमात्य शैलीवर बांधलेली होती. प्रत्येक बंगलीभोवती मोठी बाग होती. बीजिंगमध्ये ही गोष्ट अगदी दुर्मीळ होती. घरांचे पुढचे दरवाजे रस्त्याच्या एकाच बाजूला उघडणारे होते जे फेंगशुयीच्या चिनी शास्त्रात बसणारे नव्हते.

"मी येथे राहते. या भागाचे नाव आहे 'यान नान युआन' (येनचिंग दक्षिणी बाग)," ती म्हणाली.

किती आश्चर्याची गोष्ट होती, हडेलहप्पी फूच्या घरापासून एक घर मध्ये सोडून यीन राहत होती. हडेलहप्पी फूने तिच्या घरी आमंत्रित करताना, जरी माझे जाणे झाले नव्हते तरी, मला दिलेला पत्ता होता 'यान बई युआन'(येनचिंग उत्तरी बाग). येल येथील स्थापत्य विशारद मर्फी यानेच येनचिंग दक्षिणी बागेचा आराखडा आणि

स्थापत्य केले होते. चीनमधील शिक्षण संस्थांमध्ये उच्चभ्रूंसाठी प्रति अमेरिका निर्माण करण्याचा हा एक प्रयत्न होता. काही काळाने जेव्हा मी माझ्या डायऱ्या परत वाचल्या तेव्हा मला समजले की तो भाग मला ओळखीचा का वाटला. कारण येनचिंग दक्षिणी बागेत आधी एकदा मी गेले होते.

बीजिंग विद्यापीठाचे कुलगुरू, पांढऱ्या शुभ्र केसांचे रुबाबदार 'झाऊ पाइयुआन' येथे राहायचे. सन १९७३मध्ये नववर्षदिनी त्यांनी मला आणि एरिकाला जेवायला बोलावले होते. साम्यवादी पक्षातील वरिष्ठ पदाधिकाऱ्याच्या अत्यंत खास अशा जीवनशैलीची बघायला मिळालेली ती पहिली झलक. तेव्हा इतर कोणालाही घरामध्ये नोकर ठेवणे शक्य नव्हते, त्यांच्या घरी मात्र कामाला एक बाई होती. काही काळानंतर त्या स्वीडिश मित्राशी ओळख वाढवल्याबद्दल जेव्हा कारवाई होऊन मला विद्यापीठातून काढून टाकले जाण्यापर्यंत वेळ आली, तेव्हा कुलगुरू झाऊ यांच्या घरी माझी बाजू मांडण्यासाठी मी गेले होते. परंतु काही उपयोग झाला नव्हता. मी त्यांच्या घरातून बाहेर पडल्यावर माझ्या पाठीमागे त्यांनी दरवाजा जोरात आपटून बंद केल्याचे मला चांगले आठवते.

यीनने ६६ नंबरच्या घराकडे बोट दाखवले. "ते माझं घर," ती म्हणाली. आम्ही घरात शिरलो. आतील थंड काळोख मनाला आणि शरीराला एकदमच सुखावून गेला. तिने हातातील पर्स बाजूच्या सोफ्यावर भिरकावली. हे घर नक्कीच ऐंशी-एक वर्षांचे जुने असले पाहिजे. घराच्या काळपट लाल रंगाच्या लाकडी जमिनीची अवस्था तितकीशी चांगली नव्हती. घरातील टेबले, खुर्च्या, सोफे वगैरे फर्निचर जुनेच होते; परंतु किमती होते. तळमजल्यावर जुन्या पद्धतीची बैठकीची खोली, एक अभ्यासिका, जेवणाची खोली, बाथरूम आणि सन १९३०पासून काहीच बदल न केले गेलेले माजघर एवढे होते, तर पहिल्या मजल्यावर चार बेडरूम्स आणि एक बाथरूम होती.

"अहो," (लाओ गाँग) नवऱ्याला आदराने चिनी भाषेतून संबोधत तिने बोलावले.

कसे कोण जाण; परंतु तिचा नवरा किंवा कुटुंब हा विचार माझ्या मनात आत्तापर्यंत आलाच नव्हता. एक उंच पुरुष जिन्यावरून खाली उतरला. त्याच्या डोक्यावर पांढरे दाट केस होते, त्याने जाड फ्रेमचा चश्मा घातला होता आणि त्याच्या चेहऱ्यावर– काहीशा कॅरी ग्रँट या नटाच्या चेहऱ्याप्रमाणे– खोडकर भाव होते. "हा माझा नवरा, प्रोफेसर 'याओ'- 'याओ क्सिशेन'" यीनने सांगितले. आम्ही हस्तांदोलन केले.

"मला माफ कर," तो अदबीने म्हणाला, "पाहुणे येणार आहेत याची मला काही कल्पना नव्हती, अगदी घरगुती कपड्यात असल्याबद्दल मी क्षमा मागतो." उकाड्यामुळे तो करड्या रंगाची अर्धी चड्डी, बिनहाताचा बनियन अशा वेषात होता.

तो वरती त्याच्या बेडरूममध्ये, ज्या एकाच खोलीत वातानुकूलित यंत्रणा आहे, वाचत पडला होता.

"लुयी, तुम्ही वर जाऊन बसा. तिथे चांगले थंड आहे," त्याने प्रेमाने तिला सुचवले.

"नको, आम्ही येथेच बोलत बसतो," ती त्याला म्हणाली. आम्ही खालीच सोफ्यावर बसल्यावर प्रोफेसर याओनी खोलीतील पंखा सुरू केला. "मी तुमच्यासाठी मस्तपैकी चहा करतो," तो म्हणाला. तो माजघरात किटली गॅसवर ठेवायला गेला.

"आम्ही गेल्या जानेवारीमध्ये नोंदणी पद्धतीने विवाह केला," ती कुजबुजली.

"तुमची भेट कशी झाली?" मी पण हळू आवाजात विचारले.

"कोणीतरी आमची ओळख करून दिली," तिने गूढपणे सांगितले.

प्रोफेसर याओ माजघरातून बाहेर आले आणि आमच्यापुढे कलिंगडाच्या फोडींची बशी ठेवली. पाणी उकळल्यावर त्यांनी छोटे टेराकोटाचे चहाचे भांडे धुवून घेतले, रिकामे केले, त्यामध्ये चहाची पाने घातली आणि परत ते उकळत्या पाण्याने भरले. ते आम्हाला चहा देत असताना ती त्यांच्याकडे बघून प्रेमाने हसली. "अहो, तुम्ही मला अगदी लाडावून ठेवले आहे," ती हसत हसत म्हणाली. प्रोफेसर पण हसले. ते अर्थातच तिच्या प्रेमात बुडालेले होते. मी जेव्हा त्यांच्या अमेरिकन पद्धतीच्या घराबद्दल त्यांचे कौतुक केले, तेव्हा ते मला म्हणाले की हा बंगला त्यांना विद्यापीठाकडून ज्याच्या त्याच्या पदानुसार मिळणाऱ्या सवलतींचा एक भाग होता. ते भौतिकशास्त्राचे मानद प्रोफेसर होते. त्यांचे वय सहासष्ठ होते, म्हणजे यीनपेक्षा ते दहा वर्षांनी मोठे होते. अलीकडेच ते विद्यापीठाच्या नफ्यामध्ये चालणाऱ्या फँग झेंग कॉप या उच्च तंत्रज्ञान कंपनीतून उपाध्यक्ष पदावरून निवृत्त झाले. योगायोगाची गोष्ट म्हणजे नवऱ्याची काळजी घेण्यासाठी पगार देणाऱ्या लिनोव्हो कंपनीआधी लूना याच कंपनीत काम करत होती.

"एके काळी या घरामध्ये 'बिंग क्सि' ही प्रसिद्ध लेखिका राहत होती," प्रोफेसर याओ अभिमानाने सांगतात. "तू तिचे नाव ऐकले आहेस का?"

यीन आणि तिचा नवरा एका ऐतिहासिक वास्तूमध्ये राहत होते. त्या वास्तूमध्ये राहणे म्हणजे 'हेमिंग्वे' किंवा 'एफ स्कॉट फिटझेराल्ड' यांच्यासारख्यांच्या घरात राहण्यासारखे होते. 'बिंग क्सि' किंवा 'थंड हृदय' हे क्सि वानयिंगचे टोपणनाव. ती अर्वाचीन चीनच्या प्रसिद्ध आणि प्रभावशाली लेखिकांपैकी एक होती. तिच्या मित्रमंडळीमध्ये व्हर्जिनिया वुल्फसारखी लेखिका होती. येनचिंग विद्यापीठामध्ये साहित्याचा अभ्यास करत असताना, वयाच्या अवघ्या एकोणिसाव्या वर्षी तिची पहिली कांदबरी प्रसिद्ध झाली. तिने रवींद्रनाथ टागोरांच्या साहित्याचे चिनी भाषेत भाषांतर केले. तिने गद्य लेखन आणि कविता लेखन हे दोन्ही प्रकार तितक्याच

समर्थपणे हाताळले. तिचे वयाच्या नव्याण्णव्या वर्षी, सन १९९९मध्ये निधन झाले. इंग्रजीमध्ये भाषांतरित झालेल्या तिच्या साहित्यात 'स्प्रिंग वॉटर' (१९२९) आणि 'द फोटोग्राफ' (१९९२) या कादंबऱ्यांचा समावेश आहे. वेलस्ली कॉलेजमधून इंग्रजी साहित्यात पदव्युत्तर शिक्षण घेतल्यावर त्या सन १९३०मध्ये येनचिंग येथे अध्यापनासाठी परतल्या. अशा काही गोष्टींमुळे यीनबरोबरचे माझे ऋणानुबंध अधिक घट्ट होत आहेत. लुनाने एके काळी फँग झेंग कॉपमध्ये नोकरी केली ही एक गोष्ट झाली- मी बिंग क्सिला सन १९७०मध्ये भेटले होते आणि माझी लेखिकेच्या मुलीशी 'वु क्विंग'बरोबर पण ओळख होती. आज ती बीजिंगमधील एक स्त्रीस्वातंत्र्याची पुरस्कर्ती आणि प्रसिद्ध राजकारणी आहे.

आम्ही दोघी बीजिंग विद्यापीठामध्ये एकाच वेळी शिकत असल्याचे यीनने तिच्या नवऱ्याला सांगितले. यापेक्षा जास्त काही ती बोलली नाही. यावरून योग्य तो संदेश घेऊन मी पण गप्प बसले. आम्ही चहा पीत गप्पा मारीत बसलो, तोपर्यंत यीनने नवऱ्याला हुशारीने वर जाण्यासाठी कटवले आणि तिने मला तिची गोष्ट सांगायला सुरुवात केली.

ते सारेच वेडे

लुयीने माझा चहाचा कप भरला. तिच्या नवऱ्याने तिला या नावाने बोलावलेले ऐकल्यावर आता मला या नावाचे एवढे आश्चर्य वाटले नाही. मला तिच्याबद्दल जी माहिती कळली होती तीच मला सांगून तिने एक प्रकारे त्याची पुष्टी केली. सांस्कृतिक क्रांतीच्या काळामध्ये बीजिंग विद्यापीठात नाव नोंदवणाऱ्या पहिल्या तुकडीमध्ये ती होती. ती दोन वर्षांनी, स्कार्लेटच्या वर्गाच्या पुढे होती आणि त्या दोन वर्षांच्या अध्येमध्ये वर्ग नव्हता. तिचा प्रमुख विषय होता चीनचा इतिहास आणि स्कार्लेटप्रमाणे ती विद्यापीठाच्या मुलींच्या व्हॉलीबॉल टीममध्ये होती.

"आमची चांगली मैत्री होती. त्या टीममध्ये आम्ही दोघीच इतिहास विभागातील विद्यार्थिनी होतो. त्या वर्षी आम्ही शहराचे विजेतेपद मिळवले होते. आम्ही बहुतेक वेळ एकत्र असायचो. आमची घनिष्ट मैत्री होती. तुम्ही दोघी वसतिगृहात एकाच खोलीत राहत होतात, हे मला माहीत होते."

परंतु मी साम्यवादी विचारसरणीची कट्टर कार्यकर्ती होते हे लुयीला माहीत नव्हते. स्कार्लेट वायफळ गप्पा मारणारी नव्हती आणि तिने माझ्याबद्दल काही सांगितले असण्याची शक्यताच नव्हती. लुयीला पण कधी स्वप्नात वाटले नसेल की पाश्चिमात्य देशातून आलेली एक विद्यार्थिनी कट्टर माओवादी विचारसरणीची असेल. लुयीने सांगितले की माझ्याशी ओळख काढण्यासाठी तिने स्कार्लेटला भरीस घातले होते. आणि नंतर १९७३च्या जूनमधील उन्हाळ्यामध्ये एका संध्याकाळी जेव्हा मी आणि एरिका त्या अनाम तळ्याच्या काठी फिरत होतो, तेव्हा लुयीने (यीन) तिचे मन आमच्यापाशी मोकळे केले.

इतक्या सगळ्या वर्षांत एक गोष्ट माझ्या डोक्यात कधीच आली नव्हती की तिने तिची इच्छा बोलून दाखवलेल्यांमध्ये फक्त आम्हीच नव्हतो, परंतु ज्या कोणाची ऐकण्याची तयारी असेल त्या प्रत्येकाला लुयीने अमेरिकेला जाण्याच्या स्वप्नाबद्दल

सांगितले होते. अर्थात, जेव्हा तिने स्वतः हे सांगितले तेव्हा त्याचा अर्थ लागला की जर ती आमच्याजवळ बोलली असेल तर ती इतरांजवळ पण बोलली असणार. परंतु मला माहीत नव्हते की, तिच्याबद्दल तक्रार करणारी मी पहिलीच होते की तिसरी, सतरावी, पंचविसावी किंवा तिसावी होते. तिला स्वतःला पण त्याची कल्पना नव्हती. कदाचित मी त्या प्रक्रियेला चालना दिली असेल. पक्षाचे सदस्यत्व मिळवण्याकरता केलेल्या अर्जाचे वजन वाढवण्याच्या दृष्टीने कोणी आपणहून तिची तक्रार करायला गेले असेल का? शेवटी प्रथम कोण गेले याला अर्थ नव्हता कारण प्रत्येकानेच तिच्या छळवणुकीला हातभार लावला होता.

लुयीने साम्यवादी पक्ष, चिनी सरकार आणि चेअरमन माओ या सगळ्यांनाच तिच्या टीकेचे लक्ष्य केले होते. तिने अगदी निर्भीडपणे तिची मते प्रदर्शित केली होती. तिच्या मते चिनी सरकारने अतिडावी विचारसरणी आणि त्या विचारसरणीच्या प्रसारासाठी अतिरेकी प्रवृत्ती जोपासली होती. "इतर अनेक जण माझ्या विचारांशी सहमत होते; परंतु त्यांनी त्यांची तोंड गप्प ठेवली," ती म्हणाली, "त्यांनी त्यांची मते, त्यांचे विचार त्यांच्यापुरतेच ठेवले; मीच एक होते जिने आपली मते उघडपणे मांडली. मला कळत नव्हते, मी अगदी बावळट होते."

तिने तिची मते उघडपणे मांडली, कारण तिला त्यामागच्या धोक्याची जाणीव नव्हती. ती एका विशेष दर्जा असलेल्या कुटुंबाच्या कोशात वाढली होती. तिचे आई-वडील सन १९४९ सालच्या साम्यवादी पक्षाच्या सत्ताग्रहणाच्या आधीपासूनच त्या पक्षाचे सदस्य होते. त्या एकाच गोष्टीमुळे ते अत्यंत कडव्या क्रांतिकारकत्वाच्या श्रेयाचे मानकरी ठरले होते. तिची आई रेल्वे मंत्रालयात कर्मचारी विभागाची प्रमुख होती. तिचे वडील पीपल्स लिबरेशन आर्मी (पीएलए)च्या सर्वसाधारण राजकीय विभागाचे प्रमुख होते. तीन भांवडांमध्ये सर्वांत मोठ्या असलेल्या लुयीचे शिक्षण अतिउच्चभ्रूंच्या मुलांसाठी असलेल्या शाळेत, म्हणजे अकरा नंबरच्या शाळेत झाले होते. "मी जर एखाद्या कामगाराची किंवा शेतकऱ्याची मुलगी असते तर माझ्या मनात असे विचार आलेच नसते; परंतु माझे आई-वडील शिकलेले होते. मला माझ्या विचारांच्या, जाणिवांच्या कक्षा या जगाएवढ्याच विस्तारायच्या होत्या."

लुयीला लिखाणाचे अंग होते. तिला लिहायला आवडे. परंतु तेच तिच्या त्रासांना कारणीभूत ठरले. माझ्याप्रमाणेच ती पण बीजिंग विद्यापीठात असताना डायरी लिहायला लागली. ज्याप्रमाणे मी माझ्या डायरीमध्ये त्या भयानक सांस्कृतिक क्रांतीच्या विचारांशी जुळवून घेण्याच्या मानसिक झगड्याबद्दल, माझ्या मध्यमवर्गीय संस्कारांबद्दलच्या माझ्या द्विधा मनःस्थितीबद्दल, चिनी मित्र-मैत्रिणींमध्ये स्वीकारले जाण्याबद्दलच्या माझ्या तीव्र इच्छेबद्दल लिहीत होते, त्याचप्रमाणे ती साम्यवादी

पक्षाच्या विचारांबद्दलच्या तिच्या मनातील शंका आणि प्रश्न, आणि चांगल्या आयुष्याबद्दलची तिची स्वप्ने आणि अमेरिकेला जाण्याच्या तीव्र इच्छेबद्दल लिहीत होती.

आमच्या त्या वेळच्या त्या छोट्या भेटीनंतर एक-दीड महिन्यातच मी बीजिंग सोडले आणि माझ्या शेवटच्या वर्षासाठी मॅक्गील विद्यापीठात दाखल झाले. त्यानंतरच्या शिशिरामध्ये साम्यवादी पक्षाच्या पदाधिकाऱ्यांनी तिला तिच्या पहिल्या चौकशी सत्रासाठी बोलावल्याचे लुयीला आठवते. तिचे विचार काय आहेत हे फक्त जाणून घेण्याच्या उद्देशानेच तिला बोलावले असल्याचे त्यांनी सांगितले. "तू जर आम्हाला सर्व खरं खरं सांगितलंस तर तुला काही त्रास होणार नाही," इतिहास विभागाच्या साम्यवादी पक्षाच्या सचिवाने तिला सांगितले.

लुयीने त्याच्यावर विश्वास टाकला. कारण शेवटी तिला साम्यवादी पक्षावर विश्वास ठेवण्याचीच शिकवण मिळालेली होती. जेव्हा पक्षसचिवाने तिला वचन दिले की तिला काहीही त्रास होणार नाही, तेव्हा तिला त्यामागे काही डाव आहे याचा अंदाज आला नाही. त्या वयाच्या सर्वच मुलांप्रमाणे तिला वाटले होऊन होऊन काय होणार आहे? तिच्याकडे सगळेच होते. तिचा जन्म बीजिंगमध्ये सन १९५० मधला. माओ राजवटीच्या पहिल्या पिढीत ती वाढली. पक्षातील एका उच्चपदस्थाची सगळ्यात मोठी मुलगी. चीनमधली सगळ्या नावाजलेल्या विद्यापीठांत उत्तम गुण मिळवणारी विद्यार्थिनी आणि एक गुणी खेळाडू.

तिचा असा समज होता की तिला मार्क्सवाद समजला आहे. तिने मार्क्स, एंगेल आणि लेनीन वाचण्यात तासन्तास घालवले होते. तारुण्याच्या तोऱ्यात, मस्तीत ती तिचे विचार वर्गात मित्र-मैत्रिणींना ऐकावायची. "माझं म्हणणं होतं की मार्क्सवाद हा काही सर्वसामान्य विचारपंथ होऊ शकणार नाही. मग त्याला धर्माचे, धर्मपंथाचे स्वरूप येईल आणि मार्क्सवाद तर धर्मालाच विरोध करतो. माझं असंही मत होतं की जनतेवर बळजबरी केल्याशिवाय जगात साम्यवाद येऊ शकणार नाही. जर एखाद्याच देशात साम्यवादी सरकार असेल तर तो काही खरा साम्यवाद ठरणार नाही. साम्यवाद खऱ्या अर्थाने परिणामकारक ठरण्यासाठी तो विचार जगभरात रुजणं आवश्यक आहे."

अर्थातच हे सगळे सांगोवांगीच होते. जनतेसाठी धर्म ही अफूची गोळी होती आणि मार्क्सवाद त्यांना वाचवणार होता, सुटकेचा मार्ग दाखवणार होता. आणि साम्यवाद प्रस्थापित करण्यासाठी जनतेवर बळजबरी, अत्याचार? किती अपमानास्पद होते. पक्षाचे पदाधिकारी तिला बोलवत राहिले, तिचे विचार जाणून घेत राहिले आणि ती पण त्यांना तेच-तेच सांगत राहिली. त्याच शिशिरात ती वर्गात असताना वसतिगृहातील तिच्या खोलीतील तिच्या वस्तूंची कोणीतरी तपासणी केल्याचे तिच्या लक्षात आले; परंतु तरीही तिला त्यामागचा अर्थ कळला नाही. "ते चोरून

माझी डायरी वाचत होते,'' तिने हळू आवाजामध्ये मला सांगितले. तिने तिच्या आवाजाची पट्टी ऐकू येईल न येईल अशीच ठेवली.

"प्रोफेसर याओ ना माहीत नाही का?'' मी विचारले.

"सांस्कृतिक क्रांतीच्या काळात मला काही त्रास झाला होता एवढेच त्यांना माहीत आहे; परंतु फार काही खोलात जाऊन सांगितले नाहीये.'' मागच्या दरवाजाने लुयीची कामवाली बाई आली. ती एक विस्थापित कामगार होती. दररोज दुपारी येऊन केर काढणे, कपडे धुणे, रात्रीचे जेवण बनवणे वगैरे कामे ती करते. तीन दशकांआधी कुलगुरू झाऊंकडे येणारी कामवाली बाई बघून मला आश्चर्याचा धक्काच बसला होता. ते तिला 'यी' काकू असे संबोधायचे. आता एक तृतीयांश बीजिंगवासीयांकडे अशाच विस्थापित होऊन आलेल्या बायका मोलकरणी म्हणून काम करत होत्या आणि कोणीही त्यांना काकू वगैरे म्हणायचे नाटक करत नव्हते. भांडवलदारी व्यवस्थेला साजेसेच, प्रत्येक जण त्यांना 'झिओ शीगॉग' म्हणजे तासांवर काम करणारे कामगार म्हणून वागवतात.

लुयीच्या वर्गाने सन १९७० मध्ये बीजिंग विद्यापीठात प्रवेश घेतला होता. चार वर्षांच्या अभ्यासक्रमानंतर, जानेवारी १९७४ मध्ये पदवी मिळणार होती. पक्षाच्या पदाधिकाऱ्यांनी तिला खात्रीपूर्वक सांगितले होते की तिने सर्व गोष्टी कबूल केल्या तर तिला पदवी मिळण्यामध्ये काही अडचण येणार नाही. ते तिच्यावर जास्तीत जास्त माहितीसाठी दबाव आणत होते. त्यांना अधिकाधिक माहिती हवी होती. तिचे विरोधी विचार जाणून घ्यायचे होते. हा सर्व प्रकार सांगितल्याप्रमाणे साधा सरळ आहे असा विश्वास ठेवून ती पण माहिती देत राहिली. "त्यांनी मला फसवले,'' तिच्या समोरच्या चहाच्या कपाकडे बघत, विचारात हरवल्यासारखे ती म्हणाली.

नंतर थंडीचे दिवस आले. लुयीला काही चिंता नव्हती; कारण तिने सर्व विषयांमध्ये, दिलेल्या प्रकल्पांमध्ये 'अ' श्रेणी मिळवली होती. बीजिंग विद्यापीठात जर इतिहास विभागासाठी नंबर देण्याची पद्धत असती तर पहिला नंबर तिचाच होता. सगळ्या वर्गात तिचे मार्क्स उत्तम होते. ती त्यांच्या वर्गाच्या एकत्र फोटो काढण्याच्या कार्यक्रमात पण सहभागी झाली. पदवीदान समारंभासाठी तिने एक वेगळा फोटो पण काढून घेतला. ती मोठ्या अपेक्षेने, उत्सुकतेने नोकरीसाठी निवड होण्याची वाट बघत होती. अत्यंत आत्मविश्वासाने तिला वाटत होते की बीजिंग विद्यापीठामध्येच तिची नोकरीसाठी निवड केली जाईल. हा सन्मान हार्वर्ड विद्यापीठाने त्यांच्याच पदवीधराची प्राध्यापक म्हणून नेमणूक करण्याच्या सन्मानाबरोबरीचा होता.

पदवीदान समारंभाच्या एक दिवस आधी तिच्यावर आकाश कोसळले. मध्यरात्री तिच्या दारावर टकटक झाली. मध्यरात्री दारावर टकटक करणारी तिच्याच वर्गातील साम्यवादी पक्षाची सचिव वँग चुनमई 'स्प्रिंग प्लम' होती. ती वसतिगृहात लुयीला

अटक करण्यासाठी आली होती. क्षणात मला उलगडा झाला की स्कार्लेट मला वँगचा शोध घेण्याचे का सुचवत होती. कार्यकर्ता हुअँगने तिचा फोन नंबर का दिला याचाही उलगडा झाला. स्कार्लेट आणि कार्यकर्ता हुअँग, दोघांनीही मला दिशा तर बरोबर दाखवली होती. पण ती दाखवताना यीन / लुयीच्या त्रासामागे, कटकटींमागे वँग चुनमईचा मुख्य सहभाग होता हे त्यांना माहीत असूनही त्याचा पत्ता मात्र लागू दिला नव्हता. हडेलहप्पी फूला पण साम्यवादी पक्षाची एक सदस्य म्हणून या सर्व घडामोडी नक्कीच माहीत असणा; कारण सर्व गोपनीय कागदपत्रे, अहवालांची तिला माहिती असणे अगदी स्वाभाविक होते. परंतु सर्वांनी असेच दर्शवले की त्यांना काहीच कल्पना नव्हती, त्यांना काहीच माहिती नव्हती.

त्या क्षणी मला हे पण कळले की वँग चुनमई मला कधीच फोन करणार नव्हती. हा सागूहिक विस्मृतीचा प्रकार सर्वांनाच सोयीचा ठरला. आता कोणालाच त्या वेळेच्या सार्वत्रिक वेडेपणाची चिकित्सा करायची नव्हती. तर मग मी आता त्यांना कशाच्या आधारावर पारखू? कदाचित, माझ्याप्रमाणे हेडलहप्पी फूचा सांस्कृतिक क्रांतीवर, कमीत कमी सुरुवातीच्या काळात तरी, खरोखरच विश्वास असेल आणि जेव्हा तो विश्वास उडाला असेल तेव्हासुद्धा तिला ते विचार, तो पक्ष इतक्या सहजपणे सोडून देणे, माझ्याप्रमाणे, शक्य झाले नसेल. मी सरळ नॉर्थ अमेरिकेला निघून गेले, माझ्यासाठी नवीन क्षेत्र शोधले आणि 'वॉल स्ट्रीट जर्नल'ची आर्थिकविषयक पत्रकार झाले. राजकीय दडपशाहीच्या वातावरणात धीटपणे निर्णय घेण्याची, इतर मार्ग शोधण्याची तिची असमर्थता किंवा मर्यादा यामध्ये कमी-जास्त किंवा बरोबर की चूक हे ठरवणे मला करता येणार नव्हते. जणू काही घडलेच नाही अशा प्रकारे वागणे, हाच एक त्या काळाशी जुळवून घेण्याचा मार्ग होता.

लुयी म्हणाली, "त्या रात्री खूप उशिरा वँग चुनमाई वसतिगृहातील तिच्या खोलीत अचानक आली. तिने येताना वर्गमित्रांचा बराच फौजफाटा आणला होता. त्यांनी तिला बिछान्यातून ओढून काढले आणि तिचे मुटकुळे करून तिची रवानगी तीन नंबरच्या इमारतीमध्ये केली. येल स्थापत्य विशारदाने आराखडा केलेली करड्या रंगाच्या विटांची ती एक सुंदर इमारत होती. संपूर्ण रात्रभर वँग आणि वर्गातील इतर आलटूनपालटून तिच्यावर प्रश्नांचा भडिमार करत होते. थोड्या वेळाने इतिहास विभागाचे साम्यवादी पक्षाचे सचिव, इतिहासाचे प्राध्यापक वगैरे पण आले. लुयीने एकदा त्यांच्या पंतोजी टाइप शिकवण्याच्या पद्धतीवर टीका केली होती. "मी जर त्यांना त्या वेळी दुखावले नसते तर कदाचित माझी थोडक्यात सुटका झाली असती. परंतु खरंच त्यांनी वचपा काढला," ती म्हणाली, "त्यांनी संपूर्ण रात्र आणि दुसरा दिवस माझी आळीपाळीने चौकशी केली. मी ते सहन करू शकले नाही. मी बेशुद्ध पडले."

दुसऱ्या दिवशी वँगने संपूर्ण वर्गाची एक चळवळ सभा बोलावली. तो प्रकार कार्यकर्ता हुअँग किंवा हडेलहप्पी फूने चालवलेल्या वैयक्तिक टीकासत्रासारखा मिळमिळीत नव्हता. हा प्रकार म्हणजे प्रत्यक्ष वर्ग-लढा होता- अत्यंत विखारी, क्रूर असा माओवाद्यांच्या दडपशाहीचा, झुंडशाहीचा हा आविष्कार होता. इतिहास विभागातील प्रत्येक विद्यार्थी, शिक्षक, इतर कर्मचारी वगैरेंसाठी उपस्थिती अनिवार्य होती. त्यामुळे त्या वेळी स्कार्लेट तेथे होती, त्याचप्रमाणे इमारत नंबर पंचवीसमधील माझ्याबरोबर राहणाऱ्या सर्व विद्यार्थिनी तेथे होत्या. लुयीच्या वर्गातील अवगुणी पॅन सगळ्यात आघाडीवर होता. माझ्यावरील टीकासत्राची ती सभा संपूर्ण विद्यापीठासाठी नसल्यामुळे हडेलहप्पी फू आणि कार्यकर्ता हुअँग यांनी त्यामध्ये भाग घेतला नसावा. परंतु त्यानंतर पक्षाचे सदस्य, पदाधिकारी म्हणून लुयी प्रकरणासंबंधीच्या घटनेचा इत्थंभूत वृत्तान्त, त्यासंबंधीची कागदपत्रे त्यांना नक्कीच बघायला मिळाली असावीत.

माओवादी चळवळीचे सत्र हे एखाद्या लुटूपुटूच्या किंवा भातुकलीच्या कोर्टासारखे होते. आरोपी हा दोषी आहे हे ठरलेलेच असायचे. तो सर्व प्रकार म्हणजे शिक्षेचाच एक भाग असायचा. त्याचप्रमाणे तो इतरांसाठी पण एक सावधानतेचा इशारा असायचा. चिनी भाषेत यासाठी एक म्हण आहे 'माकडांना घाबरवण्यासाठी कोंबडी मारणे' (किलिंग द चिकन टू फ्राइटन द मंकी).

आरोपीला बोलण्याची संधीच दिली जायची नाही. 'लुयी एकटीच शांतपणे पुढे उभी होती. तिच्या वर्गातील इतर विद्यार्थिनी, तिच्यावरील आरोपांचे एकामागून एक वाचन करत होत्या.

"त्यांनी प्रत्येकाकडे माझ्याबद्दल अत्यंत बारकाईने चौकशी करून माझ्यावर काही ना काही आरोप ठेवण्याचा प्रयत्न केला होता. अगदी माझ्या बालपणीच्या मैत्रिणींकडे पण चौकशी केली होती. मी तुझ्याकडे आणि एरिकाकडे परदेशी जाण्यासाठी मदत मागितल्याचे पण मी त्या अहवालात वाचले," ती म्हणाली.

तिच्या आवाजात कंप जाणवला. "मला वाटलं त्यांनी तुझ्याकडे चौकशी केली होती. मला हे माहीत नव्हतं की तू त्यांना आपणहून सांगितलं होतंस."

"मी खरंच तुझी माफी मागते," मी परत पुटपुटले.

"माझ्यावर असलेल्या जवळजवळ तीस आरोपांपैकी तुझा तो एक आरोप होता," कंटाळलेल्या आवाजात ती म्हणाली, " जे-जे म्हणून मला ओळखत होते त्या सर्वांनी मला दोष दिला."

माझ्या लक्षात आले की जेव्हा-जेव्हा मी तिच्याकडे माझ्या चुकीची कबुली देत होते तेव्हा-तेव्हा मी तिला माझ्या चुकीबद्दल माफ करायला भाग पाडत होते. ही गोष्ट काही बरोबर नव्हती. मी, माझी चूक किंवा अपराधी भावना परत-परत तिच्यावर लादणे पण बरोबर नव्हते. परंतु कार्यकर्ता हुअँगने जे मला सांगितले होते – तिला

जे काही सहन करावे लागले त्याच्याशी माझा काहीही संबंध नव्हता – ते मी तिला सांगितले. आणि ते सांगण्यामागचे कारण म्हणजे त्या विधानातील सत्यासत्यता मला पडताळून बघायची होती.

"ते खरं आहे," ती ताबडतोब म्हणाली, "तुझ्या एकटीमुळे काहीच झाले नव्हते. तू फक्त माझ्यावरील दोषारोपांमध्ये एकाची भर घातलीस. केवळ तुझ्याकडे परदेशी जाण्यासाठी मदत मागितली म्हणून मी इतक्या संकटात सापडलेच नसते."

जेव्हा तिची कामवाली बाई दिवाणखान्यात गेली तेव्हा लुयी एकदम गप्प झाली. माझ्या लक्षात येते की, तिने जर मला घरी बोलवायचे आधीच ठरवले असते तर तिने, स्कार्लेटने दिली होती त्याप्रमाणे, तिच्या कामवाल्या बाईला सुट्टी दिली असती. लुयीने माझ्या कपात चहा ओतला आणि मला कलिंगड खायचा आग्रह केला. "माझा सगळ्यात मोठ्ठा गुन्हा म्हणजे मी माझ्या डायरीमध्ये लिहून ठेवलेले माझे विचार. मी लिहिले होते चीन अतिडाव्या विचारसरणीचा आहे, एकूणच सगळीकडे सावळा गोंधळ आहे वगैरे. ते त्यांच्या पचनी पडणारे नव्हते. ते चोरून सगळे वाचत होते. शेवटी त्यांनी माझ्या डायऱ्या जप्त केल्या." तिने मोठा सुस्कारा सोडला. "मला खरंच वाटतं, आत्ता त्या माझ्याजवळ असायला हव्या होत्या. तो माझा मौल्यवान ठेवा झाला असता. ही माझी सगळ्यात मोठी खंत आहे."

मी लुयीला स्कार्लेटची भेट झाल्याचे सांगितले. तिच्या चेहऱ्यावरचे भाव बदलले नाहीत. परंतु मला माहीत आहे की स्कार्लेटने पण तिच्या विरुद्धच्या टीकासत्रामध्ये भाग घेतल्याचे तिला नक्कीच आठवत होते. मी वसतिगृहात माझ्याबरोबर खोलीत राहाणाऱ्या मैत्रिणीची रदबदली करण्याचा प्रयत्न केला. "स्कार्लेटला खरं तर तुझ्यावर टीका करायची नव्हती," मी म्हणाले. माझ्या तोंडून शब्द निघून गेले, "तिच्यापुढे काही पर्यायच नव्हता. तिचे भाषण दुसऱ्याच कोणीतरी लिहिलेले होते. तिला ते वाचावेच लागले." मी बोलायची थांबले. माझ्या बोलण्यातील फोलपणा मलाच जाणवला. नाझी छळछावण्यातील रक्षकांनी आम्ही फक्त हुकमाचे ताबेदार होतो असे म्हणण्यासारखे होते.

'बार्बारा कोलोरोसो' या लेखिकेने तिच्या 'एक्स्ट्रॉ ऑर्डिनरी इव्हिल-ए ब्रिफ हिस्टरी ऑफ जीनोसाईड' – 'असामान्य क्रौर्य- नरसंहाराचा संक्षिप्त इतिहास' या पुस्तकामध्ये जर्मन नागरिकांच्या कळप संस्कृतीच्या सापळ्यात हळूहळू झालेल्या, परिवर्तनाचे वर्णन केले आहे. हिटलरप्रणीत तरुणांच्या चळवळीच्या रेट्यामुळे संस्कारक्षम वयापासूनच समूहभावनेच्या, कळप मानसिकतेच्या अतिरेकी शिकवणुकीमुळे नाझींनी कोणत्याही कृत्यासाठी वैयक्तिक जबाबदारीची जाणीवच नष्ट केली. कोलोरोसो तिच्या पुस्तकामध्ये सॅबेस्टियन हाफनर यांच्या सन १९३९मधील 'डिफाइंग हिटलर' आत्मचरित्रातील उदाहरण देते : " त्यांचे सहकारी करतात तेच ते करतात, त्यांना

दुसरा पर्याय नाही... त्यांचे सहकारी हीच त्यांची विवेकबुद्धी, ताकद आहे आणि जोपर्यंत इतरांप्रमाणेच ते पण वागतात तोपर्यंत आणि त्यामुळेच त्यांना त्यांच्या कृत्यातून मुक्ती मिळते.''

लुयीने स्कार्लेटबद्दल कोणतीही कडवट प्रतिक्रिया दिली नाही. थोडेसे विषयांतर करत तिने विचारले, ''ती आता जाडी झाली असेल नाही?'' लुयी आता छप्पन वर्षांची होती म्हणजे स्कार्लेटपेक्षा एक वर्षाने मोठी आणि माझ्यापेक्षा दोन वर्षांनी मोठी. तिने अजून पण तिचे शरीर प्रमाणबद्ध राखले होते. पूर्वी जेव्हा आम्ही सगळ्या जणी माओ सूट घालायचो, तेव्हा कोणीही आपली फिगर दाखवण्याची हिम्मत करू शकत नव्हते. ''मी स्वतःला तंदुरुस्त ठेवण्यासाठी दर आठवड्याला पोहते,'' ती म्हणाली. ''माझ्याबरोबर व्यायाम करायला एकदा स्कार्लेटला बोलावलं पाहिजे.''

लुयीवरील टीकासत्रामध्ये तिच्यावर मोठ्या हिरिरीने, उत्साहाने हल्ला करणाऱ्यांपैकी दुर्गुणी पॅन हा एक होता. लुयीला जी नोकरी पदवीधर झाल्यावर त्याच विद्यापीठात अध्यापक म्हणून मिळावी असे वाटत होते, ती त्याला मिळाली. जेव्हा मी त्याच्या नावाचा उल्लेख केला तेव्हा तिने तोंड वाकडे केले.

''त्याने मला सांगितले की तुमच्या वारंवार भेटी होतात,'' मी म्हणाले.

''माझा आता त्याच्याशी काही संबंध नाही,'' ती मला मध्येच तोडत म्हणाली.

ही स्वाभाविक गोष्ट मी समजू शकते, परंतु मग पॅनने खोटे का सांगितले असावे? मला वाटतं हा एक अभिद्रोह्याचा स्वतःलाच फसवण्याच्या प्रयत्नाचा अजून एक प्रकार. सांस्कृतिक क्रांती कधी झाली नाही असे भासवण्याचा, ढोंग करण्याचा एक भाग.

''त्याने मला सांगितले, तुला काढून टाकण्यात आले नव्हते. त्याने सांगितले तू स्वतःहून शाळा सोडलीस.''

''नाही, मला काढून टाकले होते,'' ती म्हणाली. तिच्या आवाजात रागाची छटा होती. अजून पण काही जण जे झाले त्यावर पांघरूण घालण्याचा प्रयत्न करता आहेत, हे बघून तिला वाईट वाटले. 'मला काढून टाकले होते' चिनी भाषेत प्रत्येक शब्दावर जोर देत ती म्हणाली. तिला शिक्षा सुनावताना वापरण्यात आलेले वाक्य तिने शब्दशः म्हणून दाखवले : ''कैचु झी क्सियाओ, क्सिआन साँग, हुइ नाँगेअन.'' (शाळेतून काढून टाकण्यात आले आहे, तिच्या खेड्यात परत जबरदस्तीने रवानगी करण्यात आली आहे.) ''मला जास्तीत जास्त कडक शिक्षा देण्यात आली; परंतु आता मागे वळून बघता वाटते, मी नशीबवान आहे, त्यांनी मला गोळ्या घातल्या नाहीत.''

संपूर्ण रात्रभर चाललेल्या चौकशीच्या काळात रडून-रडून लुयीच्या डोळ्यांतले अश्रू आटले होते आणि इतिहास विभागाच्या 'चळवळ सत्राची' सुरुवात होईपर्यंत

तिची गात्रे बधिर झाली होती. "मी रडले नाही, मी फक्त उभी होते. मी फक्त स्वतःला बजावले, त्या सगळ्यांना वेड लागले आहे. मी मनाने खंबीर होते."

टीकासत्र संपल्यानंतर वँगने तिला तिच्या सर्व वस्तू गोळा करण्याचा हुकूम सोडला. त्या क्षणानंतर तिच्याशी कोणीही एक शब्द पण बोलले नाही. तिच्या वर्ग मैत्रिणींनी, तिच्या शिक्षकांनी, तिच्या वसतिगृहातील मैत्रिणींनी तिचा संपूर्ण विश्वासघात केला होता. फक्त एका तरुण, तिशीतील प्रोफेसरांनी काय तो तिला धीर देण्याचा प्रयत्न केला. "वँग सर मला आपल्या मोठ्या कॅटींनमध्ये भेटले. त्यांनी मला सांगितले, 'मान ताठ ठेव. त्यांना तुझ्यावर कुरघोडी करू देऊ नकोस.' मी त्यांचे उपकार, दयाळूपणा कधीही विसरणार नाही."

लुयी स्वतः पण अर्थातच रेडगार्ड होती. ती मूळ बीजिंगचीच रहिवासी होती; परंतु सांस्कृतिक क्रांतीच्या काळात तिची नेमणूक जिलीन या मागास प्रांतात झाली होती. तेथील शेतकरी, कष्टकरी वर्गामध्ये मिसळून, त्यांच्या बरोबरीने काम करून तिने त्यांची मने जिंकली होती. तेथील खेडुतांनीच, तिन बीजिंग विद्यापीठाला केलेल्या अर्जावर त्यांचे अनुमोदन दिले होते. बीजिंग विद्यापीठातील प्रवेश हा तिच्यासाठी तो मागास प्रांत सोडण्याचा परवाना ठरला. मधील काळात तिचा निवासी परवाना जिलीन प्रांतातच राहिला आणि पदवीधर झाल्यानंतर तिच्या नवीन नेमणुकीची शक्यता होती. परंतु आता लुयीने वैचारिक विद्रोह, गुन्हे केल्यामुळे विद्यापीठ तिची त्या मागास प्रांतात कायमस्वरूपी रवानगी करणार होते. तो एक प्रकारचा हद्दपारीचाच भाग होता. तिचे उर्वरित आयुष्य मान मोडून कष्ट करण्यातच जाणार होते.

त्या रात्री लुयीने आत्महत्येचा प्रयत्न केला. संडासमध्ये तिला एक छोटी (डीडीव्ही) कीटकनाशकाची बाटली सापडली. नंतर ती एका बाथरूममध्ये गेली आणि तिने ते प्यायले. "मी परत माझ्या खोलीत आले आणि पलंगावर बेशुद्ध होऊन पडले," अगदी शांतपणे ती सांगत होती. मी माझे डोळे मिटून घेतले. कीटकनाशक पिऊन आत्महत्या करणे हा ग्रामीण चीनमध्ये सर्रास अवलंबिला जाणारा प्रकार होता. ती सहज मेली असती. "सकाळी त्यांनी मला हलवून जागे केले. माझ्या मनात विचार आला, मी अजून जिवंत का आहे? मला अजिबात जगायचे नव्हते." नंतर तिच्या आवाजात निर्धार दिसला. "त्यानंतर मात्र मी आत्महत्या करण्याचा कधीच प्रयत्न केला नाही."

सकाळी हलवून जागे करणारे होते वँग आणि विदेशी विद्यार्थी संघाचा एक उपद्रवी विद्यार्थी 'काइ हेशेन' हे दोघे. विदेशी विद्यार्थी संघाने त्या प्रकरणात भाग घेणे म्हणजे एक आश्चर्यच होते. परंतु नंतर नॉर्मन मला म्हणाला की तेथे काम करणारा कोणीही आपोआपच पक्षाचा कडवा समर्थक होतो, अगदी विदेशी संबंध तोडण्याइतका

कडवा होतो आणि लुयीला मागास प्रांतात सोडून येण्याइतका निर्दय पण. त्याचाच अर्थ, कार्यकर्ता हुअँगचा पण यामध्ये, काहीसा दुरून, पण नक्कीच सहभाग होता आणि काय-काय घडले हे पण त्याला नक्कीच माहीत असले पाहिजे.

सूर्य मावळतीकडे झुकला होता. माजघरात लुयीची कामवाली बाई रात्रीच्या जेवणासाठी भाजी चिरत होती. लुयी बोलत होती, जणूकाही तिच्या मनावरचे इतक्या वर्षांचे ओझे शेवटी उतरवून ठेवत होती. त्या जानेवारीतील थंड सकाळी, तिच्या वर्गातील इतर सर्व जण जेव्हा पदवीदान समारंभाच्या तयारीत गुंतले होते, तिला कैद्यांना नेणाऱ्या काळ्या व्हॅनमध्ये बसवण्यात आले. व्हॅनच्या खिडक्या झाकलेल्या होत्या. व्हॅन बीजिंग विद्यापीठाच्या परिसरातून बाहेर पडली. आतमध्ये लुयी कुडकुडत होती. तिला ते सगळे स्पष्ट आठवते. जनतेच्या जयजयकाराचा स्वीकार करण्यासाठी उजवा हात वर केलेल्या पोझमधील चेअरमन माओच्या सिमेंटच्या प्रचंड पुतळ्याजवळून तिची व्हॅन गेली; परंतु तो ती बघू शकत नव्हती. व्हॅन दक्षिणेकडील दरवाज्यातून बाहेर पडली आणि शहराच्या दिशेने निघाली. 'मुकसीडी' भागात पोचल्यावर ती शाश्वत शांती पथाकडे वळली आणि झाँगनान है या माओच्या निवास्थानावरून जाऊन तिने तियानमेन चौक पार केला.

साम्यवादी पक्षाचे पदाधिकारी या नात्याने वँग आणि काई, हे लुयीला मांचुरियापर्यंत सोडायला जाणार होते. मला कार्यकर्ता काई चांगला आठवतो. छोट्या चणीचा, चपचपीत तेल लावून केस बसवणारा, सपाट भांग पाडणारा, अरुंद खंगलेल्या चेहऱ्याचा आणि मोठ्याने खोटे खोटे हसणारा. चिनी प्रचारकी फिल्म्समध्ये ठरावीक दाखवल्या जाणाऱ्या वर्गशत्रू पात्राप्रमाणे तो दिसायचा. एकूणच त्याचा अवतार किळसवाणा होता. मला त्याच्याबरोबर काम करणे कठीणच गेले असते.

बीजिंग रेल्वे स्टेशनवर अत्यंत दयनीय अवतारातील लुयी आणि तिच्या बरोबरचे तिचे कडक पहारेकरी सर्वांचे लक्ष वेधून घेत होते. "मला चांगलं आठवतं, लोक माझ्याकडे विचित्र नजरेने पाहत होते. मी असा कोणता गुन्हा केला असावा याचं त्यांना आश्चर्य वाटत होतं." तिला बेड्या घातल्या नव्हत्या – कोर्टाने दोषी ठरवलेल्यांनाच फक्त बेड्या घातल्या जायच्या. तरी कोर्टाने दोषी ठरवणे एक वेळ परवडले असते. कोणतीही कायदेशीर प्रक्रिया न करता, नेमकी शिक्षा न सुनावता खेड्यामध्ये शेतावर राबण्यासाठी हद्दपारी म्हणजे एक प्रकारच्या आजन्म कारावासाची शिक्षा होती.

'जिलीन'ला जाणाऱ्या गाडीत तिची प्रकृती आणखीनच खालावली. अधूनमधून तिला भोवळ येत होती. कीटकनाशक प्यायल्यामुळे तिचा शरीरावरील ताबा कमी झाला होता, भोवळ येत होती. ती असंबद्ध बोलत होती. तिचे आई-वडील पण

बीजिंगहून मांचुरियाला आले होते; कारण तिचे वडील आता जिलान शहरातील सैनिकी विभागाचे राजनैतिक प्रमुख झाले होते. तिच्या आई-वडिलांना कोणीतरी कळवले की बीजिंग विद्यापीठातून काही जण त्यांना भेटायला येत आहेत. त्यांची उत्सुकता अर्थातच शिगेला पोहोचली. त्यांचा असा समज झाला की त्यांच्या मुलीला विद्यापीठात नोकरी मिळाली आहे, असा निरोप घेऊन विद्यापीठातून कोणीतरी येत असावे.

त्याऐवजी अशक्त, निस्तेज आणि आजारी लुयी तिला सोडायला आलेल्या वँग आणि कार्यकर्ता काई यांच्यासमवेत त्यांच्या समोर आली. वँगने त्यांना त्यांच्या मुलीच्या झालेल्या नाचक्कीबद्दल सांगितले. लुयीच्या आई-वडिलांना ते सर्व ऐकून धक्काच बसला आणि ते बघून कार्यकर्ता काईला आणखीनच चेव चढला. ''माझ्या आई-वडिलांना कमालीचे दुःख झाले. ते उघडपणे ढसाढसा रडले. कार्यकर्ता काईने माझ्या आई-वडिलांवर राजकीय संधिसाधूपणाचा, चेअरमन माओंशी विश्वासघात केल्याचा, विद्यापीठाच्या धोरणांना हरताळ फासल्याचा वगैरे अनेक आरोप ठेवून त्यांनाच दोषीच्या पिंजऱ्यात उभे केले. तो म्हणाला, त्यांनी त्यांच्या वागणुकीमुळे शाळेने, विद्यापीठाने जे काही मला शिक्षण दिले त्यावर अप्रत्यक्ष टीका करून बोळा फिरवला आहे.''

आई-वडिलांना झालेल्या त्रासाबद्दल, दुःखाबद्दल बोलताना लुयीच्या बोलण्यात कडवटपणा आला होता. तिला तिच्या आई-वडिलांना एकांतात भेटण्याची संधी पण देण्यात आली नाही. आणि ते पण तिला वाचवण्याच्या दृष्टीने काही करू शकले नाहीत. तिच्या वडिलांचेच ग्रह फिरले होते. त्यांच्यावर टीकेला सुरुवात झाली होती. सांस्कृतिक क्रांतीच्या सुरुवातीला जे म्हणून कोणी अधिकाराच्या पदावर होते त्यांच्यावर टीकेला सुरुवात झाली होती, त्यांच्या निष्ठेबद्दल संशय घेण्यात येऊ लागला होता. बीजिंग विद्यापीठात प्रवेश मिळाल्यावर ज्या खेड्याने फटाके उडवून, लाल झेंडे फडकवून, ढोल-ताशांच्या गजरात आनंद व्यक्त करून तिला निरोप दिला होता, त्याच खेड्यामध्ये वँग आणि कार्यकर्ता काई तिला परत घेऊन आले होते. आता तेच गावकरी तिच्यावर लक्ष ठेवून असणार होते. कार्यकर्ता काई आणि वँगने त्यांना सांगितले की लुयीने क्रांतिद्रोह केला आहे, क्रांतीविरोधी कृत्ये केली आहेत. जॉर्ज ऑर्वेलने त्याच्या लिखाणातून दाखवून दिल्याप्रमाणे, त्यांनी लुयीवर नक्की आरोप काय होते हे सांगण्याची पण तसदी घेतली नाही. (इतर लोकांच्या मनात पण जर अमेरिकेला जायचे विचार आले तर काय?)

माझ्यावर नक्की काय आरोप होते किंवा माझा दोष काय होता, हे स्पष्ट न केल्यामुळे लोकांच्या मनात माझ्याबद्दल भलतेच आणि घाणेरडे विचार आले. आणि तशात लुयी दिसायला पण सुंदर होती. ''प्रत्येक जण– शेतकरी, गावकरी, शहरी

तरुण – मला अगदी खालच्या दर्जाची वागणूक द्यायला लागले. ते सगळे माझ्याकडे विचित्र नजरेने बघायला लागले आणि त्यांनी गृहितच धरले की मी देहविक्रयाचे काम करत होते किंवा मी काहीतरी चोऱ्यामाऱ्या केल्या असाव्यात.''

तिला जरी वाळीत टाकले होते तरी जे तिला टाळायला बघता होते त्यांच्याच बरोबर तिला धर्मशाळावजा जागेत राहावे लागले. ती एकांतवासाची शिक्षा होती, फक्त माओपद्धतीची. जेव्हा ते जेवायला बसत तेव्हा तिच्याबरोबर कोणीही बोलत नसे. जेव्हा ती आजारी पडली तेव्हा इतरांनी तिच्याकडे दुर्लक्ष केले. सार्वजनिक न्हाणीघरात तिच्याशी कोणी बोलायचे नाही. संपूर्ण दिवस ती इतरांच्या बरोबरीने शेतात भाताची, गव्हाची रोपे लावण्याचे काम करायची; परंतु ती इतरांच्या दृष्टीने जणू अदृश्य होती. बोलता-बोलता लुयी एकदम थांबली. आणखी काही विचारण्याचे मला धैर्य झाले नाही. मी तिला आधीच खूप त्रास दिला होता.

स्वर्गात प्रवेश

दोन वर्षांनी वडिलांचे अधिकाराच्या जागेवर म्हणजे जिलान प्रांताच्या सैनिकी विभागाचे राजनैतिक प्रमुख म्हणून पुनरागमन झाले. परत मिळालेल्या अधिकाराच्या जागेमुळे त्यांच्या मुलीला खेड्यातून बाहेर काढण्याइतका अधिकाराचा वापर त्यांना करता आला. तेवढा प्रभाव टाकता आला. परंतु तिच्या वरील दोषारोपांची तीव्रता बघता ते जास्तीत जास्त मांचुरियातील तेल विहिरींच्या क्षेत्रामध्ये तिच्यासाठी नोकरीची व्यवस्था करू शकले. तेथे निरनिराळ्या झडपांची चक्रे फिरवण्याचे तिचे काम होते. काम कठीण आणि कष्टांचे होते. मिळणारा पगार पण जेमतेम म्हणजे कामगारांच्या, कैद्यांच्या राजकीय पार्श्वभूमीचा विचार करून ठरवलेला होता. जाडेभरडे अन्न आणि खारवलेले नवलकोल खाऊन तिला दिवस काढावे लागले. जेथे जाईल तेथे तिच्यावर आरोपांचे सावट होते. लोकांना काहीबाही सांगितले जात होते. त्यांना सांगितले गेले की तिने केलेला अपराध इतका भयंकर आहे की त्याबद्दल न बोललेलेच बरे. खेड्यातल्याप्रमाणेच त्या तेल विहिरींच्या क्षेत्रात पण सर्व जण तिला टाळायचे.

त्यांमध्ये एक तरुण मात्र वेगळा होता. लुयीप्रमाणेच तो पण बीजिंग येथील रेडगार्ड होता. तो तिच्या सौंदर्याने आणि अर्थातच हुशारीने प्रभावित झाला होता. त्याने तिला थोडीफार सहानुभूती दाखवली, मानसिक आधार दिला. जेव्हा तिने त्याच्यापाशी मन मोकळे केले, तेव्हा त्याने तिला धीर दिला आणि म्हणाला की त्याच्या मते तिचा गुन्हा काही फार मोठा नव्हता. त्याने तिला लग्नाबद्दल विचारले. ताबडतोब तिने होकार दिला. "आमच्यात खरं तर काहीच साम्य नव्हतं," ती म्हणते, "परंतु माझ्या आयुष्याची इतकी दशा झाली होती की माझे विचार पण भरकटले होते."

स्कार्लेटचे म्हणणे बरोबर होते. लुयीचे मूळ नाव यीन लुयी असेच होते. तिच्या यीन या आडनावाचा अर्थ होतो 'चांदी' आणि हे आडनाव इतकेसे प्रचलित नाही.

ते आडनाव 'रॉकफेलर' किंवा 'गिसकार्ड डी-इस्टँग' आडनावांप्रमाणे वेगळे होते. तिने तिचे नाव कोणाला सांगण्याच्या अवकाश की ते आपोआप जिलान राजनैतिक प्रमुखांच्या आडनावाशी साधर्म्यामुळे जोडले जायचे. वडिलांच्या प्रतिष्ठेला धक्का लागू नये म्हणून तिने यीन हे आडनाव स्वीकारायचे ठरवले. परंतु स्कार्लेटने त्याचा अर्थ लावला तो चुकीचा होता. त्याचा अर्थ 'मैत्रीचा रस्ता' असा नाही, तर 'स्वच्छंदी भूमी' असा आहे.

एके दिवशी लुयी ज्या विभागात काम करत होती त्या विभागाच्या फोरमनला एक दस्तावेजाची हस्तलिखित प्रत करून पाहिजे होती. त्या तेल क्षेत्रात काम करणारे बहुतेक कामगार अडाणी नाहीतर अर्धशिक्षित होते. लुयीला अर्थातच लिहिता येत होते. तिने ते काम करण्याची तयारी दाखवली आणि तिने सुंदर हस्ताक्षरात हस्तलिखित प्रत तयार केली. तिच्या या कामामुळे सर्वांवर छाप पडली. "त्यानंतर मला जिलान तेल क्षेत्राच्या जाहिरात / प्रचार खात्यामध्ये पदोन्नती मिळाली. तो बदल म्हणजे स्वर्गातच प्रवेश केल्यासारखे होते आणि ते काम पण एका पाळीतच होते."

९ सप्टेंबर १९७६ रोजी चेअरमन माओचा मृत्यू झाला आणि हादरे बसवणाऱ्या घटनांची मालिकाच सुरू झाली. नवीन लग्न झालेल्या लुयीने माओच्या विधवेला, जियांग क्विंगला आणि तिच्या भोवतीच्या अतिरेकी चांडाळ चौकडीला अटक झाल्याची धक्कादायक बातमी पण पचवली. माओच्या धोरणांमध्ये एकामागोमाग एक आमूलाग्र बदल घडून यायला लागले. परंतु राष्ट्रीय पातळीवर आत्मचिंतन, विचारमंथन किंवा वैयक्तिक जबाबदाऱ्यांबाबतचा पुनर्विचार वगैरे असे काही प्रकार झाले नाहीत. सांस्कृतिक क्रांतीच्या काळातील झालेल्या अतिरेकांची चौकशी वगैरे करणे धोकादायक होते. फारच कमी पदाधिकाऱ्यांचे आणि कार्यकर्त्यांचे हात स्वच्छ होते. साम्यवादी पक्षाची संघटना त्यांच्या कृत्यांमुळे संपूर्णपणे जबाबदार होती आणि त्यात गुंतलेली होती.

सन १९७८मध्ये लुयीने एका मुलीला जन्म दिला. तिने तिचे नाव जियानिंग असे ठेवले. जियानिंगचा अर्थ होतो 'सुंदर शांती'. दुसरी कोणी असती तर कौटुंबिक कामात, कुटुंबात रमून गेली असती. लुयीला तिच्यावरील आरोप धुवून काढायचे होते. दोन वर्षांच्या काळात तिने पाहिले, अनुभवले की हजारो जणांवरचे क्रांतिद्रोही, क्रांतीचे शत्रू वगैरे ठेवलेले आरोप मागे घेतले गेले होते, रद्द केले गेले होते. लहान मुलीला बरोबर घेऊन तिने बीजिंगला जाणारी गाडी पकडली. बीजिंग विद्यापीठात तिने वँगला शोधून काढले. दुर्गुणी पॅनप्रमाणेच, वँगला पण सांस्कृतिक क्रांतीच्या काळातील तिच्या कामाबद्दल बक्षीस मिळाले होते- पदवीधर झाल्या झाल्या प्राध्यापिकेची नोकरी- ज्याची लुयीने आशा केली होती, तरुण वयातच वँगला

इतिहास विभागाच्या साम्यवादी पक्षाची सचिव म्हणून पदोन्नती पण देण्यात आली होती. आता तिच्याकडे सत्ता, अधिकार असल्यामुळे आपण भूतकाळात केलेल्या कृत्यांचा पुनर्विचार करण्याची तिला गरज वाटत नव्हती आणि त्यातून पण ज्या कृत्यांमध्ये तिचा सक्रिय सहभाग होता अशांची तर नाहीच नाही.

''मी तिला माझ्यावरील आरोपांचा / शिक्षेचा पुनर्विचार करण्याची विनंती केली,'' लुयी तो प्रसंग आठवत सांगते. ''तिने मला धुडकावून लावले.''

पण लुयीने धीर सोडला नाही. लगेच पुढील वर्षी सन १९७९मध्ये ती बीजिंग विद्यापीठात परत आली. परत तिने वँगला भेटून तिला तिच्या फाइलमध्ये तिच्यावर केले गेलेले खोडसाळ आरोप काढून टाकण्याची आणि तिच्या नावावरील डाग पुसून टाकण्याची विनंती केली. परत एकदा वँगने तिची मागणी धुडकावून लावली. परंतु या खेपेला लुयी खेड्याकडे परतली नाही. तिने चौकशी केली होती आणि तिला समजले होते की एक 'हाओ' म्हणून प्राध्यापक होते त्यांचा पण त्या चांडाळ चौकडीने असाच छळ केला होता आणि काही दिवसांपूर्वीच त्यांच्यावरील आरोपांचा पुनर्विचार होऊन त्यांना उपकुलगुरू पदावर बढती पण मिळाली होती. ते वँगपेक्षाही वरिष्ठ पदावर होते. लुयी त्यांना भेटायला गेली.

''त्यांनी माझी फाइल बघताक्षणी सांगितले की माझ्यावर अन्याय झाला होता; माझ्या बाबतीतील निर्णय बदलण्यात आला आणि माझी निर्दोष मुक्तता करण्यात आली.''

त्या क्षणी तिच्या आयुष्यात आमूलाग्र बदलांना सुरुवात झाली. बीजिंग विद्यापीठाने तिच्या फाइलमधील, तिच्यावर असलेले वैचारिक गुन्ह्यांचे आरोप काढून टाकले. त्यांनी तिच्या फाइलमधील नोंदी बदलून तिला सन १९७४मध्येच पदवी मिळाली असल्याचे नमूद केले. तेल कंपनीकडे असलेली तिची वैयक्तिक फाइल पण त्याचप्रमाणे योग्य त्या नोंदी करून बदलली गेली. आता ती अधिकृतपणे पदवीधर असल्यामुळे ती खूप वरच्या वेतनश्रेणीसाठी पात्र झाली. त्या तेल कंपनीने सुधारित वेतनश्रेणीने आधीच्या पाच वर्षांची थकबाकीची रक्कम तिला दिली. गेली कित्येक वर्षे आर्थिक तंगीमध्ये दिवस काढल्यावर ती आता एकदम श्रीमंत झाली होती.

''दूरचित्रवाणी संच विकत घेणारी मी आमच्या कंपनीतील पहिलीच व्यक्ती होते. घरामध्ये मी फर्निचर घेतले. अरे देवा, माझ्या प्रत्येक खोलीत काही ना काही फर्निचर होते,'' तिने हसत सांगितले, ''मला भेटायला येणारे मला म्हणायचे माझं घर एखाद्या फर्निचर फॅक्टरीप्रमाणे दिसतं.''

इतके सगळे रामायण झाल्यावर एखाद्या बाईने आरामात पलंगावर लोळत नव्या दूरचित्रवाणी संचावर चिनी प्रचारकी सिनेमे बघत दिवस घालवायचे ठरवले असते; परंतु लुयीच्या ते मनात पण आले नाही. तिने वकील व्हायचे ठरवले. तिने

हेनान प्रांतातील 'सेन्ट्रल इन्स्टिट्यूट ऑफ पॉलिटिक्स अॅन्ड लॉ' या संस्थेच्या कायद्याच्या पदवी अभ्यासक्रमासाठी प्रवेश घेतला. तिने दूरदृष्टीने ओळखले होते की नव्या चीनची आर्थिक पुनर्बांधणी करण्यासाठी कायद्याच्या राज्याची संकल्पना करावी लागेल आणि त्यासाठी कायद्याच्या जाणकारांची, कायदेतज्ज्ञांची गरज भासेल. तिचा नवरा इतरांमध्ये फारसा मिसळणारा नव्हता, तो काहीसा एकलकोंडा होता. परंतु तिने तिच्याबरोबर मध्य चीनला येण्यासाठी त्याचे मन वळवले. हेनानला गेल्यानंतर त्यांच्या एक वर्षाच्या मुलीची देखभाल करण्यासाठी त्याची मदत होणार होती. तिने त्याच्यासाठी नोकरी पण शोधली, इन्स्टिट्यूटच्या लायब्ररीसाठी पुस्तके खरेदी करणे, हे त्याचे काम होते. कायद्याच्या विषयांच्या वर्गात पण तिला सर्वात उत्तम मार्क्स मिळायचे आणि कायद्याची पदवी मिळाल्यानंतर त्याच इन्स्टिट्यूटमध्ये तिला नोकरी पण मिळाली. बीजिंग विद्यापीठात हाच मान, हीच संधी तिच्यापासून हिरावून घेण्यात आली होती.

"मी बरोबर वेळ साधली होती. सांस्कृतिक क्रांतीनंतर चीनमध्ये कायद्याचे राज्य निर्माण करण्याच्या दृष्टीने ती प्रक्रिया सुरू झाली होती. त्यांना शिक्षकांची फार गरज होती."

आता तिच्या शिक्षेमधील एकाच मुद्द्याचे निराकरण करायचे राहिले होते- तो मुद्दा म्हणजे बीजिंगमधून हद्दपारी. सांस्कृतिक क्रांतीच्या धामधुमीत लाखो चिनी नागरिकांना शेतामध्ये राबण्यासाठी कामगारांच्या छावण्यांमध्ये पाठवण्यात आले होते. आता प्रत्येकालाच परत यायचे होते. परंतु बीजिंगचा निवासी परवाना परत मिळणे महाकठीण नव्हे, अशक्यच होते. लुयीने या प्रश्नावर थंड डोक्याने विचार केला आणि त्यातून एक पळवाट शोधली.

द पीपल्स लिबरेशन आर्मीचा कारभार त्यांच्याच स्वतंत्र कायद्याप्रमाणे चालायचा. त्यांना जर कोणाला बीजिंगमध्ये पाठवायचे असेल तर त्यांना शहर प्रशासनाचा बीजिंग निवासी परवान्यासंबंधी जो कडक कायदा होता तो दुर्लक्षिण्याचा अधिकार होता. सन १९८५मध्ये लुयीचे वय पस्तीच वर्षांचे होते म्हणजे सैन्यामध्ये भरती होण्याचे तिचे वय निघून गेले होते. परंतु तिने अंदाज केला की सैन्याला पण कायदेतज्ज्ञांची गरज असणारच. त्या वर्षी तिने राष्ट्रीय लोकसेवा आयोगाची परीक्षा दिली आणि ती पहिली आली. "डझनभर विद्यार्थ्यांनी परीक्षा दिली; पण आम्ही तिघेच निवडले गेलो," तिने सांगितले.

सन १९८८मध्ये तिने अंदाज केल्याप्रमाणे नवीन नोकरीच्या कार्यभाराच्या निमित्ताने ती बीजिंगमध्ये परतली. शहराच्या पश्चिमेकडील टोकाला असलेल्या बडाचु भागातील 'मिलिटरी प्रोसिक्यूटर्स इन्स्टिट्यूट'मध्ये ती कायदेविषयक शिक्षण देण्याच्या कामावर रुजू झाली. सैन्य प्रशासनाने तिला इन्स्टिट्यूटच्या परिसरात राहण्यासाठी

जागा दिली आणि तिच्यासाठी, तिच्या नवऱ्यासाठी आणि तिच्या दहा वर्षांच्या मुलीसाठी बीजिंगचा निवासी परवाना पण दिला. बीजिंगमधून अन्यायकारकरीत्या हद्दपार केली गेलेली लुयी चौदा वर्षांनी परतली होती.

ती आणि मी आम्ही बीजिंगमध्ये जवळजवळ एकाच वेळी परतलो. सन १९८८मध्ये ग्लोब वर्तमानपत्राची बीजिंगमधील तेरावी पत्रकार म्हणून मी आले होते. आधीच्या आठ वर्षांत मी पण कॉलेजमधून पदवी अभ्यासक्रम पुरा केला होता आणि अनेक शहरांमध्ये माझे वास्तव्य झाले होते. येथे आल्यानंतर एका वर्षाने बीजिंगमधील जनजीवन थांबवणाऱ्या एका प्रचंड निषेध मोर्चाबरोबर मी होते. त्या वर्षीच्या एप्रिल आणि मे महिन्यात लाखो विद्यार्थी, पत्रकार, पोलीस अधिकारी, बँक अधिकारी आणि स्टील कामगारांनी मानवी हक्क आणि लोकशाहीच्या मागणीसाठी मोर्चे काढले. एका उपोषणानंतर सरकारने मार्शल लॉ घोषित केला आणि त्यानंतर निदर्शकांनी **तियानमेन** चौकात लोकशाही देवतेचा पांढराशुभ्र पुतळा उभारला. ४ जून १९८९मध्ये सैन्याने हस्तक्षेप करून जनआंदोलन मोडून काढले. त्या आंदोलनात हजारो जणांना आपले प्राण गमवावे लागले.

पीपल्स लिबरेशन आर्मीमध्ये लुयी अधिकारी पदावर होती. मी तिला विचारले, त्या आंदोलनाच्या काळात मिलिटरी प्रोसिक्यूटर्स इन्स्टिट्यूटमध्ये तिने काय केले. तिने वर्ग घेणे थांबवले होते? उपोषणात भाग घेतला होता? आणि आश्चर्याची गोष्ट म्हणजे.... तिने यांपैकी काहीही केले नव्हते. ''मी माझं काम करत राहिले. मला कशाची, कोणाची भीती नव्हती; परंतु मी मोर्चात सहभागी झाले नाही,'' ती म्हणाली.

पीपल्स लिबरेशन आर्मीची आता एक अधिकारी म्हणून आणि एके काळची कार्यकर्ती म्हणून तिच्या मनाचा नक्कीच गोंधळ उडालेला नव्हता. ती आता अशा मोर्चांच्या आणि निषेधांच्या पलिकडे गेली होती. तिने विद्यार्थीदशेत असताना तिचा निषेध वगैरे नोंदवून झाला होता आणि त्याबद्दल तिने जबर किंमत पण मोजली होती. ''मला वाटलं चीनमध्ये बदल घडवण्याच्या दृष्टीने मी माझा वाटा उचलला होता, मला आता मोर्चेकऱ्यांमध्ये सामील होण्याची गरज नव्हती. आता दुसऱ्या कोणीतरी ती जबाबदारी घ्यायची होती.''

लुयीकडील कामवाली बाई तिचे काम उरकून गेली होती. टेबलवर जेवण थंड होत होते. आम्ही अंधारातच बोलत बसलो होतो. प्रोफेसर याओ मधील वेळात बऱ्याच वेळा खाली येऊन गेले होते. आता त्यांची स्वयंपाकघरात खुडबुड चालली होती. मला जाणीव होती, आता खरं तर निघण्याची वेळ झाली होती. परंतु मला अजून बरंच काही जाणून घेण्याची उत्सुकता होती. तिच्या पहिल्या लग्नाचे काय

झाले, मला तिला विचारायचे होते. मला हे पण माहीत करून घ्यायचे होते की तिने तिचे अमेरिकेला जायचे स्वप्न पूर्ण केले का?

आज दुपारी भेटण्याआधी लुयीकडून कसा प्रतिसाद मिळेल याची मला जाणीव नव्हती. सगळे सुरळीत पार पडले तर जेथे नॉर्मनच्या भूतपूर्व साहेबांना आम्ही घेऊन गेलो होतो, त्याच जेडगार्डन हॉटेलमध्ये जेवणासाठी तिला आमंत्रित करण्याचा माझा बेत होता. आता आम्ही तिच्या दिवाणखान्यात मस्तपैकी गप्पा मारत बसलो होतो, कोपऱ्यात पंखा फिरत होता आणि माझ्या मनाची द्विधावस्था झाली होती. तिला बाहेर जेवायला बोलावून आमच्या बोलण्यात खंड तर पडणार नाही ना, अशी मला भीती वाटत होती. मी अंदाज केला की ज्याअर्थी तिने मला अजून जेवणाचे विचारले नाही त्याअर्थी त्यांची जेवणाची वेळ उशिराची असावी. "तू जेवायला थांबतेस का?" लुयीने विचारले. "आमच्याकडे अगदी साधं जेवण आहे."

तिने नवऱ्याला हाक मारली. त्याला भूक लागली असावी; कारण तो दुसऱ्या क्षणी खाली आला. जेव्हा त्यांच्या दिवाणखान्यातील सोफ्यावर अजून मी चिकटून बसल्याचे त्याने बघितले, तेव्हा त्याने कमरेत चिनी पद्धतीने किंचित वाकून क्षमायाचना केली. "मी खरोखरच दिलगीर आहे," तो म्हणाला, "आमच्याकडे आज काही खास बेत नाही आहे."

मीच उलट अचानक आगंतुकासारखी टपकल्याबद्दल आणि त्यांची अडचण केल्याबद्दल माफी मागितली.

"आमच्याकडे आज अगदी साधा बेत आहे," आम्ही जेवणाच्या खोलीकडे जाताना लुयी म्हणाली.

आज बीजिंगमधील सुखवस्तू कुटुंबात साधे जेवण म्हणजे कमीत कमी चार खाण्याचे मुख्य प्रकार, अधिक भात आणि सूप. तिच्याकडील कामवाल्या बाईने सुकवलेल्या कोळंबीचे खारवलेले तुकडे घातलेले सूप, मिरच्यांची झणझणीत चटणी, भोपळ्यांच्या तुकड्याचे सॅलड, माशांची भजी घातलेले सूप, आलं, साखर आणि सोयासॉसमध्ये मुरवलेले बटाट्याचे तुकडे असा एकूण बेत केला होता.

सगळेच पदार्थ चवदार होत; परंतु मी जरा कमीच खाल्ले. माझ्या मनात मात्र मी 'वुडी ॲलन'च्या चित्रपटातील दृश्यांप्रमाणे स्वतःला त्या सर्व चौकटीमधून तिऱ्हाइतासारखे बाजूला काढले आणि आश्चर्य व्यक्त केले. माझा विश्वासच बसत नव्हता की मी तिला शोधून काढले होते. लुयीला अशा प्रकारची काहीच चिंता नव्हती. गोड्या पाण्यातील कोळंबी तिला फार आवडली. तिने त्याच्यावर ताव मारला. तुकडे अगदी मन लावून चोखून खाल्ले, कौशल्याने वरचे कवच थुंकून टाकत होती. बाजूच्या बशीमध्ये खवल्यांचा, हाडांच्या इतर तुकड्यांचा ढीग जमा झाला होता. तिला हसू फुटले. "मला कोळंबी फार आवडते," ती म्हणाली.

"जेव्हा मला कळलं की रात्री तू जेवायला थांबणार आहेस तेव्हा मी मुद्दाम कोळंबी आणली," हसत हसत प्रोफेसर याओ म्हणाले.

"तू नं अगदी आदर्श नवरा आहेस," थट्टेच्या सुरात ती म्हणाली.

"आणि बाईसाहेब तुम्ही आदर्श पत्नी कधी होणार आहात?" त्याने पण हसत हसत थट्टेने विचारले.

माझ्या चेहऱ्यावर गोंधळलेले भाव बघून त्यांनी खुलासा केला. जरी त्यांचे नवीन लग्न झाले होते तरी प्रत्येक रात्री लुयी येथे थांबेलच असे नव्हते. निम्मे दिवस ती नवऱ्याबरोबर राहते आणि उरलेले निम्मे दिवस ती तिच्या मुलीबरोबर राहते. तिची मुलगी आता अठ्ठावीस वर्षांची होती. आठच महिन्यांपूर्वी त्यांनी नोंदणी पद्धतीने विवाह केला होता. चिनी पद्धतीप्रमाणे किंवा परंपरेप्रमाणे कागदपत्रांची पूर्तता करणे ही फक्त पहिली पायरी होती, त्यांनी लग्नाची पार्टी दिल्याशिवाय ते खऱ्या अर्थाने नवरा-बायको होत नाहीत, समजले जात नाहीत. परंतु ते अजून थोडा काळ जाण्यासाठी वाट बघत होते; प्रोफेसर याओनी मला सांगितले, त्यांची पहिली पत्नी जाऊन एक वर्ष आणि नऊ दिवस होत होते. गेला आठवडाभर घर पांढऱ्या रंगाच्या, दुखवटा प्रदर्शित करणारा रंग, फुलांनी भरलेले होते. तिच्या अकाली निधनाबद्दल दुःख व्यक्त करण्यासाठी अनेक मित्र, नातेवाईक गेल्या आठवड्यामध्ये येऊन गेले होते. या नाजूक आणि भावनिकदृष्ट्या संवेदनशील काळात लुयी जरा लांबच राहिली.

"माझी पहिली बायको गेल्या नऊ ऑगस्टला मास्को येथे अचानक गेली," ते सांगतात. "ती बीजिंग विद्यापीठाच्या सहलीबरोबर गेली होती. लेनिनच्या थडग्याबाहेर ती पाय घसरून पडली आणि तिच्या डोक्याला मार लागला."

मला कार्यकर्ता हुअँगच्या डोक्यावरच्या जखमांच्या खुणा आठवल्या आणि आणखी एका आश्चर्यकारक योगायोगाचे नवल वाटले. तो तेव्हा एका बाईच्या, लेनिनच्या थडग्याजवळ पाय घसरून पडण्याबद्दल आणि निधनाबद्दल बोलला होता. आणि तिच्या मृत्यूमुळेच लुयीचे लग्न प्रोफेसर याओ यांच्याबरोबर होऊ शकले आणि ती बीजिंग विद्यापीठात परत येऊ शकली. परंतु खेदाची गोष्ट एवढीच की, मी लुयीला संपूर्ण बीजिंगभर शोधत होते आणि ती परत येथेच, म्हणजे तेहतीस वर्षांपूर्वी जेथे आम्ही भेटलो होतो, तेथेच परतली होती. तिला मिळालेल्या अपमानास्पद वागणुकीनंतर ती बीजिंग विद्यापीठामध्ये परतली होती. तिचे एका हुशार आणि श्रीमंत प्रोफेसरांबरोबर लग्न झाले होते, ती विद्यापीठ परिसरात एका उत्तम गृह योजनेमध्ये, येल स्थापत्य विशारदाने आराखडा केलेल्या बंगल्यात राहत होती– आणि ज्यांनी तिचा छळ केला होता त्यांच्याच शेजारी. सन १९७४मध्ये जेव्हा त्यांनी तिला त्रास द्यायला सुरुवात केली तेव्हा हडेलहप्पी फू, वँग आणि दुर्गुणी पॅन यांना स्वप्नात वाटले नसेल की कधी काळी ते तिचे शेजारी असतील.

माझे तेथेच भिंतीवर नक्षीदार हस्ताक्षरात फ्रेम करून लावलेल्या एका माओच्या वचनाकडे लक्ष गेले. माओ म्हणतो – "आपण जनतेवर विश्वास ठेवला पाहिजे आणि चीनच्या साम्यवादी पक्षावर पण तितकाच विश्वास ठेवला पाहिजे."

प्रोफेसर याओ, ज्यांना रशियन आणि इंग्रजी भाषा उत्तम बोलता येतात, त्यांनी मला सांगितले त्यांचा युद्धकाळामध्ये चाँगक्विग येथे जन्म झाला. त्यांचे वडील 'चँगकैशेक' राजवटीत शिक्षण खात्यात नोकरीला होते. शाळांना आणि विद्यापीठांना अनुदाने देण्याचे त्यांचे काम होते. सांस्कृतिक क्रांतीच्या काळात त्यांच्या वडिलांना त्यांच्या असलेल्या 'कोमींगटांग' (सन यत् सेन यांचा, प्रामुख्याने दक्षिण चीनमध्ये अस्तित्व असलेला समविचारी गटांनी एकत्र येऊन स्थापना केलेला राजकीय पक्ष. या पक्षाने सन १९१३मध्ये चीनच्या पहिल्या निवडणुकीत यश मिळवले होते.) बरोबरच्या संबंधांसाठी टीकेचे लक्ष व्हावे लागले. प्रोफेसर याओंना मात्र सुधारण्याची शक्यता असल्याने 'वाचवण्यालायक' व्यक्ती ठरवले गेले.

प्रोफेसर थोडेसे ओशाळे होऊन हसत म्हणाले, "मी 'केयी जिव्होयु हाओ दे' होतो, म्हणजे माझ्याकडून अजून अपेक्षा करता येण्यासारखी होती. मी काही शिकू शकण्यातील होतो." याचाच दुसरा आणि खरा अर्थ होता की प्रोफेसर त्यांच्या वडिलांच्या विचारांपासून फारकत घेऊन स्वतःला वाचवू शकत होते. मात्र त्या बाबतीत मग त्यांना त्यांच्या विचारांच्या आणि त्यांच्या वडिलांच्या विचारांमध्ये स्पष्ट अशी सीमारेषा घालून घ्यावी लागली असती. राजकीयदृष्ट्या जे धोकादायक होते, संशयास्पद होते त्यांच्याबरोबरचे संबंध त्या काळात प्रत्येकालाच तोडावे लागले, प्रामुख्याने आपल्या प्रेमाच्या व्यक्तींबरोबरचे. प्रोफेसर याओंवर, त्यांची क्रांतिकारी विचारांशी बांधिलकी किंवा विचारांचा कडवेपणा दाखवण्यासाठी, त्या काळात वडिलांशी संबंध तोडण्यासाठी नक्कीच दबाव आला असणार.

सांस्कृतिक क्रांतीच्या काळातील एक बाळबोध पण प्रचारकी गाणे अजूनपण मला चांगले आठवते, 'मला बाबा आवडतात, आई आवडत; परंतु चेअरमन माओपेक्षा जास्त त्यांच्यापैकी कोणीही आवडत नाही.' सन १९९४मध्ये मी एरिकाबरोबर फार थोडा वेळ राहिलेली तिची वसतिगृहातील मैत्रीण 'झेंगलीन' हिला माझ्या यीनच्या बाबतीत झालेल्या चुकीबद्दल बोलले होते. "आपल्यापैकी कोणीही असते तरी असेच वागले असते," ती मला धीर देत म्हणाली होती. "आपण सगळ्याच एकमेकींबद्दल सांगत होतो." जेव्हा माझा चेहरा गोंधळलेला दिसला तेव्हा तिने प्रामाणिकपणे कबुली दिली की, सन १९६६मध्ये ती चौदा वर्षांची असताना तिने प्रचार खात्यामध्ये उपमंत्री असलेल्या वडिलांवर उघडपणे टीका करून त्यांची बदनामी केली होती.

अजून एक कोळंबीचा तुकडा तोडत तोडत लुयी म्हणाली, "आम्ही आमच्या लग्नाची पार्टी १ ऑक्टोबरला देण्याचे ठरवतो आहोत." माओने त्या दिवशी 'पीपल्स रिपब्लिक ऑफ चायना'ची अधिकृत घोषणा केली म्हणून त्यांनी तो दिवस पार्टीसाठी ठरवला नव्हता, तर प्रोफेसर याओच्या पहिल्या पत्नीच्या मृत्यूला एक वर्ष झाल्यानंतर प्रथमच शनिवार/रविवारला जोडून सुट्ट्या येत आहेत.

बीजिंगमध्ये आता इंटरनेटवर ओळखी, भेटी होण्याची आणि त्यातून लग्न जमवण्याची संस्कृती चांगली रुजली होती; परंतु प्रोफेसरांची आणि लुयीची भेट मात्र जुन्या पद्धतीने, एका मध्यस्थाच्या मदतीने झाली. ज्याप्रकारे प्रोफेसरांच्या उपस्थितीत ती काही विषय टाळत होती, त्यावरून मी असा निष्कर्ष काढला की ते अजून पूर्णपणे एकमेकांना जाणून घेण्याच्या प्रयत्नांत आहेत. प्रोफेसर याओनी मला सांगितले की, त्यांनी अलीकडेच त्यांची 'चायनीज पीपल्स पॉलिटिकल कन्सल्टेटिव्ह कॉन्फरन्स'मधील प्रतिनिधी म्हणून पाच वर्षांची मुदत पूर्ण केली. ही एक 'जीया क्विंगलीन' यांच्या नेतृत्वाखालील मोठी परंतु नाममात्र संस्था आहे. जीया क्विंगलीन ही चीनमधील चौथ्या नंबरची प्रभावशाली असामी होती. या रस्त्याच्या शेवटी असलेल्या ग्रेट मॉल ऑफ चायनाचे ते सहविकासक पण होते. प्रोफेसर याओंनी 'हैदीयान' या हाय-टेक जिल्ह्याचे, ज्यामध्ये बीजिंग विद्यापीठाचा पण समावेश होतो, प्रतिनिधित्व केले.

"खरंच?" लुयी म्हणाली, "मला माहीत नव्हतं हे."

आमची बोलण्याची गाडी, हल्ली बीजिंगमध्ये जो एकच विषय चर्चिला जातो त्या विषयावर म्हणजे रीअल इस्टेटवर येते. त्या दोघांमध्ये, म्हणजे लुयी आणि प्रोफेसर मिळून त्यांची पाच घरे होती. त्यांच्याकडे त्यांचे राहते घर आणि पर्वताच्या कुशीत एक व्हिला होता. लुयीकडे तीन घरे होती : १९०० चौ. फू. क्षेत्रफळाचे नवीन घर जेथे सध्या तिची मुलगी राहते, सैन्य दलाची वकील म्हणून इन्स्टिटयूटमधील मिळालेला जुना फ्लॅट आणि गुंतवणूक म्हणून मध्य बीजिंगमध्ये घेऊन ठेवलेला एक फ्लॅट. हा शेवटचा तियानमेन चौकाच्या दक्षिण-पश्चिमेला असलेला, कधीमधी राहण्यासाठी घेतलेला छोटा फ्लॅट तिने ५८,००० युआनला सन १९९४मध्ये घेतला होता. आता बारा वर्षांनंतर त्याची किंमत ७०० पटींनी वाढली होती. जेव्हा मी त्यांना विचारले की ते त्यांच्या पाच घरांवर लक्ष कसे ठेवतात, राहायला कधी जातात, तेव्हा ते फक्त हसले. त्या दोघांकडे त्यांच्या वेगळ्या फोक्स वॅगन– जेट्टा कार्स आहेत– त्यांची चंदेरी रंगाची तर तिची पांढऱ्या रंगाची. "मला कधी वाटलं पण नव्हतं की कधी काळी मी कार विकत घेईन आणि चालवीन," प्रोफेसर म्हणाले.

लुयीने आम्हाला कलिंगडाच्या अजून थोड्या फोडी खाण्याचा आग्रह केला. आमचे खाणे झाल्यावर प्रोफेसर परत वरच्या मजल्यावरील त्यांच्या अभ्यासिकेत गेले. माझ्या

मनात अजून खूप प्रश्नांचे काहूर उठले होते; परंतु मला यीनने तिची गोष्ट तिच्याच शब्दांत सांगायला हवी होती. माझ्या लक्षात आले होते की तिच्या गोष्टींतील काही घटना तिच्या दृष्टीने सांगणे फार अवघड होते; परंतु ती तिच्या बाजूने समर्थन करत, युक्तिवाद करत त्या मला सांगत होती. काही घटना जशाच्या तशा सांगून तिने तिच्या भावनांना वाट करून देऊन मन मोकळे केलेले मला जाणवले. एक वार्ताहर म्हणून मला खूप प्रश्न पडतात; मी विचारते पण. परंतु या वेळी मात्र मी ती उबळ दाबून टाकली. मला असे जाणवले की लुयी तिची कहाणी संगतवार अशी प्रथमच सांगत होती आणि म्हणून ती त्या घटना परत जगत होती. मी तिला तिची कहाणी तिच्याच शब्दांत, तिच्याच प्रकारे सांगू देणार होते. तिच्या निवेदनातील थोड्याफार असंबद्धपणाला किंवा काही-काही घटनांबाबत तिने बाळगलेल्या मौनाला मी फार महत्त्व देणार नव्हते; एवढीच काय ती भेट मी तिला देऊ शकत होते.

झटका आल्यासारखी लुयी सोफ्यावरून उठली आणि म्हणाली, ''चल आपण जरा चक्कर मारू या. हवा आता थंड झाली आहे, जुन्या दिवसांची आठवण म्हणून आपण इतिहास विभागाकडेच जाऊ या.''

आता अंधार पडला होता. झाडाचे पान पण हलत नव्हते, हवेत अजून गरमी होती. पर्यटक निघून गेले होते. विद्यापीठाचा परिसर आता शांत होता, पण एवढा शांत पण नाही, जेवढा चीन सांस्कृतिक क्रांतीच्या काळात होता आणि आम्ही येथे विद्यार्थी होतो. त्या वेळी येथे फक्त काहीशे विद्यार्थी होते. आज बीजिंग विद्यापीठात पन्नास हजार विद्यार्थी होते. ''चल आपण इमारत नंबर छत्तीस शोधू या,'' लुयी म्हणाली. अर्थातच तिच्या मनात वसतिगृहाची ती कळाहीन इमारत होती जेथे तिच्या खोलीच्या दारावर मध्यरात्री वँगने टकटक केले होते. आम्ही बास्केटबॉलच्या मैदानाजवळून जातो- तेथे अजूनही काही घामेजलेले विद्यार्थी खेळत आहेत.

लुयीने तिच्या कहाणीचा धागा पुन्हा पकडला, सन १९९२मध्ये 'मिलिटरी प्रोसिक्यूटर्स इन्स्टिट्यूट'मधून शब्दशः बोलायचे झाले तर 'समुद्रात उडी घेणारी' ती पहिलीच व्यक्ती ठरली. म्हणजे तिने आयुष्यभर स्थैर्य, सुरक्षितता देणारी सरकारी नोकरी सोडली. ती भांडवलदार झाली. आज विचार केला तर हे कधीतरी घडणारच होते. ''मी माझ्या भावाबरोबर, पण भागीदारीत, एक व्यवसाय सुरू केला. त्याची न्यू यॉर्क येथे एक पर्सेस आणि बॅग्ज तयार करण्याची कंपनी आहे. त्याला लागणारे सुटे भाग येथे बनवायचे आणि कंटेनर भरून ते त्याला न्यू यॉर्कला पाठवायचे हे माझं काम होतं. तो तेथे पर्सेस, बॅग्ज बनवायचा, त्यावर 'मेड इन यूएस' लेबल लावून अमेरिकेत विकायचा.

सन १९९४मध्ये तिच्या वयाच्या चव्वेचाळिसाव्या वर्षी तिने स्वतःची कार घेतली आणि चालवायला पण शिकली. अमेरिकन स्वप्नाच्या ध्यासाने तिचे आयुष्य

बदलले होते, तिला स्वातंत्र्य मिळाले होते. पैसे, मान मिळाला होता, मुक्तता मिळाली होती. त्या सर्व गोष्टी मिळाल्या होत्या ज्याची तिने स्वप्ने पाहिली होती. 'प्रोसिक्यूटर्स इन्स्टिटट्यूट'च्या आमच्या कॉलनीमध्ये खासगी कार बाळगणारी मीच पहिली होते. मला इतका अभिमान वाटला. नोकरी सोडल्यामुळे मिळालेले आर्थिक स्वातंत्र्य आणि स्वतःची कार असण्याचा आनंद यामुळे लुयी हवेत होती. तिने अनेक वर्षांपूर्वी तिच्या डायरीमध्ये लिहिलेले तिचे विचार हे जणूकाही तिने वर्तवलेली भविष्यवाणीच ठरले होते. आणि आज आजूबाजूच्या घडामोडींवरून, बदलांवरून जणू सगळ्या देशाने त्यावर शिक्कामोर्तब केले होते. एके काळी तिला जे मनापासून वाटले होते, ज्याची तिने स्वप्ने बघितली होती ते आता अचानक सगळ्यांना फक्त मान्यच झाले नव्हते, तर आता जनता त्यामागे धावत होती. "तोपर्यंत मी माझी कर्मकहाणी रडल्याशिवाय कोणाला सांगूच शकत नव्हते," ती म्हणाली. तिने एका प्रसिद्ध कवितेची ओळ उद्धृत केली : 'मेनी थिंग्ज ऑकर्ड इन द पास्ट; वुई कॅन लाफ अबाउट देम नाउ'; 'भूतकाळात अनेक दुर्दैवी घटना घडल्या, ज्यांच्या आठवणीने आता हसू येते.'

माझ्या मनात तिच्या अश्रूंचे, तिच्या एकटेपणाचे, तिच्यावर झालेल्या अन्यायाचे आणि तिच्याबरोबर झालेल्या विश्वासघातांचे विचार आले. दोन दशकांपेक्षा जास्त काळ, सन १९७३ ते १९९०पर्यंत लुयीने खूप सहन केले. लाखो चिनी, जे परिस्थितीचे बळी ठरले त्यांनी सहन केले. लुयीसाठी तिच्या फाइलमधून सन १९७९मध्ये तिच्यावरील आरोप वगैरे काढून टाकणे ही फक्त पहिली पायरी होती. आज इतकी वर्षे तिच्याशी बोलायला, तिला मन मोकळे करू द्यायला कोणी नव्हते. मित्रांशी फार विश्वासाने मनमोकळे केल्यावर, बोलल्यावर काय होते याचा तिला धडा मिळाला होता.

कोणा तज्ज्ञाची अशी मदत पण जवळजवळ तिला उपलब्धच नव्हती. सांस्कृतिक क्रांतीच्या काळामध्ये चीनमध्ये मनोचिकित्सक, मनोविश्लेषक आणि मानसोपचार तज्ज्ञ असे फारच कमी होते आणि जे होते ते सर्व साम्यवादी राजवट येण्याआधीचे प्रशिक्षित होते. माओच्या काळामध्ये त्यांनी कोणाला मदत, उपचार करण्यापेक्षा तेच परिस्थितीचे बळी पडले असण्याची शक्यता होती. सांस्कृतिक क्रांतीच्या काळात एकूण एक सर्व दवाखाने बंद करण्यात आले. उपचाराचे ते शास्त्रच एक थोतांड, प्रस्थापितांचा डाव म्हणून कष्टकरी वर्गासाठी अनावश्यक ठरवले गेले. आज पण डॉक्टरी पेशाच्या उतरंडीमध्ये उपचाराची मानसोपचार शाखा अतिदुय्यम समजली जाते. 'वर्ल्ड सायकियाट्रिक असोसिएशन'तर्फे सन २००५मध्ये डॉ. ॲलन ए. स्टोन या हार्वर्ड विद्यापीठाच्या प्रोफेसरांनी चीनला भेट दिली. त्यांनी 'सायकियाट्रिक टाइम्स' या मासिकामध्ये असे नमूद केले होते आहे की, चीनमध्ये १३० कोटी लोकसंख्येमागे फक्त चार हजार

मानसोपचारतज्ज्ञ, डॉक्टर्स होते. न्यू यॉर्क शहरासाठी हेच प्रमाण मानायचे ठरवले, तर त्या शहरासाठी फक्त पंचवीस मानसोपचारतज्ज्ञ पुरेसे होते.

फालून गाँगचे अनुयायी आणि काही विशेष कडवे विरोधक सोडले तर साधारण चीनमध्ये विरोधकांच्या मानसिक खच्चीकरणासाठी रशियन प्रकारच्या पद्धतीचा अवलंब केला जात नाही. परंतु समजा लुयीसाठी काही मदत मिळाली असती – आणि नव्वद टक्यांपेक्षा जास्त द्विधा व्यक्तिमत्त्वांच्या, स्किझोफ्रेनिक्स रुग्णांना, प्रशिक्षित डॉक्टरांच्या अभावी काहीही मदत / उपचार मिळत नाहीत – तरीपण सांस्कृतिक क्रांतीच्या अनुभवातून जिवंत राहिलेल्यांसाठी कोणते उपचार, कोणती मदत उपलब्ध होती? निराशाप्रतिबंधक औषधे... मनाला खोटी उभारी देणारी औषधे... मन मोकळे करायला मिळणारी मदत... यांपैकी काहीही नव्हते. अशा परिस्थितीबद्दल, अशा प्रकारे दुर्लक्ष होण्याबद्दल माओकडे बोट दाखवले जाते; नाहीतर साम्यवादी पक्षाला तरी जबाबदार धरले जाते. परंतु तेवढे पुरेसे नाही आणि बरोबर पण नाही.

एकदम लुयी वळली आणि माझा हात हातात घेतला. ''तू सन १९९६च्या पूर्वी मला शोधूच शकली नसतीस. माझा ठावठिकाणा कोणालाच माहीत नव्हता. मला माझं तोंड दाखवायची पण हिम्मत होत नव्हती.''

तिने वरकरणी जरी त्या सर्व दुखद आठवणी मागे टाकल्याचा आणि धीटपणाचा आव आणला असला तरी मला जाणवले की ती आतमध्ये खोलवर दुखावली गेली होती. ज्या साम्यवादी पक्षावर तिने विश्वास टाकला, त्याने तिचा विश्वासघात केला. तिच्या वर्गमित्र/मैत्रिणींनी, शिक्षकांनी तिचा विश्वासघात केला. ज्या शेतकऱ्यांनी, कष्टकऱ्यांनी तिला आपले मानले होते, त्यांनीच तिला वाळीत टाकले. अगदी तिच्या वडिलांनी पण, नाइलाजाने का असेना, तिला आडनाव बदलण्याची परवानगी दिली. तिची मुस्कटदाबी करण्यात आली. तिला तिच्या व्यथा, वेदना, तिच्यावर झालेला अन्याय इ. वर बोलण्याची पण बंदी करण्यात आली.

लुयी, तिची इतक्या जणांसमोर आणि इतक्या प्रकारे लज्जित व्हायला लागल्यामुळे झालेली मानसिक घुसमट झिडकारून टाकू शकली नाही, विसरू शकली नाही. ''मी माझा भूतकाळ कोणालाच सांगितला नाही. मी एकलकोंडी झाले.'' अगदी बीजिंगला 'मिलिटरी प्रॉसिक्यूटर्स इन्स्टिट्यूट'मध्ये कायद्याची प्राध्यापक म्हणून आल्यावर पण ती मागेमागेच राहिली.

परंतु अजून एक अन्याय बाकी होता. बीजिंग विद्यापीठाने तिच्या फाइलमध्ये ती पदवीधर झाल्याची नोंद केली होती; परंतु विद्यापीठाने तिला अजून सर्टिफिकेट (प्रमाणपत्र) दिलेले नव्हते. सन १९९७मध्ये तिने प्रमाणपत्रासाठी विद्यापीठाशी परत संपर्क साधला. शेवटी दोन महिन्यांनी तिला ते मिळाले, परंतु मध्ये पाव शतक लोटले होते.

मला माझे सर्टिफिकेट पण मिळालेले नव्हते. जेव्हा मी सन १९७७मध्ये पदवी परीक्षा उत्तीर्ण झाले, तेव्हा विद्यापीठ प्रशासनाशी माझा खटका उडाला होता. जवळजवळ तीन वर्षे आमच्या चिनी इतिहासाच्या अभ्यासक्रमामध्ये केवळ खड्डे खणणे आणि मार्क्सवादाची शिकवणूक यापलीकडे कशाचाच अंतर्भाव नव्हता. आणि माओ यांच्या निधनानंतर नऊच महिन्यांनी विद्यापीठाने एकदम घोषित केले की सर्वांना वार्षिक परीक्षा द्यायची आहे. या भंपकपणामुळे माझ्या वर्गातील सहकारी चिडले. आम्हाला खड्डे खणायला शेतात पाठवण्याच्या नादात आम्ही काय इतिहास शिकलो आहोत, याची कोणालाच पर्वा नव्हती. आता इतक्या उशिरा विद्यापीठ प्रशासनाला अचानक परीक्षा घेण्याच्या कर्तव्याची आणि शिकवण्यातील गांभीर्याची जाणीव झाली होती. माझ्या वर्गातील संतप्त परंतु हताश झालेल्या सहकाऱ्यांनी आणि अर्थातच मी पण परीक्षेवर बहिष्कार घातला. त्या सर्वांना नंतर त्यांची प्रमाणपत्रे मिळाली; फक्त मला मिळाले नव्हते. (सन १९९४मध्ये कार्यकर्ता हुअँगने मी अधिकृतपणे पदवीधर झाल्याचे मला सांगितले होते; परंतु त्यासंबंधी काही नोंदी, कागदपत्रे, पुरावे नसल्यामुळे कोणाला काय कळणार?)

लुयीसाठी तो डिप्लोमा असणे- फिकट हिरव्या रंगाच्या प्लॅस्टिकचे छोटे पुस्तक- म्हणजे गंडेदोऱ्यांसारखे मनाला सुखावणारे आभूषण होते. तिचे शिक्षण पूर्ण झाल्याचा तो एक दर्शनी पुरावा होता. पुढील वर्षी म्हणजे सन १९९८मध्ये बीजिंग विद्यापीठाने शतकमहोत्सवी वर्ष साजरे केले. आणि एखाद्या होतकरू कलाकाराने रंगमंचावर पहिले पाऊल टाकावे, त्याप्रमाणे तिने तिच्या अस्तित्वाची जाणीव करून दिली. संपूर्ण आठवडाभर चालणाऱ्या महोत्सवी वर्षाच्या कार्यक्रमामध्ये तिने सक्रिय भाग घेतला. त्या महोत्सवी वर्षाच्या कार्यक्रमासाठी तिच्या वर्गातील बहुतेक सर्व मित्र / मैत्रिणी आल्या होत्या. त्या सर्वांना लुयीला बघून खूप आनंद झाला. हेच ते सर्व जण होते ज्यांनी तिच्यावर एके काळी टीका करणारी भाषणे केली होती. तिच्या सार्वजनिक निर्भर्त्सनेत भाग घेतला होता. परंतु लुयीने या सर्व गोष्टींचा उल्लेख केला नाही, टाळले आणि मी पण तिला आठवण करून दिली नाही. मी तिला त्यांच्या एकत्र येण्याच्या निमित्ताने त्यांनी काय-काय मजा केली ते सांगू दिले. ''ज्यांच्या जागा मोठ्या होत्या त्यांनी बाहेरून आलेल्यांची त्यांच्याकडे राहण्याची सोय केली,' तिने हसत हसत सांगितले. ज्यांच्याकडे पैसा होता त्यांनी खाण्यापिण्याची व्यवस्था केली. ज्यांच्या योग्य ठिकाणी ओळखीपाळखी होत्या त्यांनी आणखी काही सूत्रे हलवली.

स्कार्लेट पण त्या शतक महोत्सवी कार्यक्रमाला आली होती. मला माहीत होते कारण सन १९९९मध्ये जेव्हा मी तिला भेटले होते तेव्हा तिने पण या महोत्सवाच्या निमित्ताने एक आठवण म्हणून तिला मिळालेला मग भेट म्हणून मला दिला होता.

परंतु त्या समारंभात स्कार्लेटने किंवा लुयीने एकमेकींना बघितले नव्हते किंवा त्यांनी बघून न बघितल्यासारखे केले होते.

लुयीला आणि मला इमारत नं. ३६ शोधायला जरा अवघड गेले. आम्हाला त्या नंबरची इमारत मिळाली; परंतु ती इमारत आमच्या आठवणीतील इमारतीप्रमाणे धुळीने भरलेली, कळाहीन आणि काळोखी, विटांची नव्हती. ही नवीन इमारत उंच होती, मोठी होती आणि तिचा मुख्य दरवाजा काचेचा होता, ज्यामधून कार्ड स्वाइप केल्याशिवाय जाता येत नव्हते. आमच्या आठवणीतील छत्तीस नंबरच्या इमारतीच्या मुख्य दरवाजाचा रंग उडालेला होता आणि तो दरवाजा कुरकुरणाऱ्या बिजागिऱ्यांवर कसाबसा तग धरून होता. ही छत्तीस नंबरची नवीन इमारत असली पाहिजे. आम्ही काचेच्या दरवाज्यातून आत बघितले आणि ठरवले की आत जाण्यात काही अर्थ नाही.

आम्ही गेटच्या दिशेने चालत असताना लुयी मला म्हणाली की तिचे अमेरिकेला जाण्याचे स्वप्न पूर्ण झाले. सन १९९९मध्ये तिच्या भावाने तिला त्याच्याबरोबर न्यू यॉर्कला राहायला बोलावले होते. तिची मुलगी शांती, आता एकवीस वर्षांची झाली होती आणि विद्यापीठात शिकत होती. स्वप्नपूर्तीची हीच वेळ होती. लुयीने अमेरिकेच्या दूतावासाकडे व्हिसासाठी अर्ज केला आणि तो तिला मिळाला. पण जेव्हा तिची आता आपण अमेरिकेला जाणार याची खात्री झाली तेव्हा तिने सर्व संबंध तोडायचे ठरवले. मी नवऱ्याला घटस्फोट दिला. आम्ही दोघांनी जवळजवळ वीस वर्षे संसार केला; पण आमच्यात समान असे काहीच नव्हते. माझा चीनला परत येण्याचा विचारच नव्हता.''

आम्ही विद्यापीठ परिसराच्या गेटपाशी येईपर्यंत खूप उशीर झाला होता. माझ्या मनात अजून खूप प्रश्न होते. तिने अमेरिकेत नक्की काय केले? आणि ती परत का आली?

''आपण परत एकदा भेटू या का?'' मी विचारले. ती नकार देईल की काय असे मला वाटले; कारण त्या संध्याकाळी, तिला भेटायला इतक्या लांबून कोणीतरी आलेल्याला परत पाठवणे कदाचित तिला योग्य वाटले नसावे.

''अर्थात,'' लुयी ताबडतोब म्हणाली, ''मला तुझ्या सर्व कुटुंबीयांना भेटायचे आहे. मंगळवारी माझ्या नव्या घरी ये.''

थेट स्वर्गात

मी आमच्या सुंदर निवासात परतले, तेव्हा बेन आणि सॅम पायरेटेड सीडी लावून 'द डेव्हिल वेअर्स प्रादा' सिनेमा बघत बसले होते. सॅमने थोडा वेळ सिनेमा थांबवला. "कशी काय झाली भेट?" माझ्या अंगावर कोठे मारहाणीच्या खुणा नाहीत ना हे बघत त्याने मला विचारले. "ती तुझ्यावर चिडली असेल ना?"

मी त्यांना सांगितले तिने आपल्याला तिच्या नवीन घरी बोलावले आहे. त्यांनी मला मिठी मारली आणि परत सिनेमा बघायला पळाले.

नॉर्मनने सुटकेचा निःश्वास टाकला. त्याने मला एकटीलाच तिला भेटायला पाठवले होते, कारण मीच तसा आग्रह धरला होता; परंतु मी गेलेला पूर्ण वेळ त्याला काळजी लागून राहिली होती. मी त्याला सांगितले की मी तिच्याकडे जेवले आहे आणि तिच्या दुसऱ्या नवऱ्याला पण भेटले. आणि नंतर हे पण सांगितले की तिच्या विरुद्ध चुगली करणारी मी एकटीच नव्हते, तर असे अनेक जण होते.

"म्हणजे तिच्या मागच्या कटकटींमध्ये, त्रासांमध्ये तुझा वाटा फारच थोडा होता," तो मान हालवत म्हणाला, "म्हणजे तू जरी काही केले नसतेस तरी तिच्या मागचा त्रास, तिच्या कटकटी काही चुकत नव्हत्या. आता तुला एवढे अपराधी वाटून घेण्याची गरज नाही."

नॉर्मनला वाटले की ती माझ्यावर न रागावण्याचे कारण म्हणजे तिच्या त्रासांना, कटकटींना मीच एकटी जबाबदार नव्हते. आणखी पण एक बाब, म्हणजे लुयीने गृहितच धरले होते की इतरांप्रमाणे मला पण तिच्याबद्दल विचारले गेले होते. मी सांगेस्तोवर तिला माहीत नव्हते की मी स्वतःहून उत्साहाने हडेलहप्पी फूकडे तिची चुगली करण्यासाठी धावले होते. परंतु तिला याचीही जाणीव झाली की, "तू काय करत होतीस त्याच्या परिणामांची तुला खरोखरच कल्पना नव्हती."

सांस्कृतिक क्रांतीच्या काळात चीनमध्ये राहिल्यामुळे त्याने विश्वासघाताच्या, छळाच्या अनेक कहाण्या ऐकल्या होत्या. तो म्हणाला, अनेक वर्षे त्याला वाटत होते की यीनच्या कटकटींना, त्रासाला मी एकटीच जबाबदार नसणार. आणि आता जेव्हा त्याने हे मला सांगितले तेव्हा माझी मनःस्थिती जरा बिघडली. त्याने हे सर्व मला आधीच का नाही सांगितले?

''मला काहीतरी अंदाजपंचे तुला सांगायचे नव्हते,'' तो म्हणाला. परंतु तिचा चीनबद्दल अर्थातच भ्रमनिरास झाला होता हे नक्की आणि तिला हा एवढा एकच सतावणारा प्रश्न असेल कशावरून?'

मंगळवार २२ ऑगस्ट- बेनच्या, प्रदूषणामुळे झालेल्या खोकल्याचे आता पूर्ण तापात रूपांतर झाले होते. त्याचे नाक वाहत होते. आणि त्याच्या शिंकेबरोबर कफाचा भयंकर आवाज येत होता. आता आमचा बीजिंगमध्ये एकच आठवडा उरला होता; परंतु नॉर्मनला वाटले की पारंपरिक चिनी औषधोपचाराचा अनुभव घेण्याची मुलांसाठी ही एक उत्तम संधी आहे. तो बेनला 'टाँग रेन टँग' या प्रसिद्ध जडीबुटीची औषधे देणाऱ्या डॉक्टरकडे घेऊन गेला. इमारत आधुनिक आणि मोठी होती; परंतु खाली संगमरवरी जमिनीवर धूळ साठली होती. एका चश्मा घातलेल्या, टक्कल पडलेल्या डॉक्टरांनी बेनला पारंपरिक पद्धतीने तपासले. ते त्याच्या घशामध्ये डोकावून बघत नाहीत की त्याचा ताप पण बघत नाहीत.

''त्यांनी माझी नाडी तपासली,'' काहीशा नाराजीच्या सुरात बेन म्हणाला, ''आणि नंतर त्यांनी मला सांगितले मला सर्दी झाली आहे.''

त्या दिवशी दुपारी आम्ही 'टियान टाँग यू आन'च्या बाजूला गेलो. या शब्दाचा अर्थ आहे, 'थेट स्वर्गात'. माओच्या काळात 'टियान टाँग यू आन' ही एक वर्गशत्रूंना पाठवण्यासाठी 'चँगपींग' या अतिमागास जिल्ह्यात कष्टकऱ्यांसाठी छावणी होती. आता तेथे बीजिंगमधील सर्वांत मोठा निवासी प्रकल्प होत होता, खेड्यांच्या/गावांच्या होणाऱ्या शहरीकरणाचा एक भाग. 'थेट स्वर्गाकडे' नेणारा रस्ता अलीकडेच तयार झाला होता. काही महिन्यांतच येथून रहिवासी नव्यानेच तयार होणाऱ्या मोनोरेलच्या साहाय्याने थेट शहराच्या मध्यवर्ती ठिकाणी पोहोचू शकणार होते.

स्कार्लेटप्रमाणेच लुयीला पण खात्री होती की मला तिचे नवे घर स्वतःहून सापडणार नाही. आणि बहुधा तिचे खरे पण होते. 'ब्राँक्स' (न्यू यॉर्क शहराच्या उत्तरेकडे असलेल्या आणि स्वतंत्र नागरी व्यवस्थापन असलेल्या पाच विभागांपैकी अतिउत्तरेकडील विभाग) प्रमाणेच नजर जाईल तेथवर गगनचुंबी इमारतीच इमारती दिसत होत्या. तेथे कारंजी होती, मोठे-मोठे मॉल्स होते, जिमखाने होते, खेळांच्या

सुविधा होत्या. त्या निवासी प्रकल्पाच्या परिसरात असलेल्या एका बागेजवळ आम्ही टॅक्सीतून उतरलो. मी लुयीला तिने सांगितल्याप्रमाणे फोन केला. काही मिनिटांतच ती तिची पांढरी जेट्टा कार घेऊन आली. "आत बसा," उत्साहाने ती म्हणाली,"मी प्रोफेसर याओंना आणले नाही कारण... तुला माहीत आहे, आम्ही खरं तर..."

मी मान हलवली. ते अजून अधिकृतपणे नवरा-बायको झालेले नव्हते. मला त्याचे काही विशेष वाटले नाही. ते नसताना मोकळेपणाने बोलता येईल. चीनमध्ये प्रत्येकाची काही ना काहीतरी गुपिते होती, काही ना काही टाळण्याचे विषय होते. त्यामुळे जरा दोनपेक्षा जास्त जण एकत्र आले की सगळेच जण गप्प होतात. कदाचित इतिहास हा माझा मुख्य विषय असल्यामुळे किंवा मी पत्रकार असल्यामुळे मला भूतकाळाविषयीच बोलायला हवे असते. मला भूतकाळ गाडून टाकला जायला नको आहे.

मी लुयीला विचारले, 'तिला कधी स्कार्लेटला भेटावेसे वाटले का?' ती म्हणाली, "नक्कीच भेटावेसे वाटले." जेव्हा मी स्कार्लेटला विचारले की तिला कधी लुयीला भेटावेसे वाटले का, तर ती लगेचच तयार झाली. मला वाटते त्या दोघींची वरकरणी एकमेकांशी गोड गोड वागून भेटण्याची तयारी असल्याचे, जो प्रयत्न त्यांनी आपणहून कधीच केला नसता, केवळ भासवत आहेत. कारण नकार देणे म्हणजे भूतकाळातील जखमांची, कटुतेची कबुलीच देण्यासारखे झाले असते. आणि कोणीही त्यासाठी तयार नव्हते.

मी त्या दोघींनाही त्यांच्या एकमेकींबद्दलच्या खऱ्या भावनांबद्दल कधी फार खोदून विचारले नाही. यामध्ये माझा स्वार्थ असा की मला माझ्या अपराधी भावनेतून मुक्त होण्याच्या प्रयत्नांचा एक भाग म्हणून त्यांना एकत्र आणायचे होते. मला वाटले की जर त्या दोघी भेटल्या तर कदाचित जखमा भरून येतील आणि आम्हा सगळ्यांनाच जरा बरे वाटेल. आणि म्हणून भोजनाच्या निमित्ताने मी नंतर सगळ्यांनाच एकत्र आमंत्रित केले. स्कार्लेटने लुयीची सन १९७३मध्ये इमारत नं. ३६मध्ये निर्भर्त्सना केल्यानंतर प्रथमच त्या दोघी एकमेकींना भेटणार होत्या.

लुयी प्रभाग सहामधील इमारत नं. ३१मध्ये राहते. कचराकुंड्यांच्या मधील जागेतून तिने तिची जेट्टा कार काढली आणि इमारतीसमोर उभी केली. तिच्या इमारतीच्या जिन्याच्या खड्ड्यातील सिमेंटचा खांब अर्धवट स्थितीत होता. तेथे अंधार होता. भिंतीवर डाग पडले होते आणि आजूबाजूला इतस्ततः घाणीचे साम्राज्य होते.

परंतु लुयीने जेव्हा तिच्या फ्लॅटचे दार उघडले तेव्हा माझी खात्री पटली की ती थेट स्वर्गात पोहोचलेली होती. तिच्या फ्लॅटचा प्रशस्त दिवाणखाना 'न्यू यॉर्क टाइम्स', 'सन्डे मॅगझीन' पुरवणीतील मॉरीस व्हिलेन्सी या फर्निचरच्या दुकानाच्या गुळगुळीत जाहिरातीप्रमाणे दिसत होता. भिंतीवर भला मोठा सपाट स्क्रीनचा

टेलीव्हिजन सेट होता, त्याच्यासमोर एल आकाराचा लिंबू रंगाचा सोफा होता. काळ्या रंगाची नक्षीदार अक्षरे रंगवलेले, निसर्गचित्रे काढलेले पडदे होते. खाली कठीण काळपट लाकडाची जमीन होती. खिडवीजवळ दोघे जण रेलून बसू शकतील आणि सूर्यास्त बघू शकतील अशा रीतीने मांडलेली एक पांढऱ्या रंगाची आरामखुर्ची होती.

आणि जरा खासगीपण राखण्यासाठी पुढील दरवाजाच्या जरा आतल्या बाजूला समोरच एका जागी बोटाने दाखवत, ''मी एक पडद्यासारखी भिंत उभारणार आहे.'' ती म्हणाली. मी जराशी बुचकळ्यात पडले. नंतर माझ्या लक्षात आले की पूर्वीच्या काळी बैठ्या घरांमध्ये मुख्य दरवाजाच्या आतच आडवी 'दृष्ट निवारक' भिंत बांधली जायची तशा प्रकारची भिंत बांधण्याचा लुयीचा विचार होता. ती सध्या तिच्या नव्या घराच्या अंतर्गत सजावटीमध्ये गुंतलेली होती. जवळजवळ दोन महिने तिच्या घरातून विषारी वायू / वास घालवण्यासाठी तिने खिडक्या उघड्या टाकून वातानुकूलित यंत्रणा चालू ठेवली होती. या तिच्या फ्लॅटमध्ये तीन बेडरूम्स, दोन स्वच्छतागृहे, एक जेवणाची खोली, दिवाणखाना आणि हवेशीर आणि पांढऱ्या रंगाची कपाटे असलेले, पांढरा रंग दिलेले स्वयंपाकघर होते. मी तिच्या घराचे कौतुक केले तेव्हा ती हसली. ''लोकांचे विचार आता बदलले आहेत. आधी लोकांचा पैसे साठवण्याकडे कल असायचा, आता त्यांना वाटते जर सुखोपभोग घ्यायचा नसेल तर पैसा कशासाठी मिळवायचा? मुलांसाठी साठवण्यात काय अर्थ आहे? ते म्हणजे कागदी नोटांचे रद्दीत रूपांतर करण्यासारखे आहे. आता लोकं स्वत:वर खर्च करायला लागली आहेत.''

एक पांढरी गुबगुबीत मांजर ऐटीत चालत आमच्या पुढे आली. ''हिचं नाव आहे अमोल,'' ती म्हणाली. त्या माहजाँग पार्लरमधील मांजरीचे जे नाव होते तेच या मांजरीचे आहे. परंतु लुयीने मला तिने या मांजरीसाठी किती किंमत मोजली ते सांगितले नाही. तिने त्या निळ्याशार डोळ्यांच्या मांजरीला उचलून घेतले. ''जनावरांच्या दवाखान्यात अँटिबायोटिक्स जास्त प्रमाणात दिली गेल्यामुळे ती बहिरी झाली आहे. हा आणखी एक बदल घडून आला होता. लोक त्यांच्या पाळीव प्राण्यांवर जेवढा खर्च करतात तेवढा काही जण त्यांचा मुलांवर करत नसतील.''

त्यावरून मला माझा सोळा वर्षांचा मुलगा जडीबुटीवाल्या डॉक्टरकडे गेल्याचे आठवले. ''बेनला भयंकर सर्दी झाली आहे,'' मी लुयीला सावध केले.

''माझ्याकडे काही खास चिनी औषधे आहेत, चांगली गुणकारी आहेत. ती महागडी आहेत आणि सहजासहजी मिळणारी नाहीत,'' ती स्वयंपाकघरातील कपाटाच्या ड्रॉवरमध्ये शोधत म्हणाली. तिला बाटली मिळाली; त्या बाटलीतून काही डझन करड्या रंगाच्या गोळ्या आयकीईएच्या जाड कागदी रुमालावर तिने

ओतल्या. असले कागदी रुमाल टोरांटोमध्ये घेताना माझ्या मनाचा नेहमी गोंधळ उडतो; कारण ते खूप महाग आहेत. "त्याने दररोज या आठ गोळ्या घेतल्या पाहिजेत. त्यांचा चांगला उपयोग होतो."

मुले आणि नॉर्मन दिवाणखान्यात लिंबू रंगाच्या सोफ्यावर बसले होते. लुयीने टेलीव्हिजन लावला आणि मुलांसाठी रिमोटने चिनी कार्टून्सचा चॅनेल शोधून लावला. आलीया भोगासी म्हणून नॉर्मनने डोळे मिटून घेतले. त्याला कोणत्याही भाषेतील टेलीव्हिजनचा निव्वळ द्वेष आहे. लुयी स्वयंपाकघरात गेली आणि कलिंगड कापायला लागली. माझ्या मनात दाई क्विंगचे विचार आले. तिने सन १९९१मध्ये चीन सोडण्यासाठी केलेल्या संघर्षामुळेच लुयीचा आठ वर्षांनी चीन सोडण्याचा मार्ग सोपा झाला होता. तिला दोन महिने उशीर व्हायचे कारण म्हणजे तिचा डिप्लोमा मिळायला दोन महिने लागले जो अमेरिकन राजदूतावासाला व्हिसासाठी जरुरी होता.

"मला नेहमीच अमेरिकेला जायची, अमेरिका बघायची इच्छा होती आणि आता माझे स्वप्न साकार झाले," हसत हसत लुयी म्हणाली. सन १९९९ मध्ये जेव्हा ती न्यू यॉर्कला पोहोचली, तेव्हा तिचे वय एकोणपन्नास वर्षांचे होते. परंतु तेथे रस्त्यावरून चालताना, विस्फारलेल्या डोळ्यांनी ते वेगळे जग बघताना तिचे मूल झाले होते. आपण अमेरिकेला आलो आहोत, यावर तिचा विश्वासच बसत नव्हता. "अखेर मी अमेरिकेला आले होते, अमेरिका एवढी सुंदर आहे." पहिले काही दिवस ती तिच्या बॅग्ज, पर्सेस तयार करणाऱ्या भावाकडे फ्लशिंग येथे राहिली. नंतर तिने स्वतःसाठी एक फ्लॅट शोधला आणि नंतर तिथे ती उदरनिर्वाहासाठी चिनी स्थलांतरितांच्या मुलांसाठी मँडरीन भाषेच्या शिकवण्या घ्यायला लागली.

परंतु तेथे तिला तिच्या मुलीची खूप आठवण यायला लागली आणि दोन वर्षांच्या तेथील वास्तव्यात ती अनेक वेळा बीजिंगला येऊन गेली. बिग ॲपलवरून आठवण म्हणून तिने तिच्या मुलीचे इंग्रजी नाव- ॲपल ठेवले.

अमेरिकेमध्ये लुयी स्वतःचा नव्याने शोध घ्यायला मोकळी होती. हा नावीन्याचा शोध घेणारा देश होता. कोणालाही तिच्या भूतकाळाशी देणे-घेणे नव्हते. "मी अमेरिकेत कायमचे वास्तव्य करायचे ठरवले, अगदी लपूनछपून बेकायदा राहायची वेळ आली तरी मी मनाची तयारी केली होती," ती म्हणाली. लुयीने इंग्रजी शिकायचा आटोकाट प्रयत्न केला; परंतु नवीन शब्द, नवीन भाषा तिच्या मध्यमवयीन मेंदूत काही शिरेना. ही एक तिच्या आयुष्यातील हुकलेली संधी होती, ज्यावर तिच्याकडे काही उपाय नव्हता. ती चायनाटाउन वस्तीच्या जवळ राहिली त्यामुळे ती लोकांशी संवाद साधू शकत होती, पेपर विकत घेऊ शकत होती आणि इतर गरजेच्या वस्तू पण विकत घेऊ शकत होती. "मला अमेरिकेमध्ये चांगली नोकरी मिळू शकली नाही ; कारण एकतर मला इंग्रजी येत नव्हते आणि दुसरे म्हणजे मी

बेकायदा राहत होते. बीजिंगमध्ये मी शारीरिक कष्टांची कामे केली नाहीत. अमेरिकेत मी दुय्यम दर्जाची नागरिक होते. तेथे मी कमीत कमी पगाराची नोकरीच करण्यास पात्र होते आणि एकूणच मी खूप कंटाळले पण होते.''

चायनाटाउनमधील दुकानांच्या खिडक्यांवर बोस्टन, फिलाडेल्फिया, वॉशिंग्टन डीसी आणि इतर शहरांकडे जाणाऱ्या, अतिकमी किमतीतील बसफेऱ्यांसंबंधी चिनी, कँटोनीज भाषेत लावलेल्या जाहिराती तिच्या पाहण्यात आल्या. आश्चर्याची गोष्ट म्हणजे अॅटलांटा शहराकडे जाणारी बससेवा अगदी मोफत होती. खरे म्हणजे त्याहीपेक्षा जास्त काही होती. प्रवास करण्याबद्दल प्रवाशांनाच २० डॉलर्स रोख दिले जायचे. ''त्यांनी आम्हाला सांगितले की आम्ही गाइड्सना फक्त येता-जाताना एक-एक डॉलर टीप / बक्षिसी द्यायची. काही जण रोज फेरी मारायचे. येणाऱ्या बसची वाट बघायचे आणि उरलेल्या अठरा डॉलर्सवर मजा करायचे,'' तिने हसत हसत सांगितले.

ते दिवस आठवत लुयी म्हणाली, ''बस चांगली आरामदायी होती. गुबगुबीत रेलता येण्यासारख्या खुर्च्या, मागच्या बाजूला स्वच्छतागृह आणि दर तिसऱ्या रांगेत टेलीव्हिजन.'' ती पाच वेळा कॅसिनोमध्ये नशिबाची परीक्षा बघायला गेली. ''दर वेळी मी दोनशे डॉलर्स जिंकले. प्रथम मी बुजले होते. इतर जण जेथे पैसे लावायचे त्यावरच मी पण पैसे लावायची आणि शेवटी मी सर्व पैसे हरले.''

लुयीला पर्वा नव्हती. कारण आत्तापर्यंत तिचे सर्व आयुष्य म्हणजेच शेवटी एक जुगार झाले होते. तिच्या पाचव्या आणि शेवटच्या अॅटलांटा शहराच्या फेरीमध्ये तिने सर्व पैसे क्रॅप्स (फासे टाकून खेळायचा एक जुगार) टेबलवर उडवायचे ठरवले. आणि जेव्हा तिची फासे टाकायची वेळ आली तेव्हा तर तिची घाबरगुंडीच उडाली. ''आजूबाजूचे सर्व जण मला प्रोत्साहित करण्यासाठी ओरडत होते म्हणून मी प्रयत्न केला,'' मोठ्याने हसत ती म्हणाली. तिने ७ हा अशुभ आकडा न काढता एकूण चाळीस वेळा फासे फेकले. प्रत्येक जण जिंकत होता. माझ्यासाठी सतत टाळ्या वाजत होत्या, हे सांगताना तिच्या डोळ्यात चमक दिसत होती. त्या दिवशी तिने हजार डॉलर्स जिंकले. तिच्या पाच कॅसिनो भेटींचा हिशेब बरोबरीचा झाला होता.

सन २००१च्या उन्हाळ्यामध्ये लुयी मुलीला भेटायला परत बीजिंगला आली. सुट्टीनंतर अमेरिकेला परतण्याचे बेत आखत असतानाच वर्ल्ड ट्रेड सेंटरवर अतिरेकी हल्ला झाला. बीजिंगमध्ये टेलीव्हिजनसमोर तासन्तास बसून तिने त्या दोन जुळ्या गगनचुंबी इमारती परत-परत पडतानाची दृश्ये पाहिली आणि ती अमेरिकेला परतण्यासंबंधी पुनर्विचार करायला लागली. ९/११च्या अतिरेकी हल्ल्यानंतर मला अमेरिकेला परत जावेसे वाटले नाही.

लुयीचे कलिंगड कापण्याचे काम झाले. तिने फ्रिज उघडून ड्युरियन फळाच्या फिकट पिवळ्या रंगाच्या तुकड्यांनी भरलेला प्लॅस्टिकचा डबा काढला. उग्र, आंबट अशा वेगळ्याच वासाने स्वयंपाकघर भरून गेले. "हे माझं आवडत फळ आहे," ती म्हणाली.

मी जितके वेळा ड्युरियन फळ खाल्ले होते तितकेच वेळा गाढवाचे शिश्न खाल्ले होते. मला मात्र गाढवाचे शिश्नच बरे वाटले.

ड्युरियन फळाचाच विषय निघाला आहे तर हेही सांगायला हरकत नाही की थायलंड आणि इंडोनेशिया येथे ड्युरियन फळ हे कामेच्छा वाढवणारे समजले जाते. तेथे काही ७/११ दुकानांतून ड्युरियनच्या वासाचे/चवीचे निरोध विकायला ठेवलेले आढळतात. दक्षिण-पूर्व देशांमध्ये या पिवळ्या रंगाच्या काटेरी फळावर त्याच्या उग्रवासामुळे हॉटेल्स, विमानतळ, सबवे, इ.मध्ये विक्रीस बंदी घातली आहे. अँथनी बर्जेस या इंग्रजी कादंबरीकाराने ड्युरियन फळाच्या वासासंबंधी लिहिलेले प्रसिद्धच आहे. त्याने लिहिले आहे, "ते फळ खाणे म्हणजे व्हॅनिला कस्टर्ड मुतारीत खाण्यासारखे आहे." लोनली फ्रॅनेट फूड सिरीजचा प्रमुख लेखक असलेल्या 'रिचर्ड स्टर्लिंग याने या फळाच्या वासासंबंधी असे म्हटले आहे, "त्या वासाचे वर्णन करायचे झाले तर तो डुकराची घाण, टर्पेंटाइन आणि कांदा व जिममधील मोजे हे सर्व एकत्र केल्यावर जसा होईल त्याप्रमाणे आहे." 'फियर फॅक्टर' या रिॲलिटी टेलीव्हिजन मालिकेमध्ये प्रतिस्पर्धी डुकराचा भाजलेला मेंदू, रुस्टरचे तुकडे आणि गायीचे डोळे खाता-खाता ड्युरियन फळाच्या रसाचे घोट घेतात. माझे स्वतःचे मत असे आहे की ड्युरियनचा वास हा तियानमेन चौकातील नरसंहारानंतर हॉस्पिटलच्या शवागारात फॉर्मॅलिनमध्ये सडत पडलेल्या मृत शरीरांना येणाऱ्या उग्र रासायनिक गोडट वासाप्रमाणे आहे.

"मुलांना हे आवडले," लुयी म्हणाली. नॉर्मन आणि मुलांसाठी ती मोठ्या थाळीत ड्युरियन आणि कलिंगडाच्या फोडी घेऊन बाहेर आली. बेन आणि सॅम कलिंगडाच्या फोडी घेऊन खायला लागले. "ड्युरियन खाऊन बघा," ती म्हणाली. त्यांच्यापैकी कोणीच हे विषुववृत्तीय फळ, ज्याच्या गटारा आणि ओकारीसारख्या वासाने दिवाणखाना भरून गेला होता, आधी खाल्लेले नव्हते. नॉर्मनने थोडासा तुकडा घेऊन बघितला. लुयीच्या आग्रहावरून बेन आणि सॅम यांनी नाइलाजाने एक-एक फोड तोंडं वाकडी करत खाल्ली.

नव्याने शिकलेला एक चिनी शब्द वापरण्याच्या उद्देशाने सॅम म्हणाला, "हाओची' मस्त आहे, गोड आहे," लुयी हसली आणि तिने टाळ्या वाजवल्या.

"खूपच छान आहे 'हाओची," त्याचा मोठा भाऊ मागे न राहण्याच्या उद्देशाने तेच म्हणाला.

मला माहीत होते की त्या दोघांपैकी कोणीही अजून एखादी फोड खाणार नाहीत.

जेव्हा लुयीने त्यांना अजून खाण्याचा आग्रह सुरू केला तेव्हा त्यांनी त्या अवघड प्रसंगातून सुटकेचा मार्ग शोधण्याच्या अपेक्षेने माझ्याकडे पाहिले. मी मान हलवून अजून एक-एक फोड घेण्याचे त्यांना सुचवले आणि मुलांनी पण एक-एक फोड उचलली. मी घड्याळात बघितले. माझ्या मुलांची ड्युरियन खाण्याच्या छळातून सुटका करण्याच्या उद्देशाने लुयीला स्कार्लेटबरोबरच्या जेवणासाठी उशीर होत असल्याची आठवण केली. लुयीची मुलगी पण आमच्याबरोबर येणार होती, आणि रस्त्यावरच्या सततच्या रहदारीचा विचार केला तर आम्हाला खरे तर निघायला हवे होते.

"मला वाटतं आपण निघायला पाहिजे," मी म्हणाले. सॅम आणि बेनच्या चेहऱ्यांवर सुटकेच्या कल्पनेने हसू आले. मी काही इतकी वाईट आई नाही आहे.

लुयी कार चालवत असताना तिचा फोन वाजला. फोनवर ॲपल आहे. ती तिच्या कारने येत होती आणि तिला रेस्टॉरंटचा पत्ता हवा होता. "बाळ, आत्ता मी बोलू शकत नाही, मी कार चालवते आहे. मी तुला नंतर फोन करते," लुयी म्हणाली.

"ॲपलकडे तिची स्वतःची कार आहे?" मी विचारले.

लुयीने मान हलवली. दुपारच्या गर्दीतून कार चालवता चालवता तिरक्या नजरेने माझ्याकडे बघत तिने मला विचारले, "अमेरिकेत प्रत्येकाकडे कार आहे का गं?" क्षणात आम्ही त्या अनाम (नो नेम लेक) तळ्याकाठी गेलो. गेल्या जन्मातील लुयीचा प्रश्न मला ऐकू आला – "अमेरिकेत प्रत्येकाकडे फ्रिज आहे का?" तिच्या आणखी एका प्रश्नाने माझी विचारांची साखळी तुटली – "तेथे गरीब माणसे आहेत का?"

किती विचित्र प्रश्न होता. न्यू यॉर्कमध्ये अगणित बेघर माणसे आहेत. ती तेथे असताना तिच्या बघण्यात कोणी आले नव्हते का? मी तिला उत्तर देणार एवढ्यात सॅम मागच्या सीटवरून बोलला. "गरीब माणसं नाहीत अशी कोणती जागाच नाही," तो म्हणाला.

स्कार्लेटने 'क्सिझी रेनजीया' या रेस्टॉरंटमध्ये एक खोलीच राखून ठेवली होती. हे रेस्टॉरंट हँगझाऊ प्रांतातील वैशिष्ट्यपूर्ण खाद्य पदार्थांसाठी प्रसिद्ध होते. या दक्षिणेकडील राजधानीच्या शहराला मार्को पोलोने भेट दिल्याचे (किंवा कदाचित दिली पण नसेल) सांगतात. हे रेस्टॉरंट स्कार्लेटच्या घराजवळच असल्यामुळे आणि तेथे साधारणतः फारशी गर्दी नसल्यामुळे स्कार्लेटला तेथे जाणे आवडते. आठवड्यातून तीन वेळा, दक्षिणेला १५०० कि.मी. अंतरावर असलेल्या हँगझाऊ येथून स्थानिक वैशिष्ट्यपूर्ण पदार्थ विमानाने बीजिंगला आणले जातात.

विद्यापीठाच्या वसतिगृहात एके काळी माझ्याबरोबर खोलीत राहणारी माझी

मैत्रीण आमची वाट बघत राखून ठेवलेल्या रेस्टॉरंटच्या खोलीत थांबली होती. तिने आणि लुयीने एकमेकींना मिठी मारली नाही. त्या दोघी एकमेकींपासून थोडे अंतर ठेवून उभ्या राहिल्या. त्या दोघींच्या चेहऱ्यावर मात्र हास्य होते; परंतु मला त्या दोघींमधला अदृश्य तणाव जाणवला.

"भयंकरच रहदारी होती," लुयी म्हणाली.

"तुम्हाला रेस्टॉरंट शोधायला त्रास तर झाला नाही ना?" स्कार्लेटने विचारले.

थोडा वेळ हवामानाबद्दल आणि इकडच्या तिकडच्या गप्पा झाल्यावर खाण्याबरोबर कोणत्या प्रकारचा चहा ठीक राहील, यावर त्यांची चर्चा झाली. मला जर माहिती नसते की स्कार्लेटच्या मनात लुयीने तिचा वापर केल्याची भावना होती आणि लुयीच्या मनात स्कार्लेटने तिचा विश्वासघात केल्याचा सल होता तर आत्ताच्या त्यांच्या एकमेकींबरोबरच्या वागणुकीवरून मला काय, कोणालाच अंदाज करता आला नसता. दोन मध्यमवयीन स्त्रिया सहज आनंदाने जेवणासाठी एकत्र आल्याप्रमाणेच त्या दोघींची वागणूक होती. फक्त त्यांच्या आठवणीतील काही त्रुटी किंवा सोयीस्कर विस्मृती, हीच काय ती विचित्र गोष्ट होती.

स्कार्लेटला लुयीबद्दल फार काही आठवत नव्हते. तिच्या अचूक नावाबद्दल पण तिला खात्री नव्हती, तर दुसऱ्या बाजूला स्कार्लेटबरोबर घनिष्ठ संबंध असल्याचे आणि दोघींनी बराच काळ एकत्र घालवल्याचे लुयीला आठवत होते. कोणाच्या आठवणी खऱ्या होत्या? त्याला आता काही अर्थ तरी होता का? विश्वासघाताच्या मुद्द्यावर मी दोघींशीही वेगवेगळ्या वेळी बोलले होते. मी त्या दोघींना एकत्र आणले होते; परंतु मला वाटते की मी त्या दोघींवर एकत्र येण्याची बळजबरी करत होते. दोघींनाही भूतकाळातील आठवणी नको होत्या. प्रत्येकाने एक-दुसऱ्याबद्दल चुगली केली, आता त्या सगळ्यांना त्यांच्या आठवणींपासून दूर जायचे होते. आणि असे भासवायचे होते की सांस्कृतिक क्रांती हा प्रकार कधी झालाच नव्हता. कमीत कमी स्कार्लेटला तिने काय केले ते आठवत होते. हडेलहप्पी फू मात्र काहीच आठवत नसल्याचे भासवत होती. परंतु त्या सर्व प्रकारात बीजिंग विद्यापीठातील साम्यवादी पक्षाच्या शाखेचा आणि वँग चुनमईचा सक्रिय सहभाग असल्याचे समजल्यावर मला फूच्या सोयीस्कर विस्मृतीबद्दल संशय होता. तिला थोडेफार तरी नक्कीच माहीत असायलाच पाहिजे होते.

झेसलॉ मिलॉझ याने त्याच्या 'द कॅप्टिव्ह माइन्ड' या महत्त्वाच्या पुस्तकामध्ये एकाधिकारशाही किंवा एकपक्षीय राजवटीतील असत्याच्या, खोटेपणाच्या आकर्षणाविषयी लिहिले आहे; आत्तापर्यंत अनेक संस्कृतींमध्ये, राजवटींमध्ये पाळत ठेवणे, एकमेकांची माहिती पुरवणे इ. गोष्टी पूर्वापार चालत आल्या आहेत आणि चालू आहेत; परंतु नवीन विचारप्रणालीप्रमाणे किंवा राजधर्माप्रमाणे या गोष्टींना चांगल्या नागरिकांचा

एक गुणधर्म मानले गेले आहे, महत्त्व दिले गेले आहे. प्रत्येक नागरिकाच्या मनामधील त्याच्या सहकाऱ्याबद्दल वाटणाऱ्या भीतीचा तो पाया आहे. एखाद्या कार्यालयात किंवा फॅक्टरीमध्ये काम करणे, हे तेथील केवळ कामाच्या असलेल्या दबावामुळेच फक्त कठीण वाटत नाही, तर सतत कोणाची तरी पाळत असल्याच्या, कोणाचे तरी डोळे आणि कान आपल्याकडे लागले असल्याच्या विचाराने पण कठीण वाटते. पूर्व जर्मनीमध्ये खबऱ्यांना त्यांच्या गुप्तहेर संघटनेकडून, स्टासीकडून, पैसे दिले जायचे आणि त्यांनी हेरलेल्या भावी खबऱ्यांच्या बाबतीत जेथे केवळ पैसे देऊन काम होण्यासारखे नाही तेथे त्या व्यक्तीची जुनी लफडी, भानगडी उकरून काढून त्याला ब्लॅकमेल करण्याची भीती दाखवून त्याच्याकडून इतरांवर पाळत ठेवण्याचे काम करून घेतले जायचे. चीनमध्ये परिस्थिती थोडी वेगळी होती. दुसऱ्याची माहिती देण्यासाठी कोणालाही पैसे दिले जायचे नाहीत. कोणालाही ब्लॅकमेल केले जायचे नाही. कदाचित युरोपमध्ये व्यक्तिस्वातंत्र्याचा आणि स्वतंत्र विचारांचा वारसा असल्यामुळे, इतिहास असल्यामुळे प्रलोभन म्हणून पैशांची लालूच दाखवण्याची किंवा काही प्रसंगी बळजबरीची गरज भासली असावी. पोलादी पडद्यामुळेच साखारॉव्ह, सोल्झेनित्सीन यांच्यासारखे सरकारविरोधी वैचारिक आघाडी उघडणारे बंडखोर विचारवंत, लेखक त्या समाजात उदयाला आले असावेत.

त्याउलट चीनसारख्या सरंजामशाही सामाजिक उतरंड मानणाऱ्या कन्फ्युशियन संस्कृतीमध्ये राजवटीप्रतीची कर्तव्यभावना रक्तातूनच आली होती. 'मिलॉझ'ने वर्णन केल्याप्रमाणे स्कार्लेटला कोठेतरी चांगल्या नागरिकाच्या कर्तव्याचा किंवा गुणांचा दबाव जाणवला असावा आणि वसतिगृहात तिच्याबरोबर राहणाऱ्या माझ्यासारख्या उपऱ्या, विदेशी मुलीला सरकारविरोधी विचाराची कळतनकळत ओळख करून दिल्याबद्दल पण तिच्या मनावर कोठेतरी मानसिक दडपण आले असावे. माओच्या राजवटीत प्रत्येकाला अनामिक दबाव जाणवत होता. लुयीच्या नवऱ्याला पण त्याच्या आणि त्याच्या वडिलांमध्ये स्पष्ट अशी सीमारेषा आखून घ्यावी लागली होती. ज्यांनी हे केले नाही, त्यांच्यावर त्यांनी क्रांतीप्रती असलेली कर्तव्ये पार पाडण्यात प्रस्थापित विचारांचा अडथळा आणल्याचे आरोप ठेवण्यात आले.

सुरुवाती सुरुवातीला चिनी जनतेने एकमेकांचा विश्वासघात काही ध्येयवादी कारणांनी केला. ते एका ध्येयाने भारलेले होते. घोषणांवर, धोरणांवर त्यांचा मनापासून विश्वास होता. काही काळानंतर पोलीसी राज्यात वैयक्तिक स्वातंत्र्याचा, विचारांचा संकोच झाल्याचे हळूहळू लक्षात आल्यानंतर ध्येयवादाचे भीतीत रूपांतर झाले आणि मग ते स्वतःला वाचवण्यासाठी एक-दुसऱ्याविरुद्ध बातम्या पुरवायला लागले. आणि जशी निराशेची, हतबलतेची भावना प्रबळ होऊ लागली, तसे मग जनता पूर्व जर्मनी किंवा रशियन जनतेप्रमाणे दुसऱ्याचे पाय ओढून स्वतः पुढे

जाण्याचा प्रयत्न करायला लागली. आज पण अनेक जण पक्ष सदस्यत्वाचा एक चाल म्हणून वापर करतात, उपयोग करतात. माझी अमेरिकन मैत्रीण कॅथी विल्हेल्म, जी स्वतः एक वकील आहे, ती म्हणते, ''स्वतःच्या व्यवसायात जलद प्रगती करू इच्छिणारे कित्येक वकील बीजिंग विद्यापीठामध्ये शिकत असतानाच पक्षसदस्यत्वासाठी अर्ज करतात. त्यांना राजकारणातील काही कळत नाही. यामागे संबंध प्रस्थापित करणे, वाढवणे आणि स्वतःच्या बायोडेटाला वजन आणणे, एवढाच उद्देश असतो.''

धापा टाकतच ॲपल रेस्टॉरंटमध्ये आली आणि बीजिंगचे ठरलेले भयंकर रहदारीचे कारण दिले. ''रहदारीच भयंकर होती,'' दिलगिरीच्या सुरात ती म्हणाली. ती आईपेक्षा जरा उंच होती. तिच्या पायात उंच टाचांचे काळे सँडल्स होते. तिने पांढरी विणलेली कुर्ती आणि फ्रिलचा स्कर्ट घातला होता. तिच्या मनगटावर गुलाबी /पांढऱ्या रंगाची 'डिऑर' कंपनीची बनावट पर्स लटकत होती. हिचा जन्म मांचुरियातील तेल क्षेत्रात झाला आहे आणि तिची आई तिच्यावरील आरोपांतून मुक्त होण्यासाठी संघर्ष करत असताना ही छोटी मुलगी तेव्हा बीजिंग विद्यापीठात आली हे तिच्या आत्ताच्या अवतारावरून खरे वाटत नाही.

ॲपल ही खरोखरच तिच्या आईची खूप लाडकी होती. वयाच्या अठ्ठाविसाव्या वर्षी ती वेब डिझायनर म्हणून काम करत होती. ''ती माझ्यापेक्षा जास्त पैसे कमावते,'' लुयीने अभिमानाने सांगितले.

आमचे टेबल बघणाऱ्या वेट्रेसने आमच्या टेबलवर असलेल्या चक्राकार टेबलवर अर्धा डझन भूकवर्धक पदार्थ आणून ठेवले. स्कार्लेटने माझ्या आणि तिच्या आवडीच्या पदार्थांची आधीच ऑर्डर दिली होती. चिकन खिमा, तळलेले गारो, कुरकुरीत चणे, तांदळाच्या वाइनमध्ये मुरलेले काटे काढलेले मासे, ताज्या कोवळ्या बांबूचे सॉस – सिंहाच्या तोंडाचा आकार (बीजिंग विद्यापीठाच्या पश्चिमी दारावर असलेला) दिलेले डुकराचे मांस आणि टेराकोटा बाउलमध्ये कमळाची कोवळी पाने घातलेले सूप.

सगळेच पदार्थ अर्थातच चविष्ट आणि उत्तम होते. माझ्याबरोबर एके काळी वसतिगृहात राहाणाऱ्या माझ्या या जुन्या मैत्रिणीला माझे लुयीबरोबर काय काय बोलणे झाले होते याची इत्थंभूत माहिती दिलेली नव्हती. मला स्पष्ट दिसतच आहे की स्कार्लेटला पण खूप प्रश्न विचारायचे आहेत; परंतु ती विचारत नाही. आणि जरी तिने प्रश्न विचारण्याची हिम्मत दाखवली असती तरी मला नाही वाटत की लुयीने तिला फार काही उत्तरे दिली असती. लुयी प्रोफेसर याओंच्या उपस्थितीत पण

बोलायला फारशी राजी नव्हती, तर आता इतक्या जणांसमोर जेवताना ती काही बोलणे शक्यच नव्हते. मी पण स्कार्लेटला फार काही महत्त्वाचे विचारण्याच्या फंदात पडले नाही. तिने मला सांगितलेल्या अर्धसत्य गोष्टींना प्रती प्रश्न विचारून मी काही आव्हान पण दिले नाही. त्यामुळे मी तिची परिस्थिती अवघड केली असती आणि ते योग्य पण दिसले नसते.

त्याऐवजी आम्ही 'दुर्गुणी पॅन' या सर्वांच्या दृष्टीने सोयीस्कर व्यक्तीबद्दल बोलायचे ठरवले. "तो आता बीजिंग विद्यापीठाच्या आंतराष्ट्रीय विभागाच्या एका संयुक्त प्रकल्पाचा उपप्रमुख आहे," मी त्यांना सांगितले.

लुयीच्या यावरच्या प्रतिक्रियेवरून आत्तापर्यंत न दिसलेल्या, न जाणवलेल्या तिच्या स्वभावाची छटा अचानकपणे लक्षात आली. "तो अजून उपच आहे," ती काहीशा तिरस्काराने म्हणाली, "तो कधीच प्रमुख होणार नाही, तो उच्चपदावर कधीच जाणार नाही."

मी पण, लग्नाची आमंत्रणे देण्याच्या वेळी, मला आलेल्या अनुभवाचा उल्लेख केला. माझ्या वर्ग मित्र/मैत्रिणींना त्यामुळे काही तोटा झाला असे नाही; कारण सांस्कृतिक क्रांतीच्या काळात काटकसर हाच मंत्र होता. केवळ तीनच आठवड्यांपूर्वी चेअरमन माओचे निधन झाले होते आणि सर्व देश दुःखात बुडलेला होता, दुखवटा पाळत होता. त्या वेळी आम्ही स्वागत समारंभात उपस्थितांना फक्त चहा, दाणे आणि हो, गव्हाचा पाव, काकडी मोहरीचे लोणचे, माओते, 'गवती चहा'चे सरबत, जे अध्यक्ष निक्सन यांनी पंतप्रधान चाऊ एन. लाय. यांना त्यांच्या भेटीत दिले होते, असे काही खास विदेशी पदार्थ दिले होते. आणि आम्हाला लग्नात आहेर म्हणून भाजी कापण्याची फळी, किटली आणि मोठी सुरी अशा गोष्टी मिळाल्या.

ॲपल म्हणते, "आजकालच्या लग्नात साधारणतः आहेर म्हणून पैसेच देणे पसंत करतात. साधारण मैत्री असणारे २०० ते ३०० युआन देतात. खास मित्र असतील तर ते ९९९ युआन भेट देतात. नऊ या शब्दाचा 'जीयु' असा केला जाणारा उच्चार आणि 'शाश्वत', 'अमर' या अर्थाच्या चिनी शब्दांचा केला जाणारा उच्चार हे सारखेच आहेत, शिवाय यीन/यांगवर विश्वास ठेवणाऱ्यांसाठी, निसर्गातील पुरुषतत्त्वदर्शक तो सर्वांत मोठा आकडा आहे.

ॲपल तिच्या वर्गमित्राच्या लग्नाला दोनच दिवसांपूर्वी गेली होती. ती म्हणाली, "आजकाल बीजिंगमध्ये पाश्चात्त्य पद्धतीने लग्न करण्याची फॅशन आहे." तिच्या मित्राचे लग्न जुन्या शहरात असलेल्या कॅथलिक चर्च, ईस्ट कॅथेड्रलमध्ये झाले. "ते धर्माने ख्रिश्चन नाहीत," ती म्हणाली. त्यांची फक्त चर्चमध्ये लग्न करण्याची इच्छा होता. त्यांनी कॅडीलॅक आणि दहा ऑडी कार्सचा ताफा पण मिरवणुकीसाठी भाड्याने घेतला होता. त्यानंतर चाओ यांग पार्क येथे पाश्चिमात्य पद्धतीचा बुफे खाना पण होता.

कधीकधी पाश्चिमात्य चालीरीती, पद्धतींचा फार वेगळ्या रीतीने अर्थ लावला जातो. ''या लग्नात,'' ॲपल सांगते, ''वर आणि वधू दोघांनीही पांढरे शुभ्र कपडे, जे चीनमध्ये दुखवट्याच्या प्रसंगी घातले जातात, परिधान केले होते. वधूने संपूर्ण दिवसात, आपल्या श्रीमंतीचे प्रदर्शन करत, तीन वेळा गाउन्स बदलले . लग्नाचे असे खास दोन गाउन्स होते आणि जरी स्वागतसमारंभ दुपारी दोन वाजताच आटोपला तरी संध्याकाळसाठी एक वेगळा गाउन होता.''

अशा तरुण नवविवाहितांमुळेच निरनिराळ्या प्रथा अंगवळणी पडत असतात आणि अशांमुळेच कॅपिटल म्युझियममधील धार्मिक ओळख असलेल्या भेटवस्तूंची दुकाने चालत असावीत. ते ख्रिश्चन आहेत म्हणून किंवा जिझस प्रेम करतो यावर त्यांचा विश्वास आहे म्हणून ते 'जिझस लव्हज्' लिहिलेले किंवा चित्र असलेले टाय बांधत नाहीत, तर केवळ ती एक फॅशन आहे. त्यांना मॉडर्न म्हणून ओळखले जावेसे वाटते म्हणून तसे टाय लावतात. पाश्चात्त्य पद्धतीने विवाह करण्याचे वेड जरी गेल्या दशकातच वाढायला लागले असले तरी कॅपिटल म्युझियमला चिनी पद्धतीच्या पारंपरिक लग्नाचे महत्त्व पटवून देण्याची निकड आता भासायला लागली होती.

तेथे लावलेल्या एका माहिती फलकावरील, चिनी लग्नपद्धतीबाबतच्या एका चालीरीतीप्रमाणे लग्नाला आलेले आमंत्रित वधू/वरांच्या मधुचंद्राच्या पलंगाखाली खजूर, सूर्यफुलाच्या बिया आणि दाणे लपवून ठेवायचे. खजूर तेलबिया आणि दाणे यांच्या गुणधर्मावरून 'लवकरात लवकर पाळणा हलू दे' असाच संदेश सूचित केला जाई.

''तुझा काय विचार आहे? तुझा कधी लग्न करायचा विचार आहे?'' मी ॲपलला विचारले, ''तुझ्या आईच्या मैत्रिणीला नको ते प्रश्न विचारण्याची सवयच आहे.''

''मला अमेरिकेला जायचे आहे,'' ती नारळाच्या पाण्याचा घोट घेत म्हणाली. पुढे ती म्हणाली, ''९/११च्या घटनेनंतर आता अमेरिकेचा व्हिसा मिळणे फार कठीण झाले आहे म्हणून मी कॅनडाला जाण्यासाठी अर्ज केला आहे. तोसुद्धा अर्थातच मिळणे फार सोपे नाही. म्हणून मी क्वेबेक प्रांतासाठी अर्ज करणार आहे. मला वाटतं क्वेबेकला जाण्याचा प्रयत्न करणारे फार थोडे असतात.''

अचानक मला काही अंशी तरी पापक्षालन करण्याचा मार्ग दिसला. लुयीच्या मुलीला कॅनडाला येण्यासाठी मी मदत करू शकते. स्थलांतरणाची प्रक्रिया अत्यंत काटेकोरपणे, तटस्थपणे पार पाडली जाते आणि तिने त्यासंबंधीचा अर्ज आधीच केलेला होता. परंतु बाजूला राहून मी तिला काही सल्ले, मदत नक्कीच करू शकते.

''क्वेबेकला स्थलांतर करण्यासाठी मी दोन वर्षांपूर्वी व्हिसासाठी अर्ज केला आहे,'' ती म्हणाली. मी सुशिक्षित तंत्रज्ञ या वर्गात अर्ज केला आहे.''

मी ॲपलला सहज म्हणून गेले की मी तिला मदत करायचा नक्की प्रयत्न करीन. तेवढ्याने लुयीचा स्फोट झाला. ''मला तुझ्याशी मैत्री करायची आहे, पण म्हणून मला तुझी मदत हवी आहे असे नाही...'' ''मला वाटलं तुम्ही आधीपासूनच मैत्रीण आहात,'' थोडीशी गोंधळलेली ॲपल म्हणाली.

''बाळ ती एक मोठी गोष्ट आहे. मी तुला कधीतरी सांगीन.'' माझ्या लक्षात आले की लुयीने तिच्या भूतकाळाविषयी तिच्या नवऱ्यालाच अंधारात ठेवले होते असे नाही, तर तिने तिच्या मुलीला पण काहीही सांगितले नव्हते. कदाचित न सांगण्यातच तिला समाधान वाटत असावे. दुसऱ्या महायुद्धातील छळछावण्या आणि नरसंहारातून वाचलेल्या युद्धकैद्यांनीसुद्धा त्यांच्या मुलांना फारसे काही सांगितले नाही. दुसऱ्या महायुद्धात आणि व्हिएतनाम युद्धात लढलेले सैनिक यांनी अनुभवलेल्या भयंकर घटनांची क्वचितच चर्चा केली. 'रवांडा' येथील नरसंहारातून वाचलेले तर काही बोलतच नाहीत.

माझे वडील पण त्यांना काय काय अनुभवले याबद्दल कधी बोलले नाहीत. भयंकर मंदीच्या काळात जेव्हा ते नऊ वर्षांचे होते, त्यांच्या वडिलांनी त्यांना- जेथे त्यांचा जन्म झाला होता, वाढले होते त्या मॉंट्रियलहून चीनला- जो देश त्यांनी आधी पाहिलाही नव्हता, ज्याबद्दल त्यांना काही कल्पना नव्हती- पाठवले. त्यांच्यावर रताळ्यांची शेती करून त्यांच्या आईचे आणि तीन लहान भावंडांचे पोट भरण्याची जबाबदारी पडली. त्यातील दोघांचा नंतर मृत्यू झाला. माझ्या वडिलांनी त्यानंतर कधीही रताळे खाल्ले नाही, अगदी देवाचे आभार मानण्यासाठी दिल्या जाणाऱ्या खान्याच्या दिवशीही. मी ज्या वेळी 'रेड चायना ब्ल्यू' हे पुस्तक लिहीत होते आणि आमच्या घराण्याविषयी काहीतरी माहिती सांगण्याचा आग्रहच धरला, तेव्हासुद्धा ते एका वेळी दहा मिनिटांपेक्षा जास्त काही बोलू शकले नाहीत. थोड्याच वेळात त्यांचे शब्द अडखळायला लागायचे, ते गप्प व्हायचे आणि खोलीतून निघून जायचे.

लुयीने तिच्या मुलीला, फार काही तिला कळेल असे न सांगता, तिचे समाधान करण्यासाठी काहीतरी सांगायचा प्रयत्न केला. ''त्या वेळच्या काही घटना जरा तणावपूर्ण झाल्या होत्या; कारण ही परदेशातून येथे शिकायला आली होती,'' ती म्हणाली.

''ती परदेशी आहे?'' ॲपलने विचारले, ''मला वाटलं ती चिनी आहे.''

मी तिला मदत करायचा प्रयत्न करीन. मी तिला म्हणाले, ''सांस्कृतिक क्रांतीचा काळ.... फार विचित्र होता. जेव्हा तुझी आई आणि मी बीजिंग विद्यापीठात एकत्र शिकत होतो, मी अतिडाव्या विचारसरणीची होते,'' हे समजावून सांगताना

मला माओवादी आणि माओवाद इत्यादी शब्दांसाठी योग्य चिनी शब्द न आठवल्यामुळे मी जरा गोंधळले.

ॲपल आणखीनच गोंधळलेली दिसली. "डावी विचारसरणी म्हणजे काय?" पूर्णतः गोंधळलेल्या तिने विचारले.

मला आश्चर्याचा धक्काच बसला. लुयीची मुलगी- एक वेब डिझानर हुशार मुलगी, चिनी साम्यवादी पक्षाच्या नेतृत्वाखालील सरकार असलेल्या 'पीपल्स रिपब्लिकन ऑफ चायना'ची नागरिक, चेअरमन माओच्या मृत्यूनंतर दोनच वर्षांनी जन्मलेली- तिला डावी विचारसरणी म्हणजे काय ते माहीत नव्हते. माझ्या चेहऱ्यावरचे भाव बघून ती म्हणाली, की तिने विद्यापीठात मार्क्सवादावर फक्त एकच पुस्तक अभ्यासले होते. "त्यानंतर मी ते सगळे विसरून गेले."

मी तिला डावी विचारसरणी समजावून सांगण्याच्या प्रयत्नांत असतानाच लुयी पण मदतीला आली. "मी उजव्या विचारांची होते," तिने तिच्या मुलीला सांगितले.

आता मात्र ती पूर्णच गोंधळलेली दिसली. "तू क्रांतीविरोधी होतीस का?" शांतपणे तिने विचारले.

स्कार्लेट, लुयी आणि मी, आम्हाला एकदम धक्काच बसला. क्रांतीविरोधी हा शिक्का, ही ओळख आज पण तितकीच गांभीर्याने म्हणजे मृत्युदंडाची शिक्षा होण्याइतपत गांभीर्याने घेतली जाते. आम्ही तिघींनी मिळून मग ॲपलला विविध राजकीय विचारसरणी समजवण्याचा प्रयत्न केला; परंतु लवकरच ती कंटाळली.

"मला फ्रेंच आवडते," बेन आणि सॅमना संभाषणात ओढत ॲपल म्हणाली. 'क्वेबेक' ला स्थलांतरित होण्याच्या तयारीचा एक भाग म्हणून ती रात्रीच्या क्लासला जाते. तिने एक वाक्य पण म्हणून दाखवले. "Ou allez vous a l'ecole," ती विचारते.

बेन आणि सॅमनी टाळ्या वाजवल्या. ॲपल हसली.

लुयीचा बदला

लुयी म्हणाली त्याप्रमाणे केवळ नशिबाने आम्हाला परत एकत्र आणले. मी तिला शोधू शकण्याची कितपत शक्यता होती? मध्ये कितीतरी अडथळे होते, कित्येक योगायोगाच्या घटना घडल्या, कितीतरी ओळखींसाठी सुतावरून स्वर्ग गाठावा लागला. तिला बीजिंग विद्यापीठातून काढून टाकले होते अणि खरे तर तेथेच शोध संपला होता. ती जरी पदवीधर झाली असली तरी कॉलेजकडे त्या संबंधीचे, त्या काळातील काहीही रेकॉर्ड उपलब्ध नव्हते. तिने अनेक राहण्याच्या जागा बदलल्या होत्या; मांचुरियातील एका खेड्यातून, जिलीनजवळच्या तेल क्षेत्रात, तेथून हेनान प्रांतात, मग बीजिंग, त्यानंतर न्यू यॉर्क शहर आणि शेवटी परत बीजिंग. हे कमी होते की काय, म्हणून तिने स्वतःचे नाव पण बदलले होते.

जर त्या चिनी पत्रकारांचे शिष्टमंडळ ग्लोब आणि मेल वृत्तपत्राला भेट द्यायला आले नसते, तर मला स्कार्लेटचा पत्ता लागला नसता, जिने मला आमच्या वर्गातील साम्यवादी पक्षाच्या सचिवाशी- दुर्गुणी पॅनशी- संधान सांधण्याचा मार्ग दाखवला. त्या गुवेमींग (फ्यूचर)ला मी शोधू शकले नसते. कार्यकर्ता हुअँग आधीच निवृत्त झाला होता. परंतु अजून तो विद्यापीठाच्या निवासी संकुलात राहत होता आणि त्यामुळे त्याला शोधणे सोपे गेले. त्याने त्याच्या शेजारणीचा, वँग चुनमईचा फोन नंबर दिला. कार्यकर्ता हुअँगला कदाचित अंदाज होता की ती मला परत फोन करणार नाही, म्हणून त्याने दोन इतर बाबींवर महत्त्वाची माहिती पुरवली. त्याने मला खात्रीलायकपणे सांगितले की सन १९७१मध्ये नवीन वर्गासाठी विद्यार्थी घेण्यात आले नव्हते. याचा अर्थ लुयी ही सना १९७०च्या- म्हणजे सांस्कृतिक क्रांतीच्या सुरुवातीनंतरच्या पहिल्याच- वर्गातील असली पाहिजे. त्या क्षणी माझ्या लक्षात आले की साम्यवादी पक्षाचा वर्गप्रतिनिधी असलेल्या दुर्गुणी पॅनच्या वर्गातच ती असली पाहिजे आणि हुअँगने मला पॅनचा मोबाइल फोन नंबर दिला होता.

वरील माहितीवरून मी माझ्या बुद्धीला कितीही ताण दिला असता तरीसुद्धा लुयी मला सापडणे अवघडच होते. माजी विद्यार्थी मंडळाच्या कार्यालयातील माहितीच्या आधारे तर स्कार्लेट आणि फ्यूचर (गुवेमींग) यांना पण शोधून काढणे शक्य नव्हते. परंतु लुयीला परदेशी जायचे असल्यामुळे तिला सर्टिफिकेटची गरज होती आणि त्यामुळे तिला बीजिंग विद्यापीठात परतणे आणि ज्यांनी तिचा मानसिक छळ केला होता त्यांच्याशी नव्याने संपर्क प्रस्थापित करणे भाग पडले. चीनमध्ये घडलेले नाट्यपूर्ण बदल पण माझ्या पथ्यावर पडले. सन १९९० उजाडताना लुयीला तिच्या विदेशी स्वप्नांबद्दल लाज बाळगण्यासारखे पण काही कारण उरले नव्हते. लुयी पण विद्यापीठाच्या बरोबर शताब्दी वर्षातच परतली आणि तिने तिच्या वर्गमित्र/मैत्रिणींबरोबर, अगदी तोंड बघू नाहीसे वाटणाऱ्या दुर्गुणी पॅनबरोबर पण, नव्याने संबंध प्रस्थापित केले. बीजिंगमधील सर्व स्तरांवर शिरकाव झालेल्या मोबाइल फोनच्या प्रसाराचा पण मला खूप उपयोग झाला. मोबाइल फोन्सशिवाय प्रत्येकाशी संपर्क साधायला मला काही आठवडे लागले असते आणि तोपर्यंत माझा बीजिंगमधील मुक्काम संपत आला असता. शेवटी मी आणि लुयी विद्यापीठाच्या एकाच नावाच्या दोन वेगवेगळ्या गेट्सवर जेव्हा वाट बघत उभ्या राहिलो, तेव्हा आमची पहिलीच भेट होता-होता राहिली असती.

सुदैवाने मी अगदी योग्य वेळ साधली होती. लुयी अमेरिकेहून परतली होती. तिने काही दिवसांपूर्वीच दुसरे लग्न केले होते आणि ती बीजिंग विद्यापीठाच्या परिसरातच राहण्यासाठी परतली होती. मी जर माझ्या शोधाला आधीच सुरुवात केली असती तर मी तिला शोधू शकले नसते– कारण ती तोपर्यंत एकांतवासात असल्यासारखीच होती. जर ९/११ची घटना घडली नसती तर ती अजून पण अमेरिकेतच राहत असती. परंतु मी जर यापेक्षा पण जास्त उशीर केला असता तर कार्यकर्ता हुअँग अजून म्हातारा झाला असता किंवा एखाद्या आजारपणामुळे मला मदत करू शकला नसता. स्कार्लेट आणि गुवेमींग (फ्यूचर) निवृत्त झाल्या असत्या आणि त्यांनी नंतर नक्कीच घरे बदलली असती आणि फोन नंबर पण. जेव्हा मी या सगळ्या गोष्टींचा विचार करते तेव्हा मला वाटते, लुयी सापडणे हा एक चमत्कारच होता, तितक्याच अशक्य कोटीतला जितक्या अशक्य कोटीतील सन १९७३मधील तिचे अमेरिकेला जायचे स्वप्न होते.

आम्ही चीन सोडायच्या आधी पाच दिवस लुयीने स्कार्लेटला आणि आम्हाला म्हणजे मी, बेन, सॅम आणि नॉर्मन यांना, खास खान्यासाठी बोलावले. 'मा ला झियांग हॉट पॉट'- 'मा' म्हणजे 'बधिर करणारे', 'ला' म्हणजे 'मसालेदार' आणि

'झियांग' म्हणजे 'सुवासिक'. आत्तापर्यंत मी बधिर करणाऱ्या सुवासिक आणि मसालेदार जेवणाचा अनुभव घेतला नव्हता; परंतु सध्या बेजिंगमध्ये हा प्रकार फार लोकप्रिय होता. लुयीने निवडलेले रेस्टॉरंट- ज्याचे नाव 'मा ला झियांग' आहे – इतके लोकप्रिय आणि फॅशनेबल होते आणि त्याला इतकी मागणी होती की, जेव्हा टेबल राखून ठेवण्यासाठी फोन करावा तेव्हा अगदी न्यू यॉकमधील 'नोबू' रेस्टॉरंटप्रमाणे तो लवकर मिळतच नाही.

आम्ही रेस्टॉरंटमध्ये आलो तेव्हा ते गच्च भरलेले होते. गिऱ्हाइकांची रांग दरवाज्याबाहेर आलेली होती. ॲपलने आमच्यासाठी एक छोटी खोलीच राखून ठेवली होती. ती खोली आतून पांढऱ्या रंगाने रंगवलेली होती, मोकळी होती आणि एखाद्या कोठडीसारखी होती. वरच्या बाजूला उघड्या वायर्स लोंबत होत्या. खोलीच्या दारावर असलेल्या उभ्या रेषांच्या डिझाइनच्या पडद्यामुळे आम्हाला तुरुंगात असल्यासारखे वाटत होते. "ही गुन्हेगारांची चौकशी करण्याची खोली असल्यासारखे वाटते आहे," हसत हसत बेन म्हणाला. मी पण मूर्खासारखे त्याचे भाषांतर करून लुयीला सांगितले, जी या सगळ्या अनुभवातून गेलेली होती, तिला यात काही विनोद वाटला नाही.

" तू तिला भाषांतर करून का सांगितलेस?" ओशाळून बेन म्हणाला. स्कार्लेटने माझ्या मूर्खासारख्या विधानावर काहीबाही सारवासारव केली. तिने बेन आणि सॅमना त्यांच्या इंग्रजी आणि चिनी नावाचे नक्षीकाम केलेले रबर स्टॅम्प्स भेट म्हणून दिले. बेनच्या स्टॅम्पवर त्याच्या चिनी राशी चिन्हाचे, घोड्याचे चित्र कोरलेले होते, तर सॅमच्या स्टॅम्पवर त्याच्या चिनी राशी चिन्हाचे, कोंबड्याचे चित्र कोरलेले होते.

या जेवणाला लुयीचा बदला किंवा सूडच म्हणावयास हवे. एक वेट्रेस ॲल्युमिनिअमच्या खोलगट भांड्यात पाणी घेऊन आली. त्या पाण्यात कोबीचे तुकडे, बिया, लसणीच्या पाकळ्या, तमालपत्र, काळीमिरी आणि मी आधी न पाहिलेल्या औषधी वनस्पतींची पाने/मुळे इ. गोष्टी तरंगत होत्या. ही केवळ पूर्वतयारी होती. टेबलमधोमध असलेल्या खोलगट भागात गॅसचा बर्नर होता आणि त्यावर तिने ते भांडे ठेवले. येथील पद्धतीनुसार आम्ही आम्हाला हवे असलेले खाद्यपदार्थ बनवण्यासाठी लागणाऱ्या वस्तू मागवायच्या आणि आपापल्या आवडीनुसार त्या भांड्यात शिजवायच्या. बधिर करणारे, मसालेदार सुवासिक पदार्थ खाण्याची आवड असलेल्या लुयीकडे मी पुढची सगळी सूत्रे दिली.

"तूच सांग काय करायचे ते," मी म्हणाले.

"ए बैलाचे जठर अजिबात नको हं," स्कार्लेट घाईघाईने म्हणाली.

लुयीच्या चेहऱ्यावर निराशा स्पष्ट दिसते. "अगं बैलाचे जठर चविष्ट लागते," ती म्हणाली.

स्कार्लेट अडून बसते – "नको, नको, बैलाचे जठर अजिबात नको."

शेवटी लुयी खाद्यपदार्थांची ऑर्डर देते : पूर्ण स्क्वीड (एक समुद्रप्राणी), चिकनचे तुकडे, कोवळे बांबू, कमळाच्या मुळाचे तुकडे, आळंबीचे तुकडे, डुकराच्या मांसाचे तुकडे, पूर्ण कोळंबी आणि गायीची अन्ननलिका. "बापरे भयंकरच प्रकार आहे." सॅमची प्रतिक्रिया, "त्यामध्ये डुकराचे मांस कशाला?"

आणि फीअर फॅक्टरला लाजवणारी आमची ही पाककृती कमी होती की काय म्हणून लुयीने त्याबरोबर मक्याच्या पिठाच्या जाड्याभरड्या पावाच्या तळलेल्या तुकड्यांची ऑर्डर दिली. बीजिंग विद्यापीठाच्या कँटिनमध्ये खावे लागत असताना याच पावाच्या तुकड्यांची आम्हाला सगळ्यांना भीती बसली होती. आणि हाच पाव तिला मांचुरियामध्ये शिक्षा भोगत असताना वर्षानुवर्षे खायला लागला होता. "तुला तो आवडेल," ती मला म्हणाली, "ते पावाचे तुकडे छान तळलेले असतात, खूप कुरकुरीत असतात." भूकवर्धक पदार्थ म्हणून ती अर्धकच्च्या बटाट्याचे लांब काप, उकडलेले शेंगदाणे, मुळ्याचे तुकडे आणि भाताची पेस्ट भरलेली कमळाची मुळं मागवते. मला या सगळ्याच पदार्थांचा खासकरून अर्धकच्च्या बटाट्याच्या लांब कापांचा तिटकारा आहे. मी एका आहारशास्त्राच्या पुस्तकात वाचले होते की अर्धकच्च्या बटाट्याचे काप शरीरातील बी$_{१२}$ जीवनसत्त्व नष्ट करतात आणि त्यामुळे स्कर्व्ही किंवा मुडदुसासारखे आजार होण्याची भीती असते.

मला चिंता लागली होती, लुयी या बधिर करणाऱ्या, मसालेदार, सुवासिक पदार्थांनंतर बहुधा ड्युरियन फळाचा रस मागवणार की काय याची. त्याऐवजी तिने ख्रिसँथिममच्या वाळलेल्या पानांचा लिंबू पिळलेला चहा मागवला. मला ख्रिसँथिममची ॲलर्जी आहे. परंतु ती एवढी आनंदात होती की मी काही बोलले नाही. जास्तीत जास्त काय होईल मला चक्कर येईल आणि मी बेशुद्ध पडेन.

"मला फक्त वाडगाभर भात मिळेल का?" नॉर्मनने त्या वेट्रेसला विचारले. लुयीकडे बघत तो म्हणाला, "मला काहीही मसालेदार चालत नाही." तिला धक्का बसलेला स्पष्ट जाणवला. येथील सर्वच गोष्टी बधिर करणाऱ्या, मसालेदार आणि सुवासिक होत्या. कच्च्या लसणाच्या दोन-तीन पाकळ्या घातलेल्या त्याच्या पुढ्यातील भातावर त्याने लक्ष केंद्रित केले. बेनने पण निवडून निवडूनच खाल्ले. परंतु सॅमने सांगून टाकले की डुकराच्या मांसाचे तुकडे गाईच्या अन्ननलिकेपेक्षा चांगले होते.

चिनी जडीबुटी डॉक्टरचे औषध घेऊन आणि लुयीने दिलेल्या खास औषधाच्या गोळ्या अनेक वेळा घेऊन पण बेनची सर्दी होती तशीच होती. त्याने चुकून मिरची खाल्ली आणि त्याला जोरदार ठसका लागून तो इतका खोकायला लागला की तो टेबलवरून उठून जरा लांब जाऊन थोडा वेळ इकडेतिकडे फिरला. मधील काळात सॅमने त्या भांड्यातील मिरचीच्या पाण्यातून चिकनचे तुकडे शोधून-शोधून संपवले होते. "चिकनप्रमाणे लागतं आहे," हसत हसत तो म्हणाला.

आणि एकाएकी त्याच्या नाकातून रक्त यायला लागले. तो झटकन खुर्चीवरून उठला आणि रक्तप्रवाह थांबवण्यासाठी नाकावर रुमाल दाबून, स्वच्छ होण्यासाठी स्वच्छतागृहाकडे पळाला. गिऱ्हाइकांच्या नाकातून रक्त येणे हा या बधिर करणाऱ्या, मसालेदार आणि सुवासिक हॉट पॉट रेस्टॉरंटमध्ये वारंवार अनुभवाला येणारा प्रकार असावा; कारण तेथील कर्मचाऱ्यांना अशा प्रसंगी करायचे उपाय माहीत होते. तिने सॅमला लगेच कपाळावर गार पाणी मारण्याचा सल्ला दिला.

"मी अगदी तसेच केले आणि रक्त येणे थांबले," आश्चर्यचकित झालेला सॅम आला आणि त्याने आम्हाला सांगितले.

स्कार्लेट पण तिच्या बशीतील 'स्क्विड' बाजूला काढत म्हणाली, "मला पण मसालेदार अजिबात चालत नाही."

इतर कोणाला नाही, तरी मला मसालेदार पदार्थ आवडतात. परंतु या बधिर करणाऱ्या, मसालेदार आणि सुवासिक हॉट पॉट रेस्टॉरंटमध्ये मिरी आणि मिरच्यांचा अतिरेक होता; त्यावरच ते चालते. लाल मिरीचा रस माझ्या घशातून जळजळत खाली उतरला आणि मला पण ठसका लागला, आणि मी पण खोकायला लागले.

"अरे बापरे तुला पण आवडलेले दिसत नाही," लुयी म्हणाली, ती जराशी नाराज झाल्यासारखी वाटली. "माझं चुकलंच."

"नाही, नाही," मी गाईच्या अन्ननलिकेचा तुकडा चोखत खोटे बोलले, "हे फारच मस्त आहे."

बेन आणि सॅमनी जेवण झाल्यावर दोघांनीच सुंदर निवासाकडे परतण्याची मला गळ घातली. त्यांनी इतका वेळ जे काही सहन केले होते ते बघून मी पण त्यांना परवानगी दिली. स्कार्लेटने, ड्रायव्हर्सचे चेहरे निरखून बघण्यासाठी अनेक टॅक्सींना हात केले. शेवटी, चेहऱ्यावरून प्रामाणिक आणि सरळ वाटणारा ड्रायव्हर तिला सापडला. नॉर्मनने त्या ड्रायव्हरला सुंदर निवासाचा पत्ता आणि मार्ग सांगितला आणि टॅक्सी नंबर लिहून घेतला. आम्ही आमच्या मुलांना निरोप दिला. "तुला नक्की वाटतं का की केलं ते बरोबर आहे?" लुयीने संशय व्यक्त केला.

ॲपल पण सटकली. खूप काम करायचे असल्याचे कारण तिने सांगितले. "चला माझ्या घरी जाऊ या. आपण चौघे आहोत, आपल्या महाजाँग खेळता येईल." आम्ही लुयीच्या पांढऱ्या जेट्टाकारमध्ये बसलो. स्कार्लेटच्या निवासी संकुलातील पार्किंगची जागा भरलेली होती. भुयारी पार्किंगमध्ये जागा शोधण्यासाठी आम्ही गोल-गोल फेऱ्या मारल्या. शेवटी स्कार्लेटने तेथील सुरक्षारक्षकाला कारसाठी पार्किंगची जागा दाखवायला सांगितले. त्याने आमच्या कारच्या पुढेपुढे चालत एक

जागा दाखवली. अल्फ्रेड पेंगच्या ऑफिसच्या पार्किंग जागेतील सुरक्षारक्षक पण कदाचित त्याला नेमून दिलेले काम करत असावा.

माऊ माऊने तिच्या बाळाला काही वेळापूर्वीच झोपवले होते. ती आमचं स्वागत करायला बाहेर आली. तिने ढगळ पायजमा आणि बिनबाह्यांची कुर्ती घातली होती. या वेषात ती खूपच आकर्षक दिसत होती. ज्या वेषासाठी सांस्कृतिक क्रांतीच्या काळात तिच्या आईने जिवाची पण पर्वा केली नसती. आम्ही टेबल मांडेपर्यंत, माऊ माऊने आमच्यासाठी झीनजियांगहून आणलेली पिकलेली खरबुजे कापली. आम्ही आपापल्या सोंगट्या लावल्या आणि सुरुवात कोणी करायची हे ठरवण्यासाठी आम्ही फासे टाकले. स्कार्लेट-तीन, मी-आठ, लुयी-नऊ आणि नॉर्मन-सात असे फासे पडतात. ''हे, मी जिंकले,'' लुयी ओरडली.

माऊ माऊ नॉर्मनला पाठीमागून सूचना देत होती. स्कार्लेटने मला शिकवले. माझा कधी स्वप्नातसुद्धा विश्वास बसला नसता की वसतिगृहात माझ्याबरोबर राहणाऱ्या, एके काळी रेडगार्ड असलेल्या माझ्या मैत्रिणीला कधी काळी गृहिणी होऊन माओने बंदी घातलेल्या खेळाचे व्यसन लागेल. दर रविवारी दुपारी ती तिच्या मुलांना जुगार खेळण्यासाठी आमंत्रित करते. स्कार्लेटने मला सांगितले, ''मी पन्नास युआनपेक्षा कमीची पैज लावतच नाही.'' स्कार्लेट म्हणाली, ''नाहीतर त्यात काही मजा नाही.'' मला आणि नॉर्मनला हा खेळ खेळताच येत नसल्यामुळे कोणीच पैसे लावले नाहीत.

''मी जिंकले,'' लुयी एकदम किंचाळली. ''पैसे काढा, पैसे काढा'' हात लवत आणि अंगठा आणि तर्जनीने, जगभरात सर्वत्र ओळखली जाणारी, पैशाच्या देवाणघेवाणीची खूण करत ती ओरडली. सर्व संध्याकाळ तात्त्विक दृष्टीने तीच जिंकली होती.

स्कार्लेटचा सैन्यात असलेला जावई खरे तर आमच्याबरोबर त्या बधिर करणाऱ्या, मसालेदार आणि सुवासिक हॉट पॉट रेस्टॉरंटमध्ये येणार होता. शेवटच्या क्षणी त्याला काहीतरी महत्त्वाचे काम निघाले. ''त्याला ते प्रकरण हाताळावे लागले, म्हणजे काही जणांना पार्टी द्यावी लागली,'' स्कार्लेट म्हणाली. सैन्य दलासाठी उपस्थित झालेला गंभीर जनसंपर्काचा प्रश्न त्याला मार्गी लावायचा होता. प्रामुख्याने भानगडी, लफड्यांच्याच बातम्या छापणाऱ्या 'द बीजिंग इव्हिनिंग न्यूज' मध्ये बातमी आली होती की 'रहदारीचे नियम मोडल्याबद्दल पोलिसांनी अडवलेले दोन आर्मी ट्रक्स पोलिसांना गुंगारा देऊन पळून गेले.' तशीही सैन्य दलाची जनमानसातील प्रतिमा तितकीशी चांगली नाही. त्यांची वाहने रस्त्यावरील अडकलेल्या रहदारीतून मार्ग काढण्यासाठी वारंवार भोंग्यांचा आणि लाल दिव्यांचा गैरवापर करतात आणि

एक प्रकारे दहशत निर्माण करण्याचा प्रयत्न करतात. आणि असे नाजूक प्रश्न सोडवण्यासाठी मग स्कार्लेटच्या जावयाला स्थानिक स्वराज्य संस्थांच्या पदाधिकाऱ्यांना खूश ठेवण्यासाठी महागड्या हॉटेलांमध्ये ओल्या पार्ट्यांना न्यावे लागते.

जेव्हा रात्री दहा वाजता तो घरी आला, तेव्हा स्कार्लेटने त्याला आम्हाला- नॉर्मनला आणि मला- सुंदर निवासात पोहोचवण्याचा हुकूम सोडला. तो पण बिचारा लगेच तयार झाला.

"तू प्यायला तर नाहीस ना, का प्यायला आहेस?" आम्ही निघता-निघता तिने त्याला विचारले.

"फार नाही," तो म्हणाला.

लुयीचा बदला
(भाग-२)

आम्ही दोन दिवसांनी म्हणजे मंगळवारी बीजिंगहून प्रयाण करणार होतो. लुयीने स्कार्लेटला, मला आणि माझ्या कुटुंबीयांना रविवारी दुपारी निरोपाच्या भोजनाला बोलावले होते. मी तयारी करण्याच्या दृष्टीने मुलांना अंथरुणातून बाहेर काढतच होते, तोवर लुयीचा वेळ बदलल्याचा, म्हणजे जेवणासाठी रात्री भेटण्याचा फोन आला.'' जरा अचानक काम निघालं आहे,'' ती म्हणाली. ''खासच परिस्थिती आहे, नंतर सांगेन.''

मी आणि मुलांनी आमची सकाळ भेटवस्तूंची खरेदी करण्यात घालवली. जेवणासाठी आम्ही 'सिचुआन प्रांतीय कार्यालय, बीजिंग रेस्टॉरंट' या विचित्र नावाच्या रेस्टॉरंटमध्ये जाण्याचे ठरवले. हे रेस्टॉरंट 'सिचुआन प्रांतीय कार्यालय, बीजिंग' यांनीच चालवलेले होते. हे कार्यालय बीजिंगमध्ये दूतावासाप्रमाणे सिचुआन प्रांताच्या राजनैतिक आणि आर्थिक हितसंबंधांचे रक्षण करण्याचे काम करते. आनंदाची गोष्ट म्हणजे- त्या निमित्ताने त्या प्रांतातील खाद्यसंस्कृतीची ओळख करून देण्यासाठी त्यांनी येथे उत्तम शेफ्सची पण व्यवस्था केली होती. आम्ही गेलो तर रेस्टॉरंट पूर्णपणे भरलेले होते. आम्ही सॅमचा आवडता पदार्थ – चिकन खिमा आणि तळलेल्या मिरच्या– मागवल्या. बेनने बिअर मागवली; परंतु सॅमने कोक घेणेच पसंत केले. येथे पिण्यावर बंदी नसल्यामुळे माझ्या तेरा वर्षांच्या मुलाला आता 'पिण्याचे' आकर्षण उरलेले नाही. बाजूच्याच गोंधळ चाललेल्या एका टेबलवर तर्र झालेल्या, लाल तोंडाच्या माणसाने वेट्रेसच्या कमरेभोवती हात टाकले. त्याच्या या कृतीने ती एकदम अवघडल्यासारखी झाली.

''तो वेट्रेसचा विनयभंग करतो आहे,'' मान हलवत, विश्वास न बसून बेन म्हणाला. बिअरची बाटली खाली जमिनीवर पडून फुटली. असा एखादा प्रकार किंवा घटना टोरांटो येथे हॉटेलमध्ये जेवणाऱ्यांना एकदम सावध करेल आणि सगळीकडे

एकदम शांतता पसरेल. परंतु येथे सर्वांनी त्या घटनेकडे दुर्लक्ष केले आणि ज्या तत्परतेने साफ करायला तेथे काम करणारी स्त्री धावत आली, त्यावरून असे प्रसंग तेथे वारंवार घडत असावेत असे दिसते. चेहऱ्यावर काहीही भाव न दाखवता त्या सेविकेने खाली सांडलेली फेसाळ बिअर पुसून घेतली आणि काचांचे तुकडे उचलले.

जेवण झाल्यावर मी फुलांच्या दुकानाच्या शोधात निघाले. गेल्या वेळी लुयीला पहिल्यांदा भेटायला जाताना, जिच्या आयुष्यात माझ्यामुळे वादळ निर्माण झाले अशा मैत्रिणीसाठी, कोणती भेटवस्तू नेणे योग्य ठरेल याचा माझ्या मनाशी निर्णय न झाल्यामुळे मी काहीच घेऊन गेले नव्हते. या आमच्या दुसऱ्या भेटीत तिला देण्यासाठी मी युनान प्रांताचे वैशिष्ट्य असणाऱ्या उत्तम काळ्या 'पुर'(Puer) चहाची वीट विकत घेतली. या आमच्या शेवटच्या भेटीसाठी मला तिच्याकरता एक फुलांचा मोठा गुच्छ पण न्यायचा होता. त्या रेस्टॉरंटमध्ये काम करणाऱ्या एकाने मला सांगितले- या गल्लीच्या तोंडाशीच एक फुलांचे दुकान आहे. बदक आणि सिचुआन प्रांताचे खास पदार्थ खाऊन आम्ही बाहेर पडलो.

अचानक आमची नजर एका ट्युडॉर (इंग्लंडमधील एक राजघराणे (१४८५-१६०३) अर्ध लाकडी अर्ध दगडी बांधकाम असलेली स्थापत्य शैली) पद्धतीच्या स्थापत्य शैलीच्या बंगल्यावर गेली. आम्ही त्या बंगल्याकडे बघत थांबल्याचे बघून खरेदीच्या पिशव्या हातात असलेली एक मध्यमवयीन स्त्री आम्हाला माहिती देण्याच्या उद्देशाने थांबली. ''हे 'शिलियांग' या वकिलीण बाईंचे घर होते,'' तिने अभिमानाने सांगितले. स्त्रीस्वातंत्र्य चळवळीची मुहूर्तमेढ शिलियांग हिने रोवली. पीपल्स रिपब्लिक ऑफ चायनाच्या न्याय खात्याची पहिली मंत्री. सन १९३०च्या दशकात शांघायमध्ये वकिली करणाऱ्या फार थोड्या महिलांपैकी एक ती होती. सन १९३६मध्ये 'कोमिंगटांग' सरकारने जपानी आक्रमणाविरुद्ध काढलेल्या निषेध मोर्चाचे तिने नेतृत्व केल्याबद्दल अटक केली होती. ती वयाच्या पंच्याऐंशिव्या वर्षी, सन १९८५मध्ये मरण पावली.

''आणि पंचेन लामा येथे राहायचे,'' ती स्त्रीशेजारच्याच, पण फारशा उठून न दिसणाऱ्या, पाश्चिमात्य धर्तीच्या बंगल्याकडे बोट दाखवून म्हणाली. ती दहाव्या पंचेन लामांच्या उल्लेख करत होती, दलाई लामांनंतरचे दोन नंबरचे सर्वांत मोठे आध्यात्मिक गुरू. पंचेन लामांना– कदाचित याच घरात– सन १९८२पर्यंत नजरकैदेत ठेवले होते. सन १९८३मध्ये त्यांनी एका चिनी महिलेशी विवाह केला. एक तिबेटन धर्मगुरू म्हणून त्यांची ही कृती अत्यंत वादग्रस्त आणि धाडसी होती. पंचेन लामा यांचे तिबेटमध्ये, चिनी सैन्याच्या तेथील उपस्थितीबद्दल सरकारवर टीका केल्यानंतर काहीच दिवसांनी सन १९८९मध्ये, वयाच्या एक्कावन्नाव्या वर्षी निधन झाले.

“याच रस्त्याच्या त्या बाजूला ‘सुंग चिंग लींग’ राहत होती.” प्रजासत्ताक चीनचे संस्थापक सन् यत् सेन यांच्या सुंग चिंग लींग या पत्नी. आमचा उडालेला गोंधळ बघून त्या बाईंनी, तो परिसर आम्हाला फिरून दाखवण्याची इच्छा प्रगट केली. “मी शाळेमध्ये शिक्षिका आहे,” त्या छोट्या गल्लीत आमच्यापुढे चालत ती म्हणाली,“मी पण येथेच राहते.”

त्या अरुंद गल्लीमध्ये थांबलेल्या एका ट्रकमध्ये तीन उघडे कामगार, त्यांची घामाने निथळणारी शरीरे उन्हात चमकत होती. ते तेथील कचरा, राबीट वगैरे भरत होते. आम्ही त्या ट्रकच्या बाजूने अंग चोरून पुढे गेलो. पुढे जात असताना समोर अंगण असलेल्या, लाल रंगाचे दार असलेल्या एका घरावरून आम्ही गेलो. ती बाई म्हणाली, “हे माझं घर. त्यांनी मला कितीही भरपाई दिली तरी, मोबदला दिला तरी मी उपनगरामध्ये गगनचुंबी इमारतीत राहण्याऐवजी या माझ्या पुढे अंगण असलेल्या घरातच राहणे पसंत करीन.”

तेथील अनेक भिंतींवर आधी लाल रंगात– धोकादायक, पाडण्यायोग्य – लिहिलेले शब्द आणि नंतर ते पांढऱ्या रंगाने पुसण्याचा केलेला प्रयत्न, असा प्रकार आढळून आला. क्विआनमेन भागातील वस्तीप्रमाणेच या शिक्षिकेच्या घराच्या आजूबाजूच्या भागातील वस्ती पण सपाट करण्यात आली होती. “पुढील दोन-एक महिन्यात हे सगळं येथून हलवलं जाईल,” ती म्हणाली. एका मोकळ्या जागेमध्ये अजून उभ्या असलेल्या तीन घरांकडे बोट दाखवून ती म्हणाली, “स्थानिक नगरपालिकेने काढलेल्या हुकूमानुसार तेथे पडलेल्या एका मोठ्या मातीच्या ढिगाऱ्यावर, हवेतील धूळ कमी करण्यासाठी ताडपत्री घातली होती. अर्धवट पाडलेल्या भिंतीवर कोणीतरी स्प्रे मारून दोन हृदयांच्या आकृती काढून खाली लिहिले होते, ‘आय लव्ह यू’. बेन या होतकरू फोटो जर्नलिस्टचे तेथेच असलेल्या विटांच्या ढिगाऱ्यावर, ऑलिम्पिक खेळांच्या उद्‌घाटनाच्या बॅनरसमोर बसलेल्या एका तपकिरी रंगाच्या कुत्र्याकडे लक्ष गेले. त्याला वाटते हा लक्षवेधी फोटो ठरू शकेल. त्याने फोटो घेण्यासाठी कॅमेरा रोखला तेवढ्यात कोठून तरी एक सुरक्षारक्षक अवतरला.

“फोटो काढायला मनाई आहे,” बेनच्या कॅमेऱ्याच्या लेन्सवर हात ठेवून रेकलेल्या आवाजात तो म्हणाला. त्याने हिरव्या रंगाचा शर्ट घातला होता, नाइकेचे पळण्याचे बूट घातले होते आणि त्याच्या शर्टच्या बाहीवर कोणत्या तरी कंपनीचा काळा बिल्ला होता. बेनला आश्चर्य वाटले. मी त्याला समजावले की बीजिंगमध्ये पाडापाडीला आणि या ढिगाऱ्यांना राजकीय रंग आला आहे; कारण कित्येकांचा शहरातील जुन्या स्थापत्यकलेचा नमुना असलेल्या वास्तू, ऑलिम्पिक खेळांकरता स्टेडियम बांधण्यासाठी पाडण्याला तीव्र विरोध होता. सरकारला जुने गल्लीबोळ फक्त नामशेषच करायचे नव्हते, तर त्याचे कागदोपत्री पुरावे किंवा खुणापण

ठेवायच्या नव्हत्या. त्या सुरक्षारक्षकाला तशा सूचना दिल्या असाव्यात. 'चाई'(Chai) या शब्दावर पांढरा रंग फासण्याच्या कृतीचा पण हाच अर्थ लागतो. ही उघडपणे लपवाछपवी आणि फसवणूक होती.

तो सुरक्षारक्षक बेनच्या जवळच घुटमळत होत. बेनचे फोटो काढण्याचे प्रयत्न चालूच होते. बेनने एक फोटो मोठ्या शिताफीने काढला; पण जेव्हा त्याने दुसरा फोटो काढण्याचा प्रयत्न केला, तेव्हा तो सुरक्षारक्षक चिडला. मी बेनला सावध केले की एखादे वेळी तो सुरक्षारक्षक कॅमेरा खेचून घेईल आणि मोडून पण टाकेल. आम्ही तेथून निघून जाणेच योग्य होते. आश्चर्य म्हणजे त्या शाळामास्तरीण बाईंना त्याचे काही विशेष वाटले नाही. माओच्या काळात तिने आरडाओरडा केला असता. आत्ता ती घाबरलेली पण का नव्हती? मग मला अर्थ लागला. ती बीजिंगची रहिवासी होती आणि तो सुरक्षारक्षक बाहेरून आलेला कोणी विस्थापित कामगार होता. शेवटी त्या मातीच्या ढिगाऱ्याची सुरक्षा करण्याचे कोणाचे काम होते? तिने त्याच्याकडे पूर्णपणे दुर्लक्ष केले, जणूकाही तो अदृश्य होता. तिचे अनुकरण करत आम्ही पण दुर्लक्ष केले. नंतर आम्ही थोडा वेळ गप्पा मारत उभे राहिलो. विषय असा खास कोणताच नव्हता; फक्त स्थानिक प्रशासनाविषयी वाटणारा तिरस्कार आम्ही व्यक्त केला. नंतर आम्ही मास्तरीण बाईंचे आभार मानले आणि प्रमुख रस्त्यावर आलो. लगेचच पुढे मला एका दुकानावर पाटी दिसली : 'फळे आणि फुले'.

"तुमच्याकडे कोणकोणती फुले आहेत?" मी विचारले.

"फुलं नाहीत, फक्त फळं आहेत," सांस्कृतिक क्रांतीच्या काळातील अवशेष वाटावा असा तो दुकानदार उत्तरला. जवळपास दुसरे कोणतेच फुला/फळांचे दुकान दृष्टिक्षेपात नसल्यामुळे शेवटी मी लुयीसाठी फळेच घ्यायचे ठरवले. चेहऱ्यावरचा घाम पुसत पुसत मी दुकानात दृष्टी फिरवली. तेथील रसाळ पीच फळे घेण्याचा मला मोह झाला. फिकट गुलाबी रंगाची फळे आता त्यांचा बहर असल्यामुळे भेट देण्याच्या दृष्टीने फारच स्वस्त होती. दुसरीकडे मला काटेरी ड्युरियन फळांचा ढीग दिसला.

"याचा काय भाव आहे?" मी विचारले.

"एका कॅटीला दहा युआन," पारंपरिक चिनी वजनाचा (एक कॅटी म्हणजे अर्धा किलो) हवाला देत त्या दुकानदाराने भाव सांगितला. ही फळे जरा महाग होती आणि भेट देण्याच्या दृष्टीने मला हेच हवे होते. त्याने ढिगाऱ्यावरच असलेले फळ उचलले. ते फळ फुटबॉलपेक्षाही मोठ्या आकाराचे होते. त्याने त्याचे वजन केले. ते जवळजवळ सात पौंड भरले. मी बीजिंगचीच रहिवासी आहे हे भासवण्यासाठी तो फळाचे वजन करत असताना मी काट्याकडे जर जास्तच लक्ष दिले. खरे तर ड्युरियन पिकले आहे की कच्चे आहे हे ओळखण्याचे तंत्र मला माहीत नव्हते.

फळाच्या बाह्य भागावर तरी काहीही डाग नव्हता. मी त्याचा वास घेऊन बघितला. डुकराच्या घाणीचा वास तरी येत नव्हता. जाऊ दे, मी कशाला चिंता करू? मी ते मैत्रिणीला भेट म्हणून देणार होते. मी मान हलवली आणि दुकानदाराने ते लाल प्लॅस्टिकच्या बॅगेत टाकले.

त्या फळावरचे टोकदार काटे पिशवीच्या पातळ प्लॅस्टिकमधून बाहेर आले. ड्युरियन फळ हे एखाद्या मध्ययुगीन छळ करण्याच्या आयुधासारखे वाटते. या फळाला 'मलाय' भाषेतील 'ड्युरि' म्हणजे काटा या शब्दावरून नाव पडले होते. व्हिएतनाममध्ये याचे नाव 'साऊ रिंग' असे आहे. त्याचा अर्थ 'वैयक्तिक दुःख' असा होतो. ड्युरियन फळे तोडणारे कठीण हेल्मेटसारख्या टोप्या घालतात; कारण ते डोक्यावर पडले तर गंभीर दुखापत होण्याचा, प्रसंगी मृत्यू ओढवण्याचा धोका असतो. मी टॅक्सीला हात केला. ड्युरियन फळाच्या वासाने चक्कर येऊन टॅक्सी ड्रायव्हरने अपघात केल्यासंबंधीची आकडेवारी माहीत नसल्यामुळे मी पुढे, ड्रायव्हरच्या शेजारी बसले आणि पायांशी ड्युरियनची पिशवी ठेवली. मुले आणि नॉर्मन मागे बसले.

बीजिंग विद्यापीठापर्यंतचा प्रवास निर्विघ्नपणे पार पडला. लुयीच्या उदाहरणावरून शिकून मी पण विदेशी विद्यार्थी मंडळाला मागील तारखेपासून माझा डिप्लोमा द्यावा अशी विनंती करणारा अर्ज केला. (ते माझ्या विनंतीकडे दुर्लक्ष करतील.) सात पौंड वजनाच्या ड्युरियनची पिशवी, पोटरीला काटे टोचू नयेत म्हणून, शरीरापासून लांब धरत मी यशस्वीपणे सगळ्यांना 'येनचिंग साऊथ गार्डन'पर्यंत घेऊन गेले. परंतु ६६ नंबरचे घर नक्की होते कोठे? घरांना एका ठरावीक पद्धतीने नंबर दिलेले नव्हते. येथे बारा नंबर होता आणि त्याच्या बाजूला अठ्ठावीस नंबर होता. परत एकदा मोबाइल मदतीला आला. ''मी सार्वजनिक मुतारीजवळ उभी आहे.'' मी लुयीला म्हणाले. ''आता मी कशी येऊ?''

''मी रहदारीत अडकले आहे,'' ती फोनवरून ओरडली. ''मी थोड्याच वेळात पोहोचेन. माझ्या नवऱ्याला घरी फोन लाव.''

मी फोन करायच्या आत प्रोफेसर याओच आमच्या शोधात निघालेले होते. लुयीने स्पीड डायलवर संपर्क केलेला होता. त्यांनी आमच्यासाठी ग्रीन-टी केला आणि एका बशीत देठापासून वेगळी केलेली, स्वच्छ धुतलेली लहान लाल द्राक्षे आमच्या पुढे ठेवली. ''ही गुलाबी द्राक्षे आहेत,'' ते म्हणाले. ''त्यांचा आकार फार मोठा नसतो; परंतु ती खूप गोड असतात आणि त्यांना गुलाबाचा स्वाद आहे.''

आमच्यासाठी त्यांनी छोट्या कपांमध्ये चहा ओतला. ''लुयीने तुम्हाला काय झाले ते सांगितले का?'' प्रोफेसर याओनी आम्हाला विचारले. ''सकाळी ॲपलचा फोन आला; ती अंघोळीसाठी सकाळी तिच्या घरातील बाथरूममध्ये गेली. काहीतरी

घेण्यासाठी ती बाथरूमच्या बाहेर आली आणि नकळत बाथरूमचा दरवाजा बंद झाला आणि आतमध्ये नळ वाहत राहिला.''

बाथरूमच्या दरवाजाची जी एकच चावी होती ती पण आतच होती. हे बांधकाम करणारे पण बाथरूमच्या दरवाजांना कुलपे का लावतात, हे एक कोडेच होते. मला तरी असे वाटते की चिन्यांच्या भिंती आणि दरवाजे बांधण्याच्या मानसिकतेचा, वेडाचा हा परिणाम असावा. जेव्हा आम्ही पॅगोडा गार्डनमध्ये राहायचो, तेव्हा प्रत्येक खोलीच्या दारांना, कपाटांच्या दारांना कुलूप-किल्ल्यांची सोय होती. (आणि मी विचार केला तर असे लक्षात आले की, आमच्या १९३८ टोरांटो घरामध्ये पण बहुतेक दारांना कुलपे होती. आमच्याकडे असलेल्या यामाहा पियोनाला पण कुलूप-किल्लीची सोय आहे. याला तुम्ही काय म्हणाल?)

प्रोफेसर याओ म्हणाले, आज रविवार असून पण ॲपलला कामावर जावे लागणार होते. तिला आधीच उशीर झाला होता म्हणून मग लुयी तिच्या मदतीला धावली. 'थेट स्वर्गात' निवासी संकुलाभोवती चाव्या करणाऱ्याच्या शोधात लुयीने फेऱ्या मारल्या. पहिला जो सापडला त्याला काही ते कुलूप उघडता आले नाही, उलट त्याने ते कुलूप तोडून ठेवले. दुसरा जो सापडला त्याला ते जमले. मधील काळात बाथरूममध्ये पाणी भरले होते आणि खालच्या मजल्यावरील फ्लॅटमध्ये गळायला लागले होते. मला वाटते साध्यासुध्या बांधलेल्या सरकारी घरांचे बरे असते. त्याचे पण काही फायदे असतात. माओच्या काळामध्ये कोणालाच खासगी/स्वतंत्र बाथरूम नसायची. आणि जर सार्वजनिक बाथरूम तुंबले तर ती दुसऱ्या कोणाची तरी डोकेदुखी असायची, साधारणतः कोणीतरी बिचारा वर्गशत्रू.

तेवढ्यात लुयी आली. गडद हिरव्या रंगाचा, आखूड बाह्यांचा स्वेटर आणि पांढरी पँट, मनगटावर लटकणारी पर्स अशा वेषात लुयी छान दिसत होती. तिने चमकदार लाल लिपस्टिक लावले होते. तिने खाली सोफ्यावर पर्स भिरकावली. ''भयंकरच रहदारी होती,'' ती म्हणाली. 'थेट स्वर्गात संकुलातून परत येताना पश्चिमी दरवाजाकडून येणाऱ्या रविवार दुपारच्या रहदारीत ती सापडली होती.

कंपन्यांचे प्रमुख प्रबंधक, अधिकारी इत्यादींसाठी बीजिंग विद्यापीठ आता शनिवार/ रविवार एमबीएचे खास वर्ग आयोजित करते. प्रोफेसर याओ म्हणाले, ''यातून विद्यापीठाला चांगली कमाई होते, भरमसाट फी आकारली जाते, बहुतेक सगळे प्रबंधक, अधिकारी शोफर्सनी चालवलेल्या श्रीमंती कार्समधून शिकायला येतात आणि नेमक्या याच वेळेला त्यांचे वर्ग सुटतात.''

''स्कार्लेट जेवायला येत नाही आहे,'' लुयी म्हणाली, ''तिला मुलीला केस धुवायला न्यायचे होते. जेव्हा मी तिला आपले दुपारी भेटण्याऐवजी रात्री भेटण्याचे ठरवण्यासाठी फोन केला तेव्हा सकाळी ती इकडे यायला निघाली पण होती.''

मी लुयीला ड्युरियन दिले. चिनी रीतीरिवाजाप्रमाणे तिने त्याची दखल घेतली न घेतल्यासारखे करणे अपेक्षित होते. नम्रता दाखवण्याची एक पद्धत म्हणून तिने ते फळ बाजूला ठेवले पाहिजे. यामागची कल्पना अशी की एवढी सुंदर भेट तिच्यासाठी असू शकेल ही कल्पना पण करू न शकण्याएवढी ती नम्र आहे.

"मी पण तुझ्यासाठी एक गंमत आणली आहे," चेहऱ्यावर मोठ्ठे हसू आणत ती म्हणाली आणि माझ्या हातात लाल सिल्कची पेटी दिली.

"मी उघडून बघू का?" न राहवून मी विचारले. तिने आनंदाने होकार दिला. आतमध्ये पांढऱ्याशुभ्र दगडातून कोरलेली चहाची किटली होती. तिच्या सोंडेवर आणि हॅन्डलवर बांबूसारखी नक्षी कोरली होती. किटली फारच सुंदर होती. जराशी अवघडून मी मान हलवली. "मी तुला फक्त फळ दिलं आणि तू मला अशी किमती भेट देते आहेस," मी म्हणाले.

लुयीने माझे म्हणणे उडवून लावले, "ए हा फक्त शो पीस आहे हं," मला वेडीला कदाचित कळणार नाही असे वाटून तिने सांगितले, "तू चहासाठी ही वापरायला काढू नकोस."

लाल प्लॅस्टिकच्या पिशवीतून मी आणलेले ड्युरियन तिने बाहेर काढले आणि मला धडकी भरवणारे वाक्य बोलली, "माझं आवडतं खास फळ! चल आपण सगळे मिळून खाऊ या." कोचावर बसलेल्या बेन आणि सॅम यांनी माझ्याकडे जळजळीत नजरेने पाहिले.

याला लुयीचा बदला (भाग २) म्हणता येईल. ती ते भयंकर फळ घेऊन स्वयंपाकघरात गेली. प्रोफेसर याओनी फळे कापायचा चाकू आणला आणि त्यांनी ते कापायचा प्रयत्न केला. करड्या रंगाचे कठीण कवचाचे ते फळ कापता कापले जात नव्हते. त्यांनी तो नाद सोडला आणि मुलांच्या शेजारी कोचावर जाऊन बसले.

"तुम्हाला खेळ आवडतात का?" त्यांनी मुलांना विचारले. मुलांनी उत्साहाने माना हलवल्या तेव्हा त्यांनी दूरदर्शनवर खेळाचा चॅनेल लावला. त्यावर ब्राझीलचा महिला व्हॉलिबॉल संघ चिनी महिला संघाला रडवत होता.

"मी आधी कधी ड्युरियन फळ कापलेलं नाही," लुयी म्हणाली.

"मी पण. ठीक आहे, आत्ता ते तसंच असूदे. आम्ही गेल्यावर तुम्ही खा," मी म्हणाले.

"नाही, नाही, ते फार छान लागतं," हसत हसत ती म्हणाली, "आपण सगळ्यांनी एकत्रच खायचं."

तिने ड्रॉवरमध्ये शोधाशोध केली आणि आणखी एक छोटा चाकू शोधून काढला. त्या चाकूने पण ड्युरियनच्या काटेरी कवचावर, प्लॅस्टिकचा काटा दगडावर आपटल्यासारखा काहीही परिणाम झाला नाही. लुयी अर्थातच हार मानणाऱ्यांपैकी

नव्हती, मग तो राजकीय छळ असो नाहीतर काटेरी फळ असो. तिने आणखीन वेगवेगळ्या आकाराचे तीन चाकू शोधून काढले. त्यांपैकी एक तर खाटिक वापरतात तसा भयंकर मोठा कोयताच होता. अगदी डोक्याच्या वर तो उचलून तिने दात-ओठ खाऊन त्या फळावर प्रहार केला. त्या फळाकडे निरखून पाहिल्यावर त्याचा फक्त टवका उडाल्यासारखे दिसले.

लुयीने त्या ड्युरियनवर चाकूने अजून काही वार केले. त्या गडबडीत तिचा हात ड्युरियनच्या काट्यांवर पडला. हातातून रक्त यायला लागले; परंतु हार न मानता तिने अजून एक मोठा चाकू शोधून आणला. नॉर्मनला महिलांची व्हॉलिबॉलची मॅच बघण्यात काही स्वारस्य नव्हते म्हणून त्याने सहज स्वयंपाकघरात डोकावले. त्याने आम्हाला शाब्दिक पाठिंबा दिला; परंतु फळाला हात लावायला काही तो तयार नव्हता. प्रोफेसर याओ पण स्वयंपाकघरात परत आले. मला वाटते की हे फळ कापण्यासाठी करवतच कामाला येईल. परंतु मी हातोडी आणण्याचे सुचवले. प्रोफेसर याओ पण एकदम उत्तेजित झाले. ते एक पत्र्याची पेटी घेऊन आले आणि शोधाशोध करून एक छोटी हातोडी शोधून काढली. फळातील काट्यांच्या मध्ये कोयता ठेवून वरून हातोडी मारली. कोयत्याचे पाते काही मिलिमीटर आत गेले.

"मला प्रयत्न करू दे," रक्त येणारा भाग हाताने दाबून धरत लुयी म्हणाली. तिने माझ्या हातातून हातोडी घेतली. हे आता दोन बायकांचे काम झाले होते. तिचे हातोडी मारणे, चाकूने वार करणे, टवके उडवणे वगैरे प्रयत्न चालू होते आणि मी ते फळ घट्ट पकडून ठेवले होते. या सगळ्या प्रकारातून एक गोष्ट लक्षात आली की प्रोफेसर याओ यांना घरामध्ये मदत करायला आवडते. ते ओव्हनमधली गरम भांडी काढण्याचे हातमोजे घेऊन आले. ते हातमोजे घालून आणि बशा पुसायच्या छोट्या टॉवेलच्या घड्यांवर मी ते ड्युरियन घट्ट धरून ठेवले. लुयीचे तुकडे करणे चालूच होते. मला वाटले ती मला माफ केल्याचे फक्त नाटक करत होती आणि खरे तर सूड घेण्यासाठी ती योग्य क्षणाची वाट बघत होती.

लुयीचे एकसारखे तुकडे करणे चालू होते आणि त्यात कोणताही त्वेष नव्हता. जवळजवळ वीस-एक मिनिटांच्या अथक प्रयत्नांनंतर ती फळ तोडण्यात/ उघडण्यात यशस्वी झाली. आतमध्ये फिकट पिवळ्या रंगाचे अर्धा डझन गराचे बचके होते. त्याच्या ठरावीक कुजकट वासाने स्वयंपाकघर भरून गेले. फळाच्या कवचाआतले आणि गराच्या वरचे असलेले आवरण तोडण्यासाठी लुयीला अजून थोडी धडपड करावी लागली. त्यानंतर लुयी त्यातून गर काढण्याच्या कामाला लागली.

"बास, बास," माझ्या बोलण्यात अजिबात दम नव्हता.

"अग मुलं खातील हे सगळं," विजयी मुद्रेने माझ्याकडे बघत आणि ड्युरियनच्या गराने भरलेले वाडगे दिवाणखान्यात नेत ती म्हणाली.

“मला नको,” सॅमने नम्रपणे सांगितले.

“मला पण नको,” काहीशा कमी नम्रतेने बेन म्हणाला.

सर्व जगातील दोन अतिनम्र मुले माझी आहेत असे समजून मी त्यांना “घ्या, घ्या” म्हणून जरा आग्रह केला. चिनी शिष्टाचाराप्रमाणे जर तुम्हाला कोणी काही देऊ केले तर प्रथम ते तुम्ही नम्रपणे नाकारले पाहिजे. नंतर देणारा तुमच्या नकाराकडे दुर्लक्ष करून तुम्ही जे नाकारत आहात ते तुम्हाला पाहिजे आहे असे गृहित धरून परत आग्रहाने तुम्हाला ते देऊ करतो. लुयीने त्यांच्या बशांमध्ये आणखी थोडा गर घातला आणि एक बशी भरून मला पण दिला. मी तो खाल्ला कारण मला तो खाणे भाग होते. त्याच्या वासापेक्षा त्याची चव बरी होती, म्हणजेच त्याची चव पण भयंकर होती.

त्या ड्युरियनचा गर गिळता-गिळता मी स्वतःशी विचार केला. लुयीची आणि माझी फिट्मफाट झाली. पण तसे नव्हते. तसे कधीच होऊ शकणार नव्हते. मी तिला तिची वाया गेलेली वर्षे काही भरून देऊ शकणार नव्हते, तिला सहन करावा लागलेला अपमान, तिला सहन करावे लागलेले दुःख, कष्ट, अयोग्य जोडीदाराशी करावे लागलेल पहिले लग्न- आता मला पटले होते की तिला जे भोगावे लागले, सहन करावे लागले त्यासाठी मी एकटीच काही जबाबदार नव्हते.

त्यामध्ये माझा एक पंचविसांश किंवा एक तिसांश वाटा होता. आणि तरीपण इतरांपेक्षा, ज्यांनी तिचा छळ केला होता, मला माझ्या मनावरचे दडपण असह्य झाले होते. मी वेगळी होते. मी चिनी नागरिक नव्हते. मी एक माओ विचारांनी भारलेली, मॉन्ट्रियलहून आलेली, स्वतःला फार शहाणी असल्याचे सिद्ध करण्याची घाई झालेली मूर्ख मुलगी होते. माझ्यावर दुसऱ्यांसाठी खबरी होण्याची सक्ती नव्हती, कोणताही दबाव नव्हता. कोणीही मला इतरांबद्दल माहिती विचारलेली नव्हती. मला ते सारे करण्याची गरज नव्हती. मला वाटले लुयीने फार सहजपणे मला माफ केले होते. ती माझ्यापेक्षा नक्कीच चांगली व्यक्ती होती.

“फारच चवदार आहे, छान आहे,” मोठा बकाणा भरत ती म्हणाली. तिने दूरदर्शनकडे एक दृष्टिक्षेप टाकला. चिनी व्हॉलिबॉल खेळाडूने नेटजवळचा अगदी सोपा चेंडू सोडला होता. “अरे देवा!” ती उद्गारली. “तिने तो चुकवायला नको होता.” ती काही क्षणांसाठी बाहेर गेली तेव्हा सॅमने त्याच्या बशीतील बराचसा गर परत त्या वाडग्यात सरकवला. बेनने माझ्याकडे बघितले आणि भावाचे अनुकरण केले.

चीनच्या बदलात खारीचा वाटा

प्रोफेसर याओ जेवणाकरता टेबल राखून ठेवण्यासाठी विद्यापीठ परिसरात असलेल्या रेस्टॉरंटच्या दिशेने गेले. जाता-जाता त्यांनी लुयीला सुचवले, "तू त्यांना एक फेरफटका मारायला घेऊन जा." तिने तोंड वाकडे केले. माझ्याप्रमाणेच तिला पण विद्यापीठ परिसरात गोंधळायला होते, चुकायला होते. "नवरोबा, तुम्ही येईपर्यंत आम्ही येथेच थांबतो."

तिचा नवरा गेल्यानंतर सन २००१मध्ये अमेरिकेहून परतल्यावर तिने काय केले हे विचारण्याची मला संधी मिळाली. "मला न स्वस्थ बसवतच नाही, सतत काहीतरी करत राहायला हवं असतं," ती म्हणाली, "मला स्वतःला काहीतरी करून दाखवायचं होतं, होऊन दाखववायचं होतं." ती म्हणाली, "तिने दोन व्यवसाय सुरू केले. एक होता उच्च तंत्रज्ञानविषयक सल्ला देण्याचा आणि दुसरा होता, तीन भागीदारांसमवेत औषधी वुल्फबेरी वाइन तयार करण्याचा."

"अमेरिकेत न राहिल्याचा तुला पश्चात्ताप होतो का?" मी विचारले. तिने मान हलवली आणि ड्युरियनचा तुकडा उचलला. "ते माझं स्वप्न होतं, मला अमेरिका बघायची होती. आणि ती मी बघितली. मी तेथे पण स्वतः कमावून खाल्लं; परंतु मी परत आले." ती हसली आणि स्वतःच्या घरातील प्रशस्त दिवाणखान्यावरून समाधानाने नजर फिरवली. "खरं तर माझं येथील आयुष्य तेथल्यापेक्षा खूप चांगलं आहे." मुले अगदी जाणीवपूर्वक टेबलवरील ड्युरियनच्या वाडग्याकडे दुर्लक्ष करत होती. शेवटी लुयीने पराभव मान्य केला, टेबलवरची उरलेल्या फळांची बशी उचलून स्वयंपाकघराकडे नेत असताना मी तिच्या मागोमाग गेले. "मी अमेरिकेला परतले पण असते," ती बोलत राहिली," परंतु नंतर मी लग्न केलं आणि माझ्या या नव्या नवऱ्याला वाटतं की त्याच्या या महत्त्वाच्या वर्षांत मी त्याच्याबरोबर जास्तीत जास्त काळ असावं. मी माझ्या कंपन्या पण सोडल्या. आता मी निवृत्त झाले आहे."

म्हणजे लुयी पण स्कार्लेट आणि लुनाप्रमाणेच होती. एक पूर्णतः स्वतंत्र व्यक्तिमत्त्वाची स्त्री, जी स्वकर्तृत्वावर कायद्याची प्रोफेसर झाली, स्वतःचे व्यवसाय सुरू केले, बेकायदा निर्वासित म्हणून अमेरिकेत राहिली आणि आता....एक गृहिणी. नवऱ्याला संपूर्ण वेळ देता यावा म्हणून तिने तिची कामे थांबवली. आता तिचा दिवस गळका नळ बदलण्यात आणि स्वतःचे घर सजवण्यात जातो. आजसुद्धा जेवणानंतर तिने आणि तिच्या नवऱ्याने, प्रोफेसर याओ यांनी, कोणा सोफा कव्हर्स शिवणाऱ्याची भेट ठरवली होती.

लुयी आता खूप समाधानी, सुखी दिसत होती. परंतु माझ्या मनात एक विचार राहून-राहून येत होता : त्या आमूलाग्र क्रांतीचा हाच परिपाक आहे का? येथे परत माझा स्वैर बुद्धिविलास सुरू झाला. जेव्हा लुयीला अमेरिकेला जायचे होते तेव्हा मीच तात्त्विक परीक्षा केली आणि आता तिला गृहिणी व्हायचे आहे, घर सजवायचे आहे तेव्हा पण परत मीच परीक्षा करत होते. मला वाटते, मला या वयातसुद्धा माओवादी विचारातून, मानसिकतेतून बाहेर येण्यासाठी उपचारांची गरज होती. प्रोफेसर याओ परतले आणि म्हणाले, "आपल्याला टेबल्स मिळायला अजून एक तास तरी लागेल." आम्ही सर्व जण विद्यापीठाचा परिसर बघायला बाहेर पडलो. ते आम्हाला इतिहास विभागाच्या, लाल रंगाच्या खनिज दगडांवर नाजूक नक्षीकाम केलले खांब आणि राखाडी रंगाच्या फरशा बसवलेल्या कमानदार खिडक्या असलेल्या, कार्यालयीन इमारतीवरून घेऊन गेले. सन १९७३मध्ये हीच तीन नंबरची, वर्ग भरणारी इमारत होती जेथे वँग चुनमईने, त्या विभागाची साम्यवादी पक्षाची सचिव म्हणून, लुयीची चौकशी केली होती. वँग चुनमईचे कार्यालय याच इमारतीत होते. "मला या जागेचा निव्वळ तिरस्कार वाटतो," लुयी कुजबुजली आणि त्या जाणिवेने पण शहारली.

प्रोफेसर याओनी विद्यापीठाच्या लायब्ररीकडे बोट दाखवले. "अशियातील सर्वांत मोठी लायब्ररी आहे," ते म्हणाले, "नाही थांब, काहीतरी गोंधळ होतो आहे. ही काही 'चायना नॅशनल लायब्ररी'पेक्षा मोठी नसणार. ही अशियातील सर्वांत मोठी विद्यापीठाची लायब्ररी असे नक्कीच म्हणता येईल." माझ्या मनात अभिमान दाटून आला. मी, बेन आणि सॅमना सांगते की या इमारतीचा पाया खणण्यात माझा पण हातभार लागला होता. मला समाधान वाटले की अखेर बीजिंग विद्यापीठाला अत्याधुनिक लायब्ररी मिळाली. सन १९७०च्या दशकात जुन्या लायब्ररीमध्ये पुस्तकांचे गठ्ठे बांधून ठेवलेले असायचे. तुम्हाला जर एखादे पुस्तक हवे असेल तर तुम्हाला लेखकाचे नाव आणि पुस्तकाचे नेमके नाव माहिती असणे आवश्यक होते. त्याशिवाय ते पुस्तक लायब्ररीमध्ये असणे आणि ते बंदी घातलेल्या पुस्तकांपैकी नसणे या आशेवर वाट बघणे, हेच काय ते हातात असे. आणि मग त्या पुस्तकासाठी विनंती करावी लागे. ग्रंथपालांची वागणूक तुटक होती. पण मग

सांस्कृतिक क्रांतीच्या काळात ग्रंथपालांकडून हसऱ्या चेहऱ्याची अपेक्षा करणे पण चुकीचे होते.

प्रोफेसर याओ अनाम तळ्याच्या दिशेने वळले. मी आणि लुयी आम्ही सन १९७३मध्ये या ठिकाणी फेरफटका मारल्याची त्यांना कल्पना आहे का नाही याची मला शंकाच होती. त्यांच्या वागणुकीवरून – म्हणजे आदबशीर आणि आतिथ्यपूर्वक– मला खात्री आह, तिने त्यांना त्याबद्दल काहीही सांगितले नसणार. तळ्याकडे निर्देश करत प्रोफेसर याओ म्हणाले, "मिंग राजवटीच्या काळात येथे यॉंगडींग नदीचे पात्र होते. या टेकड्या आणि दऱ्या मागे सोडून नंतर नदीने प्रवाह बदलला. आता चीनच्या प्रसिद्ध भिंतीजवळ असलेल्या पाण्याच्या साठ्यातून पंपाच्या साहाय्याने येथवर पाणी आणले जाते."

जवळच्याच उंच टेकडीवर असलेला एक बंगला बांबूच्या बेटांनी झाकला गेला होता. प्रोफेसर म्हणाले "त्याचे नाव 'विरेनदा बाय द लेक' असे आहे." विद्यापीठ त्या बंगल्याचा वापर काही खास समारंभांसाठी करते, एके काळी 'सिटू लेंडेंग' यांचे ते घर होते. सिटू लेंडेंग– जॉन लेटन स्टुअर्ट– हे, माओच्या सैन्याने बीजिंगवर ताबा मिळवण्याआधी, अमेरिकेचे चीनमधील शेवटचे राजदूत होते आणि ते एक झपाटलेले शिक्षणतज्ज्ञ पण होते. त्यांचा जन्म सन १८७६मध्ये हँगझाऊ प्रांतात, मिशनरी दांपत्याच्या घरात झाला. स्टुअर्ट हे येनचिंग विद्यापीठाचे पहिले अध्यक्ष होते. 'माओ झेडॉंग यांचे समग्र साहित्य' या खंडातील एका निबंधामध्ये लेखकाने 'धन्यवाद, लेटन स्टुअर्ट' या उपहासात्मक शीर्षकाखाली त्यांच्या योगदानाविषयी कुत्सित विनोदाने लिहून त्यांची बोळवण केली आहे. अमेरिकेत परतल्यावर बिचाऱ्या मिशनरी शिक्षणतज्ज्ञाला परत टीकेचे धनी व्हावे लागले. त्यांच्यावर चीनला 'साम्यवादी तत्त्वज्ञानाचा बळी' होऊ दिल्याबद्दल टीका करण्यात आली. सन १९७२मध्ये, एके काळी स्टुअर्ट यांच्याकडे खानसामा असलेला, आमच्यासाठी जेवण बनवत असे. तो सफरचंदाचा केक, वडे, बटाटा चिप्स आणि हॅंबर्गर वगैरे पदार्थ उत्तम बनवायचा. परंतु स्कार्लेटशी एकनिष्ठा दाखवण्याकरता मोठ्या कॅंटीनमध्ये खाण्याची अवदसा एरिकाला आठवली आणि आम्हाला बटाटा चिप्स आणि त्याच्या हातच्या इतर पदार्थांच्या चैनीला मुकावे लागले.

पुढे टेकडीवजा उंचवट्यावर असलेल्या 'एडगर स्नो' यांच्या समाधीकडे निर्देश करून प्रोफेसरांनी आमचे लक्ष वेधले स्नो सन १९२९मध्ये वयाच्या तेविसाव्या वर्षी 'शिकागो ट्रिब्यून' या वृत्तपत्राचे वार्ताहर म्हणून प्रथम चीनमध्ये आले. सन १९३३मध्ये त्यांनी येनचिंग विद्यापीठामध्ये पत्रकारिता हा विषय शिकवण्याचे काम केले. त्यानंतर तीन वर्षांनी येनान प्रांतातील गुहांमध्ये, माओची आणि रेड आर्मीच्या इतर नेत्यांच्या मुलाखती घेणारे ते पहिले अमेरिकन पत्रकार ठरले. त्यांनी त्यांच्या 'रेड स्टार ओव्हर

चायना' या पुस्तकामध्ये माओंच्या नेतृत्वाचे आणि त्यांच्या क्रांतीचे जे कौतुकाने भारलेले वर्णन केले आहे, ते माझ्यासारख्यांना माओवादाकडे आकृष्ट होण्याचे आणि सन १९७२मध्ये माझ्या चीनच्या भेटीवर येण्याला प्रमुख कारण ठरले.

शीतयुद्ध जेव्हा अगदी पराकोटीच्या अवस्थेला होते, त्या वेळी स्नो हे चीनच्या काही कट्टर आणि जवळच्या मित्रांपैकी एक होते. माओने त्यांना सन १९६०मध्ये, ज्या वेळी तोपर्यंतच्या चीनच्या इतिहासातील सर्वांत भीषण दुष्काळ चीन अनुभवत होता, बीजिंगला आमंत्रित केले. स्नो यांच्या 'लूक' या साप्तहिकाचे संपादक त्यांच्यावर वार्तापत्रे, लेख इ. साहित्य पाठवण्यासाठी संदेशांचा भडिमार करत होते, दबाव आणत होते; परंतु त्यांनी एकही लेख किंवा वार्तापत्र पाठवले नाही. त्याऐवजी त्यांनी उलट वारंवार छापून येणाऱ्या दुष्काळाच्या बातम्यांना खोटे ठरवत तो शीतयुद्धकालीन मानसिकतेचा किंवा प्रचाराचा एक भाग म्हणून म्हटले. चीनमधून अमेरिकेला परतल्यावर स्नो यांनी त्यांच्या 'द अदर साइड ऑफ द रिव्हर : रेड चायना टुडे' या पुस्तकात लिहिले- 'मी उपाशी माणसांचे आणि भिकाऱ्यांचे फोटो काढण्यासाठी खूप प्रयत्न केले, खूप काळजीपूर्वक त्यांचा शोध घेतला; पण मला काही यश आले नाही.'

परंतु स्नो यांना चीनमधील दुष्काळ न दिसणे किंवा त्यासंबंधीचे कोणतेही पुरावे न मिळणे संपूर्णपणे शक्य होते. कारण त्यांच्याबरोबर सतत चिनी यंत्रणा असायची आणि स्नो यांनी जे बघावे असे त्यांना वाटत होते तेवढेच आणि तेच त्यांना बघू दिले गेले असावे. चीनकडे आभासी जग तयार करण्याची ताकद होती आणि त्यांनी तसे तयार पण केले होते. त्यामुळेच चीन पाश्चिमात्यांना आणि 'लाइफ' आणि 'लूक'सारख्या मासिकांच्या मुरब्बी वार्ताहरांना फसवू शकला. मला माहीत आहे कारण सन १९७३मध्ये चिनी समाज आणि साम्यवादी विचारसरणी या आदर्श गोष्टी आहेत आणि त्यापासून फारकत घेणाऱ्यांना वाचवले पाहिजे, यावर माझा पण विश्वास बसला होता.

सन १९७०मध्ये चीनने स्नो यांना अत्यंत आतील गोटातील आणि स्फोटक माहिती, बातमी प्रथम देऊन त्यांचा सन्मान केला. 'लाइफ' साप्ताहिकामध्ये त्यांनी प्रथम बातमी दिली की माओ हे अमेरिकेचे राष्ट्राध्यक्ष रिचर्ड निक्सन यांना चीन भेटीसाठी आमंत्रित करणार आहेत आणि चीन व अमेरिका यांच्यामधील संबंध सुरळीत करण्याच्या दृष्टीने एका नवीन पर्वाला सुरुवात होणार आहे. जेव्हा सन १९७२ मध्ये स्नो हे प्लीहेच्या कर्करोगाने मृत्यूशी झुंजत होते, तेव्हा बीजिंगने त्यांची चोवीस तास काळजी घेण्यासाठी डॉक्टरांची टीम पाठवली होती. त्यांचा १५ फेब्रुवारी रोजी मृत्यू झाला आणि त्याच आठवड्यात अध्यक्ष निक्सन यांचे चीनमध्ये आगमन झाले. त्यानंतर शंभर दिवसांनी, मॅक्‌गिल विद्यापीठातून उन्हाळी सुट्टीसाठी, मी एकटी चीनमध्ये आले.

लुयी आणि मी, आम्ही स्नो यांच्या समाधीवरील दगडाचे निरीक्षण केले. त्या ग्रॅनाइटवर चिनी आणि इंग्रजी भाषेत लिहिले आहे, 'एडगर स्नो, चिनी जनतेचे अमेरिकन मित्र'. कधीकधी मित्रांमध्ये पण दुरावा निर्माण होतो. जेव्हा स्नो यांची विधवा 'लुई व्हिलर स्नो' सन २००१मध्ये त्यांच्या समाधीला भेट देण्यासाठी आल्य, तेव्हा त्यांनी जवळच्याच बाकड्यावर एक माणूस बसलेला पाहिला, "परंतु तो पेपर वाचण्याचे नाटक करत होता आणि मांडीवर ठेवलेल्या ब्रीफकेसला असलेल्या भिंगाच्या साहाय्याने आमच्या हालचालींचे चित्रण करत होता." लुई व्हिलर स्नो चीनमध्ये आल्या तेव्हा त्यांचे वय एकोणऐंशी वर्षांचे होते आणि त्या चीनमध्ये उतरल्या क्षणापासून, एका कारमधून आणि दोन मोटरसायकलींवरून, त्यांच्यावर पाळत ठेवली गेली होती. जेव्हा त्यांनी डिंग झेलीन या प्रोफेसरांची भेट घेण्याचा प्रयत्न केला, ज्यांचा सतरा वर्षांचा मुलगा तियानमेन चळवळीच्या दरम्यान, शांतीच्या घराजवळ चिनी सैनिकांनी केलेल्या गोळीबारात मारला गेला होता, तेव्हा पण त्यांच्यावर पाळत ठेवली गेली होती.

"साध्या वेषातील पोलीस खाली उतरले आणि व्हीडीओ कॅमेरे असलेल्या ब्रीफकेसच्या मदतीने आमचे चित्रण केले. तो एकूणच प्रकार अत्यंत उद्वेगजनक होता, एखाद्या तिसऱ्या दर्जाच्या हेरगिरी/ देमार चित्रपटात शोभण्यासारखा." 'चीनमधील मानवी हक्क' या वेबसाइटवर लिहिलेल्या निबंधामध्ये त्यांनी वरील मत व्यक्त केले होते.

प्रोफेसर याओंनी आमचे लक्ष अनाम तळ्याच्या काठावर असलेल्या राखाडी रंगाच्या एका सुंदर पॅगोडाकडे वेधले. "बीजिंगच्या पूर्वेला असलेल्या टाँग प्रांतातील एका पुरातन पॅगोडाची ही प्रतिकृती आहे," त्यांनी आम्हाला अभिमानाने सांगितले. मी जेव्हा गाढवासारखी अविचाराने बोलून गेले की खरे तर येल येथील अमेरिकन स्थापत्य विशारदाने मागच्या बाजूला असलेली विद्रूप पाण्याची टाकी लपवण्यासाठी हा पॅगोडा बांधला आहे, तेव्हा ते थोडे अवघडल्यासारखे झाले.

अनाम तळ्याभोवती फिरत असताना प्रोफेसर याओंनी आम्हाला एका छोट्या बेटाच्या जवळ पाण्यात असलेली दगडी नाव दाखवली. "ती हेशेनची नाव आहे." त्याने डॉवगर राणीच्या उन्हाळी राजवाड्याच्या भोवतालच्या तळ्यात असलेल्या दगडी नावेची नक्कल करायचा प्रयत्न केला आणि हा त्याच्या अनेक गुन्ह्यांपैकी एक गुन्हा ठरला आणि त्याला मृत्युदंडाची शिक्षा देण्यात आली."

"इतिहास शिकवताना त्यांनी आम्हाला हे काहीच शिकवले नाही," लुयी म्हणाली. "इतिहास हा आमचा प्रमुख विषय होता; परंतु आम्ही खरा इतिहास शिकलोच नाही. आम्ही इतिहासाचे विद्यार्थी होतो; परंतु त्यांनी बीजिंग विद्यापीठाचा इतिहास तरी कोठे सांगितला."

अठराव्या शतकातील, चीनच्या सार्वभौम राजसत्तेच्या काळातील सर्वांत श्रीमंत

आणि सर्वांत प्रभावशाली उच्च पदस्थ व्यक्ती असलेल्या हेशेन याचे आमच्या क्रांतिकारी विद्यापीठाच्या परिसरामध्ये उन्हाळी विश्रांतिस्थान होते, हे आम्हाला कोणीही सांगितले नव्हते. प्रोफेसरांनी दिलेली दुसरी माहिती अर्धसत्य होती. दगडी नावेची नक्कल केल्याप्रकरणी हेशेनच्या हालात, त्रासात नक्कीच भर पडली; परंतु ज्या नावेची त्याने नक्कल केली होती ती डॉवगर राणीची नव्हती. त्याने त्याच्या आश्रयदात्याच्या, 'क्विआन लाँग' राजाच्या नावेची नक्कल केली होती. हेशेन डॉवगर राणीच्या शंभर वर्षे आधी होऊन गेला. कदाचित आमच्या इतिहासाच्या प्रोफेसरांनी हेशेनचा उल्लेख मुद्दाम टाळला असावा; कारण त्याच्या नावाभोवती असलेले समलिंगी संबंधांच्या दंतकथांचे धुके. जरी खूप खूप जुन्या म्हणजे, शांग राजवटीच्या (१६०० ते ११००ख्रि. पू) काळातील ऐतिहासिक दस्तावेजांमध्ये समलिंगी संबंधाबाबत उल्लेख सापडतात, तरी साम्यवादी राजवटीमध्ये समलिंगी संबंध हा विषय निषिद्ध मानला गेला. किंबहुना तसे संबंध ठेवणाऱ्यांचा छळ करण्यात आला. साम्यवादी राजवटीच्या काळामध्ये समलिंगी संबंधांवर मारला गेलेला गुन्हेगारीचा शिक्का सन १९९०च्या दशकाच्या शेवटी पुसण्यात आला आणि सन २००१मध्ये हा प्रकार मानसिक आजार किंवा रोगांच्या यादीतून अधिकृतपणे वगळण्यात आला.

क्विआन लाँग राजा पासष्ठ वर्षांचा असताना त्याचे, तेव्हा पंचवीस वर्षांच्या, आणि त्याचा अंगरक्षक असलेल्या हेशेनकडे खास लक्ष गेले. हेशेनचे स्त्रैण रूप, काहीच दिवसांपूर्वी आत्महत्या केलेल्या राजाच्या आवडत्या रखेलीशी मिळतेजुळते होते असे म्हणतात. आणि लवकरच तो राजाच्या समलिंगी संबंधाच्या वासनेची आवडती शिकार झाला. एका वर्षातच हेशेन याने, राजवटीच्या महसुलावर नियंत्रण ठेवणाऱ्या, देखभाल करणाऱ्या मंडळाची/खात्याची तसेच दिवाणी कारभाराची सूत्रे हाती घेतली; दोनच महिन्यांनी त्याला वरिष्ठ सल्लागार म्हणून बढती देण्यात आली. नंतर एकाच महिन्यात त्याची राजघराण्याच्या मंत्रिपदावर, जे पद साधारणतः अत्यंत कर्तबगार, पूजनीय आणि बुद्धिमान व्यक्तीला दिले जाते, पदोन्नती केली गेली. सन १७७७ मध्ये जेव्हा हेशेन फक्त सत्तावीस वर्षांचा होता, राजाने त्याला बंदिस्त शहरातून घोड्यावरून फिरण्याचा मान बहाल केला. हा विशेष मान फक्त अतिवरिष्ठ आणि अतिवयस्क अधिकाऱ्यांनाच दिला जायाचा.

सन १७९० मध्ये हेशेनने त्याच्या मुलाचे लग्न क्विआन लाँग यांच्या दहाव्या आणि लाडक्या मुलीबरोबर लावून दिले. अगदी उघडपणे भ्रष्टाचारी आणि क्विआन लाँगचा प्रेमिक म्हणून बहिष्कृत असलेल्या हेशेनने अमाप संपत्ती गोळा केली. त्याने अनाम तळ्याच्या काठावर राजेशाही वाडा बांधला. जेव्हा लॉर्ड मॅकार्ट्नी सन १७९३मध्ये चीनबरोबर ब्रिटनचे व्यापारी संबंध प्रस्थापित करण्यासाठी बीजिंगमध्ये आले तेव्हा हेशेन याने त्यांचे अनाम तळ्याच्या काठावर असलेल्या या राजेशाही

वाड्यातच स्वागत केले. परंतु सन १७९९मध्ये क्विआन लाँग याचा मृत्यू झाल्यावर त्याच्या मुलाने- 'जीआ क्विंग' याने- वडिलांच्या या प्रेमिकाला 'हजार जखमा' करून मृत्युदंडाची शिक्षा दिली. हेशेन तेव्हा एकोणपन्नास वर्षांचा होता. दरबारातील त्याच्या काही समर्थकांनी त्याला फक्त फाशी दिले जाईल एवढी खबरदारी घेतली.

जेव्हा राजाचे लेखा परीक्षक त्याच्या वाड्यामध्ये त्याच्या संपत्तीची मोजदाद करण्यासाठी गेले, तेव्हा त्यांना तेथे हजारो सोन्याचे वाडगे, बशा, भांडी; साठ लाख औंस सोने, १० मोठे- पेरूच्या आकाराचे मोती, १४,३०० उत्तम प्रतीच्या सिल्कचे तागे इ. गोष्टी आढळून आल्या. त्याच्या मालकीची ८,००० एकर जमीन होती आणि त्याच्या ६०० रखेल्या हा पण त्याच्या मालमत्तेचा भाग होत्या. लेखापालांनी एकूण ८० कोटी चांदीचे टील्स एवढी संपत्ती जप्त केली. त्याची किंमत १५० कोटी डॉलर्स – अठराव्या शतकातील डॉलर्स – एवढी होती आणि त्या वेळी कदाचित तो जगातील सर्वांत श्रीमंत आसामी असावा. त्याच्या मृत्युदंडाच्या शिक्षेच्या वेळी त्याच्या मालमत्तेची किंमत चीनच्या दहा वर्षांच्या एकूण महसुलापेक्षाही जास्त होती.

लुयी आणि मी, आम्ही अनाम तळ्याभोवती फिरत फिरत एक चक्कर पूर्ण केली. आम्हा दोघींना जरा एकटे राहायचे होते, याचा प्रोफेसर याओ यांना अंदाज आला होता आणि ते नॉर्मन आणि मुलांमध्ये मिसळले. आम्ही आमच्या जुन्या आठवणींना उजाळा देत असताना कोठेतरी मनात नकळत तुलना केली जात होती की या प्राचीन शहराच्या- बीजिंगच्या- चढउतारांनी, उत्पाती घटनांनी भरलेल्या भूतकाळाचे लुयीच्या भूतकाळाशी कोठेतरी साम्य होते. लुयी हे त्याचे प्रतीकच होते. तिला बहुधा माझ्या मनातील विचार कळले असावेत. एकदम माझ्याकडे वळत ती म्हणाली, "माझं भविष्य आणि चीनचं भविष्य वेगळे न करता येण्याइतके एकमेकांत गुंफले गेले होते. माझ्यावर झालेल्या प्रत्येक घावाच्या खुणा आज पण माझ्या शरीरावर दिसत आहेत, माझ्या मनात ताज्या आहेत. प्रत्येक घावाचा व्रण झाला आहे. मी नवीन वाटा शोधणारी होते. परदेशी जाण्याची कल्पना इतर कोणाच्याही मनात येणाऱ्याआधी प्रथम माझ्या मनात आली. आता प्रत्येक जण माझ्या दूरदर्शीपणाचं कौतुक करतो. मी इतक भोगलं, सहन केलं; परंतु मी अगदी नगण्य होते, अगदी वाळूचा एक कण- चीनच्या बदलामध्ये खारीचा वाटा मागणारी."

❖

एका दिवसानंतर, आम्ही विमानतळाकडे जाण्यासाठी निघण्याआधी, लुयीचा शुभेच्छा देण्यासाठी आणि निरोपाचा फोन आला. "तुला खरं सांगू, आपल्या पहिल्या भेटीनंतर मी खरं तर मनातून दुखावले होते," ती म्हणाली, "मला कल्पना नव्हती की कोणीही तुला न विचारता, तू आपणहून त्यांना माझ्याबद्दल सांगितलं

होतंस. मला खूप वाईट वाटलं. परंतु आता आपण एकमेकींना ओळखल्याचा मला जास्त आनंद आहे.''

मी स्वतःहून तिची चुगली करण्याचा शहाणपणा का केला याचे स्पष्टीकरण मागण्याच्या फंदात आता ती पडत नाही आणि मी पण आता क्षमा मागण्याचे थांबवले होते; परत-परत तिला मला माफ करायला लावणे पण योग्य नव्हते, म्हणून मी गप्प बसले. परंतु तरीही मनात कोठेतरी तिला शोधून काढल्याचे आणि तिच्याकडून माफी मिळवल्याचे मला समाधान होते आणि त्याबद्दल मी स्वतःला नशीबवान समजते. माझ्या मनातील रुखरुख आता संपली होती. मला आश्चर्य वाटते की चीनसारख्या एवढ्या विशाल देशात स्वतःच्या भूतकाळाशी समझोता, तडजोड करण्याचा प्रयत्न इतकी कमी माणसे का करतात.

साम्यवादापासून ते भांडवलशाहीपर्यंतच्या प्रवासात बीजिंगने भौगोलिक, सांस्कृतिक आणि भावनिकदृष्ट्या पण स्वतःमध्ये एवढा बदल घडवून आणला आहे की, प्राचीन शहराची मूळ ओळख विसरली गेली होती. जसा भूतकाळ मागे पडतो आहे, अदृश्य होतो आहे, तशी माझी स्वतःची ओळख पण हरवत चालली आहे. परंतु कमीत कमी मी लुयीला शोधू शकले. तिच्याचप्रमाणे आज लाखो जण जुन्या जखमा घेऊन बीजिंगमध्ये राहत असतील. परिस्थितीतून ती फक्त वाचली नाही, तर तिने मात केली, ती परत उभी राहिली. परंतु वरकरणी कणखर व्यक्तिमत्त्वाच्या वाटणाऱ्या लुयीच्या मागची खरी लुयी पण मला माहीत होती. अनेक वर्षांपूर्वी थोडा काळ भेटलेली लुयी आणि आत्ताची लुयी या वरवर जरी एकच वाटल्या तरी मला माहीत आहे ती खूप बदलली होती.

माझ्यात पण खूप बदल झाला आहे. जेव्हा मी तरुण होते तेव्हा माझा समज होता की विचार, विचारधारा ही सर्वांत महत्त्वाची गोष्ट आहे. मला मनापासून वाटले की मी लोकांना त्यांच्या पतनापासून वाचवले पाहिजे. आता मला माझ्या त्या वेळच्या कृतीमागच्या, समजामागच्या उद्धटपणाची, उर्मटपणाची जाणीव होत आहे. माओ काळात चीनमध्ये राहिल्यावर, तियानमेन चौकातील नरसंहार प्रत्यक्ष पाहिल्यावर आता सर्वांना मानवाधिकाराचा मूलभूत हक्क आहे, हे मला पटले होते. मी माझ्या मुलांना दुसऱ्यांचा आदर करण्याची, अन्यायाविरोधात आवाज उठवण्याची वर्ण, लिंगभेदांविरोधात आवाज उठवण्याची शिकवण दिली आहे. मी जेथे नोकरी करते तेथे पण वृत्तपत्रस्वातंत्र्याची आणि त्याबरोबर येणाऱ्या जबाबदारीची, बंधनांची पण मी कडवी समर्थक आहे. तटस्थ बघ्याची भूमिका घेण्याच्या मी अगदी विरोधात आहे; कारण असा काही प्रकार असूच शकत नाही.

तिने माझे आयुष्य बदलून टाकले आहे, हे मी लुयीला सांगितले नाही. फोनवर, तिला शोधू शकल्याचा मला पण तितकाच आनंद झाल्याचे फक्त सांगितले.

शेवटी एकमेकांच्या संपर्कात राहण्याची वचने देऊन आम्ही आमचे संभाषण संपवले. खरेच आम्ही एकमेकींच्या संपर्कात राहू का? विमानतळाकडे जाताना माझ्या डोक्यात तिचेच विचार होते. तिने शेवटी अमेरिकेला जाण्याचे तिचे स्वप्न पूर्ण केले याचा मला आनंद होता, कौतुक होते. आणि त्याहूनही जास्त समाधान होते ती घरी परतल्याचे. बीजिंग हेच लुयीसाठी योग्य शहर होते.

नेवार्कला जाणाऱ्या कॉन्टिनेन्टल फ्लाइट नं. ८८मध्ये आम्ही स्थानापन्न झालो. सॅम माझ्या शेजारीच बसला. "मला बीजिंगला आणल्याबद्दल धन्यवाद," तो म्हणाला, "मला खूपच मजा आली."

क्षणभर मला काय बोलावे तेच सुचले नाही. सॅम बोलत राहिला. "मला खात्री होती की तू तिला नक्की शोधून काढशील," माझा पापा घेत तो म्हणाला. "मला वाटलंच होत की तू तुझ्या कामगिरीत नक्कीच यशस्वी होशील; परंतु तुला बघून तीच एवढी उत्तेजित झाली होती की, ती तुला मारेल की काय याची मला भीती वाटत होती; तिने तुझा तिरस्कार केला नाही याचेच मला आश्चर्य वाटते. ती खरोखरच मनाने खूप चांगली आहे."

आमचे विमान आकाशात झेपावले तसे मी खिडकीतून खाली अफाट पसरलेल्या बीजिंगची आणि त्या बंदिस्त शहराची शेवटची ओझरती दृश्ये टिपण्याचा प्रयत्न केला. प्रदूषित हवेच्या आणि धुळीच्या पडद्यातून अजस्र क्रेन्सच्या आणि चक्राकार महामार्गांच्या रूपरेषा तेवढ्या दिसल्या. खाली कोठेतरी, मी गेल्याबद्दल, हडेलहप्पी फूने सुस्कारा सोडला असेल, स्कार्लेट तिच्या नातवाशी खेळत असेल आणि लुयी प्रोफेसर याओंबरोबर कोळंबीच्या पार्टीचे बेत आखत असेल. विमानाने खालच्या प्रदूषित हवेचे, धुळीचे आच्छादन भेदत उंची गाठली. बाहेर अथांग निळेशार आकाश पसरले होते.

❖